எங்கே செல்கிறது இந்தியா

டியானே காஃபே மற்றும் டீன் ஸ்பியர்ஸ் டெல்லியில் உள்ள இந்திய புள்ளிவிவர நிறுவனத்தின் பொருளாதார மற்றும் திட்டமிடல் அலகின் ஆய்வாளர்கள். ஆஸ்டினில் உள்ள டெக்ஸாஸ் பல்கலைக்கழக துணைப்பேராசிரியர்கள் மற்றும் *Research Institute of Compassionate Economics- r.i.c.e* - இன் செயல் இயக்குநர்கள். *www.riceinstitute.org*

எங்கே செல்கிறது இந்தியா

கைவிடப்பட்ட கழிப்பிடங்கள், தடைபட்ட வளர்ச்சிகள், சாதியத்தின் விலைகள்

டியானே காஃபே
டீன் ஸ்பியர்ஸ்

தமிழில்
செ. நடேசன்

எதிர்
வெளியீடு

எங்கே செல்கிறது இந்தியா

டியானே காஃபே / டீன் ஸ்பியர்ஸ்

தமிழில்: செ. நடேசன்

முதல் பதிப்பு: டிசம்பர் 2018

எதிர் வெளியீடு,
96, நியூ ஸ்கீம் ரோடு, பொள்ளாச்சி - 642 002.
தொலைபேசி: 04259 - 226012, 99425 11302.

விலை: ரூ. 350

Where India Goes

Author: Diane coffey and Dean Spears

First published in Tamil by Ethir Veliyeedu
By arrangement with HarperCollins Publishers India Private Limited.

© Diane Coffey and Dean Spears

Translated by: Che. Nadesan

First Edition: December 2018

Published by
Ethir Veliyeedu, 96, New Scheme Road. Pollachi - 2.
email: ethirveliyedu@gmail.com
www.ethirveliyedu.in

Price: ₹ 350

Wrapper Design: Santhosh Narayanan

ISBN : 978-93-87333-40-6

Layout : Publishing Next
Printed at Jothy Enterprises, Chennai.

All rights reserved. No part of this book may be reprinted or reproduced or utilised in any form or by any electronic, mechanical or other means, now known or hereafter invented, including photocopying and recording, or in any information storage or retrieval system, without permission in writing from the Publisher.

குழந்தைகளுக்காக...
மற்றும் திறந்தவெளி மலம்கழிப்பின் முடிவுக்குமுன்
இந்தியாவில் பிறக்கப்போகும் குழந்தைகளுக்கு,
எப்போது அது நடந்தாலும்.

உள்ளடக்கம்

வரைபடங்களின் பட்டியல் ... 9
முன்னுரை ... 11
மொழிபெயர்ப்பாளர் முன்னுரை ... 15
1. அறிமுகம் ... 19

காரணங்கள்

2. அந்தப் புதிர்: ஏன் கிராமப்புற இந்தியா? ... 53
3. புனிதம், தீட்டு மற்றும் தீண்டாமை ... 81
4. கழிவறைக் குழிகளும், மெதுவான சமூகமாற்றமும் ... 101

விளைவுகள்

5. உடல் நலம்: குழந்தைப்பருவத்தில் தப்பிப்பிழைத்தலும் வளர்தலும் ... 141
6. பொருளாதாரம்: குழந்தைகளின் மனிதப்பண்பின் மூலதனம், வயதுவந்தோரின் உழைப்பூதியம் ... 181
7. கௌரவம்: கழிப்பிடங்களை விரும்பும் மக்கள் ... 217

எதிர்வினைகள்

8. கொள்கை: அரசியல் வளர்ச்சி மற்றும் கழிப்பிடக் கட்டுமானம் ... 239
9. முடிவுரை: அடுத்துவரும் கிராமப்புற துப்புரவுக் கொள்கை ... 285
குறிப்புகள் ... 323
நன்றிகள் ... 353

வரைபடங்களின் பட்டியல்

வரைபடம் 1. இந்தியா தன்னைப்போன்ற தனிநபர் வருமானம் உள்ள நாடுகளைவிட அதிகமான திறந்தவெளி மலம் கழிப்பைக் கொண்டுள்ளது. 60

வரைபடம் 2. இந்தியா தன்னைப்போன்ற வறுமைவீதம் உள்ள நாடுகளைவிட அதிகமான திறந்தவெளி மலம் கழிப்பைக் கொண்டுள்ளது. 61

வரைபடம் 3. இந்திய கிராமப்புறங்கள் தன்னைப்போன்ற தண்ணீர் வசதியைப் பெறுவதில் முன்னேறிய நாடுகளைவிட அதிகமான திறந்தவெளி மலம் கழிப்பைக் கொண்டுள்ளது. 63

வரைபடம் 4. இந்தியா தன்னைப்போன்ற வயதுவந்தோர் கல்வியறிவு வீதம் பெற்றுள்ள நாடுகளைவிட அதிகமான திறந்தவெளி மலம்கழிப்பை கொண்டுள்ளது. 66

வரைபடம் 5. இந்தியா தன்னைப்போன்ற ஆட்சிமுறைகொண்ட நாடுகளைவிட அதிகமான திறந்தவெளி மலம் கழிப்பைக் கொண்டுள்ளது. 68

வரைபடம் 6. அதே அளவுள்ள வறுமையோ, செல்வமோ பெற்றுள்ள வங்கதேசக் குழந்தைகள், மேற்கு வங்கத்தில் உள்ள குழந்தைகளைவிட உயரமானவர்கள். 158

வரைபடம் 7. இந்தியாவுக்குள் குள்ளமான குழந்தைகளைவிட, உயரமான குழந்தைகளால் மிக அதிகமாகப் படிக்கமுடிகிறது. 190

வரைபடம் 8. திறந்தவெளி மலம் கழிப்பிலிருந்து மிகவிரைவில் வளர்ச்சிபெற்ற இடங்களில் உள்ள இளம்தொழிலாளர்கள், பழைய தொழிலாளர்களைவிட அதிகம் சம்பாதிக்கிறார்கள். 202

வரைபடம் 9. 2019இல் திறந்தவெளி மலம் கழிப்பை ஒழிப்பதற்கு 2014இல் முன்னெப்போதும் இல்லாத முடுக்கிவிடல் தேவைப்படுகிறது. 245

வரைபடம் 10. வங்கதேசத்தில் நீண்ட, உறுதியான திறந்தவெளி மலம் கழிப்பின் வீழ்ச்சி. 262

முன்னுரை

ஆங்குஸ் டீடன்

நாம் நமது குழந்தைகளை எவ்வாறு பராமரிக்கிறோம் என்பதைவிட முக்கியமானது ஏதாவதொன்று இருக்கிறதா என்று சிந்திப்பது கடினமானது. குழந்தைகள் தங்கள் வாழ்வில் தத்திச்செல்லும்போது என்ன நடக்கிறது என்பதையும், நம்மிடையே உள்ள மிக இளம் குழந்தைகளிடம் நாம் அதிக அக்கறை செலுத்தினால், சமுதாயத்தில் உள்ள பல்வேறு நோய்களுக்கும் தீர்வு காணப்பட்டுவிடும் என்பதையும் நாம் அண்மைக்காலங்களில் அதிகம் புரிந்துகொண்டிருக்கிறோம். இந்தியாவைவிட உண்மையாக இது வேறெங்கும் இல்லை. "ஊட்டச்சத்துக் குறைவு ஒரு தேசிய அவமானம்" என்று ஐந்தாண்டுகளுக்கு முன் பிரதமர் மன்மோகன் சிங் தனது அறிவிப்புகளில் மீண்டும் மீண்டும் வலியுறுத்தினார். இந்தியாவில் 2015-16இல் மூன்றில் ஒருபங்கு குழந்தைகள் வழக்கத்துக்குமாறாக எலும்பும் தோலுமாகவும், குள்ளமானவர்களாகவும் உள்ளார்கள். இந்திய வயதுவந்தோர் உலகிலேயே மிகக் குள்ளமானவர்கள் என்பதில் ஆச்சரியப்பட எதுவுமில்லை. குழந்தைகள் மற்றும் வயதுவந்தோர் இருவரிடமும் வளர்ச்சி நடைபெற்றுக் கொண்டிருந்தாலும்கூட, மாற்றம் என்பது உறைநிலையில் மெதுவாகவே உள்ளது. ஒரு கணக்கீட்டின்படி, இப்போதைய வளர்ச்சிவீதத்தில் இந்தியப்பெண்கள், பிரிட்டிஷ் பெண்களை எட்டிப்பிடிக்க 250 ஆண்டுகள் ஆகும், பிரிட்டிஷ் பெண்கள் இன்றுள்ளதைவிட உயரமானவர்களாக ஆகாவிட்டாலும்கூட. இவையெல்லாம், இந்தியாவில் தனிநபர் வருமானங்கள் கடந்த காலத்தைவிட மிகவேகமாக வளர்ச்சிபெற்று, இந்தியப் பொருளாதாரத்தை உலகின் நட்சத்திர செயல்பாட்டாளர்களில் ஒன்றாக ஆக்கிக் கொண்டிருக்கிறது என்ற அம்சத்துக்கு மாறாக உள்ளன.

பொருளாதாரத்துக்கும், உலக சுகாதாரத்துக்கும் இதுவோர் அறிவார்ந்த புதிராக உள்ளது. ஆனால், இந்தியர்களுக்கோ இது தங்களுக்குள் நடந்துகொண்டிருக்கும் ஒரு தலைகீழ் முயற்சியாக, விபத்தாக உள்ளது. இப்போது வாழ்ந்து கொண்டிருக்கும் பல பத்து இலட்சக்கணக்கான குழந்தைகளும், இன்னும் பிறக்க உள்ள பல பத்து இலட்சக்கணக்கான குழந்தைகளும் தங்கள் வாழ்வை, எவ்வாறு இருக்கவேண்டுமோ, அதைவிட நன்மை குறைந்ததாக, உற்பத்தித்திறன் குறைந்ததாகவே வாழ்வார்கள். பல்வேறு நிகழ்வுகளில் பலர் இறந்துபோவார்கள். யார் துன்பப்படுகிறார்களோ, அவர்கள் தங்கள் வாழ்க்கையை எவ்வாறு வாழ்கிறார்கள்? அவர்கள் தாங்கள் செய்வதைப்போல ஏன் சிந்திக்கிறார்கள்? நடந்துகொள்கிறார்கள்? மேலும் எந்தவகையான தலையீடுகள் அவர்களுக்கு உதவும்? அல்லது காயப்படுத்தும்? என்ற அந்த மக்களின் கதைகளை ஒரு நல்ல புதிரை சுவைபடக்கூறி, அறிவார்ந்த புதிர்களின் முடிச்சுகளை அவிழ்ப்பது இந்த நூலின் மகத்தான சாதனைகளில் ஒன்றாகும். இது தேசிய மற்றும் உள்ளூர் புள்ளிவிபரங்களைக் கொண்டுவருகிறது. எனவே இந்தக் கதைகளிலிருந்து எவ்வாறு பொதுமைப்படுத்துவது என்பதை நாம் அறிந்து கொள்கிறோம். இது உடனடியாக அறிவார்ந்தமுறையில் இம்மியும் பிசகாததாகவும் ஆழ்ந்த மனிதாபிமானமும், இரக்கமும் கொண்டதாகவும் ஆகிறது. இந்த நூலாசிரியர்களின் இந்தியாவிலுள்ள பல நண்பர்களும், உடன் பணியாற்றியவர்களும், அதேபோல் தங்கள் வாழ்க்கைக்குள் நுழைய அனுமதித்த பெண்கள் மற்றும் குழந்தைகளின் நம்பிக்கைக்கும், ஒத்துழைப்புக்கும் பொருத்தமானதாக உள்ளது.

இந்த நூல் இந்தியர்களின் வாழ்க்கையில் மிகவும் விரிந்துபரந்த வழக்கமான திறந்தவெளி மலம் கழிப்பு பற்றி ஆய்வுசெய்யப்பட்ட அம்சத்தை வெளிச்சத்துக்குக்கொண்டு வருகிறது. திறந்த வெளியில் மலம் கழிப்பது மோசமான விஷயம் என்று நீண்டகாலமாகவே அறியப்பட்டுள்ளது. இருந்தபோதிலும், அடிக்கடி தடுப்பூசி, பாதுகாக்கப்பட்ட குடிநீர் அளித்தல் போன்ற மற்ற விஷயங்களிலேயே அதிக கவனம் செலுத்தப்படுகிறது. பொதுசுகாதாரத்தில் மகத்தான வரலாற்றுச் சாதனையாக இருந்தது கழிவுகளுக்கும் வாய்மொழிக்கு இடையிலான இணைப்பையும், மனிதக் கழிவுகளால் குடிநீர் மாசுபடுவதையும் தடுப்பதுதான். ஜான்

ஸ்நோவின் ‘இலண்டனில் காலரா’ பற்றிய சுவையான படைப்பு ஐரோப்பாவிலும், அமெரிக்க ஐக்கிய நாடுகளிலும் உள்ள பல்வேறு எடுத்துக்காட்டுகளால் மிகவும் புகழ் பெற்றது. சிரமமான சூழ்நிலைகளில் பாதுகாக்கப்பட்ட தண்ணீரை அளிப்பது, பாதுகாப்பான கழிவு நீக்க அமைப்புகளைக் கட்டமைப்பதைவிட எளிதானதும், மலிவானதுமான ஒரு நல்லபேரம். மேலும் தண்ணீரைப்பற்றிய மாபெரும் முன்னேற்றங்கள் இந்தியாவிலும் உலகைச் சுற்றியும் ஏற்பட்டுள்ளன.

ஆனால், இந்த நூல் திறந்தவெளியில் மலம் கழித்தல் இன்றும் ஓர் ஆபத்தான பிரச்சனையாக, குறிப்பாக எங்கே மக்கள்தொகை அடர்த்தி அதிகமாக இருக்கிறதோ, அங்கே இருக்கிறது. அடுத்த வீட்டார்களின் மலக்கழிவுகளின்மீது மக்கள் நடந்து கொண்டிருக்கிறார்கள். குழந்தைகள் விளையாடிக் கொண்டிருக்கிறார்கள். இது புகழ்பெற்ற வெளிப்புறத்தின் பிரச்சனை. பொருளாதார நிபுணர்களும், வளர்ச்சித் தொழிலில் ஈடுபட்டுள்ளவர்களும் இதை மிக நன்றாக அறிவார்கள். ஆனால் இதற்கான வெளிப்படையான தீர்வான கழிவறை வசதியை அளிப்பதை மறுக்கிறார்கள். புனிதத்தன்மை, சுத்தம், சாதி மற்றும் தீண்டாமை பற்றிய நம்பிக்கைகள் மனிதக்கழிவுகளை பழைய மரபுசார்ந்த வழிகளிலிருந்து அகற்றுவதை மாற்றுவதற்கு இரும்புவேலிகளாக உள்ளன.

இதை மேலும் கெடுப்பவர்களிடமிருந்து நான் விலகி நிற்கிறேன், இந்த நூலைப் படிப்பது மகிழ்ச்சியைத் தருகிறது. மேலும் நாங்கள் வழியில் சந்தித்த கூர்மையான பாசஉணர்வோடு ஈர்க்கப்பட்ட மக்களுடன் நேரத்தைச் செலவிட்டோம். அந்த மனமகிழ்வும் குறைவானதல்ல.

இந்த நூல் வளர்ச்சியை எவ்வாறு ஆய்வு செய்யவேண்டும் என ஆராய்ச்சி வகைமைகளில் உள்ள கடைமைப்பாட்டையும் கற்றறிந்த அறிவாற்றலை எவ்வாறு மாற்றியமைக்க வேண்டும் என்பவற்றில் முக்கியமான பாடங்களைக் கொண்டிருக்கிறது. அது வாழ்க்கையை இன்னும் சிறந்ததாக்குவதற்கான உண்மையான வாய்ப்பாகும். ஆனால் எது உங்களுக்குச் சொந்தமானதில்லையோ அத்தகைய ஒருநாட்டில் பணியாற்றுவது எப்போதும் சிரமமானது. மக்கள் என்ன செய்யவேண்டும் என்று கூறுவதில் அங்கே நெறிமுறைசார்ந்த பிரச்சனைகள் உள்ளன.

முகமைகளுக்கும், யாருக்கு அவர்கள் உதவவேண்டும் என்று விரும்புகிறார்களோ அவர்களுக்கும் இடையில் அடிக்கடி, குறிப்பாக ஆதாரவளங்கள் சமமற்றதாக இருக்கும்போது, இந்தப் பிரச்சனைகளை ஆராய்ச்சியாளர்கள் தங்கள் மக்களைப் பற்றிச் சிறிதளவே அறிந்து, தங்கள் பயிற்சியை அல்லது அனுபவங்களை அவர்களுக்கு அறிவுரை வழங்க அல்லது எல்லா வளர்ச்சிப் பிரச்சனைகளையும் நவீன தொழில்நுட்பத் திருத்தங்களின் வழிக்குள் கொண்டுவந்துவிட முடியும் என்று நம்பும்போது தொந்தரவாகி விடுகின்றன.

காஃபேவும், ஸ்பியர்ஸும் முற்றிலும் வேறுபட்ட ஒரு செயலாட்சிமுறையை எடுத்துக்கொண்டுள்ளார்கள். அவர்களால் இந்தியாவில் தங்கள் கூட்டாளிகள் மற்றும் நண்பர்களின் உதவியோடு ஒரு நிறுவனத்தை அமைத்து உத்தரப்பிரதேசத்தின் வறுமை நிறைந்த ஒரு பகுதியில் வாழும் ஆண்கள் மற்றும் பெண்களின் வாழ்வில் தாங்களாகவே மூழ்கிவிட்டார்கள். அந்த மக்கள் தந்த தகவல்களும், புரிதல்களும் இல்லாமல், தாங்கள் இணைந்து பணியாற்றிய மக்களிடம் பேசாமல் இந்த நூலை எழுதியிருக்க முடியாது. ஒருவேளை வளர்ச்சித் தொழில்துறைக்கு மிகவும் பிடித்தமான பெருந்தன்மையான புதிர்களுக்கு எவ்வாறு தீர்வுகாண்பது என்பதுபற்றி நாம் அறியாத ஒரு பிரச்சனையை இந்த நூல் மேற்கொண்டு ஆய்வு செய்வதற்கு அளித்துள்ள பரிந்துரைகளும் கொள்கைமுடிவுகளும், மிகவும் கூர்மையானவைகளாக இருக்கலாம். ஆனால் அத்தகைய முடிவுகள் தவறானவைகளாகவும்கூட இருக்கலாம். உண்மையான புரிதல் மட்டுமே அறிவியலின் நம்பிக்கைகளை ஒரு நல்ல எதிர்காலத்துக்கு விரைவுபடுத்தும்.

பிரின்ஸ்டன்
மார்ச் 2017

தூய்மை இந்தியா இயக்கம் முழக்கங்களும், உண்மைகளும்

‘திறந்தவெளி மலம் கழிப்பு’- கேட்கும்போதே மனதில் ஓர் அசூயையை ஏற்படுத்தும் இந்தச்சொல்லடுக்கு, உலகின் மொத்த திறந்தவெளி மலம் கழிப்பில் 65% இன்றும் இந்தியாவில் நிகழ்கிறது என்ற உண்மையால் உலக நாடுகள் மத்தியில் இந்தியாவை அருவருப்பாக உணரவைக்கிறது. மலக்கழிவுகளிலிருந்து மனிதர்கள், பூச்சிகள், பறவைகள் மூலம் பரவும் கிருமிகள் வாந்திபேதி முதலான கொள்ளை நோய்களை ஏற்படுத்துகின்றன. இதனால் இந்தியாவில் பிறக்கும் 1,000 குழந்தைகளில் 82 பேரை அவர்களது முதல் பிறந்தநாளுக்கு முன்பே அவை கொன்றுவிடுகின்றன. இதில் தப்பிப்பிழைக்கும் குழந்தைகளோ குள்ளமானவர்களாக, நோஞ்சான்களாக, கல்வியறிவு பெறுவதில் பின்தங்கியவர்களாக பின்னர் அவர்கள் இளம்பருவத்தினராக வளரும்போது அந்த வயதுக்குரிய உழைப்புசக்தி குறைந்தவர்களாக, தங்கள் வாழ்விலும், தேசத்தின் பொருளாதாரத்திலும் வீழ்ச்சிக்குக் காரணமாகிறார்கள்.

இந்தக்கொடூரத்தை நன்கு உணர்ந்தவர் மகாத்மா காந்தி. இந்திய நாட்டின் சுதந்திரத்திற்கு தலைமையேற்றுப் போராடிய அவர், ‘தூய்மையா? தேசத்தின் சுதந்திரமா? எது முதலில் என்றால், எனது முதல் தேர்வு தூய்மைதான்’ என்றார். நாடு சுதந்திரம் பெற்ற 70 ஆண்டுகளில் இந்தப்பிரச்சனைக்குத் தீர்வுகாண ‘நிர்மல் பாரத் அபியான்’ போன்ற பல்வேறு திட்டங்களை மத்திய அரசு அறிவித்து வந்தது. ஆனால் நிலைமைகளில் எந்த மாற்றமும் வந்துவிடவில்லை.

2014இல் இந்தியாவின் பிரதமராகப் பொறுப்பேற்ற நரேந்திரதாஸ் தாமோதரதாஸ் மோடி 15 ஆகஸ்ட் 2014 அன்று தமது முதல் சுதந்திரதின உரையில் அவருக்கே உரிய சொல்லாற்றலுடன்

‘மகாத்மா காந்தியின் 150ஆவது பிறந்தநாளுக்குமுன், ஐந்தே ஆண்டுகளுக்குள் திறந்தவெளி மலம் கழிப்பு இல்லாத நாடாக இந்தியாவை மாற்றுவேன்’ என்று சபதம் ஏற்றார். அதற்காக, ‘தூய்மை இந்தியா இயக்கம்’(ஸ்வாச் பாரத் மிஷன்) என்ற அமைப்பை பிரகடனம் செய்து அறிவித்தார். ஆண்டுக்கு 30,00,000 கழிப்பிடங்கள்வீதம் ஐந்து ஆண்டுகளுக்குள் 1,50,00,000 கழிப்பிடங்கள் கட்டப்படும் என்றும், அதற்காக ஆண்டொன்றுக்கு ரூ.30,000 கோடி வீதம் ஐந்து அண்டுகளுக்கு ரூ.15,00,000 கோடி ஒதுக்கீடு செய்யப்படும் என்றும் அறிவித்தார்.

2018 அக்டோபர் 2 அன்று மகாத்மா காந்தியின் 150ஆம் ஆண்டு பிறந்ததினக் கொண்டாட்டங்களைத் துவக்கிவைத்த பிரதமர் நரேந்திர மோடி, ‘தூய்மை இந்தியா இயக்கம்’ வெற்றிபெற்றுவருகிறது. இந்த நான்கு ஆண்டுகளில் இந்த இயக்கம் ‘மக்கள் இயக்கமாக’ மாறி, மக்களிடம் மனமாற்றத்தை உருவாக்கிவருகிறது’ என்று பெருமையுடன் அறிவித்தார். அதை உறுதிப்படுத்தும்விதமாக(!) மத்திய அரசின் குடிநீர் மற்றும் சுகாதார அமைச்சகத்தின் செயலாளர் பரமேஸ்வரன் அய்யர் ‘தி இந்து’ ஆங்கில நாளிதழுக்கு அளித்த பேட்டியில், ‘இந்த இயக்கம் நடத்தைப்பண்பு மாற்றத்தை, பெண்களுக்கு அதிகாரம் அளிப்பதை, சாதியத்தடைகளை உடைப்பதைக் கொண்டு வந்துள்ளது. இந்தியாவில் 24 மாநிலங்கள் திறந்தவெளி மலம் கழிப்பு இல்லாத மாநிலங்களாக அறிவிக்கப்பட்டுள்ளன. 8.6கோடி கழிப்பிடங்கள் கட்டப்பட்டுவிட்டன. 2014இல் 39% ஆக இருந்த கழிப்பறைப்பயன்பாடு உலகவங்கியின் உதவித்திட்ட ஆதரவோடு இன்று 93% கழிப்பறைப் பயன்பாடாக உயர்ந்துள்ளது. இது தூய்மை இந்தியா இயக்கத்தின் இதயமாக சவால்கள் நிறைந்ததாக உள்ள குணமாற்றத்தை ஏற்படுத்தியுள்ளதற்குச் சான்றாக உள்ளது’ என உண்மையான களநிலவரத்துக்கு மாறாக ஆட்சியாளர்களைத் திருப்திப்படுத்த, பூரிப்புடன் தெரிவித்துள்ளார்.

ஆனால், இந்த ஆரவார முழக்கங்களுக்கு மாறாக உண்மை நிலவரங்கள் இருப்பது கவலையளிக்கிறது. ‘தி இந்து’ நாளிதழ் 2018 அக்டோபர் 4 தலையங்கத்தில் சுட்டிக்காட்டியதுபோல, எந்த ஒரு துடைத்தெரியும் மாற்றமும் நிகழ்ந்துவிடவில்லை. தூய்மையை எது உருவாக்குகிறது என்ற விரிவடைந்த கண்ணோட்டம் தூய்மை இந்தியா இயக்கத்துக்கு தேவைப்படுகிறது. இதைத்தான் வள்ளுவர்,

நோய்நாடி நோய்முதல் நாடி அதுதணிக்கும்
வாய்நாடி வாய்ப்பச்செயல்

என்றார்.

கிராமப்புற இந்தியாவில், குறிப்பாக, உத்தரப்பிரதேசம், பீகார், ராஜஸ்தான் போன்ற பல வடமாநிலங்களில் திறந்தவெளி மலம் கழிப்பு இன்றும் தொடர்ந்து அதேஅளவில் நீடித்துவருவதற்கான காரணங்களைக் கண்டறிவதும், அவற்றுக்குத் தீர்வு காண்பதும்தான் தூய்மை இந்தியா இயக்கத்துக்கு தேவைப்படும் விரிவடைந்த கண்ணோட்டம். திறந்தவெளி மலம் கழிப்பு தொடர்ந்து நீடித்துவருவதற்கான காரணங்கள் எவை? கிராமப்புற மக்கள் சொந்தமாக ஒரு கழிப்பிடத்தைக் கட்டமுடியாத அளவுக்கு ஏழைகள் என்பதாலா? அங்கு கழிப்பிடங்களுக்கு தேவையான தண்ணீர் வசதி இல்லாததாலா? அவர்கள் கல்வியறிவு பெறாதவர்கள் என்பதாலா? இவை எதுவுமே அல்ல என்று ஆதாரப்பூர்வமாக நிரூபிக்கிறது ஆராய்ச்சியாளர்கள் டியானே காஃபே, டீன் ஸ்பியர்ஸ் ஆகியோர் உத்தரப்பிரதேசம், பீகார், ராஜஸ்தான், மேற்கு வங்கம், தமிழ்நாடு முதலான பல்வேறு இந்திய மாநிலங்களில் மக்களை நேரடியாகச் சந்தித்துப்பெற்ற ஆதாரங்களின் அடிப்படையில் எழுதியுள்ள 'எங்கே செல்கிறது இந்தியா? - கைவிடப்பட்ட கழிப்பிடங்கள், தடைபட்ட வளர்ச்சிகள் மற்றும் சாதியத்தின் விலைகள்' என்ற இந்த நூல்.

மோடியின் அரசு உறுதியளித்த நிதி ஒதுக்கீட்டை முழுமையாக அளிக்காதபோதிலும், அந்தக்குறைந்த நிதியில்கூட உள்ளூர் அரசியல்வாதிகள் ஊழல்செய்து கட்டித்தந்த அரைகுறைக் கழிப்பிடங்களைப் பயன்படுத்தாமல், கிராமப்புற மக்கள், உயர்சாதியினர் உட்பட, தொடர்ந்து திறந்தவெளியில் மலம் கழிப்பதற்கான அடிப்படைக் காரணம், இந்த உலகத்தில் எந்த நாடுகளிலும் இல்லாதவகையில் இந்துத்துவாவும், பிராமணீயமும் இன்றும் விடாப்பிடியாக நடைமுறைப்படுத்திவரும் மக்களைப் பிளவுபடுத்தும் சாதிய அமைப்புமுறையும், புனிதம், தீட்டு, தீண்டாமை என்ற கொடூரமான கற்பிதங்களும்தான். மனுநீதி வகுத்த வர்ணாசிரம தர்மத்தின்படி உயர்சாதியினர், பிற்படுத்தப்பட்ட, தாழ்த்தப்பட்ட பிரிவு மக்களான ஆண்களையும், பெண்களையும், (பிற்படுத்தப்பட்ட, தாழ்த்தப்பட்டபிரிவு மக்களில்கூட ஆண்கள் பெண்களையும்),

தங்களுக்கு சேவகம் செய்யும் அடிமைகளாக நடத்திவரும் மனப்பான்மைகளாலும்தான். எங்கே திறந்தவெளி மலம் கழிப்பு ஒரு பொதுவழக்கமாக உள்ளதோ அந்த இந்திய சமூகத்தில், குறிப்பாக வட இந்திய கிராமங்களில் சமூக புரோகிதர்களின், பிராமணர்களின் ஆட்சி ஊடுருவிப்பரந்துள்ளது. அவர்களால் பலநூறு ஆண்டுகளாக மக்கள் மனங்களில் நஞ்சாக விதைக்கப்பட்ட பிராமணீய, மனுதர்ம, இந்துத்துவா கோட்பாடுகளிலிருந்து மக்களை மீட்காமல், சமூக சமத்துவத்தை நிலைநாட்டாமல், அவர்களது மனப்பான்மையை மாற்றாமல், இந்தியாவைத் திறந்தவெளி மலம் கழிப்பில்லாத நாடாக மாற்றுவது சாத்தியமில்லை.

டாக்டர் பி.ஆர்.அம்பேத்கர் 'சாதி ஒழிப்பு' என்ற தமது நூலில் வலியுறுத்தியதுபோல, ஏ.டெல்டும்ப்டே அழுத்தமாக குறிப்பிடுவதுபோல 'சாதியை ஒழிக்காமல், சாதிய மனப்பான்மைகளை அழித்தொழிக்காமல் தூய்மை இந்தியா ஒருபோதும் உருவாகாது. உருவாகப்போவதும் இல்லை'.

டியானே காஃபே, டீன் ஸ்பியர்ஸ் ஆங்கிலத்தில் எழுதியுள்ள *'Where India Goes'* நூல் 'எங்கே செல்கிறது இந்தியா' என தமிழில் வெளிவருகிறது. இந்த நூல் சாதி ஒழிப்பு, சமூக சமத்துவம், சமூக மாற்றம் ஆகியவற்றை தங்கள் இதயங்களில் வரித்துக்கொண்டு செயல்பட்டுவரும் சமூகப் போராளிகள் அனைவரின் கரங்களிலும் சாதியத்துக்கு எதிரான ஒரு போர்வாளாகச் சுழலட்டும். இந்த நூலை எனது தமிழாக்கத்தில் வழக்கம்போல் அழகுற வெளியிடும் தோழர் அனுஷ் அவர்களுக்கும், 'எதிர்வெளியீடு'க்கும் அன்புகலந்த தோழமை வாழ்த்துகள்.

தோழமையுடன்
செ. நடேசன்
ஊத்துக்குளி.ஆர்,எஸ்.
20.11.2018

1 அறிமுகம்

சீதாப்பூர் கிராமங்களிலுள்ள பெரும்பாலான குழந்தைகளைப் போலில்லாமல் ரமிலாவின் மகளுக்கு அவள் பிறந்த நேரத்திலிருந்தே ஒரு பெயர் இருந்தது - நைனா. உத்தரப்பிரதேசத்திலுள்ள ஒரு மாவட்டமான சீதாப்பூரிலுள்ள பெரும்பாலான குழந்தைகளைப் போலவே நைனாவும் சின்னக்குழந்தையாகவே வெறும் 2.5 கி.கி எடையுள்ளவளாகப் பிறந்தாள். அவளுக்கு ஒருமாதம் ஆனபோது அவள் வயிற்றுப் போக்கு, வாந்திபேதியால் நோய்வாய்ப்பட்டாள்.

ரமீலா நைனாவை பல டாக்டர்களிடம் கொண்டு சென்றாள். ஒவ்வொருமுறையும் அவர்கள் அவளுக்கு மருந்து கொடுத்தார்கள். அதை ரமீலா தனது மகளின் வாய்க்குள் ஒருகுழாய் மூலம் செலுத்தினாள். ஒரு மாலையில் நைனா மிகவும் நோய்வாய்ப்பட்டிருந்தாள். எனவே ரமீலா தனக்குத் துணையாக யாரும் இல்லாதபோதிலும் நகரத்துக்கு விரைந்தாள். டாக்டர் அந்தக் குழந்தைக்கு இனி எதுவும் செய்யமுடியாது என்று அவளிடம் கூறினார். "வயிற்றுப்போக்கு வெற்றிபெற்றுவிட்டது". தனியாளாக, தனது சக்தி எல்லாம் இழந்தவளாக ரமீலா இரவு 11.30க்கு வீடு திரும்பினாள். ரிக்ஷா ஓட்டுபவர் அவளை இறக்கிவிட்ட அந்த நகரத்தின் புறஎல்லையில் உள்ள ஒரு சிறிய குடியிருப்பான சுபேதார்கஞ்ச்சில் இருந்து தனது கிராமத்துக்கு கிட்டத்தட்ட 6 கி.மீ தூரம் நடந்தாள்.

இரண்டு நாட்களுக்குப் பிறகு நைனா இன்னமும் உயிருடன் இருந்தாள். ஆனால், அவள் இன்னும் மிக

மோசமாக நோயுற்றிருந்தாள். கிராமத்திலிருந்த ஒருவர் ரமீலாவிடம் குழந்தையை அந்தக் கிராமத்திலிருந்து 3.5 கி.மீ தொலைவில் சமய்பூரிலுள்ள ரிக்ஷாக்கார டாக்டரிடம் - மற்ற பிற டாக்டர்களைப்போல உண்மையில் பயிற்சிபெற்ற சுகாதாரத்தொழில் செய்பவர் அல்ல -எடுத்துச் செல்லுமாறு ஆலோசனை கூறினார். ரமீலாவின் மைத்துனி சமய்பூரில் வாழ்கிறார். எனவே அவர்கள் தங்குவதற்கு ஓர் இடம் இருப்பதை அறிந்துகொண்ட அவள் ஒரு முயற்சி செய்துபார்க்கலாம் என முடிவு செய்தாள். பேருந்திலிருந்து அவள் சமய்பூரில் இறங்கியபோது ரமீலா ரிக்ஷாக்கார டாக்டரைக் கண்டுபிடிக்கும்வரை சுற்றிலும் கேட்டுக்கொண்டே இருந்தாள்.

டாக்டர் ரமீலாவிடம் குழந்தைக்கு எந்தவிதமான பாலும்- பசும்பாலோ, எருமைப்பாலோ, தாய்ப்பாலோ கொடுப்பதை நிறுத்தச் சொன்னார். அவர் வாய்மூலம் உட்கொள்ளும் பொடியையும் சிலமருந்துகளையும் அவளுக்கு விற்றார். அவை தனது குழந்தையைத் தூங்கவைக்கும் என ரமீலா எண்ணினாள்.

அடுத்து ரமீலா தனது மைத்துனியின் வீட்டுக்குச் சென்றாள். அங்கு அவர்கள் ஒரு பெப்ஸியை வாங்கிவந்து அவளை வரவேற்றார்கள். அவளது உறவினர்களில் ஒருவர் நைனாவுக்கு கொஞ்சம் பெப்ஸி தரவிரும்பினார். ரமீலா ‘தயவுசெய்து அதைச் செய்யாதே, அது அவளது வயிற்றைப் பாதிக்கும்’ என்று கூறிக்கொண்டே தடுத்தாள். ஆனால் அவளது உறவினர் அதைக் கண்டுகொள்ளவில்லை. அவர் பெப்ஸியின் சிலதுளிகளை நைனாவின் நாக்கின்மீது தடவினார். அதை நைனா விரும்பியதுபோல் இருந்தது.

பின்னர் ரமீலா தூக்கத்துக்குத் தவித்தபோது நைனா சிறிதாக அழத்துவங்கினாள். நைனா அழுவதைக் கேட்பது ரமீலாவைக் கவலைக்குள்ளாக்கியது. எனவே அவள் தனது மகள் பசியாக இருப்பதை விரும்பாமல் டாக்டரின் உத்தரவுக்கு மாறாக சிறிது நேரம் நைனாவுக்கு பால் கொடுத்தாள். பின்னர் அவர்கள் இருவரும் தூங்கிவிட்டார்கள். காலையில் ரமீலா விழித்தபோது நைனா தனது கண்களை விரிவாகத் திறந்தாள். பின் மீண்டும் மூடிக்கொண்டாள். ரமீலா கொஞ்சநேரம் அவள் தூங்குவதை உறுதிப்படுத்தும்வரை நைனாவைத் தட்டிக்கொடுத்துக் கொண்டிருந்தாள்.

அதன்பின் ரமீலாவும், அவளது தங்கை மகளும் திறந்தவெளியில் மலம் கழிக்கச் சென்றார்கள்.

அவர்கள் திரும்பிவந்தபோது ரமீலாவின் மைத்துனி குழந்தையைத் தனது இடுப்பில் வைத்திருந்தாள். ரமீலா தனது கைகளைக் கழுவியபோது அவளது மைத்துனி ரமீலாவிடம் குழந்தைக்கு ரமீலா பால் ஏதாவது கொடுத்தாளா? என்று கேட்டாள். முதலில் இல்லை என்று பொய்கூறிய ரமீலா தனது மைத்துனியின் முகத்தில் தெரிந்த கவலை உணர்வைக்கண்டு தான் பால் கொடுத்ததாக ஒத்துக்கொண்டாள். அவளது மைத்துனியின் கண்களில் கண்ணீர் வரத்துவங்கியது.

அவள் வெளியே சென்றிருந்தபோது கொடூரமான ஏதோ ஒன்று நடந்துவிட்டது என்பதை ரமீலா புரிந்துகொண்டாள். கோபத்திலும், விரக்தியிலும் தனது கைகளைக் கழுவப் பயன்படுத்திய இரும்புச்சொம்பைக் கீழே வீசியெறிந்தாள்.

பேருந்தில் இறந்த உடலை எடுத்துச்செல்ல அனுமதிப்பதில்லை என்பதால் தனது கிராமத்திலிருந்த பக்கத்து வீட்டுக்காரரை தன்னைக் கூட்டிச்செல்ல ரமீலா அழைக்க வேண்டியதாயிற்று.

―――

நைனா இறந்த சில மாதங்களுக்குப்பிறகு ஒரு கட்டட வேலையாளும், சில தொழிலாளர்களும் ரமீலாவின் கிராமத்துக்கு வந்து, மக்களிடம் அவர்கள் கழிப்பறை கட்டப்போவதாகத் தெரிவித்தார்கள். கழிப்பறைக்கான பணம் டெல்லியிலிருந்து வந்தது. அங்கே அரசியல்வாதிகளும், அதிகாரவர்க்கத்தினரும், வளர்ச்சித்திட்ட அலுவலர்களும் கிராமப்புறங்களில் திறந்தவெளியில் மலம் கழிப்பதை ஒழிக்க கழிப்பறை இல்லாத விடுகளுக்குக் கழிப்பறை கட்டுவதற்கான பணம் வழங்கத் திட்டமிட்டிருந்தார்கள். 10 குடியிருப்புகளில் 8இல் திறந்தவெளியில் மலம் கழிக்கும் உத்தரப்பிரதேசத்தில், மத்திய அரசின் கழிப்பறைத் திட்டத்துக்கான பணத்தை, சாலைபோடுதல், வடிகால் அமைத்தல், மின்கம்பங்கள் என வேறுவகையான வேலைகளுக்குப் பயன்படுத்தினார்கள். மாநில அரசியல்வாதிகளும், அதிகாரவர்க்கத்தினரும் ஒட்டுமொத்தத் திட்டத்தையும் ரமீலாவுடையது உள்ளிட்ட கிராமங்களுக்கு அந்த கிராமத்தலைவர்கள் அளித்த விண்ணப்பங்களின் அடிப்படையில் அளித்தார்கள்.

ரமீலாவின் வீட்டுக்கு முன்புறம் கட்டப்பட்ட செங்கல் சுவர்கள் டெல்லியில் திட்டமிட்டவர்கள் தங்கள் மனதில்கொண்டிருந்த கழிப்பறைகள் போன்றதல்ல. ரமீலாவின் ‘கழிப்பறை’ மூன்று செங்கல் சுவர்களையும் உறுதியான கீழ்மட்டத் தளத்தையும் அதன் அருகில் ஓர் உருண்டையான சிமெண்ட் குடுவையையும் - அது பூமியின் கீழுள்ள குழியில் பொருத்துவதற்காக - கொண்டிருந்தது. இந்தக் கழிப்பறைக்கு இருக்கை இல்லை. மூடி இல்லை. கதவு இல்லை. கூரை இல்லை. குழாயும் குழியும்கூட இல்லை. ஊழல் அதிகாரவர்க்கத்தினரும், அரசியல்வாதிகளும் உண்மையில் கழிப்பறைகளுக்கு உரிய பாகங்களை அளிப்பதற்காகக் கொடுக்கப்பட்ட பணத்தைத் தங்கள் சட்டைப்பைகளில் போட்டுக்கொண்டார்கள்.

ஆனால் ரமீலா இவற்றையெல்லாம் பொருட்படுத்தவில்லை. அவளும், அவளது குடும்பத்தினரும் உள்ளார்ந்து செயல்படும் ஒரு கழிப்பறையையும் பெறவில்லை. அவள் ஒருசில தார்ப்பாய் துண்டுகளையும், குச்சிகளையும் சேகரித்து அவற்றைக் கூரையாகவும், கதவாகவும் ஆக்கிக்கொண்டாள். அதன்பின் அவள் சமைக்கப் பயன்படும் விறகுக்குச்சிகள், சுள்ளிகள் அல்லது சாணவறட்டிகளை அந்தப்புதிய கட்டடத்துக்குள் குவித்துக்கொண்டாள். அங்கே அவளது எரிபொருள்கள் அவளுக்குத் தேவைப்படும்வரை காய்ந்தும், கச்சிதமாகவும் அடைக்கப்பட்டிருந்தன. அவள் அந்த உருண்டையான குழியின் மூடியை வசதியான இடமாகக் கண்டாள். புதிய சிமெண்ட் தளத்தை வீட்டின்முன் உள்ள தரைக்குச் செல்வதற்குப்பதில் பாத்திரங்களைக் கழுவவும் பயன்படுத்தியதால் அவளும், அவளது பாத்திரங்களும் சேறுபடுவது குறைந்தது.

ரமீலாவின் அண்டை வீட்டாரும்கூட தங்களது முழுமையடையாத கழிப்பறைகளைப் பற்றி அக்கறை கொள்ளவில்லை. ரமீலாவைப் போன்று சிலர் அந்த சிறிய அமைப்பை பொருள்வைப்பு அறையாகப் பயன்படுத்தினார்கள். மற்றவர்கள் அதைத் துணி துவைக்கப் பயன்படுத்தினார்கள். இன்னும் சிலர் அதை பெண்கள் குளிக்கும் தனி அறையாக்கிக்கொண்டார்கள். பலர் அதைப் புறக்கணித்தார்கள். ரமீலாவின் கிராமத்திலிருந்த நூற்றுக்கு ஒரு குடியிருப்பு மட்டும் அந்தக் கட்டுமானத்தை தங்கள் பொறுப்பில் முழுமைபெறச்செய்து கழிப்பறையாக்கிக் கொண்டார்கள். அதன்பின் யாராவது அதை மலம் கழிக்கப் பயன்படுத்தினார்கள்.

ஒவ்வொருவரும் தங்கள் வாழ்நாள் முழுவதும் எதைத் தொடர்ந்து செய்துவந்தார்களோ, அவர்களது பெற்றோர்களும், தாத்தாக்களும் தங்களுக்கு முன்னர் என்ன செய்துவந்தார்களோ அதையே தொடர்ந்தார்கள். ஒவ்வொரு காலையிலும், சில நேரங்களில் மாலையிலும் அவர்கள் வயல்களுக்கும், பழத்தோட்டங்களுக்கும் அல்லது குளக்கரைகளுக்கும் சென்று திறந்தவெளியில் மலம் கழித்தார்கள். அவர்கள் தங்கள் சொந்த வீடுகளை விட்டு அப்பால் நடந்து சென்றார்கள்: இருந்தபோதிலும் அடர்த்தியான மக்கள்தொகை கொண்ட கிராமப்புற சீதாப்பூர் எங்கும் எந்தவீடும் ஏதாவது ஒருவரின் வீட்டுக்கு வெகுதொலைவில் இல்லை. அவர்கள் தங்கள் மனிதகழிவுகளை நிலத்தில் விட்டுச்சென்றார்கள். அதிலிருந்து சிலவகையான தொற்றுக்கிருமிகள் பரவின. அதுபோன்ற கிருமி நைனாவுக்கு வயிற்றுபோக்கு வரக் காரணமானது.

இந்தியாவிலும் உலகைச் சுற்றியும் வாழ்வின் வீச்சு

தனது குழந்தையை உயிரோடு வைத்திருக்கும் போராட்டத்திலும், அந்த முயற்சி தோல்வி அடைந்தபோது ரமீலாவுக்கு ஏற்பட்ட துன்பத்திலும் ரமீலா மட்டும் தனியாக இல்லை. நைனா வாழ்ந்து இறந்த அந்த 2012இல் உலகவங்கியின் உலகவளர்ச்சி சுட்டிக்காட்டிய பதிவுகளின்படி, இந்தியாவில் பிறந்த ஒவ்வொரு 1,000 குழந்தைகளில் 43 குழந்தைகள் அவர்களது முதல் பிறந்த நாளுக்கு முன்பே இறந்துவிட்டன. நாங்கள் அவளது கதையைக் கூறியது, அந்த இளவேனில் காலத்தில் இறந்த ஒரே குழந்தையின் அருகில் வாழ்ந்த 20 குழந்தைகளின் பிரிவில் ஒருத்தி நைனா என்பதால் அல்ல. ரமீலா அதை மிகவிரிவாக விவரித்ததால்தான்.. அவர்களை டயானே தொடர்ந்து கொண்டிருக்கிறார்.

குழந்தை இறப்பு வீதாச்சாரம் தங்களது முதலாண்டு வாழ்வுக்குள்ளேயே இறந்துவிடும் குழந்தைகளின் பின்னங்களை அளவிடுகிறது. இந்தியாவினுடையது மிக உயர்வாக உள்ளது. 2012இல் இருந்த உலக வங்கியின் புள்ளிவிவரத்தின்படி 194 நாடுகளில் 150 ஆவது இடம் அல்லது 77% நாடுகளில் குழந்தை இறப்பு வீதாச்சாரம் இந்தியாவைவிடக் குறைவாக உள்ளது. இந்தியாவின் குழந்தை இறப்பு வீதாச்சாரம் சீனா, பிரேஸில் மற்றும் ரஷ்யாவைவிட மூன்று மடங்கு அதிகம் ஆகும்.

இது வங்கதேசத்தை, கென்யாவை, ருவாண்டாவைவிட உயர்வானதாகும். இந்தியாவின் குழந்தை இறப்பு வீதாச்சாரம் உகாண்டா மற்றும் மியான்மருக்கு ஒத்த அளவில் உள்ளது.

இந்தியாவின் குழந்தை இறப்பு வீதாச்சாரம் ஏன் அதிகமாக இருக்கிறது என்பதற்கான ஒரு பகுதி காரணம் பல இந்தியர்கள் ஏழைகள் என்பதாகும். பணக்கார நாடுகளை விட ஏழ்மையான நாடுகளில் உண்மையில் சராசரியில் குழந்தைகள் அதிகமாக இறந்துவிடுகிறார்கள். ஆனால் குழந்தை இறப்புக்கு ஏழ்மை மட்டுமே ஒரே காரணம் அல்ல. இந்தியாவைப்போன்றே தனி நபர் வருமானம் உள்ள ஒரு நாட்டைவிட, பன்னாட்டுப்போக்கு இந்தியாவில் குழந்தை இறப்பு வீதாச்சாரம் 20% அதிகம் என முன்னறிவிக்கிறது. இந்தியா பிறநாடுகளில் உள்ள தனிநபர் வருமானத்தின்படி குழந்தை மரணங்களையும் குறைவாகப் பெற்றிருக்க வேண்டும். ஆனால், 1,70,000 குழந்தைகளுக்குமேல் ஒவ்வொரு ஆண்டும் இறக்கின்றன. அதிகப்படியான இந்தக் குழந்தை மரணங்கள் தோராயமாக தென் மற்றும் வட அமெரிக்காவின் இணைந்த மொத்தக் குழந்தை மரணங்களைவிட அதிகமாக உள்ளன. ஏனென்றால், (இந்த உலகின்) எல்லாக் குழந்தைப் பிறப்புகளிலும் 5இல் 4 பிறப்பு இந்தியாவில் நடக்கிறது. மேலும் 5இல் 1ஐவிட அதிகமாக பல குழந்தைகள் மரணமும் இந்தியாவில் நிகழ்கின்றன. இந்தியாவின் உயர்குழந்தை மரணநிலை நமது காலத்தின் மானுடநிலைப்பாட்டின் மைய அம்சமாக உள்ளது.

நைனா எங்கே இறந்தாளோ அந்த சீதாபூர் மாவட்டத்தில் இந்திய அரசின் 2010-11 இன் சுகாதார ஆண்டுக்கணக்கெடுப்பு அறிக்கைப்படி, உயிருடன் பிறந்த 1,000 குழந்தைகளில் குழந்தை மரண வீதாச்சாரம் 82 ஆக உள்ளது. 2011இல் உலகவங்கி சீதாப்பூர் மாவட்டத்தை ஒரு தனி நாடாகக் கணக்கில் கொண்டிருந்தால் அதனுடைய குழந்தை மரணவீதாச்சாரம் 195 நாடுகளில் 190 ஆக இருந்திருக்கும். இது மாலே மற்றும் காங்கோ ஜனநாயகக் குடியரசைவிட சிறிது மோசம். சீதாப்பூரைவிட குழந்தை மரணவீதாச்சாரம் அதிகமாக உள்ள நாடுகளாக சாத், சோமாலியா, மத்திய ஆஃப்ரிக்க குடியரசு, சியரா லியோனே மற்றும் அங்கோலா மட்டுமே உள்ளன.

உலகவங்கி ஒருவேளை சீதாப்பூரை ஒரு தனி நாடாகக் கணக்கில் கொண்டிருக்கத்தான் வேண்டும். 2011இல் அதன் மக்கள்தொகை

மத்திய ஆஃப்ரிக்க குடியரசைப்போல், அந்த ஆண்டில் 45 இலட்சமாகும். சியராலியோனில் இருப்பதைப்போல் நான்கில் மூன்று மடங்காகவும், சோமாலியாவைப்போல் பாதியாகவும் இருக்கும். 40%க்கும் மேற்பட்ட நாடுகள் உலகவங்கியின் புள்ளிவிவரக் கணக்குப்படி சீதாப்பூரைவிடக் குறைவான மக்களைக் கொண்டிருக்கின்றன. அது உத்தரப்பிரதேசத்தில் உள்ள பல மாவட்டங்களில் ஒன்றே ஒன்று. உத்தரப்பிரதேசமும் இந்தியாவில் உள்ள பல மாநிலங்களில் ஒன்றே ஒன்று.

இந்தியாவில் வாழ்க்கை அண்மைய சதாப்தங்களில் மிகவேகமாக முன்னேறி வருகிறது, சீதாப்பூரிலும்கூட. கடந்துசென்ற காலத்தில் 1964 சீதாப்பூர் அரசிதழ், அதில் குடியிருந்தவர்கள் மலேரியா, காலரா, சின்னம்மை மற்றும் அக்குள்கட்டு சார்ந்த கொள்ளைநோயான பிளேக்காலும்கூட பீடிக்கப்பட்டிருந்தார்கள் எனப் பதிவு செய்துள்ளது. இந்த நோய்களில் சில அழித்தொழிக்கப்பட்டன அல்லது இப்போது அபூர்வமாக உள்ளமைக்கு நன்றி கூறவேண்டும். உலகவங்கியின் புள்ளிவிவரம் துவங்கியபோது, இந்தியாவில் மிக அண்மையில் மதிப்பிடப்பட்ட குழந்தை இறப்பு வீதாச்சாரம் 1960இல் இருந்ததைவிட கால்பங்கு குறைவாக இருந்தது. இந்தியாவில் உள்ள சராசரி மனிதன் பணக்காரனாக, நீண்டகாலம் வாழ்பவனாக, நன்கு உண்பவனாக, தனது குழந்தைகளை முன்பைவிட அதிக ஆண்டுகள் பள்ளிக்கு அனுப்புபவனாக உள்ளான். இதேபோன்ற வேகமான வளர்ச்சி வளரும் நாடுகள் முழுவதிலும் நடைபெற்றுவருகின்றன. இதற்கு வலுவூட்டும் காரணிகளுக்கு நன்றி! நோய்களின் கிருமிக்கோட்பாடு, பொதுசுகாதார முதலீடுகள், பொருளாதார வளர்ச்சி, கல்விப்பரவல் போன்ற அறிவியல் அறிவுசார்ந்த காரணிகள்தான் அவை.

எனவே, சிறந்த ஆரோக்கியமான பல்வேறு மாறுதல்கள் இந்தியவாழ்வில் ஏற்படும். இதில் ஆச்சரியம் இல்லை. ஆனால் இதில் வேறு ஓர் ஆச்சரியம் என்னவென்றால், இதைவிடச் சிறந்ததாக இந்தியா செய்யவில்லை என்பதுதான். அண்மையில் இந்தியப்பொருளாதாரம் பல ஆண்டுகளாக வேகமான வளர்ச்சியை அனுபவித்து வருகிறது. குடியிருப்புக் கணக்கெடுப்புகள் அதிகமான இந்தியர்கள் மின்விசிறி,

அலைபேசி, மோட்டார் வாகனங்கள் போன்ற சொத்துகளைச் சொந்தமாக்கிக் கொண்டுள்ளார்கள் என்கிறது.

ஆகையால், பொருளாதார வளர்ச்சி ஏன் மிகக்குறைவாக இந்தியாவில் ஏழைக் குழந்தைகளின் ஆரோக்கியத்தில் பிரதிபலிக்கிறது? இதேபோன்ற பொருளாதார அளவுகளைக் கொண்ட வளரும் நாடுகளைவிட இந்தியாவில் மிகப்பல குழந்தைகள் ஏன் இறக்கின்றன? இந்தப் புதிர் ஆராய்ச்சியாளர்களுக்கு நன்கு தெரியும். மேலும் அது குழந்தை இறப்புடன் வரையறுக்கப்படவில்லை. இந்தியாவின் மானுட வளர்ச்சிப் பதிவுகளை- அதாவது அதன் சுகாதாரம், கல்வி, நல்ல வாழ்க்கையைத் தேர்ந்தெடுப்பதற்கான சுதந்திரம்- பல்வேறு ஏழைநாடுகளில் அளிக்கப்படும் வாழ்க்கைத் தரத்தில் பின்தங்கியிருப்பதை முதலில் கவனிப்பதிலிருந்து நாங்கள் மிகுந்த தொலைவில் இருந்தோம். 1966இல் வுலிமிரி ராமலிங்கசுவாமி, அர்பன்ஜான்ஸன் மற்றும் ஜான்ரோஹ்தே ஆகியோர் இந்தியாவில் உள்ள குழந்தைகள் சராசரியில் மிக ஏழ்மையாக உள்ள சஹாரா- ஆஃப்ரிக்காவில் உள்ள குழந்தைகளைவிட சராசரியாகக் குள்ளமாக உள்ளார்கள் என்பதைக் கவனிக்குமாறு அழைத்தார்கள். 2013இல் ஜீன் ட்ரெஸ்ஸேவும் அமர்த்தியா சென்னும் இந்தியா தனது தெற்கு ஆசிய அண்டை நாடுகளான வங்கதேசம், நேபாளம் ஆகியவற்றைவிட வளமான பணக்கார நாடாக இருந்தபோதிலும் சிசு மற்றும் குழந்தை இறப்பில் மிகவும் மோசமாக உள்ளது: அதன் பெண்களில் மிகச்சிறிய பிரிவினரே படிக்கக்கூடியவர்கள் என்பதையும், மிகப்பெரும் அளவிலான குழந்தைகள் எடை குறைவானவர்களாக உள்ளார்கள் என்பதையும் கவனித்தார்கள்.

இந்த அம்சம் மீதான ஒருவரின் எதிர்வினை அவரது அரசியலின் உறுதியான கொள்கைப்பற்றுகளை ஒரு சோதனையாக மாற்றுகிறது. இந்திய தேசியவாதிகள் இதை எளிதாக மறுக்கிறார்கள். சில நேரங்களில் இந்த ஆதாரங்களின் மீதான நிபுணர்களின் கருத்திணக்கம் தவறானது என்றும், இந்தியாவில் குழந்தைகளின் உடல் ஆரோக்கியம் நன்றாகவே உள்ளது என்றும் போலியான அறிவியல் நிலைகளைக் கண்டுபிடிக்கிறார்கள். அரசியல் கோட்பாட்டாளர்கள் தேசியவாதம் எப்பொழுதுமே சிறிதளவு கற்பனைப்புனைவையும், வரலாற்று அம்சங்கள் மீதான மறதியையும் வேண்டுகிறது என்பதை நீண்டகாலமாகவே அங்கீகரித்திருக்கிறார்கள். பெரும்

புள்ளி விவரங்களின் காலகட்டத்தில் ஒருவேளை இந்தக் கோட்பாடு விரித்துரைக்கப்படும் தேவையைக் கோருகிறது. 'இப்போது தேசியவாதம் புள்ளிவிவரங்களைச் சேகரிக்கவும், பட்டியலிடவும், புரிந்துகொள்ளவும் தவறுகிறது'.

அரசியலில் வலதுசாரிகள் இந்தக்கதைக்கு குணாம்சரீதியாக, 'இங்கு தேவை என்னவென்றால் மிக அதிகமான பொருளாதார வளர்ச்சியே' என்று மறுமொழி கூறுகிறார்கள். பொருளாதார வளர்ச்சியை அடைவதன்மூலம் நாட்டின் சந்தைகளும் அதேநேரத்தில் பாதாளத்தில் வீழ்ந்துகிடக்கும் இந்தியாவின் சுகாதாரம் மற்றும் கல்வி ஆகியவற்றின் வளர்ச்சியையும் சுட்டிக்காட்டும். அரசியலில் இடதுசாரிகள் இந்தியாவின் மானுடவளர்ச்சியின் குறியீடுகளை ஒரு வலுவான மக்கள்நல அரசுக்கான நியாயப்படுத்துதல் என்று பார்க்கிறார்கள். பொருளாதார ரீதியாக சமாளித்துக் கொள்பவர்களைவிட இந்தியர்கள் மிகமோசமாக உள்ளார்கள் என்றால், அரசு தனிப்பட்ட பயன்களை வழங்குவதில் ஈடுபட வேண்டும்.

இந்த இருதரப்பு நம்பிக்கைகளிலும் ஏதோ கொஞ்சம் இருக்கிறது என்று நாங்கள் கருதுகிறோம். இந்திய அரசு அதன் ஏழைக்குடிமக்களுக்கு அதனால் வழக்கமாகச் செய்ய முடிந்ததைவிட மிகவும் குறைவாகவே செய்கிறது. வாழ்க்கையை மேம்படுத்தும் பொருளாதார வளர்ச்சியுடன் இணக்கமான ஒரு மிகவும் வலுவான சமூகப்பாதுகாப்பு வலை இணைக்கப்படவேண்டும். ஒரு வலுவான பாதுகாப்புவலை வளர்ந்துவரும் சமத்துவமின்மைக்கு ஒரு பொருத்தமான மறுமொழியாகவும், பதிலாகவும் இருக்கும். இந்த வளர்ந்துவரும் சமத்துவமின்மை சமூக ஒத்துணர்வை அச்சுறுத்துகிறது. ஒவ்வொருவருக்கும் தேவையான பொதுச்சேவைக்கான ஜனநாயக அழுத்தத்தை அரித்து, வீழ்த்துகிறது.

இந்த எந்தவொரு வழக்காற்றிலும் இந்தப்புதிருக்கான, முரணுக்கான விளக்கத்தை நாங்கள் காணவில்லை. இந்தியாவின் மோசமான மானுட வளர்ச்சியை பொருளாதார வறுமை விளக்கவில்லை. இந்தியா மிகவும் ஏழ்மையான நாடுகளைவிட மிகமோசமான வாழ்வையே தருகிறது என்பதுதான் இங்கு முக்கியமான புதிராக உள்ளது. இந்திய அரசின் தோல்விகளும்கூட மோசமான மானுட வளர்ச்சியை விளக்கவில்லை. இந்தியாவின் தரமற்ற நிர்வாக ஆட்சி,

அரசியல் அமைப்புகள் மற்றும் பல கிராமப்புற வாழ்க்கைகளில் ஒப்பீட்டளவில் அரசின் மிகக்குறைந்த பாத்திரம் ஆகியவை நோக்கத்துக்கேற்ப இல்லை. ஆனால் அவை ஏழ்மைநாடுகளில் உள்ளதைவிட தீவிரமான இழிநிலையில் இல்லை.

இந்தியா அடைந்துவரும் மானுடவளர்ச்சிக்கும் அதனுடைய பொருளாதார வளத்துக்கும் இடையே உள்ள தொலைவு (இடைவெளி) இந்த உலகில் காணப்படும் மிகுந்த துன்பங்களையும், பல இறப்புகளையும், பொருத்தமற்ற வகையில் குழந்தைகளில் பெரும்பிரிவினரின் வளர்ச்சி தடைபட்டுள்ளதையும், போதுமானதல்லாத சாக்கடைக்கழிவு நீக்க ஏற்பாடுகளும் போன்றவை முன்னறிவிக்கின்றன. எனவே இந்த இடைவெளி இந்த உலகில் எங்கிருந்தாலும் மானுட நல்வாழ்வில அக்கறை கொண்டுள்ள ஒவ்வொருவரும் கூட்டாகப் போராடி தீர்வுகாண வேண்டியதாகும்... அது ஒரு விளக்கத்தைக் கோருகிறது.

இந்தப்புத்தகத்தில் நாங்கள் ஒரு முக்கியமான புதிரைப் பரிசீலிக்கிறோம்: ‘கிராமப்புற இந்தியாவில் கழிவு நீக்கம்’. ரமீலாவும், நூற்றுக்கணக்கான, இலட்சக்கணக்கான மக்களும் ஒவ்வொரு நாளும் திறந்தவெளியில் மலம் கழிப்பது மானுட வளர்ச்சியின் பேரழிவு ஆகும். இது உண்மையில் அரசால் தீர்வு காணப்படாத ஒன்றாகவும் உள்ளது. இந்த இரண்டு அம்சங்களும் முக்கியமானவை. ஆனால் எந்தஒன்றும் கிராமப்புற இந்தியாவில் கழிவு நீக்க ஏற்பாடு மற்ற வளரும் நாடுகளைவிட ஏன் மிகவும் மோசமாக உள்ளது என்பதை விளக்கவில்லை. இன்னும் நுட்பமாகக் கூறுவதானால் - தன்னிகரற்ற சமூக சக்திகளால் - குறிப்பாக சாதியால் மிகவும் மோசமான கழிவு நீக்க ஏற்பாடுகள் நிலவிவருகின்றன.

மக்கள் பலரும் நவீன, வளர்ச்சிபெறும் இந்தியாவை எதிர்நோக்குகிறார்கள். ஆனால், இன்னும் இந்தியாவில் விடாப்பபடியாக நிலைத்துள்ள குறுகிய நோக்கமும், இழிந்ததலைமையும் கொண்ட சாதியசக்திகளையும், தீண்டாமையையும் ஒன்றுகூடிப் போராடி ஒழிக்காமல் இந்தியாவின் எதிர்காலத்தை இந்த திசைவழியில் முடுக்கி விடுவது சாத்தியமற்றது. கிராமப்புற இந்தியாவில் திறந்தவெளியில் மலம் கழிப்பு உலக அளவில் ஒரு தனிவகைப்பட்ட பிரச்சனை. அது மானுடவளர்ச்சிக்கு சமூக

சமத்துவமின்மை எவ்வாறு தடையாக உள்ளது என்பதைப் புரிந்துகொள்ள எங்களுக்கு உதவியது.

வளர்ந்துவரும் ஓர் இந்தியப்பிரச்சனை

திறந்தவெளி மலம் கழிப்பு என்பது உலக அளவில் கோடிக்கணக்கான மக்கள் தங்கள் கழிவுகளை என்ன செய்கிறார்கள் என்பதற்கான சுத்திகரிக்கப்பட்ட அறிவார்ந்த வாசகம். அவர்கள் ஒரு வயலுக்கு, ஒரு சாலை ஓரத்துக்கு, ஆற்றின் கரைக்கு, ஒரு பழத்தோட்டத்துக்கு, ஒரு காட்டுக்கு அல்லது வெளியில் உள்ள இன்னொரு இடத்துக்கு நடந்து செல்கிறார்கள். குந்தி உட்காருகிறார்கள். தாங்களாகவே (மலத்தை) வெளியேற்றுகிறார்கள். பின்னர் அவர்கள் கிருமிகளை யாரோ ஒருவர் உடலில் தொற்றவைக்க விட்டுவிட்டு அப்பால் நடந்து செல்கிறார்கள். ரமீலா திறந்தவெளியில் மலம் கழிக்கும் போதுதான் நைனா இறந்தாள். ஆனால், நைனாவுக்கு வயிற்றுபோக்கை ஏற்படுத்தியது கழிவுக்கிருமிகள் என்றால் அந்தக் கிருமிகள் இன்னொரு குடும்பத்தில் உள்ள யாராவது ஒருவரிடமிருந்துதான் வந்திருக்கவேண்டும்.

ஐ.நா. குழந்தைகள் நிதியமும் (UNICEF) உலக சுகாதார நிறுவனமும் (WHO) கழிவு மற்றும் சுத்திகரிப்பு பற்றிய உலக அளவிலான புள்ளிவிவரங்களை உருவாக்க ஒத்துழைத்தன. 2015இல் அவர்களது கூட்டுக்கண்காணிப்பு அறிக்கை உலக மக்கள் தொகையின் 13% தமது கழிவுகளை இந்த ஆபத்தான வழியில் தள்ளிவிடுகின்றன என்று மதிப்பீடு செய்தது. மற்ற 87% மக்கள் சிலவகையான கழிப்பிடங்களை அல்லது வடிவமைக்கப்பட்ட கழிப்பறைகளை, (செலவிலும் சௌகரியத்திலும் ஏற்ற இறக்கம்கொண்ட தரையில் ஒரு சாதாரண துவாரம் - அது ஒவ்வொரு சில வாரங்களிலும் மீண்டும் தோண்டி எடுக்கப்படுவதுமுதல் ஓர் அழுகச்செய்யும் நீர்த்தேக்கத்தொட்டியுடன் அல்லது கழிவகற்றும் அமைப்புடன் இணைக்கப்பட்ட தண்ணீர் பீய்ச்சியடிக்கும் கழிவறை என) பயன்படுத்துகிறார்கள்.

பல வளரும் நாடுகளில் மிகவும் ஏழைகளாக உள்ள மக்களால் திறந்தவெளியில் மலம் கழித்தல் இன்றும் நடைமுறையில் இருந்தாலும்கூட, அது தனிச்சிறப்பாக கிராமப்புற இந்தியாவில்

வளர்ந்துவரும் ஒரு பிரச்சனையாக உள்ளது. இந்தியாவில் திறந்தவெளியில் மலம் கழிப்பது பற்றிய 2011 மக்கள்தொகைக் கணக்கெடுப்பிலிருந்து 55% இந்தியக் குடியிருப்புகளில் கழிவறையோ அல்லது கழிப்பிடமோ இல்லை: மேலும் பொதுக்கழிப்பறைகளைப் பயன்படுத்துவதும் இல்லை என்பது தெரியவந்தது. இந்த எண்ணிக்கை நகர்ப்புறக் குடியிருப்புகளைவிட கிராமப்புறக் குடியிருப்புகளில் மிகஅதிகம். கிராமப்புற 70% குடியிருப்புகளை ஒப்பிடும்போது நகர்ப்புறக் குடியிருப்புகளில் 13% கழிவறையோ அல்லது கழிப்பிடமோ பெறுவதில் பின்தங்கியுள்ளன. இந்த எண்ணிக்கைகள், மிகப்பெரும்பான்மையாக 89% அளவுக்கு கிராமப்புறங்களில் திறந்தவெளியில் மலம் கழிக்கப்படுகிறது என்பதைச் சுட்டிக்காட்டுகின்றன.

2011 மக்கள்தொகைக் கணக்கெடுப்பு முந்தைய பத்தாண்டுகளில் இந்தியாவில் திறந்தவெளியில் மலம் கழிப்பது மறைந்துவரும் வீதாச்சாரம் மிகமிக மெதுவாகவே இருந்தது என்பதையும் கண்டறிந்தது. ஒவ்வொரு ஆண்டிலும் 1% மட்டுமே நகர்ப்புற மற்றும் கிராமப்புற இந்தியாவில் குறைந்து வந்தது. இந்தியாவின் மிகவேகமான பொருளாதார வளர்ச்சியின் வெளிச்சத்தில் பார்க்கும்போது திறந்தவெளியில் மலம் கழித்தல் விடாப்பிடியாக தொடர்ந்து நீடிப்பது ஆச்சரியமாக உள்ளது. இந்தியாவின் தனிநபர் தேசிய வருமானம் 2001க்கும் 2011க்கும் இடையே ஒவ்வொரு ஆண்டும் 8% வளர்ந்தது என உலகவங்கியின் பன்னாட்டு ஒப்பீட்டுத்திட்டம் கணக்கிட்டது. இதே பத்தாண்டில் இந்தியாவின் வருமான வளர்ச்சி சஹாரன் -ஆஃப்ரிக்காவைவிட 46% வேகமாகவும், உலகம் முழுவதிலும் 53% வேகமாகவும் இருந்தது.

எவ்வாறோ இந்தக்காலகட்டத்தில் இந்தியாவின் மக்கள் தொகையில் ஒருபிரிவினர் கழிப்பிடங்களையோ அல்லது கழிவறைகளையோ பயன்படுத்துவது எஞ்சியுள்ள வளரும் நாடுகளைவிட மிகவும் வீழ்ச்சியடைந்தது. சஹாரன் -ஆஃப்ரிக்காவிலும், ஆசியாவின் மற்ற பகுதிகளிலும் சராசரி கிராமப்புற இந்தியர்களைவிட மிகவும் ஏழ்மையானவர்கள்கூட கழிப்பிடத்தையோ அல்லது கழிவறைகளையோ பயன்படுத்தாமல் இல்லை. யுனிசெஃப் மற்றும் உலக சுகாதார நிறுவனத்தின் கூட்டுக்கண்காணிப்பு அறிக்கை 2012இன் படி சஹாரன் -ஆஃப்ரிக்காவில் குடியிருப்புகளில் கால்பங்கு மட்டுமே

திறந்தவெளியில் மலம் கழித்தன. உகாண்டா மற்றும் காங்கோ ஜனநாயகக் குடியரசு போன்ற மிகமிக ஏழ்மையான ஆஃப்ரிக்க நாடுகளிலும்கூட திறந்தவெளி மலம் கழிப்பு வீதம் 10%ஐ விடக்குறைவு. இந்தியா நீங்கலாக தெற்கு ஆசியநாடுகளில் 12% குடியிருப்புகள் மட்டுமே திறந்தவெளியில் மலம் கழிக்கின்றன. இந்தியாவுக்கு முற்றிலும் மாறாக சீனா திறந்தவெளி மலம் கழிப்பை முற்றிலும் அகற்றிவிட்டது.

உலகத்தின் எஞ்சியுள்ள திறந்தவெளி மலம் கழித்தலில் இந்தியாவின் பங்கு ஒவ்வொரு ஆண்டிலும் வளர்கிறது. 1990இல் உலகில் திறந்தவெளி மலம் கழிப்பவர்களில் பாதிப்பேர் இந்தியாவில் வாழ்ந்தார்கள். 2012இல் உலக திறந்தவெளி மலம்கழிப்பில் இந்தியா 60% எனக் கணக்கிடப்பட்டது. உலக மக்கள் தொகையில் 17% ஆன இந்திய மக்கள்தொகை மிகவும் உறுதியாகப் பெரியது. - ஆனால் அது தனது தன்மையில் அந்த அளவுக்குப் பெரியது அல்ல - ஏனென்றால், மற்ற வளரும் நாடுகளில் உள்ள மக்கள் கழிப்பிடங்களையும், கழிவறைகளையும் மிக விரைவில் ஏற்றுக்கொண்டார்கள். இது உலக திறந்தவெளி மலம் கழிப்பதில் இந்தியா வளர்ந்து வருவது தொடரும் என்றே தோன்றுகிறது.

கழிவறைகளைப்பற்றி அறிந்துகொண்டதன் மூலம் நாங்கள் எதைக்கற்றுக் கொண்டோம்?

இந்தியா கிராமப்புற கழிவு நீக்க ஏற்பாடுகளில் - சுகாதாரத்தில் எப்போதும் தனித்தன்மை கொண்டதாக இருந்ததில்லை. மனிதர்கள் தங்கள் கழிவுகளை வெளியேற்ற திறந்தவெளியில் மலம் கழிப்பதுதான் ஒரே வழிமுறை என்று இருந்தகாலம் ஒன்று இருந்தது. பல பத்தாண்டுகளுக்கு முன்பு கிராமப்புற திறந்தவெளி மலம் கழிப்பு வீதம் கட்டாயம் ஒவ்வொரு நாட்டிலும் மிக அதிகமாக இருந்திருக்கும். இன்று இதில் இந்தியா தனித்து நிற்கிறது. அது மாறிவிட்டதால் என்பதால் அல்ல. உலகின் மற்ற பகுதிகள் மாறிவிட்டதால்.

கடந்த நூற்றாண்டில் விளக்கப்பட்டதுபோல், மனித நலவாழ்வின் பல வேகமான முன்னேற்றங்களில் ஒன்றேஒன்று திறந்தவெளி மலம் கழித்தலில் உலக அளவில் வீழ்ச்சிதான். நோபல் பரிசுபெற்ற பொருளாதார அறிஞர் ராபர்ட் ஃபோகெல்

2004ஐ 'பட்டினியிலிருந்தும், முன்கூட்டிய இறப்பிலிருந்தும் தப்பித்த மூன்று நூற்றாண்டு வளர்ச்சி' என்று விவரித்தார். அதை அவர் 1700 முதல் 2100 வரை எனக் காலம் குறித்தார். இன்னொரு நோபல் பரிசுபெற்ற பொருளாதார அறிஞர் ஆங்குஸ் டீடன் இந்த ஒட்டுமொத்த மாற்றத்தை மனிதகுலத்தின் 'மாபெரும் தப்பித்தல்' என்று அழைத்தார். வாழ்க்கை நீண்டதாக, குறைவான மக்களே பட்டினியாக, குழந்தைகள் உயரமானவர்களாக, அதிகமான மக்கள் படிக்கவும், தங்கள் வாழ்க்கையை எவ்வாறு வாழ்வது என்று தேர்ந்தெடுப்பவர்களாக இந்த உலகெங்கிலும் ஆகிவிட்டது. இவை மிகப்பெரிய முன்னேற்றங்கள். இவற்றின்கீழ் அறிவியல், சமூக மற்றும் பொருளாதார மாற்றங்கள் அடித்தளமாக உள்ளன என்பதைப் பிரதிபலிக்கின்றன.

இந்த முன்னேற்றங்கள் பிறப்பு மற்றும் நோய் முதலான சமுதாய நிலைப் புள்ளிவிவரங்களில் தவறுகள் இல்லாதவை. அவை அடிக்கடி ஒன்றை மற்றொன்று வலுப்படுத்துகின்றன. மிகச்சிறந்த இளம்பருவ வாழ்வின் உடல் நலம் குழந்தைகளை அதிகம் கற்றுக்கொள்ள அனுமதிக்கிறது. வயதுவந்தவர்களை மிகஅதிகமாக சம்பாதிக்க அனுமதிக்கிறது. எனவே இதன்மூலம் அவர்களால் அடுத்த தலைமுறையினருக்கு மிகச்சிறந்த சுற்றுச்சூழலை அளிக்க முடியும். மாபெரும் சமுதாய சமத்துவம் என்பதன் பொருள் அதிக அளவில் பெண்குழந்தைகள் பள்ளிக்குள் செல்கிறார்கள், தங்கள் சொந்தவாழ்வின்மீது அதிக அதிகாரம் பெறுகிறார்கள், பிந்தைய வயதுகளில் அன்னையர்கள் ஆகிறார்கள், தங்கள் குழந்தைகளை நோயிலிருந்து பாதுகாப்பது எப்படி என்பதை அதிகமாக அறிந்துகொள்கிறார்கள்.

மிகவேகமாக முன்னேறிவரும் ஓர் உலகத்தில் இப்போது நிலவிவரும் போக்குகளை மேலும் வேகப்படுத்துவதற்கு ஏதாவது ஒன்று உள்ளதா என்று உறுதிப்படுத்திக்கொள்வது சிரமமானது. ஏனென்றால் மாபெரும் தப்பித்தல் ஒருவகையில் அளவிடப்படக்கூடியது என்பதால், அது எவராவது ஒருவர் கட்டுப்பாட்டின் கீழ் உள்ளது என அர்த்தமாகாது. எங்கள் புத்தகத்தின் மையமான கேள்வி இதுதான்: ஏற்கனவே வேகமான மாபெரும் தப்பித்தல் மூலம் அதன் ஒருபகுதியை விளக்கிவிட்ட இந்த உலகத்துக்கு வளர்ச்சிக்கான முயற்சிகள் அதிகமானவற்றைத் தருமா? அப்படியானால் எவ்வாறு?

இதற்கான பதில் டீடனின் கோட்பாட்டின் இரண்டாம் பகுதியில் இருக்கலாம் - சமத்துவமின்மை. டீடன், 'பிறப்பு - நோய் முதலிய சமுதாயநிலைப் புள்ளிவிவர ஆய்வுப்போக்குகளை 'தப்பித்தல்' என விளக்கும்போது அவர், பல 'தப்பித்தல்கள்' சிலரை அதன்பின் போராட விட்டுவிட்டது என்பதை நாம் நினைவில் கொள்ளவேண்டும் என விரும்புகிறார். இருபது மற்றும் இருபத்தொன்றாம் நூற்றாண்டுகளின் மானுட வளர்ச்சியும் விதிவிலக்கானதல்ல. தப்பித்தல் சமத்துவமின்மைக்குக் காரணமாகிறது. சீனாவிலோ, வங்கதேசத்திலோ அல்லது நேபாளத்திலோ சிசுமரணம் இந்தியாவைவிட மிகவேகமாக வீழ்ச்சி அடைந்து வரும்போது அது உலகக் குழந்தைகளிடையே சமத்துவமின்மையை உருவாக்குகிறது.

அனைத்து நாடுகளுக்கிடையேயான வளர்ச்சி பெரும்கேள்விகளைக் கேட்கத் தூண்டுகிறது. 1990களில் வாஷிங்டன் மக்களின் கருத்திணக்கம், வளர்ச்சிக்கான சரியான விலைகளை எவ்வாறு பெறுவது எனக்கேட்டது. 2000களில் ஐ.நா. பிரபலமானவர்களோடு இணைந்து வறுமையின் வரலாற்றை எவ்வாறு மாற்றுவது என்று கேட்டது. கடந்த பத்தாண்டுகளின் ஆதாரங்களை அடிப்படையாகக்கொண்ட கொள்கைப்புரட்சி "என்ன வேலைகள்?" என்று சாதாரணமாகக் கேட்பதோடு தன்னைச் சுருக்கிக்கொண்டது. அடிக்கடி இந்தப்பிரச்சனை ஒவ்வொருவருக்குமாக வேலைசெய்யும் தீர்வு என்ன என்பதை வெறுமனே ஊகிப்பதாகவே இருந்தது. வேகமான, ஆனால், ஏற்றத்தாழ்வான மற்றும் சமத்துவமற்ற மாபெரும் தப்பித்தலின் எதார்த்தங்கள் இரண்டு மாறுபட்ட கேள்விகளை எழுப்பின.. முதலாவதாக, மெதுவாக மட்டுமே முன்னேறிவரும் இடங்கள் மற்றும் பிரச்சனைகள்மீது மாற்றத்தை எவ்வாறு முடுக்கிவிடுவது? இரண்டாவதாக, நடைபெற்றுக் கொண்டிருக்கும் மிகவேகமான முன்னேற்றங்களை இன்னும் சிறிது விரைவாக நடைபெற எவ்வாறு உந்தித் தள்ளுவது?

இந்தியாவின் திறந்தவெளி மலம் கழிப்புடன் கழிவுநீக்க ஏற்பாடுகளை மற்ற இடங்களோடு ஒப்பிடுவது, இந்தப்பிரச்சனையை தனியாகப்பிரித்து வைத்து தெளிவற்றுப் பார்க்கவைக்கிறது. இவற்றுக்குப் பதிலளிக்க ஒருவர் உலக அளவில் ஏறக்குறைய வேகமான முன்னேற்றத்தின் பதிவுகளுக்கு எதிராக மெதுவாக முன்னேறும் இடத்தை வைத்து

ஒப்பீட்டடிப்படையில் மாறுபட வேண்டியிருக்கும். அதனுடைய முடிவுகள் எது முக்கியம் என்பதைப் பயனுள்ளவகையில் தெளிவுபடுத்தலாம். எடுத்துக்காட்டாக, இப்போது பணக்கார நாடுகளாக உள்ளவற்றில் எவ்வாறு இறப்பு சதவீதம் குறைந்தது, மற்றும் சுகாதாரம் எவ்வாறு முன்னேறியது என்பதன் மையப்பகுதியாக மறுக்கமுடியாதவகையில் கழிவு நீக்க ஏற்பாடுகள் இருந்தன. கழிவு நீக்க ஏற்பாடுகளில் உள்ள வேறுபாடுகள் இன்று வளரும் நாடுகளுக்கிடையேயான வெளிப்பாடுகளில் பல்வேறு மாறுபாடுகள் இருப்பதை விளக்குகின்றன. எனவே சுகாதாரத்திலும், நல்வாழ்விலும் முன்னேறிவரும் உலகப்போக்கிலிருந்து இந்தியாவை வெளியே தள்ளுவதற்கு அதனுடைய கொடூரமான, வழக்கத்துக்கு மாறான கழிவு நீக்க ஏற்பாடு உள்ளதில் ஆச்சரியம் ஏதும் இல்லை.

ஆனால் எஞ்சியுள்ள வளரும் நாடுகளோடு இந்தியாவை ஒப்பிடுவது மற்ற இடங்களில் கழிவு நீக்க ஏற்பாடுகளை முன்னேற்றுவதற்கு எது சாத்தியப்பட்டதோ, அது கிராமப்புற இந்தியாவில் அதேவகையில் சாத்தியப்படவில்லை என்பதையும்கூட விளக்குகிறது. இத்தகைய ஓர் இருதலை நிலைதான் இந்த நூலின் இதயமாக உள்ளது. திறந்தவெளி மலம் கழிப்பை மிகக் கடுமையாகக் குறைத்த அனுபவங்களை உலகில் உள்ள பெரும்பாலான நாடுகள் கொண்டிருக்கின்றன. கழிவுநீக்க ஏற்பாடுகள் எவ்வளவு முக்கியமானவை என்பதையும், கழிவுக்கிருமிகள் எவ்வளவு தீங்கானவை என்பதையும் அனைத்து நாடுகளுக்கிடையேயான மற்றும் வரலாற்று அனுபவங்களிலிருந்து மிகச்சரியாக நிபுணர்கள் அறிந்துகொண்டுள்ளார்கள். ஆனால் கிராமப்புற இந்தியா கழிவு நீக்க ஏற்பாடுகளில் மிகமிகப் பின்தங்கியிருக்கிறது என்ற உண்மையான அம்சத்திலிருந்து, உலகின் மற்ற பகுதிகளிலிருந்து பெற்ற அனுபவங்கள் கிராமப்புற இந்தியாவில் பாதுகாப்பான கழிவு நீக்க ஏற்பாடுகளை எவ்வாறு முடுக்கிவிடுவது என்பது பற்றி எங்களுக்குக் கூறுகின்றன. உலகின் மற்ற இடங்களைப்போல கிராமப்புற இந்தியாவும் மாறவேண்டும் என்று இந்தியாவின் தலைவர்களும், கழிவுநீக்க நிபுணர்களும், வளர்ச்சிக்கான தொழில்துறையினரும் உதவ விரும்புவார்களானால், அவர்கள் மிகமோசமான கழிவு நீக்க ஏற்பாடுகள் காரணமாக இந்தியா மற்றவர்களோடு பகிர்ந்துகொள்ளும் மிகமோசமான கழிவு நீக்க ஏற்பாடுகளின்

விளைவுகளையும், அதன் கடந்தகால மக்கள் தொகையையும், கிராமப்புற இந்தியா ஏன் இதில் தனித்தன்மையானதாக இருக்கிறது என்பதையும் புரிந்துகொண்டு அதன் அடிப்படையில் அதற்கேற்ற புதிய உத்திகளைக் கண்டுபிடிக்கவேண்டும்.

அரசு அதிகாரிகள் மற்றும் வளர்ச்சிக்காக ஹோட்டல் அறைகளில் நடத்தப்படும் மாநாடுகளின் பார்வையில், ஏழைமக்கள் தங்களுக்குத் தேவையானவற்றைப் பெறமுடியாமலிருப்பதற்கான காரணம் அவர்களது வறுமைதான். கிராமங்கள் பொதுவான சமுதாயங்களாக உள்ளன. அங்கு ஏழைமக்கள் ஒருவருக்கொருவர் உதவ ஒன்றுதிரண்டு வருகிறார்கள். ஏழைமக்கள் தாங்கள் விரும்பியதைத் தேர்ந்தெடுக்கும் வாய்ப்புகளில் பின்தங்கியிருக்கிறார்கள், ஆனால் ஏழைகள் மற்றும் அவர்களது அக்கம்பக்கத்தவர்களை எவ்வாறு மேம்படுத்துவது, எவ்வாறு அவர்களை அதிகாரம் பெற்றவர்களாக ஆக்குவது என்பதை நிபுணர்கள் அறிந்துவைத்திருக்கிறார்கள். இந்த மாற்றங்களை அரசு செய்யவேண்டும் என்று ஜனநாயக அழுத்தங்கள் கோருகின்றன. வளர்ச்சியை ஏற்படுத்தும் நிபுணர்கள் இதில் உதவிகரமாக இருப்பார்கள். ஏனென்றால், மற்ற இடங்களின் வளர்ச்சியிலிருந்து அவர்கள் கற்றுக்கொண்ட பாடங்களை அவர்கள் ஒரு நாட்டிலிருந்து இன்னொரு நாட்டுக்கு (அல்லது இந்தியாவின் ஒரு மாநிலத்திலிருந்து இன்னொரு மாநிலத்துக்கு அல்லது மாவட்டத்துக்கு) அவர்களால் பிரயோகிக்க முடியும்.

இவையனைத்தும் ஒருசில நிகழ்வுகளில் உண்மையாக இருக்கலாம். ஆனால், கிராமப்புற இந்தியாவில் திறந்தவெளி மலம் கழிப்பு இந்த வளர்ச்சியை வெற்றுப்பேச்சுகளாக்கி நிலைமைகளைத் தலைகீழாக்கி விடுகிறது. முதலில் திறந்தவெளி மலம் கழிப்பு எளிதில் தீர்வுகாணப்படக்கூடிய ஒரு சாதாரணப் பிரச்சனையாகவே தோன்றுகிறது. மிகவும் சுதந்திரமான சந்தைசார்ந்த பொருளாதார நிபுணர்களும்கூட ஒரு குடும்பம் தனது கிருமிகளை இன்னொரு குடும்பத்தின் அருகில் குவிப்பதிலிருந்து தடுக்க கழிவு நீக்க ஏற்பாடுகளுக்கு ஊக்கத்தொகையும், பொது நடவடிக்கையும்தான் தேவை என்று அங்கீகரிக்கிறார்கள். எனவே அரசுக்கான வெளிப்படையான தீர்வு இலவசக் கழிப்பறையை விநியோகிப்பதுதான் என்று கருதுகிறார்கள். மக்களுக்கு அவர்கள் பயன்படுத்துவதற்கான

இலவசக் கழிப்பறைகளை அளிப்பது ஒரு சிறிய அளவுக்கு சாத்தியமான நடவடிக்கை என்பதை நாங்கள் ஒத்துக்கொள்கிறோம். ஆனால் இத்தகைய திட்டத்தில் கழிவு நீக்க ஏற்பாடுகளுக்குள்ள எல்லாவகையான கொள்கைகளின் கவனத்தையும் செலுத்தாமலிருப்பது விரும்பத்தகாத விளைவுகளை ஏற்படுத்திவிடும். ஏனென்றால், கிராமப்புற இந்தியாவில் வறுமை ஒன்றுமட்டுமே பிரச்சனை அல்ல; மேலும் ஊக்கத்தொகையுடன் வழங்கப்படும் இலவசக் கழிப்பறைகள் மட்டுமே இப்பிரச்சனைக்குத் தீர்வுகாணப் போதுமானதல்ல. ஏராளமான இலவசக் கழிப்பறைகள் நீண்டகாலமாகவே ஒருபோதும் விரும்பப்பட்டவையாக இருந்ததில்லை. அவை ஒருபோதும் பயன்படுத்தப்படவே இல்லை. மற்றபிற நாடுகளில் மிகக்கச்சிதமாகச் செயல்படுகின்றன என ஒப்புக்கொண்டு இலவசக் கழிப்பறைகளை அவர்கள் பெற்றுக்கொள்ளும்போது, கிராமப்புற இந்தியாவில் உள்ள மக்கள் திறந்தவெளிகளிலேயே மலம் கழிக்கிறார்கள்.

கிராமப்புற இந்திய மக்கள் அரசின் இலவசக் கழிப்பறைகளைப் பெற்றுக் கொண்டாலும்கூட திறந்தவெளியில் மலம் கழிப்பதையே எப்போதும் தேர்வு செய்கிறார்கள் என்ற அம்சம் நகரங்களில் வாழும் பலரை ஆச்சரியம் கொள்ள வைக்கிறது. ஆனால் இவ்வாறு செய்வதற்கு கிராமப்புற வடஇந்திய மக்களில் பலரிடம் கச்சிதமான காரணங்கள் இருக்கின்றன. அரசின் கழிப்பறைகளில் உள்ள தவறுகள் என்ன? திறந்தவெளியில் மலம் கழிப்பது ஏன் மேலான தேர்வாக இருக்கிறது? என்பதை அவர்கள் இதில் அதீத ஆர்வம்கொண்டுள்ள பார்வையாளர்களிடம் தெளிவாக விளக்குக்கிறார்கள்.

ஒவ்வொரு கலாசாரத்திலும் குறுகிய நாகரிக சிந்தனைகள் உள்ளன. ரமீலாவின் கலாசாரத்தின் தனித்தன்மையாக அவளது கிராமத்திலுள்ள மக்கள் செயல்படக்கூடிய அரசின் கழிப்பறைகளை நிராகரிக்கும்போது, குறுகிய, நாகரிகமற்ற தீண்டாமை மற்றும் சடங்குமுறையான புனிதம் ஆகியவற்றைத் தொழுது வணங்குகிறார்கள். இந்தச் சிந்தனைகள் பிரச்சனைக்குத் தீர்வுகாண ஓர் அரசுக்கு சௌகரியமானதாகவோ அல்லது வசதியானதாகவோ இல்லை. ஏனென்றால் அந்த அரசு உயர்சாதி நகர்ப்புறத்தாரால் ஆதிக்கம் செலுத்தப்படுவதாக இருக்கிறது. மேலும் அது தனது சொந்த முதலீட்டு முடிவுகளிலும், ஆட்களை நியமிப்பதிலும்கூட கைகளால் கழிவுகளை வெளியேற்றுவதை

நிலைபெறச்செய்து வருகிறது. அனைத்து நாடுகளுக்கிடையிலான வளர்ச்சித்துறை சார்ந்தவர்களும்கூட இந்தப் பிரச்சனைகளை முன்னுக்குக்கொண்டுவர விரும்புவதில்லை. கலாசார உணர்வுள்ள வளர்ச்சித்துறையினர் கலாசாரங்கள் வேறுபடுகின்றன என்பதை ஒப்புக்கொள்ளமாட்டார்கள். வெளியில் உள்ளவர்களால் ஏற்றுக்கொள்ள முடியாத காரணம் ஒன்று உண்டு: அது, பணக்காரர்களைப்போல ஏழைகள் அடிக்கடி ஒருவருக்கொருவர் தீங்கு விளைவித்துக் கொள்கிறார்கள் என்று பாதிக்கப்பட்டவர்கள் மீதே குற்றம் கூறுவது. இன்னொரு காரணமாக, கலாசார வேறுபாடுகள் என்ற அம்சம் அல்லது இடம் குறித்த காரணங்கள் அனைத்து நாடுகளின் நிபுணர்கள் இதில் பங்காற்றுவதற்கு சவால் விடுப்பதில் முக்கிய விளைவுகளை ஏற்படுத்துகின்றன.

ஒப்புக்கொள்ளக்கூடிய எந்த ஒரு விளக்கத்தையும் அளிக்கமுடியாத கழிவு நீக்க ஏற்பாட்டு நிபுணர்கள், கிராமப்புற இந்திய மக்கள் வறுமையின் காரணமாகவே கழிவறை அமைப்பதில் பின்தங்கியிருக்கிறார்கள் என்ற வாதத்தைத் திரும்பத் திரும்பக் கூறுகிறார்கள். ஒருசிலர் அவ்வாறே செயல்படுகிறார்கள். இருந்தபோதிலும் பெரும்பாலான வளரும்நாடுகளில் குறைந்தசெலவிலேயே தரமான கழிவு நீக்கும் கழிவறைகள் வாங்கப்படுகின்றன அல்லது செய்யப்படுகின்றன என்ற அம்சம் அவர்கள் கூறுவதை மறுக்கிறது. கிராமத்தினர் இதை மிகத்தெளிவாக அறிந்திருக்கிறார்கள் என்று முகவர்கள் கூறும் மந்திரத்தை இது மறுக்கிறது.

இந்திய திறந்தவெளி மலம்கழிப்பின் தனித்தன்மை என்ன என்பதை பன்னாட்டு வளர்ச்சி அமைப்பால் புரிந்துகொள்ள முடியாது. அதே நேரத்தில் உள்ளூர் ஜனநாயக அழுத்தங்களுக்கு அவற்றின்மீது கவனம் செலுத்த காரணங்கள் எதுவுமில்லை. தங்களது அண்டைவீட்டாருக்கு தொல்லைகள் தருவது கிராமப்புற குடிமக்களின் வழக்கம், அவ்வளவுதான். திறந்தவெளியில் மலம் கழிப்பது குழந்தைகளைக் கொல்கிறது என்பதைப்பற்றி கிராமத்தினர் உணர்ந்திருக்கவில்லை. எனவே, தங்கள் அண்டைவீட்டார் ஒரு கழிப்பிடத்தைப் பயன்படுத்துமாறு செய்யத்தவறிய உள்ளாட்சி மன்றங்களை தேர்தல்மூலம் தண்டிப்பதற்கான காரணம் எதுவும் அவர்களுக்கு இல்லை. அரசால் அமைக்கப்பட்ட கழிப்பிடக்குழிகளில் நிரப்பபட்ட கழிவுகளை கைகளால் அகற்றுவதைவிட திறந்தவெளியில் மலம் கழிப்பதே மேலானது என்ற சிந்தனை கிராமத்தவர்களிடையே

உள்ளது. மலக்கழிவுகளைக் கைகளால் அகற்றும் அந்த நடவடிக்கை மக்களிடையே 'தீண்டத்தகாதவர்கள்' என்ற தலைமுறை தலைமுறையாக இருந்துவரும் எண்ணத்தை ஏற்படுத்துகிறது. அவர்கள் இன்றும்கூட அவ்வப்போது சுரண்டப்பட்டும், விலக்கிவைக்கப்பட்டும், அவமானப்படுத்தப் பட்டும் வருகிறார்கள். ரமீலா செயல்படும் ஓர் அரசுக் கழிப்பிடத்தைப் பயன்படுத்துவதைவிட அதைப் பொருள் வைக்கும் ஓர் அறையாகவும், துணி துவைக்கும் பலகையாகவும் பெறுவதில் மகிழ்ச்சி அடைந்தார்.

கட்டுமான நிதிகளாலோ, ஜனநாயக அழுத்தங்களாலோ, பன்னாட்டு நிபுணத்துவத்தாலோ, கூட்டுறவு சமூக ஏற்பாடுகளாலோ, பல பத்தாண்டுகளின் பொருளாதார வளர்ச்சிகளாலோ இந்தப் பிரச்சனைக்குத் தீர்வுகாண முடியாது. அல்லது வளர்ச்சிக் கொள்கையின் பழக்கப்பட்ட கருவித்தொகுதிகளுக்கு மானியத்தொகையை நிர்ணயிப்பது என்ற பிரச்சனை சிக்கலானது.

இரண்டு பார்வையாளர்களுக்கான ஒரு புத்தகம்

சில வாசகர்களுக்கு இந்தப் புத்தகம், இந்தியாவிலுள்ள திறந்தவெளி மலம் கழிப்பில் மனிதவள மேம்பாட்டின் நெருக்கடியைப் பற்றிய நூல். பத்து இலட்சம் அல்லது அதற்கு மேற்பட்ட குழந்தைகளின் இறப்பைக் காலம் தாழ்த்துவதற்குமுன் தடுத்திடும் ஒரு குறுகிய வாய்ப்பு. இந்த வாசகர்களுக்காக நாங்கள் ஒரு முக்கியமான பிரச்சனையை ஆவணப்படுத்துகிறோம். சாதிய அமைப்புமுறை நவீன கிராமப்புற இந்தியாவில் எந்தெந்த வழிமுறைகளில் நீடித்து நிலைத்திருக்கிறது, கழிப்பிடங்களைப் பயன்படுத்துவதற்கு எதிராக நிற்கிறது என்பது தர்க்கரீதியாக தேவையற்றது. திறந்தவெளி மலம் கழிப்பு குழந்தைகளின் ஆரோக்கியத்துக்கு மிகவும் கேடானது, மேலும் இவை அடர்த்தியான மக்கள்தொகை கொண்ட, எல்லா சிசு மரணங்களிலும் ஐந்தில் ஒன்று எங்கே நடைபெறுகிறதோ அந்த நாட்டில்தான் நடக்கும். ஆனால் இவை அனைத்தும் நமது காலத்தில் ஒரே இடத்தில் நடக்கிறது. இந்திய அரசும், பன்னாட்டு வளர்ச்சி முயற்சிகளும் இதற்கு காத்திரமான

முறையில் எதிர்வினையாற்றுமா என்று கவலைப்படுவதற்குக் காரணங்கள் இங்கே உள்ளன.

மற்ற வாசகர்களுக்கு, இந்தியாவின் இன்றைய கொள்கை சவால்களில் குறைவாகவே கவனம் செலுத்தும் இந்த நூல், 21ஆம் நூற்றாண்டின் துவக்கத்தில் வளர்ச்சிகளில் உள்ள சில முரண்பாடுகள் பற்றியது. எங்கே பெரும்பாலான பகுதிகள் மிகவும் முன்னேறிக்கொண்டிருக்கின்றனவோ -ஆனால் சில இடங்களிலும், வகைகளிலும் நிலைமை மிகவும் மெதுவாக உள்ளதோ - அந்த சமத்துவமற்ற உலகில் வாழ்க்கையை இன்னும் சிறந்ததாக மாற்ற என்ன செயல் நோக்கு உள்ளது? பொருளாதாரவளர்ச்சி கண்டுகொள்ளாத மானுட வளர்ச்சிக்கான முக்கியமான அச்சுறுத்தல் என்ன? இந்தியா ஏற்கனவே சுதந்திரமான சந்தைகளையும், சமவாய்ப்புகளையும் கொண்டு அதை ஒன்றாக்கும் ஒரு முற்போக்கான சமுதாயமாக உள்ளது என்று பாசாங்கு செய்கிறதா? மாபெரும் தப்பித்தல் அடையமுடியாத பிரச்சனைகளிலும், இடங்களிலும் சுதந்திரமான வளர்ச்சிகள் ஊக்கபடுத்தப்படுகின்றனவா?

தொழில்நுட்ப அறிஞர்களின் கோட்பாட்டுக்கு கலாசாரம், அரசியல் மற்றும் மானுடத்தேர்வுகளுக்கும் இடையிலான மோதல்கள் இதற்குமுன் சொல்லப்படாத ஒருகதையாக உள்ளது. அது இந்தநேரத்தில் வளர்ந்துவரும் அறிவியல் கருத்திணக்கத்தின் பின்னணியில் குழந்தை வளர்ப்பின் மற்றும் பொருளாதார வளர்ச்சிக்கான மனித மூலதனத்தின், சுகாதாரம் மற்றும் செல்வவளத்தின் இடையில் அந்தக்கதையை மீண்டும் கூறுவது முக்கியமானது. இந்த நூலின் ஒவ்வொரு அத்தியாயமும் திறந்தவெளி மலம் கழிப்பு பற்றியது. ஆனால், வேறு சிலவற்றைப் பற்றியதும்கூட.

அடுத்த மூன்று அத்தியாயங்கள் கிராமப்புற இந்தியாவில் திறந்தவெளி மலம் கழிப்பு இன்னும் ஏன் விடாப்பிடியாகத் தொடர்கிறது என்று கேட்கின்றன. அத்தியாயம் 2 அதற்கான புதிரைத் தருகிறது. சஹாரன் -ஆஃப்ரிக்காவிலும், ஆசியாவின் பிறபகுதிகளிலும் திறந்தவெளி மலம் கழிப்பை அகற்றிவரும் அதே கழிப்பிடங்களை பெரும்பாலான மக்களால் வாங்கவோ, உருவாக்கவோ அல்லது பயன்படுத்தவோ முடியும் என்று பல நாடுகளுடனான ஒப்பீடுகள் சுட்டிக்காட்டும்போது கிராமப்புற இந்தியாவில் இந்த அளவு உயர்வீதத்தில் திறந்தவெளி மலம்

கழிப்பு தொடர்வது ஏன்? கழிவு நீக்கும் பொறுப்பில் உள்ள அதிகாரவர்க்கங்களோ அல்லது வளர்ச்சித் தொழில்துறையினரோ கேட்கும் முதல் கேள்வி இதுவல்ல. இந்தக்கேள்வியை எழுப்புவதற்கு இந்தியாவின் திறந்தவெளி மலம் கழிப்புக்குக் காரணம் கழிப்பிடங்களைப் பெறுவதில் பின் தங்கியிருப்பதுதான் என்ற கழிவு நீக்கக்குரலைக் கைவிட்டாக வேண்டும். இலத்தீன் அமெரிக்காவிலும், தென்கிழக்கு ஆசியாவிலும் என்ன நடந்ததோ அதிலிருந்து இது வேறுபடவில்லை. யார் பயன்படுத்தத்தகுதியுள்ள, மலிவாகக் கிடைக்கின்ற கழிவு நீக்கத் தேர்வுகளை நிராகரிக்கிறார்களோ அந்த இந்திய கிராமத்தவர்கள் மிகவும் ஆற்றல்வாய்ந்த நடிகர்களாக இந்தப்புத்தகத்தின் கதையில் இருக்கிறார்கள் என்பதை அறிந்துகொள்ளவேண்டும்.

அத்தியாயங்கள் 3 மற்றும் 4-ஆகியவை வளர்ச்சி என்பது சமூக சமத்துவம் மற்றும் தாராளவாதத்தின் மீது செல்லும்போது எவ்வாறு கட்டுப்படுத்தப்படுகிறது என்று கேட்கின்றன. பொதுசுகாதாரத்தில் தொடர்ந்து நடைபெற்றுவரும் விவாதங்கள், சமூக சமத்துவமின்மை மக்களை நோயுற்றவர்களாக ஆக்குகிறதா என்று கேட்கின்றன. ஒரு குறிப்பிட்ட மக்கள்தொகையில், வருமானத்தில் சரிசமமற்ற தன்மை சராசரியாக அதிகமாவதன் விளைவாக சுகாதாரம் மோசமாகிவிடுமா? திறந்தவெளி மலம் கழிப்பு பிரச்சனையில் சமூக சமத்துவமின்மை ஒவ்வொருவருக்கும் மோசமான சுகாதாரத்தை நிலை நாட்டுகிறது.

2ஆம் அத்தியாயத்தில் நாம் எழுப்பும் கேள்விகளுக்கு அத்தியாயம் 3ஆம், 4ஆம் இரண்டுபகுதி பதில்களைத் தருகின்றன. அரசால் வழங்கப்படும் குழிக்கழிப்பிடங்கள் அழுக்கானவைகளாகவும், அசுத்தமானவைகளாகவும் உள்ளதாக கிராமத்தினர் கூறுவதை நாங்கள் கேட்டோம். இதன்பொருள், 'ஒரு சமுதாயத்தில் புனிதமான சடங்கும், தீட்டும் கழிப்பிடப் பொருள்கள்மீதும், குறிப்பிட்ட சாதியைச் சார்ந்த மக்கள்மீதும் பிரயோகப்படுத்தப்படுகின்றன' என்று நாங்கள் கருதுகிறோம். கிராமத்தினர் பலர் சடங்குபூர்வமாக புனிதமான ஒரு வீட்டில் கழிப்பிடக்குழிகளை வைத்திருப்பதை ஏற்றுக்கொள்ளமுடியாது என்று கருதுகிறார்கள். இதற்குமாறாக, திறந்தவெளி மலம் கழிப்பு இத்தகைய எதிர்மறை உட்கருத்துகளைக் கொண்டிருக்கவில்லை.

அத்தியாயம் 4 கிராமப்புற இந்தியாவில் தங்களுக்காகக் கட்டிக்கொண்ட கழிப்பிடங்களைவிட அரசு கட்டித்தரும் கழிப்பிடங்கள் மிக அதிக செலவில் கட்டப்பட்டிருப்பது ஏன் என்ற பிரச்சனையைப் பரிசீலிக்கிறது. அதன் உள்ளீடு இதுதான்: மலிவுவிலைக் கழிப்பிடங்களை கிராமத்தினர் நிராகரிக்கிறார்கள்; ஏனென்றால், அவற்றின் குழிகள் அவ்வப்போது கைகளால் காலிசெய்யப்படவேண்டும்; ஆனால் மனிதக்கழிவுகளை அகற்றுவது தலித்துகளின் கடமை. அதிகாரம் பெற்றிருப்பதும், அவர்கள் தங்களை உயர்ந்தவர்கள் என்று கருதிக்கொள்வதும், தீண்டத்தகாத வேலைகளைத் தவிர்க்குமாறு உயர்சாதியினரைக் கட்டிப்போட்டுள்ளது என பல பத்தாண்டுகளுக்கு முன்பு டாக்டர் பி.ஆர்.அம்பேத்கர் உற்று நோக்கியதிலிருந்து இன்றுவரை துரதிர்ஷ்டவசமாக எதுவும் போதுமான அளவுக்கு மாற்றம் அடையவில்லை. இந்திய அரசியல் சாசனம் 66 ஆண்டுகளுக்கு முன் சட்டத்தின்முன் அனைத்து சாதியினரும் சமம் என்று பிரகடனம் செய்திருந்தபோதிலும் இன்றும்கூட உயர்சாதியினரில் மிகப்பெரும்பான்மையினர் தங்கள் சொந்தக் கழிப்பிடக் குழிகளை காலிசெய்வது ஏற்றுக்கொள்ளமுடியாத விதத்தில் தரம் தாழ்ந்தது என்ற சிந்தனையைக் கொண்டிருக்கிறார்கள். மேலும் அம்பேத்கர் காலத்தைப்போலவே, தீண்டத்தகாத உழைப்பைத் தவிர்ப்பது தங்களை அடக்கி ஒடுக்கும் சமுதாய ஒழுங்கை எதிர்ப்பதற்கும், சில நிகழ்வுகளில் தங்கள் வாழ்வை மேம்படுத்திக் கொள்வதற்குமான ஒருவழியாக தலித்துகளுக்கு ஆகியுள்ளது. குழிகளைக் காலிசெய்யும் வேலை இலாபகரமானதாக இருந்தாலும்கூட இந்த வேலையோடு இணைந்துள்ள அவமானத்தையும், சமூகத்திலிருந்து விலக்கி வைக்கப்படுவதையும் தவிர்ப்பதற்காக பல தலித்துகள் இந்த வேலையைச் செய்யாமல் தவிர்க்கிறார்கள். மற்ற இடங்களில் உயிர்களைக் காப்பாற்றும் இந்தவகையான கழிப்பிடங்களை கிராமப்புற இந்தியர்கள் தவிர்ப்பதற்கான காரணங்களோடு இவையும் சேர்கின்றன.

முழுமையான கழிப்பிடக்குழிகளின் தோற்றமே தலித்துகள் மீதான ஒடுக்குமுறைகள் தொடர்வதாக அச்சுறுத்துகிறது. ஏனென்றால், யாராவது ஒருவர் அதைக் காலிசெய்தாக வேண்டும். மேலும் கிராமப்புற இந்தியாவிலுள்ள மக்களில் பலர் திறந்தவெளியில் மலம் கழிப்பதைப்பற்றிக் கவலைப்படாதபோது, இது திறந்தவெளி மலம் கழிப்பை

முடிவுக்குக் கொண்டுவருவதற்கான உண்மையான கொள்கைத் தேர்வா, என்று நீங்கள் கேட்கக்கூடும். அத்தியாயம் 5 மற்றும் 6 திறந்தவெளி மலம் கழிப்பைக் குறைப்பது இந்தியாவின் எதிர்காலத்துக்கு ஏன் முக்கியமானது என்பதை ஆவணப்படுத்துகிறது. அவை நல்வாழ்வுக்கான செல்வவளமும், சுகாதாரமும் என்ற முக்கியமான இரண்டு பரிமாணங்களில் தனியாக ஒன்றைமட்டும் புரிந்துகொள்ள முடியாது என்ற பொருளாதார நிபுணர்களின் கருத்தாக்கத்தின்மீது கட்டப்பட்டுள்ளது. அத்தியாயம் 5 குழந்தைகளின் ஆரோக்கியத்தில் திறந்தவெளி மலம் கழிப்பு பல்வேறு பரிமாணங்களில் ஏற்படுத்தக்கூடிய, கவனிக்கத்தக்க விளைவுகளின் ஆதாரங்களைப் பரிசீலிக்கிறது. ஆராய்ச்சியாளர்கள் திறந்தவெளி மலம் கழிப்பின் விளைவுகள் இறப்புவிகிதத்தின் மீதும் இரத்தசோகைகளின் மீதும், மேலும் குழந்தைகளின் உடல் அளவுகள் மீதும்கூட இருப்பதைக் கண்டறிந்துள்ளார்கள். இந்தப் புரிதலை அடைய கொள்ளைநோய் நிபுணர்கள், பிறப்பு-இறப்பு ஆய்வாளர்கள் மற்றும் பொருளாதார நிபுணர்கள் பல பத்தாண்டுகளுக்கும், நூற்றாண்டுகளுக்கும் மேலாக ஒருங்கிணைந்து நடத்திய நீண்ட நெடிய ஆய்வின் பலன்கள் தேவைப்பட்டன. மற்ற இடங்களில் உள்ள குழந்தைகளைவிட இந்தியக் குழந்தைகள் பெருமளவுக்கு ஏன் குள்ளமாக இருக்கிறார்கள் என்ற புதிரை வெளிச்சத்துக்குக் கொண்டுவர நாங்கள் உணவோடு, மிகவும் பொதுவாக இணைந்துள்ள உயரம், ஊட்டச்சத்துக் குறைபாடு காரணமாக வரும் தொற்றுநோய் போன்றவைக்கு அழுத்தம் தருகிறோம். தொற்று நோய்களிலிருந்து மாபெரும் தப்பித்தல் இன்னும் முழுமையடையாததாகவே இருக்கிறது.

அத்தியாயம்-6 இந்தியாவில் பரந்துவிரவியுள்ள திறந்தவெளி மலம் கழிப்பின் பொருளாதார விளைவுகளைக் கண்டறிகிறது. குழந்தையின் முந்தைய ஆண்டுகளின் வளர்ச்சி அவன் வளர்ந்து வயதுவந்தவனாக ஆகும்போது அவனைப் பொருளாதார உற்பத்திக்கு வடிவமைக்கிறது. ஒருவகையில் திறந்தவெளி மலம் கழிப்பு எதிர்காலத் தொழிலாளர்களின் அறிவாற்றல்மிக்க வளர்ச்சியைத் தடுப்பதன் மூலம் இந்தியப் பொருளாதாரத்தில் எதிர்மறை விளைவுகளை ஏற்படுத்துகிறது. குழந்தைகளைக் குள்ளமானவர்கள் ஆக்கும் அதே நோய்கள் அவர்களது கற்றுக்கொள்ளும் திறனை மிகவும் சிரமமானதாக ஆக்குகின்றன.

இதன்விளைவாக அடுத்த தலைமுறையில் அவர்கள் குறைவாக உற்பத்தி செய்யும் தொழிலாளர்களாக வளர்வார்கள். அவர்கள் குறைவாக சம்பாதிப்பார்கள்: குறைவாக வரி செலுத்துவார்கள். இந்த ஆய்வு, திறந்தவெளி மலம் கழிப்பு சுகாதார அமைச்சகத்தின் இலக்கு மட்டுமல்ல, நிதி அமைச்சகமும் இந்தப் பிரச்சனை பற்றிக் கவனம் செலுத்தியாகவேண்டும் என்பதற்கான நல்ல காரணங்களை முன்வைக்கிறது.

அத்தியாயம் 7 திறந்தவெளி மலம் கழிப்பின் வெவ்வேறு வகையான விளைவுகளைப் பற்றியது. ஒரு கழிப்பிடத்தைப் பயன்படுத்தாததால் தங்கள் கௌரவம் குறைந்துவிடுவதாக யார் உணர்கிறார்களோ, அவர்கள் கழிப்பிடத்தைப் பயன்படுத்த விரும்புகிறார்கள். ஆனால் அவர்களுக்கு அந்த வாய்ப்பு இல்லை. கிராமப்புற இந்தியமக்களில் ஒரு சிறுபிரிவினர், ஆனால் எண்ணிக்கையில் அதிகமானவர்கள் வயதானவர்களாகவும், அல்லது முடியாதவர்களாகவும் இருப்பதால் அவர்களால் வயல்வெளிகளுக்கு நடந்துசென்று மலம் கழிப்பது சிரமமானது, வலி மிகுந்தது அல்லது சாத்தியமற்றது. அத்தகைய வயதானவர்களும், முடியாதவர்களும் ஒரு கழிப்பிடத்தைப் பெறுவது அதிர்ஷ்டமானதாகும். அவர்கள் தங்கள் குடும்பத்தினருக்கு அதிகசெலவு வைத்துவிட்ட அழுத்தத்துடன் வாழ்வார்கள். திறந்தவெளி மலம் கழிப்பு மிகக்கச்சிதமான வழக்கமாகியுள்ள கிராமப்புற இந்தியாவில் இவையெல்லாம் உண்மையான அம்சங்கள்.

கடைசி இரண்டு அத்தியாயங்கள் திறந்தவெளி மலம் கழிப்புக்கான கொள்கைச்செயல்பாடுகளை வெளிச்சமிட்டுக் காட்டுகின்றன. இந்தியர்களின் அரசும், பன்னாட்டு வளர்ச்சி அமைப்பும் என்ன செய்கின்றன? எதை அவர்கள் கட்டுப்படுத்தி விட்டதாகக் கூறுகிறார்கள்? அவர்கள் எதைச்செய்வார்கள் என்று நாம் நம்புவது? அத்தியாயம் 8 இந்திய அரசுகளின் கடந்தகால மற்றும் நிகழ்கால கழிவு நீக்கத் திட்டங்கள் மற்றும் கொள்கைகளின் பக்கம் திரும்புகிறது. தேர்ந்தெடுக்கப்பட்ட அரசுகள் வரலாம், போகலாம். ஆனால் கிராமப்புறக் கழிவுநீக்க கொள்கைப்பொதுநிதியில் கட்டப்படும் கழிப்பிடங்கள் மாறுபடுகின்றன. ‘ஸ்வாச் பாரத்’ என்ற தூய்மை இந்தியா இயக்கம் முந்தைய கழிவுநீக்கத் திட்டங்களைவிட பெருமளவு அதிக நிதி ஒதுக்கீடுகளைக் கொண்டது. ஆனால், அது முக்கியமானதாக வேறுபடவில்லை. துரதிர்ஷ்டவசமாக எங்கே

50கோடி கிராமப்புற இந்தியர்கள் திறந்தவெளியில் மலம் கழிக்கிறார்களோ அங்கே அதை மாற்ற ஜனநாயக அழுத்தங்கள் ஏதுமில்லை..

அரசுகள் புள்ளிவிவரங்களைச் சேகரிப்பதிலும், தகவல்முறைகளை வளர்ப்பதிலும் ஆற்றலையும் ஒருபகுதி அதிகாரத்தையும் வளர்த்துக்கொள்கின்றன. அரசியல் விஞ்ஞானி ஜேம்ஸ் ஸ்காட் அரசுகள் இதை நெடுந்தொலைவுக்கு எடுத்துச் சென்றுவிடும் என்று எச்சரிக்கிறார். மேலும் தங்கள் சமுதாயத்தின்மீது மக்களைத் தங்களது தெளிவான சொந்தத் திட்டங்களுக்கேற்ப பொருந்துமாறு மாற்றியமைப்பதில் அதிகப்படியான அதிகாரங்களைச் செயல்படுத்துகின்றன. ஆனால் இந்திய அரசின் கிராமப்புறக் கழிவு நீக்க ஏற்பாட்டுத்திட்டங்கள் இதற்கு முற்றிலும் எதிராகச் செயல்படுகின்றன. எவ்வளவு இந்தியர்கள் திறந்தவெளியில் மலம் கழிக்கிறார்கள் என்ற பயனுள்ள தகவல்களைத் திரட்டுவதற்கான வாய்ப்புகளை நிராகரிக்கிறார்கள். மேலும் இந்த உண்மையைத் தாறுமாறான வலைப்பக்கங்களுடன் மறைக்கிறார்கள், இந்த வலைப்பக்கங்கள் கட்டுமானத்துக்கான நிதி செல்லும்வழியைக் கோருகின்றன. வளர்ச்சிக்கான ஓர் அரசு தனது சொந்த நிர்வாக அளவைக் குறைப்பது ஸ்காட்டின் கவலைகளோடு மனச்சோர்வு ஏற்படுதுவனவாகத் தோன்றுகின்றன. திறந்தவெளி மலம் கழிப்புக்கு எதிராக முதலிடத்தில் அங்கு ஏதேனும் சுதந்திரமான ஓர் அரசியல் நிலைபாடு இருக்கிறதா என்று நாங்கள் பரிசீலிக்கும்போது, கழிவுநீக்க ஏற்பாடுகளை மேற்பார்வையிடும் இந்திய அரசின் அணுகுமுறை எதிர்பாராத அதிர்ச்சியாக இல்லை.

பன்னாட்டு வளர்ச்சி முகமைகளும்கூட கழிவுநீக்க ஏற்பாட்டுக்கொள்கைகளில் செல்வாக்கு செலுத்துகின்றன. மானுடவியல் ஆய்வாளர் டேவிட் மோஸஸின் வளர்ச்சி முகமைகளில் உள்ள மிகவும் ஆற்றல்வாய்ந்த மனிதர்கள்கூட நிகழ்வுகளைக் கட்டுப்படுத்த எதுவும் செய்வதில்லை என்ற உற்றுநோக்கல்களின்மீது நாங்கள் இதைக் கட்டமைக்கிறோம். எனவே இந்த அமைப்புகளில் உள்ள பெரும்பாலானவர்கள் இதைச் சுட்டிக்காட்டுவதை மட்டுமே செய்கிறார்கள். திறந்தவெளியில் மலம் கழிக்கும் 60 கோடி இந்தியர்களைப் பொருத்தவரை பன்னாட்டு வளர்ச்சி அமைப்பின் நிதித்திட்டங்களும், அதன் பணியாளர்களும் இருந்தபோதிலும் கழிவுநீக்க ஏற்பாடுபற்றிய, வடிவத்தைப்பற்றிய அவர்களது

பொதுவானகூற்றுகளில் கொள்கைகளை உருவாக்குவோரும், ஆய்வாளர்கள் மற்றும் பத்திரிக்கையாளர்களும் கவனம் செலுத்துகிறார்கள். பன்னாட்டு முகமைகள் ஓர் இருதலை வாதத்தை எதிர்கொள்கின்றன. முதலாவதாக, அது தனது நிதியுதவியை அளிக்கும் மிகமுக்கியமான ஞானத்தோடும், பயனுள்ள அனைத்துலக நிபுணத்துவத்தோடும் இருக்கவேண்டும். இதுவரையிலும் தொழில்ரீதியான நிர்வாகிகளுக்கோ அல்லது கல்விப்புலம் சார்ந்த ஆராய்ச்சியாளர்களுக்கோ கூட, எவருக்கும் ஊக்குவிப்புகள் அல்லது பதிலளிப்பதற்கான குறிப்பிட்ட இடம்சார்ந்த கழிவு நீக்கம் பெறாத ஆதாரங்கள் பற்றியோ, கிராமப்புற இந்தியாவில் திறந்தவெளி மலம் கழிப்பைக் குறைப்பதை எவ்வாறு முடுக்கிவிடுவது என்பதைப் பற்றியோ, கேள்விகளே தரப்படவில்லை. இரண்டாவதாக, அங்கே அனைத்து நாடுகளுக்கிடையிலான வளர்ச்சிக்கு, சட்டப்படியான பிரச்சனை இல்லாத அரசியல் வழிமுறைகள் இல்லை. இந்த உலகம் வாஷிங்டன் அல்லது நியூயார்க்கிலிருந்து திணிக்கப்பட்ட, வேறுபடுத்திக்காட்டாத தீர்வுகளை மிகச்சரியாக நிராகரித்துள்ளது. இருந்தபோதிலும், தனது குடிமக்களின் மிகச்சிறந்த நலன்களுக்காகச் செயல்படும் அல்லது செயல்படாத அரசுகளின் முடிவுகளைத் தாமாக ஆதரிப்பதைத்தவிர வேறு மாற்று எதுவும் இல்லை. இந்த முரண்பாடான செயல் சமூகசமத்துவமின்மை வேரூன்றியுள்ள ஒரு பிரச்சனையின்மீது பிரயோகிக்கப்படும்போது அபூர்வமாகி விட்டது. இந்த உலகம் முழுவதிலுமுள்ள அரசுகளுக்கு அறிவுரை கூறும் தொழில்நுட்ப வல்லுனர்களோ, அல்லது இந்தியாவில் மிக உயர்ந்த ஆதிக்கத்திலுள்ள உயர்சாதியினரோ, நகர்ப்புறத் தலைவர்களோ கழிப்பிடக்குழிகளைக் காலிசெய்வது கிராமப்புற தலித்துகளுக்கு என்ன அர்த்தம் தருகிறது என்பதை முழுவதுமாகப் புரிந்து கொள்ளவில்லை.

இறுதியாக, அத்தியாயம்-9இல் நாங்கள் கேட்கிறோம்: கிராமப்புற இந்தியாவில், அங்கு நீண்டகாலமாக நிலைத்திருக்கும் ஆண்டுக்கு 1% என்ற விகிதத்திலிருந்து திறந்தவெளி மலம் கழிப்பைக் மறையச்செய்ய எந்தவகையான உத்திகள் முடுக்கிவிடப்பட்டுள்ளன? நாங்கள் எங்களது சில தற்காலிக ஆலோசனைகளை முன்மொழிகிறோம். நாங்கள் பயன்படாது என நம்பும் சிலபொதுவான ஆலோசனைகளை விவாதிக்கிறோம். மேலும், மிக

சீக்கிரமாக பெரும்பணக்காரர்களாக மற்றும் மிகுந்த ஆரோக்கியமுள்ளவர்களாக மாறிவரும் ஓர் உலகத்தில் சில முக்கியமான விதிவிலக்குகளோடு வளர்ச்சிக் கொள்கையின் மூலம் நல்வாழ்வை மேம்படுத்துவதன் பொருள் என்ன என்று எங்களை நாங்களே கேட்டுக்கொள்கிறோம்.

திறந்தவெளி மலம் கழிப்புபற்றி நாங்கள் எவ்வாறு அறிந்துகொண்டோம்

எவ்வாறு தீர்வுகாண்பது என்பதைப்பற்றி அறிந்துகொள்ளாத ஒரு பிரச்சனையால் நாங்கள் ஒடுங்கிவிட்டதால்தான் இந்த நூலை எழுதினோம். 2011இன் முடிவில் நாங்கள் உத்தரப்பிரதேசத்திலிருந்த சீதாப்பூர் மாவட்டத்தில் வாழ்ந்தபோதுதான் முதன்முதலாக திறந்தவெளி மலம் கழிப்புபற்றிச் சிந்திக்கத்தொடங்கினோம். நாங்கள் சீதாப்பூரில் வாழ்வது என்று முடிவெடுத்தபோது இந்தியாவிலுள்ள ஏராளமான குழந்தைகளைப் பாதிக்கின்ற ஏழ்மையான குழந்தைப்பருவ வாழ்வு, உடல்நலம் மற்றும் வளர்ச்சிக் குறைவுக்கான வழிமுறைகள்பற்றி நேரடியாக அறிந்து கொள்ளக்கூடிய இடத்தை நாங்கள் எதிர் நோக்கியிருந்தோம்.

நாங்கள் சீதாப்பூருக்குச் செல்வதற்கு ஓராண்டுக்கு முன் வளரும் நாடுகளில் கழிவுநீக்க ஏற்பாடுகள் பற்றிய நூலகப் புத்தகத்தின்மீது டீன் ஸ்பியர்ஸ் தடுமாறி விழுந்தார். அவர், அரசு மற்றும் பிறப்பு - நோய் பற்றிய சமுதாயப் புள்ளிவிவரங்களைத் தொகுத்து, இந்திய அரசின் தூய்மை கிராமத்துக்கான பரிசு குழந்தைகளின் உடல்நலத்தின்மீது ஏதேனும் விளைவுகளை ஏற்படுத்தியிருக்கிறதா என்று பார்க்க முடிவு செய்தார். அவர் இந்தப் புள்ளிவிவரங்களை நுணுகி ஆராய்ந்துகொண்டிருந்தபோது டியானே காஃபே சீதாப்பூரின் கிராமப்புறங்களில் ஒரு குழந்தையை வளர்ப்பதிலுள்ள சவால்களைப்பற்றி அதிகம் தெரிந்துகொள்ள கிராமங்களைப் பார்வையிடச் சென்றுகொண்டிருந்தார். ஏனென்றால், ஒரு குறிப்பிட்ட மக்கள்தொகை அளவில் சராசரி உயரம் என்பது குழந்தைப்பருவ வாழ்வின் ஆரோக்கியம் பற்றிய ஒரு குறியீடும், வயதுவந்த பருவத்தின் முக்கியமான வெளிப்பாட்டின் முன்னுணர்த்துவதும் ஆகும். நாங்கள் இந்தியாவிலுள்ள குழந்தைகளின் உயரம்பற்றிய

புதிரை அறிந்துகொள்ள விரும்பினோம். இந்த உலகில் உள்ள குழந்தைகளிடையே இந்தியக்குழந்தைகள் ஏன் மிகவும் குள்ளமானவர்களாக இருக்கிறார்கள்?

உடல் ஆரோக்கியப் புள்ளிவிவரங்கள் மற்றும் டியானே காஃபே இளம்குழந்தைகள் உள்ள குடும்பங்களுக்குத் திரும்பத்திரும்பச் சென்றது ஆகிய இரண்டிலிருந்தும் ஒன்று தெளிவாகியது. அது வட இந்திய கிராமப்புறங்களில் உள்ள குழந்தைகள் மிகவும் நோய்வாய்ப்பட்டிருந்தார்கள். அவர்களில் பலர் இளமையிலேயே இறக்கிறார்கள். தப்பிப்பிழைத்திருப்பவர்கள் உடல்ரீதியாகவும், அறிவாற்றலிலும் வளர்ச்சி தடைபட்டவர்களாக வளர்கிறார்கள். இந்த நேரத்தில்தான் டீன் ஸ்பியர்ஸ் குழந்தையின் உயரமும், அறிவாற்றல் பெறுவதும் வளரும் உலகத்தில் உள்ளதைவிட இந்தியாவில் மிகமிக ஆழமான தொடர்பு உடையது என்பதைக் கணக்கிட்டார். இதற்கான காரணங்களை நாம் 6-ஆம் அத்தியாயத்தில் கண்டறிவோம். எங்கள் வீட்டுக்கு அருகே உள்ள கிராமங்கள் வழியாக சைக்கிளில் பயணம் செய்யும்போது, நாங்கள் சாலைகளில், பழத்தோட்டங்களில், வயல்களில் குவியல் குவியல்களாக மலங்களை எதிர்கொண்டோம். மக்களிடம் நாங்கள் கடந்த அரசால் கட்டப்பட்ட அவர்களது பிரிக்கப்பட்டக் கழிப்பிடங்களைக் கூர்ந்துநோக்கலாமா? என்று கேட்டோம். கழிப்பிடங்கள் எல்லாம் கழிப்பிடங்களாகப் பயன்படுத்தப்படாமல் கைவிடப்பட்டிருந்தன.

இந்த அனுபவங்கள் எங்களுக்கு, எங்களால் கண்டறியப்பட்ட கழிவுநீக்க ஏற்பாடு மற்றும் இந்தியாவின் குழந்தைப்பருவ ஆரோக்கியம் மற்றும் எல்லாப் புள்ளிவிவரங்களையும் ஒன்றுசேர்க்கவும், கிராமத்தினரின் கழிவுநீக்கப் பழக்க வழக்கங்களை மிக கவனமாகப் பார்க்கவும் வழிகாட்டின. எங்களது கண்டுபிடிப்புகளை நாங்கள் பகிர்ந்துகொண்டபோது நாங்கள் அரசின் கழிவு நீக்கப்பணியில் இருந்த வளர்ச்சித் தொழில்துறையினருடனும், இந்தியாவிலும் வெளி நாடுகளிலும் உள்ள அனைத்து நாடுகளின் முகவர்களுடனும் உரையாடத் துவங்கினோம். இந்தக் கலந்துரையாடல்களுக்குப் பொருத்தமாக பிறப்பு- நோய் -இறப்பு மற்றும் ஆய்வுப் புள்ளிவிவரங்களையும் தயாரித்தோம். அவை இந்தியா நெடுகிலும் உள்ள இடங்களிலும், இந்தியாவுக்கு நடுவில் உள்ள இடங்களிலும் எஞ்சியுள்ள வளரும் உலகத்திலும் என்ன நடந்துகொண்டிருக்கிறது என்பதை ஒப்பிட்டுப்பார்க்க

எங்களை அனுமதித்தது. எங்களது வடஇந்திய அனுபவங்களும், இந்தியப் புள்ளிவிவரங்களின் பாடங்களும் நாங்கள் கேட்ட கதைகளோடும், நாங்கள் மற்ற நாடுகளில் கண்டவற்றோடும் பொருந்தி வரவில்லை என்பதைப் படிப்படியாக உணர்ந்தோம். அந்தப்புள்ளியில் எங்களிடம் ஒரு புதிரான செய்தி இருந்ததை நாங்கள் அறிந்தோம். கிராமப்புற இந்தியாவில் திறந்தவெளி மலம் கழிப்பு ஏன் மாறுபட்டிருக்கிறது?

அடுத்த கட்டத்தில் ஒரு நல்ல தற்செயலான வாய்ப்பு தொடர்பு கொண்டது: அதை இன்னும் எங்களால் விளக்கமுடியவில்லை. எவ்வாறோ ஒரு துடிப்புமிக்க, சக்திவாய்ந்த, விசித்திரமான ஆய்வாளர்களின் அணி ஒன்று எங்களுடன் புதிதாக அமைக்கப்பட்ட ஆய்வு அமைப்பான r.i.c.e. உடன் இணைந்து இந்தியாவில் உள்ள திறந்தவெளி மலம் கழிப்பின் காரணங்களையும், அதன் விளைவுகளையும் ஆய்வு செய்ய முடிவு செய்தது. 2013இல் நாங்கள் ஆஷிஷ் குப்தா மற்றும் சங்கீதா வியாஸுடன் இணைந்தோம். அடுத்துவந்த மாதங்களில் நிகில்ஸ்ரீவஸ்தவா, பாயல்ஹாதி மற்றும் நிதிகுரானாவும் r.i.c.e இல் இணைந்தார்கள். அதைத் தொடர்ந்துவந்த ஆண்டில் இந்த அணி இந்தியா ஏன் தனித்தன்மை கொண்டதாக திறந்தவெளி மலம் கழிப்பில் உயர்ந்த வீதாச்சாரத்தைக் கொண்டிருக்கிறது என்பதைப் புரிந்துகொள்ள பல மாவட்டங்களில் பயணம் செய்தது. சீதாபூரில் நாங்கள் வட இந்தியாவிலுள்ள மாநிலங்களில் இருந்துவந்த நிலஅளவை ஆய்வாளர்களுக்கு ஆயிரக்கணக்கான மக்களிடம் அவர்களது மலம் கழிப்புப் பழக்கங்களைப் பற்றிக் கேட்கப் பயிற்சி அளித்தோம். இந்த நிலஅளவை ஆய்வாளர்கள் அணி ஒரு சமையல்காரர் மற்றும் ஒரு சாரணருடன் 13 மாவட்டங்களைப் பார்வையிட்டது. மதிப்பிடத்தக்க புள்ளிவிவரங்களுடன் எங்களில் ஏழுபேர் தனிப்பட்ட முறையில் நூற்றுக்கணக்கான கிராமத்தினரையும், உள்ளூர் அலுவலர்களையும், இந்தியாவின் ஏழு மாநிலங்களிலும், நேபாளத்திலும் பேட்டி கண்டோம். இந்த அணியின் உறுப்பினர்கள் வங்கதேசம், தென்கிழக்கு ஆசியா, சஹாரன் ஆஃப்ரிக்காவிலும் தனிப்பட்டமுறையில் பிறப்பு- நோய்- இறப்பு புள்ளிவிவரங்கள் முற்றிலும் மாறுபட்டிருப்பதைக்காண நேரில் சென்றுவந்தார்கள்.

நாங்கள் அரசு அலுவலர்களுடனும், தொழில்முறை சாராதவர்களுடனும் உதவி முகமைகள் மற்றும்

வளர்ச்சிக்கான அமைப்புகளுடனும் பேசிய பேச்சுகளிலிருந்து மிக அதிகமாகக் கற்றுக்கொண்டோம். இந்திய மற்றும் அமெரிக்கப் பல்கலைக்கழகங்களின் கல்விப்புலம்சார்ந்த தோழர்களுடனும், இந்தியாவில் சமூக சமத்துவத்துக்காகப் பணியாற்றும் மக்களுடனும் நடத்திய உரையாடல்களிலிருந்து நாங்கள் மிகவும் பயன்பெற்றோம். கழிவு நீக்கம் மற்றும் உடல் ஆரோக்கிய ஆய்வாளர்கள் பலர் எங்களுக்குக் கற்பிக்க நேரம் எடுத்துக்கொண்டார்கள். சில நேரங்களில் எங்களுடன் ஒத்துழைத்தார்கள். இந்த நூலில் உள்ள ஆய்வு பல அணிகளின் முயற்சிகளை பிரதிபலிக்கிறது. மேலும் அவை அனைத்தும் உச்சமுடிவாக சிந்தனைகளையும், கற்றல்களையும் பிரதிபலிக்கின்றன. இதை எங்களுடன் ஒத்துழைத்தவர்கள் மற்றும் r.i.c.e தோழர்களுடன் செய்யமுடிந்ததற்கு நாங்கள் நன்றியுடையவர்கள்.

எங்கள் கதையில் உள்ள எல்லாப் பாத்திரங்களும் உள்ளாட்சித் திட்டங்களை நிறைவேற்றுபவர்கள், அரசின் கொள்கைகளை உருவாக்கும் மூத்தவர்கள், கல்விப்புல ஆய்வாளர்கள், உயர்சாதி மக்கள், கீழ்சாதி மக்கள் மற்றும் அனைத்து நாடுகளின் வளர்ச்சித் தொழில்துறையினர். இவர்கள் அனைவரும் தாங்களாகவே முன்வந்து ஊக்கத்துடன் பதிலளித்தார்கள். மேலும் பொதுப்பொருளாதார கழிவு நீக்க உயர்தரமான மாதிரிகளிலிருந்து கிராமப்புற திறந்தவெளி மலம்கழிப்புப் பிரச்சனையில் ஏதோ கொஞ்சம் மாறுபாடுகளை அவர்கள் அவ்வப்போது பார்த்தார்கள். நாங்கள் எங்கள் கதையை கிராமப்புற இந்தியர்கள்மீது குவிமையம் கொண்டுள்ளோம். அவர்கள் கழிவுக்கிருமிகளைப் பரப்புகிறார்கள். அதன் விளைவுகளால் சிரமப்படுகிறார்கள். வரும் அத்தியாயங்கள் கிராமப்புற ஆண்களையும், பெண்களையும் உங்களுக்கு அறிமுகப்படுத்துகின்றன. அவர்கள் அதிகாரம் மற்றும் மரபு நிலைகொண்ட ஒரு சமுதாய அமைப்புக்குள் பிறந்தவர்கள். பெருமளவில் அவர்களுக்குத் தெரியாத ஒன்று அவர்களது சொந்தக் குழந்தைகளைக் கொல்கிறது. வளர்ச்சியைத் தடுக்கிறது.

காரணங்கள்

2 அந்தப் புதிர்: ஏன் கிராமப்புற இந்தியா?

அது ஒரு சூழல் உணர்வற்ற குளிர்காலக் காலை நேரம். டியானே காஃபேயும், எங்கள் ஆய்வில் ஒத்துழைப்பவரான நிகிலும் மேலுறைகளையும் காலணிகளையும் அணிந்திருந்தார்கள். ஆனால் சாந்தணு ஈரமான ஒரு ஜோடி கால்சட்டைகளை மட்டுமே அணிந்திருந்தான். அவன் அந்தச்சந்தில் இருந்த கையடி குழாயில் குளித்துக் கொண்டிருந்தான். அவனது வீடு ஒரு நேர்காணலுக்காகத் தேர்வுசெய்யப்பட்டபோது, டியானே காஃபேயும், நிகிலும் அவன் ஒருமணிநேரம் அல்லது அதற்கு மேலோ பேச விரும்புகிறானா என்பதைப் பார்க்க அங்கு நடந்து சென்றார்கள்.

அவர்கள் அங்கு 15 நிமிடங்கள் அளவுக்குக் காத்திருந்தார்கள். அப்போது கால்சட்டைகள் நடுங்கியவாறே அவன் ஒரு கல் அடுப்பு அல்லது ஒரு திறந்தவெளி அடுப்பு முன் தன்னைத் திறந்து காட்டிக்கொண்டு ஒரு ஜோடி ஜீன்ஸ்களை தீப்பிழம்புகளை நோக்கிப் பிடித்துக்கொண்டிருந்தான். அவை இன்னும் பாதி ஈரமாகக் காணப்பட்டன. சாந்தணு தனது ஆடைகளை அணிந்துகொண்டு டியானே காஃபேயையும், நிகிலையும் இன்னொரு வீட்டின்முன் உட்கார அழைத்தான். பெண்கள் கல் அடுப்பில் சமைக்க அங்கிருந்து அகன்றனர்.

சாந்தணுவின் குடும்பம் இரண்டாவது வீட்டிலும்கூட வசித்துவந்தது. அவனுக்கும், அவனது மனைவிக்கும் ஏழு மகன்கள். அவர்கள் அனைவருமே அந்தக்கிராமத்தில் அவர்களோடு வாழ்ந்துவந்தார்கள். அவர்களில் சிலருக்கு

அவர்களது சொந்தக் குழந்தைகளும் இருந்தன. எனவே அந்தக்குடும்பம் புதிதாக கட்டப்பட்ட இரண்டு அடுக்கு செங்கல் மற்றும் சுண்ணாம்புக்காரை வீட்டை மட்டுமல்ல - அங்குதான் அவன் தன்னைக் காயவைத்துக்கொண்டிருந்தான் - அந்தத் தெருவிலிருந்த வாடகை வீட்டிலும் இருந்துவந்தார்கள். சாந்தணு அண்மையில் கட்டிய இரண்டு அடுக்குவீடு அந்தக்கிராமத்தின் முனையில் மிகவும் கவர்ச்சிகரமாக இருந்த நவீன வீடுகளுக்கு சற்று தொலைவில் இருந்தது.

கூரைவேய்ந்த பெரும்பாலான மற்ற வீடுகளை ஒப்பிடுகையில் அவற்றின்மீது சாணவறட்டிகள் ஒட்டப்பட்டிருந்தன. அந்தக் கிராமத்தின் நடைபாதைச் சந்து கட்டப்பட்ட நீர்வடிகால்களால் அண்டை அயலாரிடமிருந்து பிரிக்கப்பட்டிருந்தது பொருத்த மற்றவகையில் காணப்பட்டது. அந்தச்சந்து அரசின் கிராமப்புற வளர்ச்சித் திட்டத்தின் கீழ் கட்டப்பட்ட நடைபாதை என்பதை ஒருபார்வையில் நம்மால் கூறமுடியும். அந்தத்திட்டம் இந்தக் கிராமத்துக்கு அளித்த புதிதாக வண்ணம்பூசப்பட்ட கழிப்பிடக் கட்டடங்கள் அந்தப் பாதையின் பக்கத்தில் வரிசையாகக் கட்டப்பட்டிருந்தது ஒரு கதையாகச் சொல்லப்பட்டது. ஒவ்வொன்றிலும் அது கட்டப்பட்ட தேதி, அதைக் கட்டுவதற்கான அதிகாரபூர்வ செலவு ஆகியவை வண்ணத்தில் எழுதப்பட்டிருந்தன.

அந்தக் கழிப்பிடங்களில் ஒன்று சாந்தணுவின் குடும்பத்துக்குச் சொந்தமானது. நிகில் மற்றும் டியானேவால் ஓர் அளவுநாடா இல்லாமலேயே அது அரசின் விவரக்குறிப்பின்படி நன்கு கட்டப்பட்டது என்பதைக் கூறமுடியும். தரைக்கு மேலே உள்ள கழிப்பிடக் கட்டடம் அல்லது மேல்கட்டுமானம் அதன் உச்சியில் காற்று வருவதற்கான திறந்த இடைவெளிகளுடன் செங்கல் மற்றும் சிமெண்ட்டால் கட்டப்பட்டிருந்தது. தண்ணீர்த்தாரையுடன்கூடிய ஒரு பீங்கான்தட்டு தரைக்குள் ஒட்டப்பட்டிருந்தது. அந்தத்தட்டிலிருந்து துவங்கிய ஒருகுழாய் நான்கடி ஆழமுள்ள அந்தக்குழிக்கு செங்கற்களால் வரிசைப்படுத்தப்பட்டிருந்தது. தரைக்குக்கீழே அந்தக் குழிக்குள் செங்கற்களுக்கு இடையே வேண்டுமென்றே விட்டுவைத்த இடைவெளிகள் தண்ணீரை சுகாதாரமான முறையில் தரைக்குள் கசிந்தொழுக அனுமதித்தன. முதலாவது குழியை அடுத்து இரண்டாவது குழியும் தோண்டப்பட்டிருந்தது.

அந்தப் பொருள்களின் தோற்றத்தைக்கொண்டு ஒரு முடிவுக்கு வந்த நாங்கள் சாந்தணு தனது குடும்பம் அந்தக்கழிப்பிடத்தைப் பயன்படுத்தத் துவங்கிவிட்டது என எங்களிடம் கூறுவார் என நம்பினோம். அதற்கு மாறாக ஓராண்டுக்குமுன் கட்டப்பட்ட அந்தக் கழிப்பிடத்தை மலம் கழிப்பதற்காக ஒருபோதும் பயன்படுத்தவில்லை என்பதை நாங்கள் அறிந்தோம். நாங்கள் அதன் உள்பக்கத்தைப் பார்த்தபோது ஒரு வாளியில் துவைப்பதற்கான சவர்க்காரம் கலந்த தண்ணீரையும், துணிகளைச் சுத்தப்படுத்துவதற்காக தேய்க்கும் ஒரு தூரிகையையும் கண்டோம்.

திறந்தவெளி மலம் கழிப்பு குழந்தைகளைக் கொல்கிறது. தப்பிப்பிழைத்து வாழ்பவர்களின் உடல் மற்றும் அறிந்துகொள்ளும் ஆற்றலின் வளர்ச்சியையும் தடைப்படுத்துகிறது. இந்தப் பிரச்சனையின் அவசரத் தன்மையைப்பற்றித் தெரிவித்தபோது, இந்தியாவில் திறந்தவெளி மலம் கழிப்பு விரிந்து பரந்திருந்தபோதிலும் மக்கள் பலரின் முதல் எதிர்வினை சாந்தணுவுடையதைப்போல குடும்பங்களுக்குக் கழிப்பிடங்களைக் கட்டும் ஆலோசனையாக இருந்தது. இந்த அத்தியாயமும் தொடர்ந்துவரும் இரண்டு அத்தியாயங்களும் மக்களின் முதல் எதிர்வினைகள் போதுமான அளவுக்கு முழுமையற்றதாகவும், தவறாகவும் இருந்தன என்பதை விளக்குகின்றன.

அடுத்த மூன்று அத்தியாயங்களும் அரசு, செயல்படும் ஒரு கழிப்பிடத்தை அவர்களுக்குக் கட்டித்தந்திருந்தபோதிலும், அதைத்தவிர்த்துவிட்டு சாந்தணுவும், அவரது குடும்பத்தினரும் ஏன் திறந்தவெளியில் மலம் கழிக்கிறார்கள் என்ற புதிருக்கு மாறிச்செல்கின்றன. இந்த அத்தியாயம் அந்தப்புதிரை முன்வைக்கிறது. இந்தியாவின் திறந்தவெளி மலம் கழிப்புபற்றி அவ்வப்போது கூறப்பட்ட விளக்கங்கள் தவறானவை என்பதை நாம் பார்க்கப்போகிறோம். இந்தியா ஒரு வளரும் நாடு என்ற அந்தஸ்தைக்கொண்டோ அல்லது அதன் வறுமையை, தண்ணீர்வசதியை, அதன் கல்வியின் அளவுகளை. அதன் ஆட்சிமுறையை அல்லது அரசு அவ்வப்போது வழங்கும் கழிப்பிடங்களின் மோசமான தரத்தைக்கொண்டோ திறந்தவெளி மலம் கழிப்பின் மிக உயர்ந்த வீதத்தை விளக்கிவிட

முடியாது. மற்ற நாடுகள் இவைபோன்ற மிகவும் மோசமான உள்ளீடுகளுடன் மிகச்சிறந்த கழிவு நீக்க ஏற்பாடுகளைச் சாதித்துள்ளன.

மற்ற நாடுகளில் என்ன நடந்துகொண்டிருக்கிறது என்பதைக் கொண்டு இந்தியாவின் திறந்தவெளி மலம் கழிப்பைப்பற்றி நாம் என்ன கற்றுக்கொண்டோம் என்று கேட்பதன் மூலம் நாங்கள் துவங்கப்போகிறோம். எடுத்துக்காட்டாக, அடுத்துள்ள வங்கதேசத்தின் பிறப்பு, நோய், இறப்பு மற்றும் ஆரோக்கிய மதிப்பீடுகள் (Demographic and Health Surveys-DHS), கடந்த 20 ஆண்டுகளில் அந்த நாட்டின் கிராமப்புறப்பகுதிகளில் கழிவறைகளைப் பயன்படுத்துவது 1994இல் 67% ஆக இருந்தது 2014இல் 95% ஆக உயர்ந்து கிட்டத்தட்ட அனைவருமே கழிப்பறைகளைப் பயன்படுத்துகிறார்கள் என்பதைக் கண்டறிந்தது. துரதிர்ஷ்டவசமாக இந்தியாவுக்கும், வங்கதேசத்துக்கும் இடையிலான ஒப்பீடு தவறானதோ, ஒழுங்கற்றதோ அல்ல. எந்த ஒரு வளரும் நாட்டையும்விட திறந்தவெளியில் மலம் கழிக்கும் உயர்ந்த விகிதத்திலான குடும்பங்களை இந்தியா கொண்டிருக்கிறது. இந்தியாவைவிட 90% ஏழ்மையான நாடுகளும்கூட திறந்தவெளி மலம் கழிப்பில் மிகக்குறைவான விகிதங்களையே கொண்டுள்ளன.

இந்தியாவுக்குள் பார்ப்பது இந்தப் புதிரான, கூர்மைப்படுத்துகிற, ஆச்சரியப்படத்தக்க அம்சத்தை வெளிப்படுத்துகிறது. பல்வேறு நிகழ்வுகளில் இந்தியாவில் உள்ள மக்கள் அவர்களுக்குச் சொந்தமான கழிப்பறைகளைப் பயன்படுத்துவதில்லை. ஒருவேளை கிராமப்புற இந்தியாவில் உள்ள பெரும்பாலான மக்கள் ஒரு கழிப்பறையைச் சொந்தமாக வைத்திருக்காமல் இருக்கலாம். இருந்தபோதிலும் மற்ற நாடுகளில் மக்கள் பயன்படுத்தும் கழிவறை போன்றவற்றை வாங்குவதோ அல்லது சொந்தமாகக் கட்டுவதோ செலவில்லாததாக இருக்கிறது. ஆனால், கிராமப்புறங்களில் கழிப்பறைகளைச் சொந்தமாக வைத்திருக்கும் சிறுபான்மை நிகழ்வுகளின்மீது தற்காலிகமாக வெளிச்சமிடுவது படிப்பினையைத் தருவதாக உள்ளது. ஏனென்றால் அது 'பெற்றிருத்தல்' என்ற தவறான வாதத்தை ஒருமுறை மட்டுமின்றி, எப்போதைக்கும் நிராகரிக்கிறது.

இந்த அத்தியாயத்தில் நாங்கள் 'கழிவு நீக்க ஏற்பாடு, தரப்படுத்துதல், பயன்படுத்துதல், அடையப்பெறுதல்

மற்றும் போக்குகள்' (Sanitation, Quality, Use, Access and Trends-SQUAT) ஆய்வை அறிமுகப்படுத்தப்போகிறோம். அது குடியிருப்புகளைவிடவும் வேறு எங்கே அவர்கள் மலம் கழிக்கிறார்கள் என்று கேட்கிறது. ஏனென்றால், மிகவும் அதிகமாக எல்லா ஆய்வுகளும் மக்கள் தங்களுக்குச் சொந்தமான கழிவறைகளைப் பயன்படுத்துவதில்லை என்ற சாத்தியத்தை ஒப்புக்கொள்ளும்வகையில் வடிவமைக்கப்படவில்லை. இந்தியாவின் கழிவு நீக்க ஏற்பாடுகளில் உள்ள சிக்கலின் பரிமாணத்தைக் கண்டறிய நாங்கள் ஒரு புதிய ஆய்வுமூலம் புள்ளிவிவரங்களைச் சேகரிக்க வேண்டியிருந்தது. தங்களுக்குச் சொந்தமான கழிப்பறைகளைக் கொண்டுள்ள மக்களில் மிக அதிகமானவர்கள் அவற்றைத் தாங்கள் பயன்படுத்துவதில்லை என்று தெரிவித்தார்கள். இந்த அம்சம் கிராமப்புற இந்தியாவில் எவ்வளவு பேர் திறந்தவெளியில் மலம் கழிக்கிறார்கள் என்பதுபற்றிய தேசிய மதிப்பீடுகள் கிட்டத்தட்ட மிகவும் தாழ்ந்து இருப்பதைத் தெரிவித்தன. கிராமப்புற இந்தியாவின் திறந்தவெளி மலம் கழிப்பை அகற்றுவதற்கு - அல்லது அதற்கு நெருக்கமாக வருவதற்கும்கூட ஒவ்வொருவருக்கும் கழிப்பறைகளை அளிப்பது மட்டும் போதுமனதல்ல என்றும் அது பொருள் தருகிறது.

இந்தியாவின் மிக ஏழ்மையான அண்டைநாடான வங்கதேசத்தில் திறந்தவெளி மலம் கழிப்பு

ஏராளமான பிரச்சனைகளுக்குக் காரணமான திறந்தவெளி மலம் கழிப்பு இருந்த இடமாக வங்கதேசம் இருந்தது. நீர்ச்சத்தை அகற்றுவதிலிருந்து உடனடியாக மரணத்துக்குக் கொண்டு செல்லும் கழிவுக்கிருமிகளைப் பரப்பும் ஒரு நோயாக மிகப்பரவலான வாந்திபேதியின் (காலரா) பிறப்பிடமாக அது இருந்தது. கடந்த 20 ஆண்டுகளாக அடுத்தடுத்த அலைகளாக வங்கதேசத்திலிருந்த நம்பத்தகுந்த ஆய்வுவிவரங்கள் திறந்தவெளி மலம் கழிப்பின் செங்குத்தான சரிவுகளைக் காட்டியது. 2014 வாக்கில் கிராமப்புற வங்கதேசக் குடியிருப்புகளில் 5%க்கும் குறைவாகவே திறந்தவெளி மலம் கழிப்பு இருந்ததாகத் தெரிவிக்கப்பட்டது.

2013இன் இறுதியில் இந்தியாவின் மிக ஏழ்மையான அண்டை நாடுகளில் கழிவறைகளைப் பயன்படுத்துவதுபற்றி அறிந்துகொள்ள எங்களது r.i.c.e. தோழர்களுடன் நாங்கள் வங்கதேசத்தைப் பார்வையிட்டோம். இந்திய மாநிலமான மேற்குவங்கத்தின் எல்லையில் உள்ள வங்கதேசத்தின் மாவட்டமான ராஜஷாஹியைச்சுற்றி நாங்கள் காரை ஓட்டிச்சென்றபோது ஒரு புல்வெளியின் கரையில், ஓர் ஆற்றின் கரையில் தற்காலிகக் கழிப்பிடங்களின் காட்சியை நாங்கள் கண்டோம். மக்கள்தொகை இல்லாததாகத் தோன்றிய ஓர் இடத்தில் யாரோ ஒருவர் ஏன் கழிப்பிடங்களைக் கட்டிவைத்தார்? என்பதை அறிந்துகொள்வதற்காக நாங்கள் எங்கள் காரோட்டியை அங்கே நிறுத்துமாறு கேட்டுக்கொண்டோம். நாங்கள் காரைவிட்டு வெளியேவந்து அந்தக் கழிப்பிடத்தை நோக்கி ஒரு சரிவில் கீழே இறங்கினோம். அந்தக் கழிப்பிடமும் சாலையில் இருந்து பார்க்கும்போது தெரியாத அதேபோன்ற இன்னொன்றும் புலம்பெயர் தொழிலாளர்களின் முகாமில் உள்ள கூடாரங்களில் வசிக்கும் மக்களால் நீர்த்தேக்கத்தின் அடியில் கட்டப்பட்டது என்பதை அறிந்துகொண்டோம்.

டியானே, டீன் மற்றும் பாயல் ஆகியோர் எங்களது வங்க மொழிபெயர்ப்பாளருடன் தங்கி, புலம்பெயர் தொழிலாளர்களிடம் அவர்கள் ஏன், எவ்வாறு கழிப்பிடங்களைக் கட்டினார்கள் என்பதுபற்றிப் பேசத்துவங்கினோம். ஆஷிஷும், சங்கீதாவும் இன்னொரு திசையில் வழிதவறிச்சென்று அங்கே உடைந்த இந்தி பேசும் ஒரு புலம்பெயர் தொழிலாளியால் தடுத்து நிறுத்தப்பட்டார்கள். அந்த முகாமை அடுத்துள்ள நீரோடையில் மலம் கழிப்பதற்குப் பதிலாக அந்தத் தொழிலாளர்கள் உண்மையிலேயே குழிகளைத்தோண்டியும், அவற்றில் சில தகரங்களையும், நெகிழிப் பைகளையும் (பிளாஸ்டிக்) இறக்கி அவற்றைக் கழிப்பிடங்களாக ஆக்கினார்கள் என்பதை அவர் உறுதிப்படுத்தினார். அந்தக் கழிப்பிடங்களில் ஒன்றில் கெட்டியான நெகிழி கழிப்பிடத் தட்டு இருந்தது. மற்றவற்றில் கறுப்பு நெகிழிப் பைகள் அந்தத்தட்டின் இடத்தில் வைக்கப்பட்டன.

அந்தப்புலம்பெயர் தொழிலாளி எல்லையைத்தாண்டி இந்தியாவுக்குள் பலமுறை முன்பு நடந்து சென்றுள்ளார். ஆஷிஷும், சங்கீதாவும் இந்தியாவிலிருந்து வந்துள்ளார்கள் என்பதை அறிந்துகொண்டு, தற்காலிகக் கழிப்பிடங்களில்

அவர்கள் ஆர்வம் கொண்டிருப்பதைப் பார்த்து அந்தத் தொழிலாளி இந்தியாவிலுள்ள மக்கள் அபூர்வமாகவே கழிப்பிடங்களைப் பயன்படுத்துகிறார்கள். அதற்குப்பதிலாக, சாலைகள் மீதும், வயல்களிலும் மலம் கழிப்பதையே தேர்ந்தெடுக்கிறார்கள் என்று தனது உற்று நோக்கலைத் தாமாகவே முன்வந்து தெரிவித்தார்.

இந்த மனிதர், இந்திய அரசு எதைப் புறக்கணிப்பதாகத் தோன்றுகிறது என்பதை ஏற்கனவே அறிந்திருந்தார். ஒரு சாதாரணக் கழிப்பிடத்தைப் பயன்படுத்துவது செலவு பிடிக்கக்கூடியதல்ல. இந்தத் தொழிலாளியைப் போலவே ஆஃப்ரிக்காவிலும், ஆசியாவின் மற்ற பகுதிகளிலும் உள்ள ஏழைமக்களில் பலர் பயன்படுத்தும் கழிப்பிடங்கள் இந்தியஅரசு ஊக்குவிக்கும் செங்கல் மற்றும் காரைகளால் அமைக்கப்பட்ட, செலவு அதிகமுள்ள, தண்ணீர் பீய்ச்சிக்கழூவும் கழிப்பிடங்கள் அல்ல. அவர்களில் பலர் தங்கள் கழிவுகளை தரையில் தோண்டப்பட்ட ஒரு கல்பலகை அல்லது காரைத்துண்டத்தால் அல்லது மரப்பலகைகளால் மூடப்பட்ட துவாரங்களில் இடுகிறார்கள். 2014இல் வங்கதேசத்தில் மிகவும் பொதுவான கழிவு நீக்க வசதியாக கழிப்பிடக்குழிகளே இருந்தன. அவை 75% குடியிருப்புகளில் பயன்படுத்தப்பட்டன.

வறுமை என்ற தவறான வாதம்

கிராமப்புற இந்தியர்கள் திறந்தவெளியில் மலம் கழிக்கிறார்கள்: ஏனென்றால், கழிப்பிடங்களைப் பயன்படுத்த முடியாத அளவுக்கு அவர்கள் மிகமிக ஏழைகளாக இருக்கிறார்கள் என்பது பொதுவான ஒரு கற்பிதமாக உள்ளது. எவ்வாறாயினும், இந்தியாவைவிட இந்த உலகத்தில் தனி நபர் வருமானம் குறைவாக உள்ள வங்கதேசம் உள்ளிட்ட 55 நாடுகளில் 46இல் மக்கள்தொகையில் ஒரு சிறுபிரிவு இந்தியாவைவிட மிகக்குறைவாக திறந்தவெளியில் மலம் கழிக்கிறது.

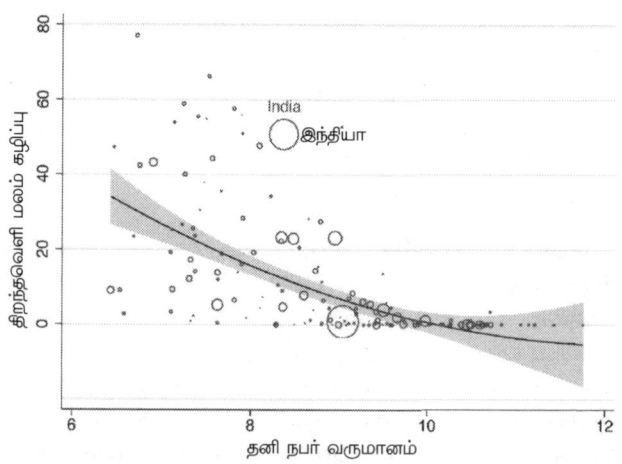

படம் 1: ஒத்த தனி நபர் வருமானம் உள்ள மற்ற நாடுகளைவிட இந்தியா மிக அதிகமான திறந்தவெளி மலம் கழிப்பைக்கொண்டுள்ளது.

இதை நீங்களே படம் 1 இல் பார்க்கலாம். இந்த அத்தியாயத்தில் நாம் இதுபோன்ற வரைபட வரிசைகளைக் காணப்போகிறோம். ஒவ்வொரு வட்டமும் ஒரு நாடு. செங்குத்தான கோடு அந்த நாட்டில் திறந்தவெளியில் மலம் கழிக்கும் ஒருசிறு பிரிவு. கிடைக்கோடு இந்தியாவின் உயர்வீத திறந்தவெளி மலம் கழிப்பின் ஒரு சார்பற்ற விளக்கம். அதற்கு எந்தவிதமான விளக்கமும் தேவையே இல்லை. வட்டங்களின் அளவு நாடுகளின் மக்கள்தொகைக்குத் தகவுக்குப் பொருத்தமானவை. இந்த அளவீடு அங்கே ஒரு சில சின்னஞ்சிறிய நாடுகள் இருந்தபோதிலும், அங்கு இந்தியாவைவிட மக்களில் ஒரு சிறிய குழுவினரே திறந்தவெளியில் மலம் கழிக்கிறார்கள் என்பதை நமக்கு நினைவுபடுத்துகிறது. அவற்றில் மிக அதிகமான நாடுகள் ஒப்பீட்டளவில் இந்தியாவின் மாவட்டங்கள் அளவு உள்ளவையே.

ஆனால், இந்தியா போன்ற மிகவும் ஏறுக்குமாறான சமமற்ற ஒரு நாட்டில் ஏழைக்குடும்பங்களின் பொருளாதார வளஆதாரங்களை தனிநபர் தேசிய வருமானத்தின்படி அளவீடு செய்வது மிகவும் மோசமானது. அதற்குப்பதிலாக மிகவும் ஏழை நாடுகளில் உள்ள மக்கள் யாரோ அவர்கள்மீது -அதாவது உலகவங்கியின் வறுமைக் கோடான ஒரு நாளுக்கு 1.25 டாலரைவிடக் குறைவாக

யார் வாழ்கிறார்களோ அந்த மக்கள் மீது நமது கவனத்தைக் குவிப்போமானால், இந்தியாவிலுள்ளதைவிட 21 நாடுகள் ஏழ்மையில் உள்ளதை நாம் காணலாம். மேலும் படம் 2 காட்டுவதுபோல் அந்த 21 நாடுகளில் 19 நாடுகள் மிகவும் வறுமைக்குள்ளான நாடுகள். அவற்றில் 90% மக்கள்தொகையில் இந்தியாவைவிட மிகவும் சிறிய பிரிவினர் திறந்தவெளியில் மலம் கழிக்கிறார்கள்.

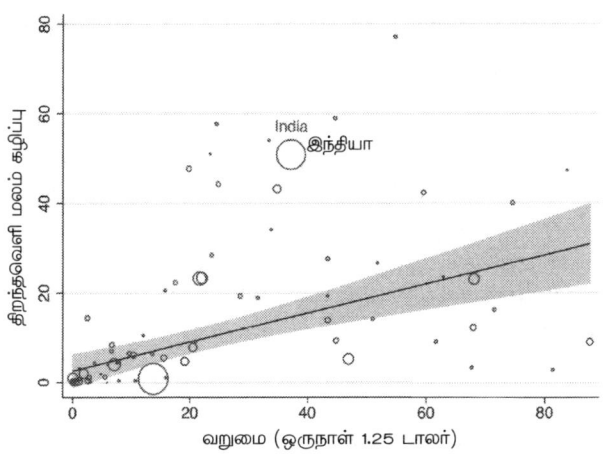

படம் 2: ஒத்த வறுமைவீதம் உள்ள மற்ற நாடுகளைவிட இந்தியாவில் அதிகமான திறந்தவெளி மலம் கழிப்பு உள்ளது.

இந்தியாவிலும், வங்கதேசத்திலும் உள்ள மிகவும் ஏழைகளான மக்கள்மீது கவனத்தைக் குவிக்கும்போது அது இன்னும் மிகத்தெளிவான ஒப்பீடுகளை உருவாக்குகிறது. 2006இல் 52% வங்கதேசத்தவர்களின் குடியிருப்புகளில் அழுக்கான தரைகள் இருந்தன. மேலும் அங்கு மின்சாரமும் இல்லை. ஓராண்டுக்கு முன்பு பணக்கார இந்தியாவில் 21% குடியிருப்புகளில் மட்டுமே அழுக்குத்தரைகள் இருந்தன. மேலும் மின்சாரமும் இல்லை. இருந்தபோதிலும் அத்தகைய மிகவும் ஏழ்மையான வங்கதேசக் குடியிருப்புகளில் 28% மட்டுமே திறந்தவெளியில் மலம் கழித்தன. ஆனால், இந்தியாவில் 84% குடியிருப்புகள் திறந்தவெளியில் மலம் கழித்தன. வங்கதேசத்திலும், மற்ற வளரும் நாடுகளிலும் உள்ள மிகவும் ஏழ்மையான மக்களால் கழிப்பிடங்களைப் பயன்படுத்தும் வாய்ப்புகளைப் பெறமுடியும்

என்றால், இந்தியாவிலுள்ள மக்களாலும்கூட அந்த வாய்ப்பைப் பெறமுடியும்.

இந்தப் பொருளாதார அம்சங்கள் நேரடியான விளக்கங்களைக் கொண்டுள்ளன. எளிய கழிப்பிடங்கள் சாதாரணமாக அதிகம் செலவு பிடிப்பவை அல்ல. இந்த நூல் காட்சிப்படுத்துகிற, மறுகாட்சிப்படுத்தப்போகிற ஓர் அம்சம், இந்தியாவிலுள்ள மக்கள் சப்-சஹாரன் ஆஃப்ரிக்க மக்களைவிட பணக்காரர்களாக இருந்தபோதிலும்கூட, மிகவும் அதிகமாக திறந்தவெளியில் மலம் கழிப்பவர்களாகவே இருக்கிறார்கள். இதன்பொருள், சப்சஹாரன் -ஆஃப்ரிக்க மக்களைப்போல் இந்தியாவிலுள்ள மக்கள் குறைந்தபட்சம் ஒரு கழிப்பிடத்துக்கான வாய்ப்பைப் பெற்றுள்ளார்கள். இந்தியாவுக்குள்ளேயே இந்துக்களைவிட முஸ்லீம்கள் மிகவும் ஏழைகளாக இருக்கிறார்கள். வடகிழக்கு மாநிலங்களில் கிராமப்புறங்களில் வசிப்பவர்கள் எஞ்சியுள்ள இந்திய கிராமப்புற மக்களைவிட மிகவும் ஏழைகளாக உள்ளார்கள். ஆனால், இந்த இரண்டு ஒப்பீடுகளிலும் ஏழைகளாக உள்ள குழுவினர்தான் மிகவும் குறைவாக திறந்தவெளியில் மலம் கழிக்கிறார்கள்.

தண்ணீர் என்ற போலிவாதம்

கிராமப்புற இந்தியாவில் உயர்ந்த வீதத்திலான திறந்தவெளி மலம் கழிப்பை வறுமையைக்கொண்டு விளக்க முடியாது என்றால், தண்ணீர்ப் பற்றாக்குறையால் விளக்கிவிட முடியுமா? அரசு அலுவலர்களும், ஊடகங்களும் கிராமப்புற இந்தியர்கள் கழிப்பிடங்களுக்குள் பாய்ச்சவும், அவற்றைச் சுத்தப்படுத்தவும் அதிகமான தண்ணீர் அவர்களுக்குக் கிடைக்குமானால், அவர்கள் கழிப்பிடங்களைப் பயன்படுத்துவார்கள் என்று கூறுவதை நாம் அதிகமாகக் கேட்டு வந்திருக்கிறோம். உண்மையில் தூய்மை இந்தியா இயக்கம் (ஸ்வாச் பாரத் மிஷன்) முந்தைய அரசின் 'நிர்மல் பாரத் அபியான்' திட்டத்திலிருந்து தன்னை விலக்கிக்கொண்டு, ஒருபகுதியில் அரசின் கழிப்பிடங்களின் பக்கத்தில் தண்ணீரைத் தேக்கிவைக்கும் தொட்டிகளை வேண்டுகிறது.

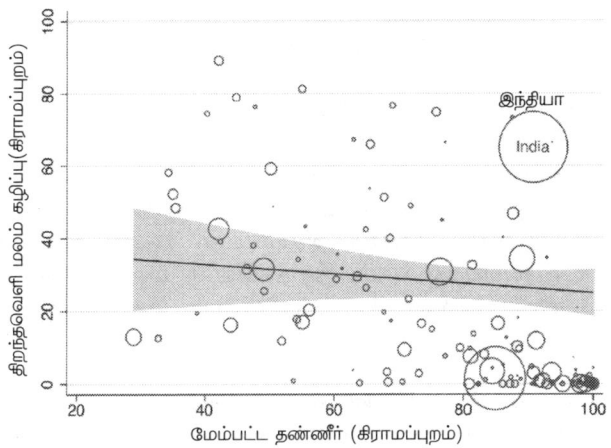

படம் 3: இதேபோன்ற தண்ணீர் வசதிபெற்ற மற்ற நாடுகளைவிட கிராமப்புற இந்தியா அதிகமான திறந்தவெளி மலம் கழிப்பைக் கொண்டுள்ளது.

ஆனால், வறுமை என்ற பிரச்சனையைப்போலவே தண்ணீர்ப் பற்றாக்குறை என்ற பிரச்சனையாலும் இந்தியாவின் உயர்வீத திறந்தவெளி மலம் கழிப்பை விளக்கிவிட முடியாது. இது துரதிர்ஷ்டவசமானது. தண்ணீர்தான் குற்றவாளியாக இருந்திருந்தால் இந்தப் பிரச்சனைக்குத் தீர்வு காண்பது ஒருவேளை எளிதாக இருக்கலாம். உண்மை என்னெவென்றால், செலவில்லாத கழிப்பிடத்தைப் பயன்படுத்த சிறிதளவு தண்ணீரே போதுமானது. கிராமப்புற இந்தியர்களில் மிகப்பரந்த பெரும்பான்மையினர் தங்கள் வீடுகளுக்கு மிக அருகிலேயே தண்ணீர் ஆதாரங்களைப் பெற்றிருக்கிறார்கள். தண்ணீர் மற்றும் கழிவு நீக்கம் பற்றிய *WHO-UNICEF* கூட்டுக்கண்காணிப்புத் திட்டம் கிராமப்புற இந்தியாவில் உள்ள 90% மக்கள் அவர்கள் கூறிக்கொள்ளும் ஒரு மேம்பட்ட தண்ணீருக்கான வாய்ப்பைப் பெற்றிருக்கிறார்கள் என்று கண்டறிந்தது. அது, கிராமப்புற இந்தியாவில் குழாய்த்தண்ணீர், பொதுக்குழாய்கள் மற்றும் கையடிக்குழாய்கள், குழாய்க்கிணறுகள் மற்றும் மிகப்பெரும் அளவில் தோண்டப்பட்ட கிணறுகளை உள்ளடக்கியது. இதற்குமாறாக, சஹாரன் - ஆஃப்ரிக்கத் துணைக் கண்டத்தில் பாதிக்கும் குறைவான மக்கள்தான் இந்த மேம்பட்ட தண்ணீர்

ஆதாரங்களைப் (49%) பெற்றிருக்கிறார்கள். ஆனால், சஹாரன் - ஆஃப்ரிக்க துணைக் கண்டத்தில் மிகவும் சிறிய அளவு மக்களே (35%) திறந்தவெளியில் மலம் கழிக்கிறார்கள்.

உண்மையில், கிடைக்கப்பெற்றுள்ள புள்ளிவிவரங்கள் நாடுகளின் கிராமப்புறப் பகுதிகள்மீது மட்டுமே மையப்படுத்துகின்றன. - அங்குதான் மிக அதிகமாக திறந்தவெளி மலம் கழிப்பு உள்ளது - இதை படம் 3 இல் நாம் காணலாம். அது உலக நாடுகள் அளவில் ஒப்பீடு செய்கிறது. அங்கு கிராமப்புற தண்ணீர் வாய்ப்புகளுக்கும், திறந்தவெளி மலம் கழிப்புக்கும் இடையேயான அறிவார்ந்த புள்ளிவிவரத் தொடர்புகள் ஏதும் இல்லை.

ஆஃப்ரிக்காவுடனான இந்த ஒப்பீடுகள் சிறிது கவனத்துடன் சுட்டிக்காட்டப்பட வேண்டும். ஏனென்றால், கிராமப்புற ஆஃப்ரிக்காவில் உள்ள பல கழிப்பிடங்கள் தண்ணீர்த் தேவைகளைப் பெற்றிருக்கவில்லை. ஆகையால் அவற்றைத் தண்ணீர்கொண்டு பீய்ச்சியடிக்கத் தேவையில்லை. இந்தியாவிலும்கூட அத்தகைய கழிப்பிடங்களைத் தோண்டுவது செயல்படுத்தக்கூடியதுதான். ஆரோக்கியத்துக்கான நோக்கில் இந்தக் கழிப்பிடங்கள், அவற்றின் துவாரங்கள் மூடப்பட்டிருக்குமானால், திறந்தவெளி மலம் கழிப்பைவிட ஒருபடி முன்னேற்றமானவையே. இதற்குமாறாக, கிராமப்புற இந்தியாவின் குடியிருப்புகளில் மிக அபூர்வமாகவே தண்ணீர்த் தேவை இல்லாத கழிப்பிடங்கள் கட்டப்படுகின்றன. எனவே கிராமப்புற இந்தியாவில் காணப்படும் கழிப்பிடங்களில் பீய்ச்சியடிக்க அதிகம் தண்ணீர் தேவைப்படுகிறது. அவ்வாறு இருந்தாலும்கூட, ஒரு நாளுக்கு சில லிட்டர் கூடுதல் தண்ணீர் பெறுவது கடந்தகாலத்தில் இருந்ததைப்போல கடினமானதல்ல. கிராமப்புற இந்தியாவில் தண்ணீர் கொண்டுவர பெண்கள் பல மைல்கள் நடந்துசெல்ல வேண்டியிருந்த நாட்கள் நன்றியுடன் முடிந்து விட்டன.

குழாய் நீர் வசதியைப் பலபல குடியிருப்புகள் பெற்றிருந்தபோதிலும் திறந்த வெளியில் மலம் கழிக்கின்றன எனற அம்சம் இந்தியாவில் திறந்தவெளி மலம் கழிப்புக்கு தண்ணீர்ப் பற்றாக்குறையைக் குறைகூறக்கூடாது என்பதற்கு இன்னொரு முக்கிய ஆதாரமாகும். 2011 மக்கள்தொகைக் கணக்கெடுப்பில் கிட்டத்தட்ட பாதியளவான இந்தியக்

குடியிருப்புகள் தங்கள் மனையிடங்களில் தண்ணீர் இருந்தபோதிலும் ஒரு கழிப்பிடத்தைச் சொந்தமாக வைத்திருக்கவில்லை! இந்த குறிப்பிடத்தக்க அம்சம், மற்ற நாடுகளில் உள்ள கிராமப்புற மக்களைவிட மிகக்குறைவான தண்ணீரே கிடைக்கிறது. அதனால்தான் கழிப்பிடங்களைப் பயன்படுத்த முடியவில்லை, என்று முன்வைப்பதை நிராகரிக்கிறது.

ஒவ்வொருவரும் மிகவும் வசதியாக அமைந்துள்ள சுத்தமான தண்ணீரைப் பெற்றிருக்கிறார்கள் என்பதை உறுதிப்படுத்த அங்கு நல்லபல காரணங்கள் இருப்பதால், தண்ணீர்ப் பற்றாக்குறை என்ற அம்சத்தால் கிராமப்புற இந்தியர்கள் ஏன் கழிப்பிடங்களைப் பயன்படுத்துவதில்லை என்பதை விளக்குவதற்கு முற்றிலும் இயலாததாகிறது. மேம்பட்ட கழிவு நீக்க ஏற்பாடுகளைக் கொண்டுள்ள மற்ற நாடுகளைவிட இந்தியாவில் தண்ணீர்ப் பற்றாக்குறை என்பது மிகவும் குறைவாகவே உள்ளது.

கல்வி என்ற தவறான விவாதம்

கிராமப்புற இந்தியாவில் உள்ள மக்கள் படிக்காதவர்களாகவோ அல்லது தற்குறிகளாகவோ இருப்பதால்தான் திறந்தவெளியில் மலம் கழிக்கிறார்களா? மீண்டும் அனைத்து நாடுகளின் புள்ளிவிவரங்களைப் புரட்டிப் பார்க்கும்போது படம் 4 இந்தியாவைவிடக் குறைவாக வயதுவந்தோர் கல்விவீதத்தில் 28 நாடுகள் உள்ளன என்பதைக் காட்டுகிறது. வறுமையோடும், வளத்தோடும் உள்ள இவற்றில் 23 நாடுகள் இந்தியாவைவிட மிகக்குறைவாக திறந்தவெளி மலம் கழிப்புவீதங்களைக் கொண்டிருக்கின்றன. ஏனென்றால், இந்தியாவைவிட மோசமான கல்வியறிவு வீதத்தைப் பெற்றுள்ள 23% நாடுகள் திறந்தவெளி மலம் கழிப்பில் மிகச்சிறந்த பலன்களைப் பெற்றுள்ளன. எனவே, இதில் கல்வியறிவுதான் தன்னளவில் ஒரு பிரச்சனை என்று முடிவுசெய்ய இயலாது.

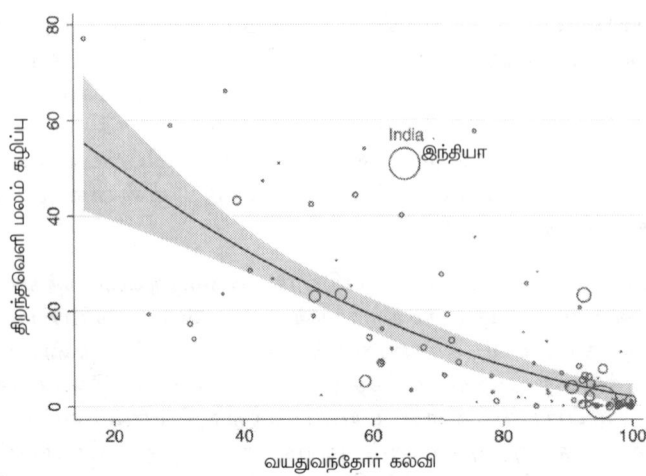

படம் 4: ஒத்த வயதுவந்தோர் கல்வியறிவுடைய மற்ற நாடுகளைவிட இந்தியா அதிகமாக திறந்தவெளி மலம் கழிப்பைக் கொண்டிருக்கிறது.

தெற்கு ஆசியாவுக்குள் உள்ள ஒப்பீடுகளிலிருந்து இதுபோன்ற முடிவுகளே எழுகின்றன. 2012இன் இந்திய மனிதவள மேம்பாட்டு ஆய்வின்படி, கிராமப்புறக் குடியிருப்புகளில் உள்ளவர்களில் இளங்கலைப்பட்டமோ அல்லது அதற்கு மேலோ பெற்றவர்கள் வெறும் மூன்றில் ஒரு பங்கினர். அவர்களில் 82% பேர் திறந்த வெளியில் மலம் கழிக்கிறார்கள்.

இது கிராமப்புற வங்கதேசத்தின் பிறப்பு- நோய் - இறப்பு மற்றும் ஆரோக்கியம் (DHS) பற்றிய ஆய்வுகளோடு முரண்படுகிறது. அங்கே உள்ள 4% குடியிருப்புகளில் இடைநிலைப் பள்ளிப் படிப்பை முடித்த வயதுவந்த ஒருவர் மற்றும் இடைநிலைக் கல்விக்கு அப்பாலும் படித்த 1% பேர் மட்டும் திறந்த வெளியில் மலம் கழிக்கிறார்கள். வங்கதேசக் கிராமப்புறக் குடியிருப்புகளில் போதுமான அளவு கல்வியறிவு பெற்றவர்களோ, ஆரம்பக் கல்வியைக்கூட முடித்தவர்களோ இல்லை. இவர்களில் வெறும் 14% பேர் மட்டுமே திறந்தவெளியில் மலம் கழிக்கிறார்கள். இது இளங்கலைப்பட்டப்படிப்பை முடித்த யாராவது ஒருவர் உள்ள இந்திய கிராமப்புறக் குடியிருப்புகளில் உள்ளதைவிடப் பாதிக்கும் குறைவானதாகும். கல்வியறிவில் பின்தங்கியிருக்கிறார்கள் என்பது இந்தப் பிரச்சனைக்கான சரியான விளக்கம் அல்ல.

ஆட்சிமுறை தீர்வாக இருந்ததில்லை: அதன்மீது பழி சுமத்துவதும் கூடாது

சில நேரங்களில் நாம் கேட்கக்கூடிய தவறாக முன்வைக்கப்படும் இன்னொரு விளக்கமாக ஆட்சிமுறை உள்ளது. இந்தியாவின் திறந்தவெளி மலம் கழிப்புமிகவும் வரம்புமீறியவகையில் மோசமாக இருக்கிறது. ஏனென்றால், இந்திய அரசு கழிவு நீக்க ஏற்பாடுகளுக்கான திட்டங்களை அளிப்பதில் மிகவும் மோசமாகப் பணியாற்றுகிறது என்று மக்கள் கூறுகிறார்கள். வேறுசில கருத்துகளைப்போல இல்லாமல் இது எங்கிருந்து வருகிறது என்பதை நம்மால் புரிந்துகொள்ள முடிகிறது. உண்மையில் இந்திய அரசின் செயல்பாட்டுப் பாத்திரத்துக்கு நாங்கள் அத்தியாயம் 8 முழுவதையும் ஒதுக்குவோம். நாம் காணப்போவதுபோல் இந்திய அரசு தனது சக்தி முழுவதையும் தொடர்ச்சியாக தவறாக வழி நடத்தியது; மேலும் சமூக சமத்துவமின்மைக்கு எதிராக உறுதியான நடவடிக்கைகளை எடுப்பதையும் புறக்கணித்தது. அது இந்திய கழிவு நீக்க ஏற்பாடுகளில் முக்கியமானதாக இருந்துவருகிறது. இதற்குமேலும், அரசு என்ன செய்தது என்றால் கழிப்பிடங்களைக் கட்டுவதில் பணத்தைக் குவித்தது.- அது சந்தேகத்துக்கு இடமில்லாதவகையில் லஞ்ச ஊழல்களால் காணாமல் போனது.

ஆனால் நாங்கள் பதிலளிக்க முயற்சிக்கும் கேள்வி, 'மற்ற வளரும் நாடுகளை விட இந்தியாவில் திறந்தவெளி மலம்கழிப்பு ஏன் மிகவும் மோசமாக இருக்கிறது?' என்பதுதான். இந்தியாவின் ஆட்சிமுறை மோசமானதுதான். ஆனால், அது ஆஃப்கானிஸ்தான், காங்கோ ஜனநாயகக் குடியரசு, ஹைதி, சைபீரியா, மியான்மர், பாகிஸ்தான் மற்றும் சியாரா லியோனைவிட மோசமானதா? இந்த ஒவ்வொரு நாடும் அரசியல் விஞ்ஞானிகள் மாண்டி.ஜி.மார்ஷல் மற்றும் டெட் ராபர்ட் குர் ஆகியோரால் உருவாக்கப்பட்ட அரசியல் புள்ளிவிவரத்தளத்தில் இந்தியாவைவிட மிகக்குறைவான ஜனநாயகம் அல்லது அதிகமான சர்வாதிகாரப்போக்கை பதிவு செய்துள்ளன.

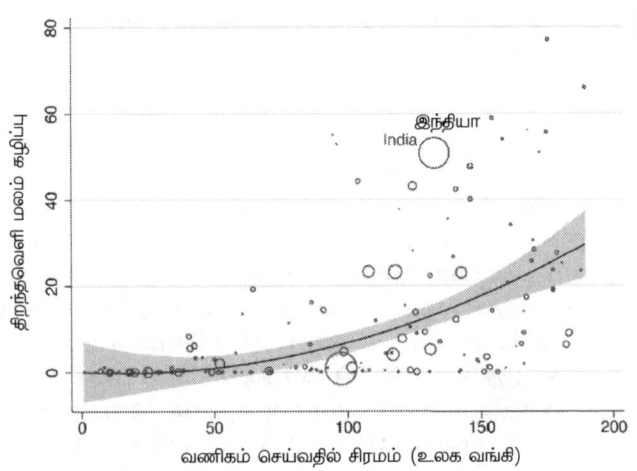

படம் 5: தன்னை ஒத்த அளவில் மதிப்பிடப்பட்ட மற்ற நாடுகளைவிட அதிகமாக இந்தியாவில் திறந்தவெளி மலம் கழிப்பு உள்ளது.

உலகவங்கி தான் வாணிகம் செய்ய, பரவலாகச் சுட்டிக்காட்டப்படும் இணக்கமான அட்டவணையைப் பயன்படுத்தி ஒரு நாட்டின் ஆட்சிமுறையை அளவீடு செய்கிறது. படம் 5 வணிகம் செய்வதற்கு இந்தியாவைவிட மிகவும் சிரமமானது என்று தரமிடப்பட்ட 47 நாடுகளை வரைந்து காட்டுகிறது. இவற்றில் 87% ஆன 39 நாடுகளில் மிகக்குறைந்த வீதத்தில் திறந்தவெளியில் மலம் கழிக்கப்படுகின்றன

மோசமான ஆட்சிமுறை என்ற விளக்கம்கூட தோற்றுப் போய்விட்டது என்பதை இந்திய மாநிலங்களுக்கு இடையேயான ஒப்பீடுகள் தெளிவுபடுத்துகின்றன. இவற்றை டீன் ஸ்பியர்ஸ் மற்றும் பொருளாதார நிபுணர் அமீத் தொராட் ஆகியோர் ஆவணப்படுத்தியுள்ளார்கள். செய்திகளில் குஜராத் மற்றும் தமிழ்நாடுபோல் திறமையாக ஆளப்படும் மாநிலங்கள் என்று விவரிக்கப்படும் மாநிலங்கள் திறந்தவெளி மலம் கழிப்பு வீதங்களில் (மிகவும் துல்லியமாக குடியிருப்புக் கழிப்பிடங்கள் சொந்தமாக இல்லாத வீதாச்சாரத்துக்கு) 2011 மக்கள்தொகைக் கணக்கெடுப்பின்படி முறையே 67% மற்றும் 76.8% ஆகும். இவை உத்தரப்பிரதேசத்தின் 78.2 % மற்றும் பீகாரின் 82.4%க்கு மிகவும் பின்னால் இல்லை. வடக்கு சமவெளியில் உள்ள இந்த மாநிலங்களின் ஆட்சிமுறை மிகவும் உச்சத்தில் உள்ளதாக

எவர் ஒருவரும் கருதவில்லை. இதற்குமாறாக- வடகிழக்கு மாநிலங்கள் ஏழ்மையானவை என்றும், ஆட்சிமுறை சவால்கள் மிக்கவை என்றும் குறிப்பிடப்பட்ட - சிலவகைகள் மிகப்பெரிய மத்தியில் உள்ள மாநிலங்களோடு கலாசாரரீதியாக ஒன்றுபடுகின்ற இந்த மாநிலங்களில் மிகவும் குறைவான திறந்தவெளி மலம் கழிப்புவீதங்களே உள்ளன. 2011 மக்கள் தொகைக் கணக்கீட்டின்படி திறந்தவெளி மலம் கழிப்பு வீதங்கள் சிக்கிமில் 15.9% மணிப்பூரில் 14.0% மிஜோரமில் 15.4% தான். எனவே ஆட்சிமுறையைப் பரிசீலித்த பிறகு நாம் இன்னும் திறந்தவெளி மலம் கழிப்புக்கான எந்தவொரு விளக்கமும் இல்லாமல் விடப்படுகிறோம்.

பெற்றிருத்தல் என்ற தவறான வாதம்

கிராமப்புற இந்தியாவின் திறந்தவெளி மலம் கழிப்புபற்றி நாங்கள் கேட்கும் மிகவும் பொதுவான விளக்கம் ஒரு விளக்கமே அல்ல. அது மற்ற நாடுகளையோ அல்லது ஒப்பீட்டளவில் திறந்தவெளி மலம் கழிப்பு இந்தியாவில் ஏன் மிக உயர்வாக இருக்கிறது என்பதையோ கருத்தில் கொள்ளவில்லை. கிராமப்புற இந்தியர்கள் திறந்தவெளியில் மலம் கழிக்கிறார்கள், ஏனென்றால் அவர்கள் ஒரு கழிப்பிடத்தைப் பெற்றிருக்கவில்லை. அவர்களுக்கு ஒரு கழிப்பிடம் கிடைத்திருந்தால் அவர்கள் அதைப் பயன்படுத்தியிருப்பார்கள் என்று மக்கள் கருதுகிறார்கள். எடுத்துக்காட்டாக ஐ.நா.வின் வலைத்தளம் எழுதுகிறது: ‘250 கோடி மக்கள், தோராயமாக உலக மக்கள்தொகையில் 37%- நம்மில் பலருக்குக் கிடைத்துள்ள பொருத்தமான கழிவு நீக்க ஏற்பாடுகளை அடையப் பெறுவதில் இன்றும் பின்தங்கியிருக்கிறார்கள்.’

இதன்பொருள் என்னவென்று புரிந்துகொள்வதில் எங்களுக்கு சங்கடங்கள் இருக்கின்றன. ‘ஒரு கழிப்பிடத்தைப் பெற்றிருப்பது’ அது பயன்படுத்தப்படும் என்ற ஒரு வகைமாதிரி குறியீடாக தோன்றுவது ‘ஒரு கழிப்பிடத்தைச் சொந்தமாகப் பெற்றிருப்பது’ என்பதன் ஒரு சிந்தனையற்ற ‘ஒருபொருள் பன்மொழி’யாகும். ஆனால் இவை ஒன்று அல்ல. டியானே காஃபேயின் ஆலோசனைக்கு மாறாக, டீன் ஸ்பியர்ஸ் அகலமான, விளிம்புவரை நீண்ட ஒருவகையான தொப்பியைச் சொந்தமாகப் பெற்றிருக்கவில்லை. அது

களப்பணியின்போது இன்னொரு சுற்று வெப்பக் கதிர்வீச்சைத் தடுக்கக்கூடும். ஆனால், அதை வாங்கவேண்டும் என்று தேர்ந்தெடுத்திருந்தால் அவர் அதைத் தெளிவாகப் பெற்றிருப்பார். பெரும்பாலும் இந்தியாவிலுள்ள எந்தவொரு குடியிருப்பாவது வங்கதேசத்திலும், ஆஃப்ரிக்காவிலும் மிகவும் ஏழ்மையான மக்கள் பயன்படுத்துவதைப்போன்ற குழியுள்ள கழிப்பிடத்தை வாங்கவோ அல்லது கட்டவோ தேர்வுசெய்திருக்கும். அல்லது பயன்படுத்துவதற்கு இன்னும் கொஞ்சம் சிறந்ததாகத் தேர்வுசெய்திருக்கும்.

கரடுமுரடான கழிப்பிடத்தைப் பயன்படுத்துவது, வீட்டுக்குள் உள்ள அழகான கழிப்பறையைப் பயன்படுத்துவதுபோல மகிழ்வூட்டுவதல்ல என்பது உண்மை. இந்திய அரசால் தரப்பட்ட கழிப்பிடங்கள் கொள்கைபூர்வமாக மற்ற வளரும் நாடுகளின் குடியிருப்புகளில் கட்டப்பட்ட பலவற்றைவிட இனிமையானதும், அதிக செலவு கொண்டதும் ஆகும். ஆனால் நடைமுறையில் அவை சில நேரங்களில் முழுமையின்றியோ அல்லது முறையற்றோ கட்டப்படுகின்றன. இது ஒருபகுதியில் ஊழல் காரணமாகவும், ஒருபகுதியில் மக்கள் இன்னும் நல்லதாகக் கேட்காததாலும் நடக்கின்றன. கிராமப்புறக் குடியிருப்புகள், ரமீலா விரும்பிய ஒரு செயல்படும் கழிப்பிடத்தை விரும்பியிருந்தால், உள்ளூர் அரசியல்வாதிகள் அவர்களுக்கு ஏதாவது ஒன்றைக் கொடுத்தால் சகித்துக்கொள்ளமாட்டார்கள்.

எவ்வாறாயினும், இந்தப்புள்ளிவரை இந்தக் கதையைக் கேட்ட நண்பர்கள் சில நேரங்களில் 'அடையப் பெற்றிருத்தல் விளக்கத்தை' ஒருவேளை அரசிடமிருந்து கிராமப்புற இந்திய மக்கள் பெற்ற கழிப்பிடங்கள் பயன்படுத்த முடியாத அளவுக்கு மிகமோசமாக இருந்திருக்கலாம். அவற்றின் தரம் மிகவும் மட்டமாக இருந்திருக்கலாம் என அழிவிலிருந்து மீட்க முயற்சித்தார்கள். இந்த விளக்கம் எதைத்தவறவிடுகிறது என்றால், 'கிராமப்புற இந்தியாவில் உள்ள மக்கள் அரசு தரும் குழிக்கழிப்பிடங்கள் போன்றவற்றை உண்மையிலேயே பயன்படுத்த விரும்பியிருந்தால், அவர்கள் அவற்றை முழுமைப்படுத்த அல்லது முறையின்றிக் கட்டப்பட்டவற்றை மேம்படுத்த தங்கள் சொந்தப் பணத்தையோ அல்லது உழைப்பையோ செலவிட்டிருப்பார்கள் என்பதைத்தான்.

கிராமப்புற இந்தியர்களில் ஒரு சிறுபான்மைக்குழுவினர் ஒரு கழிப்பிடத்தை ஐயமின்றிப் பெற்றிருந்தார்கள். ஒரு குடியிருப்பில் வசித்த மக்களும் சொந்தமாக ஒன்றை வைத்திருந்தார்கள்; இந்த மக்கள் என்ன செய்திருப்பார்கள்?

இந்த நூலில் இந்தப்புள்ளிவரை நாங்கள் அனைவருக்கும் பொதுவான, அரசால் அளிக்கப்பட்ட வகைமாதிரியான, மக்கள்தொகைக் கணக்கெடுப்பு மற்றும் பிறப்பு- நோய் - இறப்பு மற்றும் ஆரோக்கியம் பற்றிய ஆய்வுகள் போன்ற புள்ளிவிவர ஆதாரங்களையே கிராமப்புற இந்தியாவில் எத்தனை குடியுருப்புகளும், நபர்களும் திறந்தவெளியில் மலம் கழிக்கிறார்கள் என்பதை மதிப்பிடப் பயன்படுத்திவருகிறோம். ஆனால் இந்தப்புள்ளிவிவரங்கள் அனைத்தும் அடிப்படையில் குடியிருப்புகளைப் பற்றியவை. அதில் உள்ள மக்களைப் பற்றியவை அல்ல. வேறுவார்த்தைகளில் சொல்வதானால், இந்திய மக்கள்தொகைக் கணக்கெடுப்பு எத்தனை குடியிருப்புகளில் கழிப்பிடங்கள் சொந்தமாக உள்ளன என்பதை மட்டுமே கணக்கெடுக்கின்றன. எத்தனை மக்கள் அவற்றைப் பயன்படுத்துகிறார்கள் என்பதை அல்ல.

பிறப்பு - நோய் - இறப்பு மற்றும் ஆரோக்கிய ஆய்வுகளில் (DHS) குறைபாடுகள் இருந்தாலும், ஒரு நல்ல, தோராயமானதை அளிக்கின்றன. ஏனென்றால், அது எந்தவகையான மலம் கழிப்பு வசதியை அந்தக் குடியிருப்புகள் பயன்படுத்துகின்றன என்று கேட்கிறது. மக்கள்தொகைக் கணக்கெடுப்போடு ஒப்பிடும்போது, ஒரு கிராமத்தில் அங்கு குடியிருப்புகள் இருந்தால், அங்கு திறந்தவெளி மலம் கழிப்பு எந்த அளவில் இருந்தது என்பது பற்றிய மிகவும் துல்லியமான சித்திரத்தை DHS அளிக்கிறது. ஒரு சொந்தக் கழிப்பிடத்தை சாந்தனுவின் குடியிருப்பு பெற்றிருக்கிறது. ஆனால் அது பயன்படுத்தப்படவே இல்லை. எவ்வாறு இருந்தாலும் DHS, குடியிருப்பின் பழக்கவழக்கம் பற்றிய ஒரு பொதுவான கேள்வியையே கேட்கிறது: அது, அந்தக்குடும்ப உறுப்பினர்களில் ஒவ்வொருவரின் தனிப்பட்ட பழக்கவழக்கம் பற்றிய கேள்வியைக் கேட்கவில்லை.

இந்தியாவின் தேசிய ஆய்வுகள் திறந்தவெளி மலம்கழிப்பு பற்றிக் கேள்விகள் கேட்ட விதத்தின் விளைவாக, எத்தனை கிராமப்புற இந்தியர்கள் திறந்தவெளியில் மலம் கழிக்கிறார்கள் என்பதை எங்களால் உண்மையில் அறிந்துகொள்ள முடியவில்லை.

கிராமப்புற இந்தியாவில் நோய் பரவுவதைக் குறைப்பதுபற்றிய முன்னேற்றத்தைப் புரிந்துகொள்ள அந்தக்கேள்வி மையமாக இருந்தபோதிலும், அரசின் புள்ளிவிவரங்களைக்கொண்டு பதிலளிப்பதை இது வியப்புக்குரிய விதத்தில் கடினமானதாக ஆக்குகிறது. 2013இல் தொடங்கி எங்களது r.i.c.e. அணி ஆய்வை ஒவ்வொன்றாகச் சேர்த்தது. அது இந்தியாவின் கழிவுநீக்கஏற்பாட்டில் நழுவிப்போயிருந்த புள்ளிவிவரத் துணுக்குகளைப் புரிந்துகொள்ள உதவுகிறது. கிட்டத்தட்ட 30 ஆய்வாளர்கள் மற்றும் உதவியாளர்களின் ஆதரவோடு நாங்கள் அனைவரும் SQUAT ஆய்வுகளைக்கொண்டு வட இந்திய கிராமப்புறங்களின் கழிவு நீக்க ஏற்பாடு, தரம், பயன்பாடு, அடையப்பெற்றிருத்தல் மற்றும் போக்குகளை ஆய்வுசெய்தோம்.

SQUAT ஆய்வுஅணி பீகார், ஹரியானா, மத்தியப்பிரதேசம், ராஜஸ்தான் மற்றும் உத்தரப்பிரதேசம் ஆகிய ஐந்து மாநிலங்களில் 13 மாவட்டங்களில் உள்ள கிராமங்களுக்குப் பயணம் சென்றது. நாங்கள் தேர்ந்தெடுத்த இடங்கள் திறந்தவெளி மலம் கழிப்பைப் புரிந்துகொள்ள மிகவும் முக்கியமானவை. இந்த மாநிலங்களில் திறந்தவெளி மலம் கழிப்பு மிகவும் பொதுவான வழக்கமாக இருந்தது. உலகம் முழுவதும் திறந்தவெளியில் மலம் கழிக்கும் 30% ஆன மக்கள் அனைவருக்கும் இந்த ஐந்து மாநிலங்கள் தாயகமாக இருந்தன. இந்தியாவில் உள்ள இந்த ஐந்து மாநிலங்களில் ஒன்றில் வசிக்கும் 80% கிராமப்புறக் குடியிருப்புகள் தங்களுக்கு சொந்தமான கழிப்பிடங்களைப் பெற்றிருக்கவில்லை என 2011 மக்கள்தொகைக் கணக்கெடுப்பு காட்டுகிறது.

2014க்குமுன் வசந்தகாலத்தில் SQUAT ஆய்வாளர்கள் 22,787 மக்கள் எங்கே மலம் கழிக்கிறார்கள் என்பதை அறிந்துகொண்டார்கள். மேலும் கழிப்பிட உரிமையாளர்கள் பற்றிய புள்ளிவிவரங்களையும், மற்ற குணாம்சங்கள் பற்றியும் 3,235 குடியிருப்புகளில் சேகரித்தார்கள். எங்களது அணி பின்பக்கக்கட்டுகளையும், ஆய்வுப் படிவங்களையும், பானைகள், தட்டுகள், தூங்கும் படுக்கைப் பைகள் ஆகியவற்றை ரயில், பேருந்து, ஜீப் மற்றும் டெம்போக்களில் எடுத்துச் சென்றது. இளம்சிவப்பு, மஞ்சள் மற்றும் வெள்ளைநிற ஆய்வுப் படிவங்களிலிருந்த விவரங்கள் ஒவ்வொன்றாக கணினியில்

பதிவேற்றப்பட்டன. இரட்டைச் சோதனைக்காக அவை மீண்டும் கணினியில் பதிவேற்றப்பட்டன. முன்கோடைக்காலத்தில் 1,20,000 பக்கங்கள்கொண்ட அளவாய்வுகள் எதை வெளிப்படுத்துகின்றன என்பதை அறிந்துகொள்ள நாங்கள் தயாரானோம்.

பதில் மிகவும் தெளிவாக இருந்தது. தங்களுக்குச் சொந்தமான கழிப்பிடங்களைக் கொண்டிருந்த குடும்பங்களிலும்கூட திறந்தவெளியில் மலம் கழிப்பது பொதுவான வழக்கமாக இருந்தது. நாங்கள் ஆய்வுசெய்த எல்லாக் குடியிருப்புகளிலும் 18%ல் குறைந்தபட்சம் ஒருநபர் திறந்தவெளியில் மலம் கழித்தார்: மேலும் குறைந்தபட்சமாக ஒரு நபர் கழிப்பறையையோ அல்லது கழிப்பிடத்தையோ பயன்படுத்தினார். வேறுவார்த்தைகளில் சொல்வதனால், இந்த 18% குடியிருப்புகளில் சிலர் கழிப்பறைகளைப் பயன்படுத்தினார்கள். சிலர் பயன்படுத்தவில்லை. மக்கள்தொகைக் கணக்கெடுப்பு, DHS மற்றும் எந்தவொரு புள்ளிவிவர ஆதாரமும் ஒட்டுமொத்தக் குடியிருப்புகளும், ஒன்று கழிப்பிடத்தைப் பயன்படுத்துபவர்கள் அல்லது கழிப்பறை இல்லாமல் திறந்தவெளியில் மலம் கழிப்பவர்கள் என்று பல குடியிருப்புகள் தவறாக வகைப்படுத்தப்பட்டுள்ளன என்பதை இது தெரிவிக்கிறது. இந்த ஆய்வுகள் முக்கியமான மூன்றாம்வகை குடியிருப்புகளைக் கண்டுகொள்ளாமல் விட்டுவிட்டன: அவை சிறுபான்மைதான். ஆனால், அவை எங்களுக்கு ஏதோ ஒன்றைக் கற்பிக்கின்றன: குடியிருப்பின் ஒவ்வொரு உறுப்பினரும் திறந்தவெளியில் மலம் கழிக்கிறார்களா? என்று நீங்கள் கேட்பீர்களானால் நீங்கள் இன்னும் அதிகமானவற்றைக் கண்டறிவீர்கள்.

SQUAT ஆய்வு மாதிரி புள்ளிவிவரம் 40%க்கும் மேலான குடியிருப்புகள் செயல்படும் கழிப்பறைகளைப் பெற்றிருக்கின்றன. இருந்தபோதிலும் குறைந்தபட்சம் ஒரு உறுப்பினராவது திறந்தவெளியில் மலம் கழிக்கிறார் என்பதைக் கண்டறிந்த இந்தப் புள்ளிவிவரம் பயனுள்ள ஒன்றாக இருக்கிறது. ஏனென்றால், இந்த வீடுகளில் இருக்கும் மக்களில் யார் திறந்தவெளியில் மலம் கழிக்கிறாரோ அவர் சந்தேகமில்லாமல் அவ்வாறு செய்யக்கூடாது என்ற விருப்பத்தைக் கொண்டுள்ளார். ஒருவேளை எந்தவொரு குடியிருப்பும் தென்கிழக்கு ஆசியாவையும், சஹாரா-ஆஃப்ரிக்கத் துணைக்கண்டத்தையும் போல கழிப்பிடத்துக்கான ஒரு இடத்துக்காக ரூ.3,000/ ஐ

அளிக்கலாம். அத்துடன், திறந்தவெளியில் மலம் கழிக்கக்கூடாது என்ற விருப்பத்தையும் கொண்டிருக்கலாம். இன்னும்கூட, குறிப்பாக *SQUAT* புள்ளிவிவரங்களில் உள்ள செயல்படும் கழிப்பறைகள் கொண்ட குடியிருப்புகளுக்கான முடிவு தவிர்க்கமுடியாதது. இந்தியாவின் திறந்தவெளி மலம் கழிப்புப் பிரச்சனை கழிவறைகளைப் பெறுவதில் பின்தங்கியுள்ள ஒரு பிரச்சனை மட்டுமே அல்ல.

ஒவ்வொரு குடியிருப்புக்கும் அரசே ஒரு கழிப்பறையைக் கட்டித்தருமானால் என்ன நடக்கும்?

நாங்கள் கிராமப்புற இந்தியாவில் கழிவறைப் பயன்பாடுபற்றிய ஒரு புதிரை நிலைநாட்டியுள்ளோம். இந்த அம்சங்களை நாங்கள் அறிந்தபோது, நாங்கள் ஆச்சரியப்பட்டோம்: மேலும் ஆர்வமுள்ளவர்களாகவும் ஆனோம். இந்தியாவின் கழிப்பறைப் பயன்பாட்டை எஞ்சியுள்ள உலகத்திலிருந்து மிகவும் மாறுபட்டதாக ஆக்குவது எது? இந்த ஆர்வத்தைத் திருப்திப்படுத்துவதுதான் அடுத்த இரண்டு அத்தியாயங்களில் இலக்கு ஆகும். ஆனால் முதலில் இந்தப் புரியாத புதிர் ஏற்கனவே எங்களுக்கு கழிவறை கட்டப்படுவதை நோக்கி இணைக்கப்பட்ட கிராமப்புற கழிவு நீக்க ஏற்பாட்டுக்கொள்கை சிறிதளவு முக்கியமானவற்றைக் கற்றுத்தந்துள்ளது.

இந்திய அரசு மூன்றுபத்தாண்டுகளுக்கும் மேலாக கிராமங்களிலுள்ள கழிப்பறைகளுக்கு நிதி உதவி அளித்து வந்துள்ளது. மத்திய கிராமப்புற கழிவு நீக்க ஏற்பாட்டுத் திட்டம் *(The Central Rural Sanitation Programme -CRSP) 1986*இல் துவங்கியது. அது வறுமைக்கோட்டுக்குக் கீழே உள்ள குடும்பங்களுக்கும் கழிப்பறைகட்ட மானியங்களை அளித்தது. இந்தத் திட்டத்தின் எழுத்து மூலமான வழிகாட்டுதல்களில் சமுதாயக் கழிவறைகளைக் கட்டுதல், கல்விவிழிப்பு உணர்வை உயர்த்தும் நடவடிக்கைகள் மற்றும் 'உலர்கழிப்பறைகளை' நீர்பாய்ச்சும் கழிப்பறைகளாக மாற்றியமைத்தல் போன்ற மற்ற அங்கங்களும் உள்ளடங்கியிருந்தன. (இந்தத் தலைப்பை அத்தியாயம் 4 இல் மீண்டும் நாங்கள் பரிசீலிப்போம்) ஆனால் இதன் குவிமையம் குழியுடன் மூடிய கழிப்பறை கட்டுவதன்மீதே இருந்தது.

1999 இல் துவக்கப்பட்ட 'ஒட்டுமொத்தக் கழிவுநீக்க ஏற்பாட்டுப் பிரச்சாரப் பயணம்' (The Total Sanitation Campaign -TSC) 'கேட்டுப்பெறும்' திட்டமாக நிச்சயிக்கப்பட்டது. இதில் குடியிருப்புகள் தாங்களே கழிவறைகளைக் கட்டிக்கொள்ள அரசிடமிருந்து பணத்தைத் தருமாறு கேட்டன. அதன் முந்தைய திட்டத்தைப்போலவே இன்றும் இந்தத் திட்டமும்கூட கழிப்பறைக் கட்டுமானத்தையே குவிமையமாகக் கொண்டிருந்தது. சிறிதளவு பணத்தையோ அல்லது முயற்சியையோகூட கழிவறையைப் பயன்படுத்துவதை ஊக்கப்படுத்துவதன்மீது செலவிடவில்லை. இதற்குமேலும் அத்தியாயம் 4 இல் நாங்கள் மேலும் விளக்கவுள்ளதைப்போல கிராமப்புற இந்தியர்கள் பயன்படுத்தத்தக்க கழிவறைகளின் விலை பல நேரங்களில் அரசு தருவதைவிட அதிகமாக இருக்கிறது என்று கருதினார்கள். எனவே, அதற்கு விண்ணப்பிப்பதும், பணத்தைப் பெற்றுக்கொள்வதும் அதைச் செயல்படுத்தும் நிபந்தனைகளோடு கொண்டுவரப்படவில்லை. மக்களில் பலர் அதில் ஆர்வம் காட்டவில்லை.

TSCயின் ஒரு புதுமையான அம்சமாக திறந்தவெளி மலம் கழிப்பை அகற்றும் கிராம உள்ளாட்சி அமைப்புகளுக்கு பணத்தைப் பரிசாக வழங்குவது இருந்தது. இந்தத்திட்டத்தின் துவக்க ஆண்டுகளில் அது சிறிதளவு நல்லவற்றைச் செய்தது எனப் புள்ளிவிவரங்கள் கூறுகின்றன. ஆனால் இந்த ஊக்குவிப்பு, மத்திய, மாநில அரசுகளின் நீதிபதிகளால் திறந்தவெளி மலம் கழிப்பை அகற்றாத தொலைதூர கிராமங்களுக்கும் பரிசுகளை அளிக்கத்துவங்கியதால் மிகவும் சீக்கிரமாகவே வீழ்ந்து அகன்றுவிட்டது. குறிப்பாக மோசமான ஆட்சிமுறை நிலவிவரும் உத்தரப்பிரதேசம், பீகார் போன்ற மாநிலங்கள் 'கேட்டுப்பெறும்' வடிவிலான திட்டங்களை ஒட்டுமொத்தமாகக் கைகழுவிவிட்டு TSC பணத்தை சாந்தணுவுடையதைப்போன்ற குடும்பங்களுக்குக் கழிவறை கட்ட ஒப்பந்ததாரர்களுக்குச் செலவிட்டன. அந்தக் குடும்பங்கள் பலவும் அவற்றை ஒருபோதும் விரும்பியதில்லை.

ஆண்ட்ரெஸ் ஹியூஹோ TSCயின் புள்ளிவிவரங்களையும், அறிக்கைகளையும் மிகவும் ஆழ்ந்து ஆய்வுசெய்தார். இந்தியாவின் 2001 மற்றும் 2011 மக்கள் தொகைக் கணக்கெடுப்புச்சுற்றுகளை ஒப்பிடும்போது, சொந்தக்கழிவறைகளைக் கொண்டிருந்த கிராமப்புறக் குடியிருப்புகளின் ஒருசிறுபிரிவு 9% புள்ளிகளாக உயர்ந்தது. ஆனால் மக்கள்தொகை வளர்ச்சியோ மிகப்பெரிய

அளவில் இருந்தது. அது கழிப்பறை இல்லாத குடியிருப்புகளின் எண்ணிக்கையை 80 இலட்சத்துக்கும் மேல் அதிகரித்தது.

இந்த எண்ணிக்கைகள், குடிநீர் மற்றும் கழிவு நீக்க மத்திய அமைச்சகம் இந்தக்காலகட்டத்தில் 46% புள்ளிகள் அதிகரித்துள்ளன என்ற அறிவிப்போடு மிகவும் கூர்மையாக முரண்படுகின்றன. இதன்பொருள், 2001க்கும் 2011க்கும் இடையே ஒவ்வொரு ஒற்றைக்கழிப்பறையும் சேர்க்கப்பட்டிருந்தால், அவை அரசுக்கழிப்பறைகளாக இருந்தன. (எனவே தனியாகக் கட்டப்பட்ட கழிப்பறைகள் பூஜ்ஜியம்தான்) அரசால் கட்டப்பட்டதாக அறிவிக்கப்பட்ட பல இலட்சக்கணக்கான கழிப்பறைகள் 'காணாமல் போய்விட்டன' என்பதுதான் இன்றுவரையுள்ள பிரச்சனை. ஹியூஹோ, பிரியன் பெல்-உடன் ஓர் அறிக்கையில் தொகுத்துள்ளதைப்போல், 'இந்த எண்ணிக்கைகள், 2001லிருந்து கட்டப்பட்டதாக அறிவிக்கப்பட்ட 5 கழிப்பறைகளில் 2011இல் ஒன்றுதான் அந்த இடத்தில் உள்ளது'.

'காணாமல்போன கழிப்பறைகளில்' எவ்வளவு கழிப்பறைகள் கட்டப்பட்டிருந்தன? எவ்வளவு பயன்படுத்தப்படாமல் இருந்தன? ஒருபகுதி மட்டும் கட்டப்பட்டு அதன்பிறகு அதைப்பெற்றுக்கொண்டவர்களால் மீண்டும் கட்டப்பட்டவை எவ்வளவு? அல்லது, எப்போதும் கட்டப்படாமல் இருந்தனவா? என்பதை அறிந்துகொள்ள எங்களுக்கு எந்தவழியும் கிடைக்கவில்லை. ஒட்டுமொத்த கழிவு நீக்கப் பிரச்சாரப் பயணம் தோல்வியடைந்திருந்தபோதிலும், 2012இல் துவக்கப்பட்ட 'நிர்மல் பாரத் அபியான்' விரிவான, கிட்டத்தட்ட அதை ஒத்த திட்டமாக இருந்தது. மிகப்பெரிய வேறுபாடாக அரசு அறிவித்தது என்னவென்றால், 'ஒவ்வொரு கழிப்பறையையும் கட்ட TSCயின்கீழ் இருந்ததை விட அதிகப்பணத்தைச் செலவிடும்' என்பதுதான்.

இந்த வரலாறு, அரசு மீண்டும் இலவசக் கழிப்பறைகளை விநியோகித்தால் என்ன நடக்கும் என்பதைக் காண முக்கியமான தடயங்களை அளித்தது. அவற்றில் பல ஒருபோதும் கட்டப்படவே இல்லை என்பதையும், மேலும்பல ஒருபோதும் பயன்படுத்தப்படவே இல்லை என்பதையும் நாங்கள் அறிந்தோம். ஆனால், 2019 வாக்கில் திறந்தவெளி மலம் கழிப்பை ஒழித்துவிட, ஒரு வினாடிக்கு ஒன்று என்ற சராசரி வீதத்தில் கழிப்பறைகளைக் கட்டும் பிரதமரின் 2014 திட்டத்தோடு

ஒப்பிடும்போது, முந்தைய கழிப்பறைத் திட்டங்கள் மிகவும் சிறியனவாக இருந்தன.

ஒரு கழிப்பறையைப் பெறுவதில் பின்தங்கியுள்ள ஒவ்வொரு குடியிருப்புக்கும் அரசு கழிப்பறையைக் கட்டினால் என்ன நடக்கும் என்பதைப்பற்றி அறிந்துகொள்ளும் இன்னொரு வழிமுறை, இப்போதுள்ள அரசுக்கழிப்பறைகளை சொந்தமாகக் கொண்டவர்களிடையே, கழிப்பறைகளைப் பயன்படுத்துவது பற்றிய தகவல்களைப் பெற்று, புள்ளிவிவரங்களை முன்நிறுத்துவதில் ஈடுபடுகிறது. கிழக்கு உத்தரப்பிரதேசத்தில் உள்ள நடுத்தர அளவுள்ள ஒரு கிராமத்தில் ஆறு ஆண்டுகள் கல்வி பெற்ற கீழ்நிலை சாதியைச் சார்ந்த 40 வயதுள்ள ஒரு மனிதரிடம், 'ஒரு அரசுக்கழிப்பறை இருக்குமானால், அதை அவர் பயன்படுத்துவாரா?' என்பதை நாங்கள் அறிந்துகொள்ள விரும்பினோம். அவரை கிழக்கு உத்தரப்பிரதேசத்தில் உள்ள நடுத்தர அளவான கிராமங்களில் உள்ள அதே சாதி தரத்தையும், கல்வியையும் கொண்ட இன்னொரு 40 வயது மனிதரோடு ஒப்பிடவேண்டும். அவரும்கூட அரசுக்கழிப்பறையை சொந்தமாகப் பெற்றுள்ளார். அவரும் மற்றவர்களைப்போலவே திறந்தவெளியில் மலம் கழிக்க விரும்புகிறார் என எடுத்துக்கொள்ளவேண்டும். ஒருவேளை இந்த பிறப்பு - நோய் - இறப்பு முதலான சமுதாயநிலைப் புள்ளிவிவர ஆய்வைப் பொருத்தும் வழிமுறையால் என்ன நடக்கும் என்பதைத் துல்லியமாக முன்கூட்டி மதிப்பிட முடியாமல் போகலாம். கழிப்பறையைச் சொந்தமாகப் பெற்றுள்ளதை ஒப்புக்கொள்ளும் மக்கள்- இன்னும் சரியாகச் சொல்வதானால் - அதைப் பாகங்களாகப் பிரித்தெடுத்துவிட்டதாகக் கூறுவதற்கு மாறாக, அதைப் பயன்படுத்தாத மக்களைவிட, பயன்படுத்துவதையே விரும்புகிறார்கள். இத்தகைய தடுப்பு நடவடிக்கைகள், அரசு கழிப்பறைகளை விநியோகித்த பின்னும் இன்னும் நிலவிவருகின்ற திறந்தவெளி மலம் கழிப்பை இந்த வழிமுறைகள் குறைத்து மதிப்பிட வைத்துவிடுகின்றன.

இந்த வழிமுறையை *SQUAT* தகவல்களுக்குப் பிரயோகப்படுத்த நாங்கள் முன் நிறுத்தியது ஏனென்றால், பீகார், மத்தியப்பிரதேசம், ராஜஸ்தான் மற்றும் உத்தரப்பிரதேச கிராமங்களில் உள்ள ஒவ்வொரு குடியிருப்புக்கும் செயல்படும் ஒரு கழிப்பறையை

அரசே கட்டித்தந்தாலும்கூட, புதிய கழிப்பறைகளைப் பெற்றவர்களில் மூன்றில் இரண்டு பங்கினர் அவற்றைப் பயன்படுத்த மாட்டார்கள் என்பதுதான். இந்த மாநிலங்களில் கிராமப்புற திறந்தவெளி மலம் கழிப்பு இன்றும் 50%க்கும் மேலாக உள்ளது.

எனவே, திறந்தவெளி மலம் கழிப்பை முடிவுக்குக்கொண்டுவர கழிப்பறைகளைக் கட்டித்தருவது போதுமானதாக இருக்காது. நல்லவிதமாகக் கூறுவதானால், மோசமான கழிவு நீக்க ஏற்பாடுகளுக்கு இது முழுமைபெற்ற ஒரு தீர்வு. இந்த நூலில் நாம் காணப்போவதுபோல், மோசமாகக் கூறுவதானால், ஒரு கழிப்பறை என்னவாக இருக்கவேண்டும் என்பது பற்றிய உதவாத நம்பிக்கைகளுக்கு அது வலுவூட்டுகிறது. துரதிர்ஷ்டவசமாக, நடைமுறையில் உள்ள இந்திய அரசின் கழிவு நீக்க ஏற்பாட்டுக்கொள்கைகள் உள்குறியீடாக, 'மக்கள் கழிப்பறைகளைப் பயன்படுத்துவதில்லை. ஏனென்றால், அவற்றை அவர்களால் கட்டிக்கொள்ள முடியாது' என்று வெறுமனே ஊகிக்கின்றன. இனிமேலும், அடுத்துவரும் அத்தியாயங்களும் சாந்தனுவின் கதையும் கூறுவதுபோல, 'கழிப்பறை கட்டுவதற்கான விலை, அதைக் கட்டுப்படுத்தும் நிபந்தனையாக இல்லை' என்பதை நீங்கள் காணப்போகிறீர்கள்.

ஒரு புதிருக்குத் தீர்வுகாண வேண்டுமென்றால், அதற்குப் பொருந்தாத துணுக்குகளை அப்புறப்படுத்துவது தேவையாகிறது. நாங்கள் பல்வேறு துணுக்குகளைப் பரிசீலித்து அவற்றைக் கழித்துக் கட்டிவிட்டோம். மற்ற வளரும் நாடுகளைவிட கிராமப்புற இந்தியாவில் திறந்தவெளி மலம் கழிப்பு மிகப்பெரிய அளவில் பொதுவழக்கமாகிவிட்டது. மிக அதிகமான திறந்தவெளி மலம் கழிப்பை அதிகமான வறுமை, குறைவான தண்ணீர் அல்லது குறைவான கல்வி ஆகியவற்றால் விளக்கிவிட முடியாது. கழிப்பறைகளை அடையப்பெறுவதை முன்னேற்றுவதற்காக அர்ப்பணிக்கப்பட்ட அரசின் கழிப்பறைக் கட்டுமானத்திட்டங்கள் திறந்தவெளி மலம் கழிப்பைக் குறைப்பதில் முக்கியமான தோல்வியை அடைந்துவிட்டன.

SQUAT ஆய்வுகளும்கூட, தங்களுக்குச் சொந்தமான கழிப்பறைகளை இங்கே மக்களில் பலர் பயன்படுத்துவதில்லை என்பதை ஆவணப்படுத்தியிருக்கிறது. 70% கிராமப்புற இந்தியக் குடியிருப்புகள் ஒரு கழிப்பறையைப் பெறுவதில்

பின்தங்கியிருக்கின்றன என 2011 மக்கள்தொகைக் கணக்கெடுப்பு கண்டறிந்து உள்ளது. இன்று கிராமப்புற இந்தியாவில் தங்களுக்குச் சொந்தமான கழிப்பறைகளை மக்கள் பயன்படுத்தத் தவறியது திறந்தவெளி மலம் கழிப்புக்குக் காரணம் அல்ல. தங்களுக்கு ஒரு கழிப்பறையைச் சொந்தமாக்கிக்கொள்ள முடிந்த, ஆனால் அந்தக் கழிப்பறைகளைப் பயன்படுத்தக்கூடாது என்று தேர்வுசெய்த மகத்தான மனிதர்களே அதற்குக் காரணமாகிறார்கள். ஆனால் தங்களுக்குச் சொந்தமான கழிப்பறைகளைக் கொண்டிருந்தாலும் அவற்றை அவர்கள் ஒருபோதும் பயன்படுத்தாமல் இருப்பதற்கு குறிப்பிடத்தக்க இரண்டு சிக்கல்கள் உள்ளன.

முதலாவதாக, இந்த அம்சம் கொள்கைகளை உருவாக்குபவர்களுக்கான ஒரு நடைமுறைச் சிக்கலைக் கொண்டிருக்கிறது. பல பத்தாண்டுகளாக அரசால் செயல்படுத்தப்பட்ட கழிப்பறை கட்டும் திட்டம் போன்ற ஒன்று திறந்தவெளி மலம் கழிப்பை முடிவுக்குக்கொண்டுவரப் போதுமானதல்ல. நடைமுறைப்படுத்துவதில் உள்ள தடங்கல்களையும், ஊழல்களையும் அரசு தாண்டிவந்து SQUAT ஆய்வுகள் குறிப்பிட்டுக்காட்டிய நான்கு மாநிலங்களில் ஒவ்வொரு குடியிருப்பிலும் கழிப்பறைகளைக் கட்டுவதில் வெற்றிபெற்றாலும்கூட, உண்மையில் SQUAT தகவல்களின்படி அந்த மாநிலங்களில் உள்ள மக்கள் இன்னும் ஒருவேளை திறந்தவெளியில் மலம் கழிப்பவர்களாகத்தான் இருப்பார்கள்.

இரண்டாவதாக, சொந்தமாகக் கழிப்பறை உள்ளதற்கு மாறாக எத்தனை மக்கள் திறந்தவெளியில் மலம் கழிக்கிறார்கள் என்ற புரிதல் கிராமப்புற இந்தியாவில் கழிப்பறைப் பயன்பாட்டின் தேவை எவ்வளவு கீழாக இருக்கிறது என்பதை அடிக்கோடிட்டுக் காட்டுகிறது. வயல்களில் மலம் கழிப்பதற்காகச் செல்லும் அவர்களது வழியில் ஒவ்வொரு காலை நேரத்திலும் பல ஆண்களும், பல பெண்களும் செயல்படும் ஒரு கழிப்பறையைக் கடந்து நேராக நடந்துசெல்வார்கள். அந்தக் கழிப்பறை இந்த அத்தியாயத்தின் துவக்கத்தில் நாங்கள் சந்தித்த வங்கதேசத் தொழிலாளி எப்போதும் பயன்படுத்திய கழிப்பறையைவிட மேலானது.

இத்தகைய ஒரு நடத்தைக்கோலம் ஒரு புதிரைத் தருகிறது. நாங்கள் முதன்முதலாக அந்தத் துணுக்குகளை ஒன்றுசேர்க்கத்

துவங்கினோம். எங்களால் அதை உறுதியாகப் புரிந்துகொள்ள முடியவில்லை. அடுத்துவரும் இரண்டு அத்தியாயங்களில் இப்போது உங்கள் மனதில் இருக்கும் என்று எதிர்பார்க்கின்ற கேள்விகளுக்கு நாங்கள் திரும்புவோம். ஏன்?

3 புனிதம், தீட்டு மற்றும் தீண்டாமை

ரிதேஷ் மிஸ்ராவின் நுழைவாயிலில் உள்ள உயரமான கூரைக்கு நட்டப்பட்ட மூன்று மண்தூண்கள் ஆதரவாக இருந்தன. அவரைப் பார்க்கவரும் பெரும்பாலான மக்கள் அங்கே நின்றுவிடுவார்கள். அவருடையதைப்போன்ற பழமைவாய்ந்த பிராமணர்களின் குடியிருப்புகளின் உள்பக்கம் உள்ள இடம் பெண்களுக்காக ஒதுக்கீடு செய்யப்பட்டவை. ஆனால், மனதில் ஆழ்ந்து பதியும் அந்த கவர்ச்சிகரமான வெளிப்புறத்தில் நீங்கள் நிறுத்தப்பட்டால், அந்த வீட்டின் உள்பக்கம் தடை செய்யப்பட்டது என்பதை உங்களால் அறிந்துகொள்ளமுடியாது. அந்த உள்பக்கத்தின் முன்புறம் சமைப்பதற்கான ஒரு சிறிய திறந்தவெளியையும், பின்புறத்தில் பெண்கள் தூங்குவதற்கான மூடப்பட்ட இடத்தையும் கொண்டது. அந்தக் கட்டடத்தின் எஞ்சியுள்ள பகுதிகள் ரிதேஷின் விரிவடைந்த குடும்ப உறுப்பினர்களுக்கானவை. அவர்களது வீடுகள் அவருடைய வீட்டிலிருந்து ஓர் உட்புற சுவர் மூலம் பிரிக்கப்பட்டிருந்தது.

நுழைவாயிலின் தூரத்து மூலையில் கெட்டியான சுவரால் ஒரு நிலைப்பேழை செதுக்கப்பட்டிருந்தது. அதன்கீழே ஒரு கட்டிலின்மீது கால்மேல் கால் போட்டுக்கொண்டு ரிதேஷ் அமர்ந்திருந்தார். அவரது கன்னம் வீங்கியிருந்தது. அவரது உதடுகள் அவர் மென்றுகொண்டிருந்த வெற்றிலையால் சிவப்பாகக் கறை படிந்திருந்தது. நிகிலும், டியானேவும் அவரை நெருங்கினார்கள். கிராமங்களில் திறந்தவெளி மலம் கழிப்பு மற்றும் கழிப்பறையைப் பயன்படுத்துவது பற்றித்

தெரிந்துகொள்ள மேற்கு உத்தரப் பிரதேசத்திலிருந்து அந்த கிராமத்துக்கு தாங்கள் வந்துள்ளதாக விளக்கமளித்த நிகில் ஒருமணி நேரமோ அல்லது அதற்கும் மேலோ பேச ரிதேஷ் விரும்புகிறாரா? எனவும் கேட்டார்.

ரிதேஷ் அவரது மனைவி ஆகிய இருவரும் அவர்களது நாற்பது வயதுகளில் இருந்ததை டியானேவும், நிகிலும் அறிந்துகொண்டார்கள். அவர்கள் இன்னும் திருமணமாகாத தங்கள் இரண்டு குழந்தைகளுடன் வாழ்கிறார்கள். ஒரு பையன் அவனது இருபது வயதில். ஒரு பெண் பதினெட்டு வயதில். அந்த நான்கு குடும்ப உறுப்பினர்களும் திறந்தவெளியில் மலம் கழிப்பவர்கள். ரிதேஷ் ஒருநாளில் இரண்டுமுறை மலம் கழிக்கச்செல்கிறார். முதல்முறை காலையில் 5 மணிக்கும், பின் மீண்டும் இரவில் 8 மணிக்கும். ஒவ்வொருமுறையும் அவர் அரைமணி நேரம் நடக்கிறார். அந்த நாளில் அவரது விருப்பத்துக்கேற்ப வெவ்வேறு வயல்களுக்கோ அல்லது திறந்தவெளிக்கோ செல்கிறார். அவரது மனைவி காலையில் அவரைவிட முன்னதாகவே காலை 4,30 மணிவாக்கில் மலம் கழிக்கச் செல்கிறார். மிகவிரைவாக வீட்டுக்கு திரும்பிவருகிறார், அந்த நாளின் வேலைகளை துவக்க.

அண்மையில் அந்தக் கிராமத்தில் அரசின் கழிப்பறைகளை கட்டும் முயற்சி இருந்தது என்றும், மணியகாரரர் அல்லது தேர்ந்தெடுக்கப்பட்ட கிராமத்தலைவர் (பிரதான்)அரசின் இலவச கழிப்பறை ஒன்றை ரிதேஷுக்கு தர அங்கு வந்தார் என்றும் ரிதேஷ் விளக்கினார். ‘தலைவர் எனக்கு ஒரு கழிப்பறையைத்தர விரும்பினார். ஆனால், நான் அதை எடுத்துக்கொள்ளவில்லை. ஏனென்றால், நான் உள்ளேயும், வெளியேயும் செல்லும்போது எனது வழியில் அதைக் கடந்து செல்ல வேண்டும். அது கேவலமானது. எந்தவகையிலும் அங்கு அதிகமான இடம் இல்லை. கடவுள் சிவாவின் கோவில் அங்கே இருப்பதை நீங்கள் பார்க்க முடியும். மேலும் அதேபோல் பர்ஹாம் பாபாவின் இடமும் உள்ளது. எனவே நான் அங்கு ஒரு கழிப்பறை கட்டப்படுவதை விரும்பவில்லை...”

கோவிலுக்கு அருகில் ஒரு கழிப்பறை கட்டப்படுவதை ரிதேஷ் ஏன் விரும்பவில்லை, என்பது அந்த நேரத்தில் எங்களுக்கு முற்றிலும் தெளிவாக தெரியவில்லை. அதற்குப் பதிலாக வீட்டின் உட்புறத்தில் ரிதேஷ் ஏன் எளிமையாக ஒரு கழிப்பறையைக்

கட்டக்கூடாது என நிகில் பெரிதும் வியந்தார். ‘வீட்டின் உட்பக்கத்தில் ஒரு கழிப்பறையைக் கட்டுவதில் என்ன பிரச்சனை இருக்கப் போகிறது?’

‘உங்களுக்கு நான் என்ன பதில் சொல்வது, சகோதரா?’ என்று ரிதேஷ் பதிலளித்தார். ‘எனது இதயம் இதை அனுமதிக்காது. ஒருவர் வீட்டில் அதை (கழிப்பறையை) வைத்திருந்தால், அது முற்றிலும் அருவறுக்கத்தக்கது. நான் அதை விரும்பவில்லை. நீங்கள் (செலவில்லாத பொருள்களால் கட்டப்பட்டு இருக்கும்) என் வீடு எவ்வாறு இருக்கிறது என்பதை பார்க்கலாம். அது களிமண் மற்றும் பசுவின் சாணத்தால் அழகாக பூசப்பட்டுள்ளது இல்லையா? எனவே இந்த விதத்தில் சுத்தமான, சுகாதாரமான இடத்தில் வாழும் மக்கள் நாங்கள். (ஒரு கழிப்பறையை வைத்திருப்பது) என்னை வெறுப்புணர்வு கொள்ளவைக்கும். அது நாள்தோறும் இழிவானதைப்போல் நாற்றம் வீசும். அதனால்தான் நான் அதை விரும்பவில்லை, சகோதரா! நான் அதை பெற்றிருக்க முடியும். ஆனால் நான் அதை எடுத்துகொள்ளவில்லை’.

ரிதேஷ் மிஸ்ரா இலவசக் கழிப்பறையை ஏன் மறுத்தார்? இந்த அத்தியாயத்திலும், அடுத்ததிலும் ஓர் உலகப்பார்வையை விளக்க நாங்கள் முயற்சிப்போம். அந்தப்பார்வையில், திறந்தவெளி மலம் கழிப்பு சுத்தமானது. கழிப்பறைகள் அழுக்கானவை. அவ்வாறு விளக்குவதற்கு மற்றவர்களின், ‘கிராமப்புற இந்தியாவின் சமூகவியல் மற்றும் மானுடவியல் ஆய்வு’களையும், எங்களது சொந்தக் கள ஆய்வுகளையும் எடுத்துக்கொள்ளலாம். *SQUAT* ஆய்வுகள் பயன்மிக்க புள்ளிவிவரங்களைத் தயாரித்தன. ஆனால், கிராமப்புற இந்தியாவின் திறந்தவெளி மலம் கழிப்பு என்ற புதிரை புரிந்துகொள்ள நாங்கள், மக்கள் எவ்வாறு சிந்திக்கிறார்கள் என்பதைப்பற்றி கவனித்தல் மற்றும் கற்றுக்கொள்ளல் என்ற வேறுபட்ட ஓர் அணுகுமுறையை மேற்கொள்ள வேண்டியிருந்தது. எனவே, *r.i.c.e.*யில் உள்ள எங்கள் அணியினரோடு நாங்கள் ஆழமான பல உரையாடல்சார்ந்த நேர்காணல்களை அரியானா, உத்தரப்பிரதேசம், குஜராத் மற்றும் தெற்கு நேபாளத்தில் நடத்தினோம். வெளிப்படையான கேள்விகள் இன்னும் எங்கள் வசம் இருந்தபோது, குறைந்த அளவில் கட்டமைக்கப்பட்ட களப்பணிகளையும்,

உற்றுநோக்கல்களையும் உத்தரப்பிரதேசம், பீகார், ராஜஸ்தான் மற்றும் தமிழ்நாட்டில் தொடர்ந்தோம். இந்த நூலின் பெரும்பகுதியும், எங்களது ஆய்வின் பெரும்பகுதியும் இந்த உலகத்தின் திறந்தவெளி மலம் கழிப்பின் பெரும்பகுதியும் கிராமப்புற வட இந்தியாவில் கவனத்தைக் குவித்தன. எங்களது களப்பணிகள் எப்போதும் வட இந்திய சமவெளி மாநிலங்களுக்கு மிகவும் பொருத்தமாக இருப்பதுபோல், அவற்றை நாங்கள் ஆய்வு செய்தோம். நாங்கள் இவற்றுக்கான ஆதாரங்களைப் பார்த்தபோது அவற்றின் விளக்கங்கள் இந்தியாவின் மற்ற பகுதிகளுக்கும்கூட ஏற்றவையாக இருந்தன.

மற்ற வளரும் நாடுகளில் பயன்படுத்தப்படும் செலவில்லாத கழிப்பறைகளை ரிதேஷும், சாந்தனுவும், அவர்களது அண்டை அயலார்களும் நிராகரித்தார்கள் என்பதை விளக்குவதில் கிராமத்தினரின் தூய்மை மற்றும் மாசு பற்றிய கருத்தாக்கங்கள் முக்கியப்பங்கு வகித்தன. அத்தகைய கருத்தாக்கங்கள் இந்து மதத்தின் சாதிய அமைப்புமுறையோடும், தங்களை சமமானவர்களாக ஏற்றுக்கொள்ள வேண்டும் என்ற தீண்டத்தகாதவர்களின் போராட்டங்களோடும் மிகவும் நேரடியாக தொடர்புள்ளவை ஆகும்.

சுத்தமும் அழுக்கும், தூய்மையும் மாசும், உடல்சார்ந்தவையும் சடங்கு முறையும்

கிராமத் தலைவர் கொடுக்க முன்வந்த கழிப்பறையை ஏன் ரிதேஷ் நிராகரித்தார்? என்பதைப் புரிந்துகொள்வதற்காக தூய்மைத்தன்மை மற்றும் அழுக்குத்தன்மை பற்றியும் அவர் எவ்வாறு சிந்திக்கிறார் என்பதைப்பற்றி நாம் புரிந்துகொண்டாக வேண்டும். மற்ற பல சமுதாயங்களில் உள்ள மக்களைப்போலவே, ரிதேஷும் தூய்மைத்தன்மை மற்றும் அழுக்குத்தன்மை பற்றிய அவரது கருத்தாக்கங்கள் சடங்குபூர்வமாக அல்லது மதஉணர்வு பூர்வமாக, எது நல்லது? எது மோசமானது? என்ற அவரது கருத்திலிருந்து பிரித்துப்பார்ப்பது கடினமானது. உடல்சார்ந்த மற்றும் சடங்குமுறை சார்ந்த கருத்துகளைத் தெளிவுபடுத்தும் கலந்துரையாடல்களை நடத்த சமூகவியலாளர்களும், மானுடவியலாளர்களும், சடங்குபூர்வமான அல்லது மதம் சார்ந்த ‘தூய்மைத்தன்மை’ மற்றும் ‘தீட்டு’ பற்றிப்பேச ‘தூய்மை’ மற்றும்

‘புனிதம்’ என்ற வார்த்தைகளை அடிக்கடி பயன்படுத்துகிறார்கள். இந்த சொல்தொகுதிகளை அந்த உணர்விலும்கூட நாங்கள் பயன்படுத்துவோம்.

வட இந்தியாவில் உள்ள ஒரு கிராமத்தில் உள்ள உயர்சாதி இந்துக்கள் சுத்தத்தன்மை, அழுக்குத்தன்மை, தூய்மை மற்றும் தீட்டு ஆகியவற்றை எவ்வாறு பற்றிக்கொண்டார்கள்? இந்தக் கேள்வியைத்தான் அப்போது லக்னோ பல்கலைக்கழகத்தில் ஒரு மானுடவியல் *Ph,D* மாணவராக இருந்த ஆ.எஸ்.காரே எழுப்பி, அதற்கான பதிலை 1960களின் துவக்கத்தில் *‘ஈஸ்டர்ன் ஆந்த்ரோபயாலஜி’(கீழை மானுடவியல்)* என்ற பத்திரிக்கையில் வெளியிட்டார். மக்கள் தங்கள் வீடுகளிலும், அன்றாட வாழ்விலும் சுத்தத்தன்மை மற்றும் புனிதம் பற்றியும் எவ்வாறு சிந்திக்கிறார்கள் என்பதில் காரே குறிப்பிட்ட அக்கறை கொண்டிருந்தார்.

அவர் ஆய்வுசெய்த கிராமத்தவர்களைப் பொருத்தவரை சுத்தத்தன்மையும், புனிதமும் பொருள்களுக்கும், சூழ்நிலைகளுக்கும் மற்றும் மக்களுக்கும்கூட பிரயோகிக்கப்பட்டது என்று காரே விளக்குகிறார். உடல்ரீதியான சுத்தத்தன்மை எப்போதும் சடங்குரீதியான சுத்தத்தன்மை போன்றதல்ல - அவை உறுதியாக மேற்சென்று கவிந்திருந்தபோதிலும். சில பொருள்கள் சடங்குரீதியாக தீட்டானவை மற்றும் உடல்ரீதியாக அழுக்கானவை. அவற்றைப்போன்றதே மனிதக்கழிவுகளும், மாதவிடாய்க்குப் பயன்படுத்தப்பட்ட துணிகளும். சிலபொருள்கள் உடல்ரீதியாக சுத்தமானவை. ஆனால், அவ்வாறு இருந்தபோதிலும் சடங்குரீதியாக தீட்டானவை, வடிகாலைப்போல. அது இப்போதுதான் சுத்தப்படுத்திய கழிவு நீரை வீட்டிலிருந்து அகற்றுகிறது. தரையின்மீது சிதறிக்கிடக்கும் காய்கறி சருகுகள் அல்லது மாவில் கிடக்கும் எலியின் கழிவுப் பொருள் ஆகிய இரண்டுமே உடல்ரீதியாக அழுக்கானவைகளாகப் பார்க்கப்படுகின்றன. ஆனால், சடங்குரீதியாக தீட்டுப்பட்டவை அல்ல. 50 ஆண்டுகளுக்குப் பிறகு கிராமப்புற உத்தரப்பிரதேசத்தில் நாங்கள் சந்திக்கும் பல மனிதர்கள் அழுக்குத் தன்மையையும், தீட்டையும், 1960களில் காரே ஆவணப்படுத்திய அதேபோன்ற ஒத்தவகையில் அணுகுகிறார்கள்.

பொருள்களில் சிலவற்றையும், சூழ்நிலைகளையும் கிராமத்தினர் தூய்மையானது, தூய்மையற்றது என்று கருதுவது இந்த உலகப்பார்வையோடு இணைந்துவராத மக்களை வியப்படையவைக்கிறது. எடுத்துக்காட்டாக, கிராமப்புற இந்தியாவில் உள்ள மக்களில் பலர் -குறிப்பாக இந்துக்கள், பசுவின் சாணத்தையும், பசுவின் சிறுநீரையும் புனிதப்படுத்துபவை என்று நம்புகிறார்கள். கிராமப்புற இந்தியாவின் சில பகுதிகளில், குறிப்பாக உத்தரப்பிரதேசத்தில் வீடுகள் அடிக்கடி பசுவின் சாணத்தாலும், களிமண்ணாலும் மெழுகப்படுகின்றன. பெண்கள் குறிப்பிடத்தக்க நேரத்தையும், சக்தியையும் மதம்சார்ந்த விடுமுறை நாட்களுக்கு முன்பு இந்தகலவையை சுவர்களிலும், தரைகளிலும் புதிய இடுகைகளாகப் பிரயோகிப்பதில் செலவிடுகிறார்கள். பசுவின் சிறுநீரும் (கோமியம்), கடைந்தெடுக்கப்பட்ட வெண்ணையும் வழிபாடுகளிலும், மதம்சார்ந்த விழாக்களிலும் ஒன்றாகப் பயன்படுத்தப்படுகின்றன.

இதற்குமாறாக, குழந்தை பிறப்பும், புதிதாகப் பிறந்த குழந்தைகளும் - அவை சுத்தமாக இருந்தாலும்கூட - அண்மையில் குழந்தைகளைப் பெற்றெடுத்த தாயார்களும், மற்றவர்களுக்கு தற்காலிகமாக 'தீட்டானவர்கள்' என்று கருதப்படுகிறார்கள். சில குடியிருப்புகளில் தாயும், குழந்தையும் தனித்தனி அறைகளில் தனிமைப்படுத்தப்படுகிறார்கள். புதிதாக குழந்தை பிறந்தவீட்டுக்கு பார்வையிடச் செல்பவர்கள், சென்று வந்தபிறகு (தீட்டைக்கழிக்க) குளித்துக்கொள்கிறார்கள். அதுபோலவே, குழந்தையின் இரண்டாவது பிறந்தநாள் கொண்டாட்டங்கள் குழந்தைகளின் தலைகளை மொட்டையடிப்பதையும் உள்ளடக்கியவை ஆகும். ஏனென்றால், குழந்தை கருவில் இருந்தபோது பெற்ற தலைமுடி புனிதமற்றது என்று மக்கள் நம்புகிறார்கள்.

மக்கள் எதை 'தூய்மை' என்றும், எதை 'தீட்டு' என்றும் கருதுகிறார்கள் என்பதும், எவ்வாறு ஒருவர் சடங்குசார்ந்த தீட்டை தவிர்க்கிறார் என்பதும் ஓர் இந்திய கிராமத்தில் வளராத எந்த ஒருவருக்கும் எப்போதும் தெரியாது. ஆனால், நினைவுகூரப்பட்ட கிராமம் (The Remembered Village) என்ற நூலில் இந்திய சமூகவியலாளர் எம்.என்.ஸ்ரீனிவாஸ் விளக்குவதுபோல, குழந்தைகள், தங்களின் மிக இளம்வயதிலிருந்தே புனிதம் மற்றும் தீட்டு பற்றிய விதிகளுடன் வாழ கற்பிக்கப்படுகிறார்கள்.

ஸ்ரீனிவாஸ் தனது களப்பணியை மேற்கொண்ட கர்நாடகாவில் உள்ள ஒரு கிராமத்தில் இரண்டு ஆண்டுகள் முதலான இளம்வயதிலிருந்தே பிராமண குழந்தைகள் கீழ்சாதி மக்களை தொடுவதைத் தவிர்க்கவேண்டும் என்று கற்பிக்கப்படுகிறார்கள். உத்தரப்பிரதேசத்தில் குழந்தைகள் தாங்களாகவே இடது கையால் உணவு உண்ண முயற்சிக்கும்போது, பெற்றோர்கள் அந்தக் குழந்தைகளின் கைகளை அடிப்பதை டியானே அடிக்கடி கவனித்திருக்கிறார். அந்த இடது கை தீட்டானது என்று கருதப்படுகிறது. ஏனென்றால், அந்தக் கை மலம் கழித்தபின் அதைக்கழுவி சுத்தப்படுத்த பயன்படுத்தப்படுகிறது. இந்தக் குழந்தைகளின் இடதுகைகள் இந்த நோக்கத்துக்காக உண்மையில் பயன்படுத்தப்படாதபோதும், அவை அந்தக் குழந்தைகளின் அம்மாக்களால் கவனித்துக்கொள்ளப்படுகின்றன. இது வலுக்கட்டாயமாக திணிக்கப்படுகிறது.

சடங்குரீதியான தூய்மையின்மை அடிக்கடி உடல்ரீதியான அழுக்குத்தன்மையின் மொழியில் விவரிக்கப்படுகிறது. இந்த அம்சத்தின்மூலம் தவறாக வழி நடத்தப்படுவது மிகவும் எளிது. ரிதேஷ் கழிப்பறை ‘நாறுகிறது’ என்று கூறினார். இவ்வாறு கூறப்படுவது குறிப்பாக தங்கள் வாழ்நாள் முழுவதும் யார் வீட்டுக்குள் தண்ணீர் பீய்ச்ச்சியடிக்கும் கழிப்பறைகளை பயன்படுத்திக் கொண்டிருக்கிறார்களோ அந்த நகர மக்களிடமிருந்து நாங்கள் அடிக்கடி கேட்டுக்கொண்டிருந்தோம். ஆனால், மற்ற வளரும் நாடுகளைவிட திறந்தவெளி மலம் கழிப்பு ஏன் மிகவும் பொதுவான வழக்கமாக இருக்கிறது என்ற கேள்விக்கு, உடல்ரீதியான நாற்றம் என பதிலளிப்பது மிகவும் அபத்தமான விளக்கமாகும். - மற்ற இடங்களைவிட இந்தியாவில் மனிதக்கழிவுகள் அதிக துர்நாற்றம் கொண்டதல்ல.

முறையாக பராமரிக்கப்படும் கிராமப்புற கழிப்பறைகள்கூட வீட்டுக்குள் உள்ள தண்ணீர் பீச்சியடிக்கும் கழிப்பறைகளைப் போல் இனிமையானதல்ல என்பது உறுதி. இன்றுவரை அவற்றை பல கண்டங்களில் நாம் பயன்படுத்தியுள்ளோம். மேலும் அவற்றில் உள்ள வாசம் மிகச்சரியாக கிராம வாழ்வில் காணப்படும் மாறுபட்ட வாசத்துடன் ஒத்திருக்கிறது என்பதை நாங்கள் தனிப்பட்ட முறையில் உறுதிப்படுத்த முடியும். எனவே ரிதேஷைப் போன்ற யாராவது ஒருவர் வாசத்தைப்பற்றி இந்த சந்தர்ப்பத்தில் பேசினால், அவர் சடங்குரீதியான தூய்மையின்மையை குறிப்பிடுகிறார்.

ஆர்.எஸ்.காரே காண்பதுபோல், கிராமத்தினர் நோய்க்கிருமி கோட்பாட்டோடு தொடர்புடைய உடல் ரீதியான தூய்மைத்தன்மையின் அம்சங்களை பராமரிப்பதைவிட, அடிக்கடி சடங்குரீதியான புனிதத்தைப் பராமரிப்பதோடுதான் சம்பந்தப்பட்டிருக்கிறார்கள். ரிதேஷின் கதை கூறுவதுபோல, மக்களுக்கு தங்கள் சொந்தவீடுகளின் சுத்தத்தன்மையையும், புனிதத்தன்மையையும் பராமரிப்பதுதான் பொதுஇடங்களின் சுத்தத்தன்மையையும், புனிதத்தன்மையையும் பராமரிப்பதைவிட மிகவும் முக்கியம். இத்தகைய பார்வைகள்தான் வீடுகளில் உள்ள கழிப்பறைகளை பயன்படுத்தாததற்கு எதிராக ஒன்றிணைகின்றன.

தூய்மையான மக்கள், தூய்மை குறைவான மக்கள் மற்றும் தீட்டான மக்கள்

இந்தியாவின் வாழ்க்கையைப் புரிந்துகொள்வதற்கு புனிதம் மற்றும் தீட்டு ஆகிய கருத்தாக்கங்களை எந்தப்பகுதி முக்கியமானதாக்குகிறது என்றால், அவைதான் சாதிய அமைப்புமுறையின் மையக்கருத்தாக்கங்கள். சாதி என்பது ஒரு சிக்கலான தலைப்பு. கிராமப்புற மற்றும் நகர்ப்புற இந்தியா என்ற இரண்டிலும் பொருளாதார, சமூக மற்றும் குடும்ப வாழ்வுக்கான பல அம்சங்களுக்கு அதுதான் மையமாக இருக்கிறது. இங்கே நம்மால் கிராமப்புற திறந்தவெளி மலம் கழிப்புக்குக் காரணமாக உள்ள அதன் பகுதிகள்மீது குவிமையப்படுத்தும் சாதியின் அடிப்படைக் கலந்துரையாடல்களை மட்டுமே தரமுடியும்.

ஒரு நபரின் சாதி, அவரின் ஒவ்வொருநாள் வாழ்விலும் பல விளைவுகளைக் கொண்டிருக்கிறது. அது பிறப்பிலேயே ஒருவரது பெற்றோரிடமிருந்து மரபுரிமையாகப் பெறப்பட்டது. அது மாற்றப்பட முடியாதது. மற்ற எந்த விஷயங்களோடும். ஒருவரது சாதிதான், எவரோடு சேரவேண்டும், எவ்வாறு ஒருவரை மதிக்கவேண்டும், மற்றவர்களால் எவ்வாறு மதிக்கப்பட வேண்டும், எந்தவகையான தொழிலை ஒருவர் செய்யவேண்டும் என்பன போன்றவற்றில் செல்வாக்குச் செலுத்துகிறது. அது கிட்டத்தட்ட எப்போதும், எவரைத் திருமணம் செய்துகொள்ளவேண்டும் என்பதையும் அடிக்கடி தீர்மானிக்கிறது. ஆனால் முழுமையாக எப்போதும் அல்ல.

ஒரு நபரின் துணைப்பெயர் அவரது சாதியைக் குறிக்கிறது. கிராமப்புற உத்தரப்பிரதேசத்தில் உள்ள மக்களுக்கு சாதி மிகவும் முக்கியமானது. அதனால்தான் டியானே ஒரு புதிய நபரை சந்தித்தபிறகு சில நிமிடங்களுக்குள் டியானே-வின் சாதி என்ன என்று கேட்கப்பட்டது!

மற்ற சமுதாயங்களிலும் மக்களை பிளவுபடுத்தி, தர வரிசைப்படுத்தும் வழிமுறைகளுக்கு அமெரிக்கா, தென் ஆஃப்ரிக்கா அல்லது இலத்தீன் அமெரிக்காவில் இனம் இருப்பதைப்போல, இங்கே சாதி இருக்கிறது. இன்றுவரை தெற்கு ஆசியாவில் சாதி ஒரு தனித்தன்மை வாய்ந்த சமூக நிறுவனமாக உள்ளது. சில சாதிகள் மற்றவற்றைவிட உயர்ந்தது என்பதை நியாயப்படுத்த புனிதம், தீட்டு பற்றிய கருத்துகள் பயன்படுத்தப்படுகின்றன. உயர்சாதி மக்கள், கீழ்சாதி மக்களைவிட தாங்கள் மிகவும் தூய்மையானவர்கள் என உள்ளூர எண்ணுகிறார்கள். மேலும் அவர்கள் இந்தக்கருத்தை வலுப்படுத்த அவ்வாறே நடந்துகொள்ள முயற்சிக்கிறார்கள். மற்ற சாதிகளைச் சார்ந்த மக்கள்மீது தங்களது புனிதத்தன்மையை, அதன்மூலம் உயர்வை தொடர்ந்து பராமரிக்க சில பிராமணர்களும், மற்ற உயர்சாதியினரும் சடங்குகளை செய்கிறார்கள். இதனைப்பற்றி விரிவாக ஏராளமானவை எழுதப்பட்டுள்ளன.

இத்துடன் (மனிதக்கழிவுகளும், வடிகால்களும் போன்ற) பொருள்களும், (இறப்பு, குழந்தைபிறப்பு போன்ற) சந்தர்ப்பங்களும் அவர்களோடு கலந்துரையாடுகின்ற ஒரு நபரின் புனிதத்தை பாதிக்கும் என்றும், கீழ்சாதி மக்கள் தீட்டுப்பட்டவர்கள் என்றும் உயர்சாதி மக்கள் நம்புகிறார்கள். கீழ்சாதி மக்களின் தீட்டிலிருந்து தங்களைப் பாதுகாத்துக்கொள்ள, உயர்சாதி கிராமத்தினர் கீழ்சாதி நபரால் சமைக்கப்பட்ட உணவை உண்ண அடிக்கடி மறுக்கிறார்கள். மேலும் ஒரு திருவிழாவில் அவர்களுடன் ஒன்றாக அமரமாட்டார்கள். அவர்களுடன் புகைபிடித்தலுக்குப் பயன்படுத்தும் ஒரு ஹுக்காவை பகிர்ந்துகொள்ள மாட்டார்கள். அவர்கள் தங்களது வீடுகளுக்குள், அடிமைப்பாங்கான வேலைகளைச் செய்யும்போது தவிர, கீழ்சாதி மக்களை நுழைய அனுமதிக்க மாட்டார்கள். சில சந்தர்ப்பங்களில் கீழ்சாதி மக்கள் உயர்சாதி மக்களை தீட்டுப்படுத்தி விடுவார்கள் என்று நம்புகிறார்கள். ஆனால் மற்ற சந்தர்ப்பங்களில் உயர்சாதி நபர்கள்மீது படிந்துவிட்ட தீட்டை அகற்ற அல்லது சுத்தப்படுத்த அந்த கீழ்சாதி மக்கள்

தேவைப்படுகிறார்கள். டியானேவும், அவரது ஆராய்ச்சி உதவியாளர் பேபியும் கிராமப்புற உத்தரப்பிரதேசத்தில் ஒரு மருத்துவமனையில் குழந்தைப்பேற்றை ஊக்கப்படுத்தும் ஓர் அரசுத் திட்டத்தை ஆய்வு செய்துகொண்டிருந்தார்கள். அப்போது உயர்சாதிக் குடும்பங்களால் பேசப்பட்ட ஒரு விஷயம், குழந்தைப்பிறப்போடு இணைந்துள்ள தீட்டை 'சுத்தப்படுத்த' தீண்டத்தகாத சாதிப் பெண்களை கூலிக்கு அமர்த்தவேண்டிய தேவையைப் பற்றியதாக இருந்தது.

ஃபாத்திமா என்ற உயர்சாதி முஸ்லீம் மாமியார், அவரது மருமகள் மருத்துவமனையில் குழந்தையை பெற்றாலும்கூட, தங்கள் மருமகள் மருத்துவமனையில் பயன்படுத்திய துணிகளை துவைக்க இன்றும்கூட அவர்களுக்கு ஒரு வண்ணார் சாதியைச் சார்ந்த பெண்ணைக் கூலிக்கு அமர்த்திக் கொள்ளவேண்டிய தேவை இருந்தது என்று கூறினார். அந்தக் கிராமத்திலுள்ள கிட்டத்தட்ட எல்லாக் குடும்பங்களையும் போலவே ஃபாத்திமாவின் மகளும், மருமகளும் அந்தக் குடும்பத்தின் துணிகளைக் கைகளால் பொருத்தமாகத் துவைக்கிறார்கள் என்பதை அறிந்துகொண்ட டியானே, 'இந்தப் பிரச்சனையில் ஒரு வண்ணார் சாதிப்பெண்ணுக்கு பணம் தந்து ஏன் சிரமப்படவேண்டும்?' என்று கேட்டார். ஃபாத்திமா, 'நாங்கள் இன்னும் ஒரு வண்ணார் சாதிப் பெண்ணைக் கூப்பிட்டாக வேண்டும், மற்ற மக்கள் இதைப் பார்ப்பதற்காக' என்று விளக்கமளித்தார்.

இது ஃபாத்திமாவைவிட வண்ணார் சாதிபெண்கள் உடல்ரீதியாக துணிகளை சுத்தமாக துவைப்பார்கள் என்பதற்காக அல்ல; அதற்குப்பதிலாக, அவர்கள் குழந்தைப்பிறப்பின் தீட்டை பொதுவழியில் உள்வாங்கிக்கொள்வார்கள். எனவே, ஃபாத்திமாவின் மருமகளும், உண்மையில் அந்த ஒட்டுமொத்த குடும்பமும் சடங்குரீதியான குழந்தைப் பிறப்பின் புனிதமற்ற தன்மையிலிருந்து - தீட்டிலிருந்து விடுவிக்கப்பட்டுவிடுவார்கள். உயர்சாதி மக்கள் புனிதத்தன்மையை பின்பற்றாவிட்டால், மேலும் இதுபோன்ற தீட்டிலிருந்து விடுவிக்கப்படாவிட்டால், அவர்கள் முக்கியமான சமூக விளைவுகளால் பாதிக்கப்படுவார்கள். அடுத்த அத்தியாயத்தில் புனிதம் மற்றும் தீட்டு ஆகியவற்றின் விதிமுறைகளை மீறிய ஓர் உச்சபட்சமான நிகழ்வுகளால் சந்திக்கவேண்டிய சமூக விளைவுகளின்மீது நாங்கள் வெளிச்சமிட்டுக் காட்டுவோம். குழிக் கழிப்பறைகளை

வைத்துக் கொள்ளும்போது, அதேநேரத்தில் கழிப்பறைக் குழிகளை காலிசெய்யவேண்டிய வேலையும் தேவைப்படுகிறது.

ஃபாத்திமாவின் வீடும், குடும்பமும் ஒரு குழந்தையின் பிறப்புக்குப்பிறகு, அந்த நேரத்தைக் கடந்துவிடுவதன் மூலமும், கீழ்சாதி நபரை வேலைக்கு நியமித்துக் கொள்வதன் மூலமும் புனிதப்படுத்தப்பட்டுவிடும். இதற்குமாறாக, தங்களது சாதித்தன்மையின் காரணமாக நிரந்தரமாகத் தீட்டுப்பட்டவர்களாகவும், மற்றவர்களுக்கு தீட்டை உண்டாக்குபவர்களாகவும் காணப்படும் மக்களும் இங்கே இருக்கிறார்கள். கீழ்சாதியைச் சார்ந்த மக்கள், உயர்சாதி உறுப்பினர்களால் மிகவும் தீட்டுப்பட்டவர்களாக அடிக்கடி கருதப்படுகிறார்கள். அதனால், உள்ளுணர்வு சார்ந்து (அக நிலை) அவர்கள் தொடப்படக்கூடாது. எனவே இந்தக் குழுவினருக்கான ஆங்கில வார்த்தை *'Untouchable'* (தீண்டத்தகாதவர்கள்). நாங்கள் இந்த நூல் முழுவதும் 'தலித்' என்ற வார்த்தையை இந்த சாதிகளைச் சார்ந்தவர்களைப்பற்றி குறிப்பிடப் பயன்படுத்தியுள்ளோம். ஏனென்றால், 'தலித்' என்பது 'ஒடுக்கப்பட்டவர்கள்' அல்லது உண்மையில், 'துணுக்குகளாக உடைக்கப்பட்டவர்கள்' என்று பொருள் தருவது. அது பிழைத்திருப்பதற்காகவும், சமத்துவத்துக்காகவும் தலித்துகள் கடந்த காலத்திலும், நிகழ்காலத்திலும் நடத்திவரும் போராட்டங்களைக் கைப்பற்றிக்கொண்டிருக்கிறது.

நகரப்பண்புகொண்ட சிலர், தலித்துகளுக்கு எதிரான வேறுபாடுகள் இந்தியாவில் கடந்தகாலத்தின் பகுதிகளாக இருந்தன. ஆனால் அது இன்று நீண்டகாலமாகவே நடைமுறையில் இல்லை, என்று கூறுகிறார்கள். இது உண்மை அல்ல. நகர்ப்புற இந்தியாவிலுள்ள பெரும் குழுவைச்சார்ந்த மக்கள் தீண்டாமையைக் கடைப்பிடித்து வருவதாக ஒப்புக்கொள்கிறார்கள். பொருளாதார நிபுணர் அமித் தொராட் மற்றும் ஓம்கார் ஜோஷி ஆகிய இருவரும் தேசிய அளவில் பிரதிநிதித்துவப்படுத்தும் '2012 இந்திய மனிதவள மேம்பாட்டு ஆய்வை' *-'2012 India Human Development Survey'* - பகுத்தாய்வு செய்து 20% நகர்ப்புறவாசிகள் தங்களில் குறைந்தபட்சம் ஒரு குடும்ப உறுப்பினராவது தீண்டாமையைக் கடைப்பிடித்து வருவதாக கூறியதை கண்டறிந்தார்கள். *IHDS* ஆய்வு அறிக்கையில் உள்ள இன்னும் அதிகமான கிராமப்புறவாசிகள் குறைந்தபட்சம் ஒரு குடும்ப உறுப்பினராவது

தீண்டாமையை கடைப்பிடிப்பதாக அறிவிக்கிறார்கள். கிராமப்புற சீதாபூரில் எங்களது களப்பணிகளில் பல்வேறு மாறுபட்ட தீண்டாமை செயல்பாடுகளை நாங்கள் எங்கள் அளவில் நேர்கொண்டோம். ஓர் இளம்பெண்ணான சரோஜை டியானே பேட்டி கண்டபோது, அந்த வெப்பமான நாளில் அந்தப்பெண் டியானேவுக்கு ஒரு குவளை தண்ணீர் தர முதலில் மறுத்தார். அந்த நேரத்தில் பாத்திரங்களைக் கழுவிக்கொண்டிருந்த சரோஜிடம் சுத்தமான தண்ணீரும், சுத்தமான குவளையும் அவருக்கு எட்டக்கூடிய இடத்தில் இருந்தன. ஆனால், டியானே தண்ணீர் கேட்டபோது அந்தப்பெண் இடைநிறுத்தினார். இறுதியில், தான் ஒரு தலித் சாதி சார்ந்தவர் என்று அவர் கூறினார். ஒரு தலித்திடமிருந்து தெரியாமல் தண்ணீர் பெற்றதை டியானே பின்னர் தெரிந்துகொண்டால், அவர் கோபப்படுவார் என்று சரோஜ் கவலைப்பட்டார். தான் தீண்டாமையில் நம்பிக்கை கொண்டவர் அல்ல என்றும், தனக்கென ஒரு சாதி இல்லை என்றும் டியானே விளக்கினார். அதிர்ச்சியும், ஏதோ ஒருவகையான சந்தேகமும் கொண்ட சரோஜ், இறுதியாக ஒரு குவளைத் தண்ணீரைக் கையில் எடுத்துத் தந்தார்.

அழுக்கான மக்கள், அழுக்கானவேலை, அழுக்கான இடங்கள்

புனிதம் மற்றும் தீட்டு பற்றிய விதிகள் சாதிய அடுக்குமுறைகளை வலுப்படுத்த அடிக்கடி பயன்படுத்தப்படுகின்றன. உயர்சாதி மக்கள் தலித்துகளோடு தொடர்பு கொள்ளும்போது, குறிப்பாக இது பொதுவழக்கமாக உள்ளது. தலித்துகள் ஏன் இவ்வளவு மோசமாக நடத்தப்படுகிறார்கள் என்று நடுத்தர அல்லது உயர்சாதி மனிதரிடம் நீங்கள் கேட்டால், அவர்கள் அழுக்கானவற்றை செய்கிறார்கள் என்று அவர்கள் கூறக்கூடும். இதன்மூலம் அவர் 'தீட்டுபடுத்தும்' வேலையையும்கூட அர்த்தப்படுத்துகிறார்.

கிராமத்திலிருந்து இறந்த விலங்குகளின் பிரேதங்களை அப்புறப்படுத்துவது, பொது இடங்களிலிருந்து மனிதக் கழிவுகளையும், குப்பைக் கூளங்களையும் சுத்தப்படுத்துவது. இறந்த மனித உடல்களை எரியூட்டுவதற்கு தயார் செய்வது உட்பட உடல்ரீதியாக அழுக்கான, அதிகப்படியான வேலைகள் பாரம்பரியமாக தலித்துகளால் செய்யப்படுகின்றன என்பது

உண்மை. பறையடிப்பது அல்லது தோலிலிருந்து செருப்பு தைப்பது போன்ற பாரம்பரியமாக தலித்துகள் செய்துவரும் சில வேலைகள் எவ்வாறோ சிலரால் உடல்ரீதியாக அழுக்கானவை என்று கருதப்படுவதில்லை. அவர்கள் சாதிய அமைப்புமுறையை ஆதரிப்பதில்லை. இதேபோன்ற ஓர் அண்மை நிகழ்வு சுத்தபடுத்தப்பட்ட குடியிருப்பின் வடிகால். இந்தவேலையின் 'அழுக்குத்தன்மை' உடல்ரீதியான அழுக்குத்தன்மையைவிட, சடங்குரீதியான அழுக்குத்தன்மையாகும். மானுடவியலாளர் சாரா பிண்ட்டோ சாதி மற்றும் தூய்மைத்தன்மை பற்றிய மக்களின் கருத்துகளுக்கு பின்னால் உள்ள தர்க்கவாதம் ஒரு சுழற்சி என சுட்டிக்காட்டுகிறார்: 'தலித்துகள் அழுக்கானவர்கள். ஏனென்றால், அவர்கள் அழுக்கான வேலைகளை செய்கிறார்கள். மேலும், அந்த வேலைகள் அழுக்கானவை. ஏனென்றால் அவற்றை தலித்துகள் செய்கிறார்கள்.'

உயர்சாதியை சார்ந்த, கட்டுப்பாடான பழமைவாத உறுப்பினர்களான சிலர் 'அழுக்கான' வேலையை செய்யும் மக்களுடனான தொடர்பைத் தவிர்ப்பது அல்லது உணவையோ, தண்ணீரையோ அவர்களுடன் பகிர்ந்துகொள்ளாமல் புனிதம், தீட்டு ஆகியவற்றின் விதிகளை பின்பற்றுவது செயல்முறையில் உடல் நலத்தையும், ஆரோக்கியத்தையும் மேம்படுத்த உதவுகிறது என்று கூறுகிறார்கள். இந்த விதிகள் எந்தவிதத்திலும் நோயின் கிருமிக்கோட்பாட்டை அடிப்படையாகக் கொண்டவை அல்ல. உண்மையில் எது அச்சுறுத்துகிறது? புனிதம் மற்றும் தீட்டு விதிகள் கிருமிகளுடன் சம்பந்தமில்லாதவை. தாழ்ந்த சாதி மக்களை அடிபணியவைக்க வலிந்து நடைமுறைப்படுத்துவதற்கானவை. உண்மையில் கீழ்சாதி மக்களின் அடிபணிதலை வலிந்து நடைமுறைப்படுத்தும் நடத்தைகள் கடுமையான உடல் நலப்பிரச்சனைகளை உருவாக்குவதில் முடிகின்றன.

இந்திய கிராமங்களில் கீழ்சாதி மக்களுக்கு இழைக்கப்படும் அநீதிகள் கிராமப்புற திறந்தவெளி மலம் கழிப்போடு எவ்வாறு தொடர்புகொண்டுள்ளன என்பதை நாம் விரைவில் காணப்போகிறோம். சாதி அடையாளமும், தலித்துகளின் கீழ்ப்படிதலும் மிகப்பரந்த அளவில் பொதுஇடங்களை தூய்மைப்படுத்த வைக்கும் விஷயங்களாகவும்கூட இருக்கின்றன.

பெண் சமூகவியலாளர் தயாரிஸ் லூதி தமிழ்நாட்டின் சிறுநகரமான கோட்டாரில் உடல்நல நடத்தைகளை ஆய்வு செய்தார். வீட்டின் புனிதம் ஒருவரின் குணம் மற்றும் அந்தஸ்தின் பிரதிபலிப்பாகப் பார்க்கப்படுகிறது. புனிதத்தின் பலவிதிகள் வீட்டை குவிமையம் கொள்கின்றன. இருந்தபோதிலும் தூய்மைத்தன்மையிலுள்ள ஆர்வம் வீடுகளின் கதவு நிலைப்படிகளோடு நின்று விடுகின்றன. மேலும் வெளிப்பக்கத்தோடு தொடர்புடைய பழக்க வழக்கங்கள் பொருத்தமற்ற வகையில் குப்பைகூளங்களை குவிப்பதாக உள்ளது என்பதை உற்று நோக்குகிறார். கரக்பூர் IITயின் நிர்வாகவியல் பேராசிரியராகவும், தலித் இயக்கங்களின் அறிஞராகவும் உள்ள ஆனந்த டெல்டும்ப்டே 'எகனாமிக்ஸ் அண்ட் பொலிடிகல் வீக்லி'யில், 'இந்திய நகரங்களைப் பீடித்துள்ள குப்பைக் கூளங்களின் பிரச்சனை, பொதுஇடங்களில் என்ன நடக்கிறது என்பதைப்பற்றிக் கவலைப்படாத மக்களைப்பற்றியது மட்டுமல்ல. அது சாதி அரசியலைப் பற்றியதும்கூட' என்று விளக்குகிறார். இந்தியர்கள் தங்கள் குப்பைக்கூளங்களை தரையின்மீது வீசியெறிவது அவர்களுடைய சோம்பேறித்தனத்தால் மட்டுமல்ல, தலித்துகள் மீதான தங்கள் மேலான நிலையை உறுதிப்படுத்திக் கொள்வதற்காகவும்தான். இதனால்தான் பொதுஇடங்களை தலித்துகள்தான் சுத்தப்படுத்த வேண்டும் என்று அவர்கள் எதிர்பார்க்கிறார்கள்.

2014 இல் 'ஸ்வாச் பாரத் மிஷன்' - 'தூய்மை இந்தியா இயக்கம்'- துவக்கப்பட்டபோது, குடிமக்களின் பெருமைக்குரிய ஒரு நடவடிக்கையாக, பெருநகரங்களின் பொதுஇடங்களில், குறிப்பாக பெரும்சந்தைப் பகுதிகளில், குடிமக்கள் குப்பைக் கூளங்களை கூடைகளில் போட வலியுறுத்தும் அறிகுறிகள் தோன்றின. டெல்டும்ப்டே, 'நகர்ப்புற இந்தியாவை தூய்மைப்படுத்துவதற்கு குடிமக்களின் பொறுப்புபற்றிய புதிய உணர்வில் மட்டுமல்ல, தலித்துகளை நோக்கிய உயர்சாதி மக்களின் மனப்பாங்குகளிலும் மாற்றம் தேவைப்படுகிறது' என்று எழுதினார். இருந்தபோதிலும், தலித்துகளும் மற்ற தாழ்ந்த சாதிகளை சார்ந்தவர்களும் உயர்சாதி மதிப்புகளை நிராகரிக்க அத்தகைய ஒரு பண்புமாற்றமும்கூட தேவை. அத்தகைய ஒரு விஷயத்தைப்பற்றி எழுதுவது எளிதானது. ஆனால், அவ்வாறு செய்வது சரோஜின் உலகத்தில் மிகமிக சிரமமானது. அங்கே முன்பின் தெரியாத சாதிவரிசையை சார்ந்த

ஒரு பார்வையாளருக்கு ஒருவேளை தண்ணீரை கொடுப்பதும்கூட தீவிரமான சமூக விளைவுகளைக் கொண்டிருக்கும்.

எங்கே மக்களில் சிலர் புனிதமானவர்களாகவும், மக்களில் சிலர் தீட்டானவர்களாகவும் உள்ளார்களோ அங்கே முன்னால் செல்வது

வெவ்வேறு மாநிலங்களும், வெவ்வேறு கிராமங்களும்கூட சாதி இடையீடுகள், புனிதம், தீட்டு ஆகியவற்றை நிர்வகிக்க வெவ்வேறு விதிகளைக் கொண்டிருக்கின்றன. ஒரு கிராமத்துக்குள்ளும்கூட எப்போதும் ஒவ்வொருவரும் சாதிகளின் குழுக்களிடையே உள்ள சரிநுட்பமான தரவரிசையை ஏற்றுக்கொள்வதில்லை. ஒருவகையில், ஒருசாதியின் உறுப்பினர்கள் இன்னொரு சாதியினர்மீது தங்கள் மேலான தலைமையை நிலைநிறுத்த மிகவும் கெடுபிடியான புனிதம் மற்றும் தீட்டு வரையறைகளை ஏற்றுக்கொள்வதன் மூலம் முயற்சிக்கிறார்கள். எடுத்துக்காட்டாக, மேல்நோக்கிச்செல்லும் சாதிகளின் உறுப்பினர்கள் புனிதம் என்று பார்க்கப்படுகிற உணவுப்பழக்கவழக்கங்களான தாவர உணவுமுறை மற்றும் மதுவைத் தவிர்ப்பது போன்றவற்றை அடிக்கடி பின்பற்றுகிறார்கள். எம்.என். ஸ்ரீனிவாஸ் இந்த வழிமுறையை, ‘சமஸ்கிருத மயமாக்கல்’ என்ற புகழ்பெற்ற வார்த்தையாக்கினார்.

நடுத்தர மற்றும் தாழ்ந்த சாதியினர் உயர்சாதி மதிப்புகளையும், நடைமுறைகளையும் தங்களுடையதாக ஆக்கிகொள்வது இந்திய கலாசார மாற்றத்துக்கான மாபெரும் சக்தியாக இருக்கும் என இந்தியாவின் சமூகவியலாளர்களால் பரந்த அளவில் கருதப்படுகிறது. நியூ டன்கின் டோனட்ஸ் அல்லது சுரங்கப்பாதை உணவகங்களுக்கு அப்பால், புள்ளியிடும் டெல்லி மற்றும் மும்பையின் ஆடம்பர சந்தைகளுக்கும் அப்பால், பயணம் செய்யாத நகர்ப்புற மேல்தட்டு மக்களுக்கு அதை மறந்துவிடுவது எளிது. இந்திய கிராமங்களில் உள்ள தலித் மற்றும் தாழ்ந்த சாதியினருக்கு மேல்நோக்கிய சமூக நகர்வு என்பது உள்ளூரில் ஆற்றல்மிக்க அவர்களது அண்டை அயலார்களின் நடைமுறைகளையும், நம்பிக்கைகளையும் ஏற்றுக்கொள்வதைவிட, மேற்கத்திய நடைமுறைகளையும், நம்பிக்கைகளையும் ஏற்றுக்கொள்வதாகவே அடிக்கடி பொருள்தருகிறது.

தாழ்ந்த சாதிகளைச் சார்ந்தவர்கள் தங்களது அவமானகரமான சாதி அடையாளங்களிலிருந்து தாங்களாகவே விலகிச்செல்ல எடுக்கும் முயற்சிகள், மேல்சாதிகளால் தங்கள்மீது சுமத்தப்பட்ட அவமானகரமான நடைமுறைகளை - அந்த நடைமுறைகள் பயன்தரக்கூடியதாக அல்லது அர்த்தமுள்ளவைகளாக இருந்தாலும்கூட-நிராகரிப்பதில் ஈடுபடுத்துகிறது. எடுத்துக்காட்டாக, உத்தப்பிரதேசத்தில் வளர்ந்த ஒரு தலித் ஆன ஓம் பிரகாஷ் வால்மீகி, தனது வாழ்க்கை வரலாற்றின் ஆரம்பப் பக்கங்களில் தனது கிராமத்தில் மேல் நோக்கி நகர்ந்த தலித்துகள், மெல்லமெல்ல எவ்வாறு பன்றிகளை வளர்ப்பதை நிறுத்தி விட்டார்கள் என்பதைப்பற்றி எழுதினார்:

> *எங்களது வாழ்வில் பன்றிகள் முக்கியமான பகுதியாக இருந்தன. நோயுற்றபோது அல்லது நலமாக இருக்கும்போது -வாழும்போது அல்லது இறக்கும்போது, திருமண விழாவின்போது - அவை எல்லாவற்றிலும் முக்கியமான பாத்திரம் வகித்தன. எங்களது மதம்சார்ந்த விழாக்களும்கூட பன்றிகள் இல்லாவிட்டால் முழுமையடையாது. சுற்றுச்சுவர்களுக்குள் வேர்கொண்டுள்ள பன்றிகள் எங்களுக்கு அழுக்கின் சின்னங்கள் அல்ல. வளமையின் சின்னங்கள். அவை அவ்வாறே இன்னும் இருக்கின்றன. ஆனால், எங்களிடையே உள்ள படித்தவர்கள்- அவர்கள் இன்றும் ஒரு மிகச்சிறிய சதவீதத்தினர் என்றாலும்- இந்த வழக்கங்களை கைவிட்டுவிட்டார்கள். அது ஒரு சீர்திருத்த கண்ணோட்டத்தில் அல்ல. அவர்களது தாழ்வு மனப்பான்மையால்தான் அவ்வாறு செய்தார்கள். சமூக அழுத்தங்களால் ஏற்பட்ட தாழ்வு மனப்பான்மையால் படித்தவர்கள் மிகவும் சிரமப்படுகிறார்கள்.*

உத்தரப்பிரதேசத்தில் உள்ள படித்த தலித்துகள் பன்றிகளை வளர்ப்பதை விட்டுவிட்டார்கள் என்ற வால்மீகியின் அவதானிப்பு எங்களது கதைக்கு மிகவும் முக்கியம். ஏனென்றால், பரம்பரியமான தலித் நடைமுறைகளை விட்டுவருவது என்பது ஒரு முக்கியமான வழி. அதில் கிராமப்புற இந்தியாவில் உள்ள தலித்துகள் தங்களுடைய சமுதாய நிலைகளை - அது அர்த்தமுள்ள பொருளாதார விலைகளை கொடுக்கவேண்டியிருந்தாலும்கூட- மாற்ற முயற்சித்தார்கள் என்பதைக் காட்டுகிறது. அடுத்த அத்தியாயத்தில்

அடக்குமுறைக்கு உள்ளாக்கும் ஒரு சமுதாய ஒடுக்கு முறைக்கு சவால்விடுக்க தலித்துகள் பயன்படுத்திய இன்னொரு உத்தியை நாங்கள் வெளிப்படுத்துவோம். 'கழிப்பறைக் குழிகளை காலிசெய்யும் 'அழுக்கு வேலை' போன்றவற்றைக் கைவிடல் - அந்த வேலை பொருளாதாரரீதியாக இலாபம் தரக்கூடியது என்றாலும்கூட.'

புனிதம், தீட்டு மற்றும் தீண்டாமை
திறந்தவெளி மலம் கழிப்பில் என்ன செய்தது?

இந்தியா ஏன் இன்னும் திறந்தவெளி மலம் கழிப்பில் தனித்தன்மையாக உயர்ந்த விகிதத்திலான திறந்தவெளி மலம் கழிப்பை கொண்டிருக்கிறது, என்ற கேள்விக்கு இப்போது நாம் மீண்டும் திரும்புவோம். பொதுக்கழிவு சடங்குரீதியான தீட்டுடன் தொடர்புடையது என்ற கருத்தை எழுப்புபவர்கள் நாம் மட்டும் அல்ல. எடுத்துக்காட்டாக, '2016 கோடைகாலத்தில் டெல்லி பல்கலைக்கழகத்தின் சமூகவியலாளரான ஆந்த்ரேபெடெய்ல்லே விடம் 'இந்துஸ்தான் டைம்ஸ்', 'ஸ்வாச் பாரத் இயக்கம் ஏன் தொடர்ந்து நடைபெறவில்லை என்று தோன்றுகிறது?' என்று கேட்டபோது, அவர் விளக்கினார்: 'சடங்கு ரீதியான புனிதம் என்று நம்மை ஆட்டிப்படைக்கும் கருத்துவெறியில், உடல்ரீதியான தூய்மைத்தன்மையோடு நாம் சமரசம் செய்து கொண்டோம்'.

ரிதேஷ் மிஸ்ரா, டியானே மற்றும் நிகிலிடம் அவர் 'சுத்தமான இடத்தில் வசிக்க விரும்புவதாக' கூறியபோது, அவர் தனது வீடு துடைக்கப்பட்டும், பாத்திரங்கள் சுத்தமாக அடுக்கப்பட்டும் இருப்பதை விரும்புவதாக வெறுமனே மட்டும் கூறவில்லை. அவர் சடங்குரீதியான சுத்தத்தன்மையை தவறில்லாமல் அர்த்தப்படுத்தினார். உடல்ரீதியான சுத்தத்தன்மையை அல்ல. அதை அவர் விளக்கிக்கொண்டிருந்தார்: 'ஒரு பிராமணரான தமக்கு உயர்சாதி இந்துக்களை தீட்டுப்படுத்துவதாக கருதப்படும் அந்த விஷயங்களை தவிர்ப்பதும், அவரது அண்டைவீட்டார் சடங்குரீதியாக புனிதமானது என்று அங்கீகரிக்கும்வகையில் ஒரு வீட்டையும், உடலையும் பராமரிப்பதும் தனக்கு மிகவும் முக்கியம்.'

எங்களது தரமான நேர்காணல்களில் இதேபோன்ற கருத்துகளை வேறு இடங்களிலிருந்த உயர்சாதி கிராமத்தினரிடமிருந்தும்கூட நாங்கள் கேட்டோம். அரியானாவில் கௌரவ் என்ற இளம் பிராமணர் எங்களிடம் கூறினார்:

> ஒரு கழிப்பறை வீட்டில் இருந்தால் அங்கே கெட்ட வாசம் இருக்கும். கிருமிகள் வளரும். வீட்டில் இருக்கும் கழிப்பறைகள் நரகம் போன்றவை. சுற்றுச்சூழல் முற்றிலும் மாசுபட்டதாக ஆகிறது. அங்கே விளக்கேற்றுவதில் (மத ரீதியான மெழுகுவர்த்திகள், விளக்குகள்) எந்தப்பயனும் இல்லை. ஒட்டுமொத்தத்தில் எந்தப்பயனும் இல்லை.

கௌரவ் குறிப்பாக தனது கருத்தை நோய்க்கிருமிக் கோட்பாட்டின்மீது சடங்குரீதியான புனிதத்தைப்பற்றிய கருத்துகளைக் கலந்து வைக்கிறார். அவர், திறந்தவெளி மலம் கழிப்பு எவ்வாறு கிருமிகளையும், நோயையும் பரப்புகிறது என்பதைப்பற்றி கேள்விப்பட்டிருப்பார். ஆனால் அவர் குறிப்பாக, வீட்டில் மலம் கழிப்பதோடு இணைந்துள்ள சடங்குரீதியான தீட்டையும்பற்றி கவலைப்படுகிறார். வீட்டில் உள்ள கழிப்பறையில் அடங்கியுள்ள கழிவின் இருப்பு கௌரவுக்கு சடங்குரீதியாக மிகவும் தீட்டானதாகவும், வழிபாட்டில் பயன்படுத்தப்படும் மெழுகுவர்த்திகள் மற்றும் விளக்குகள் என்ற வடிவத்தில் சடங்குரீதியான புனிதத்தை கோருவதாகவும் உள்ளன. அவருக்கு வீட்டுக்கழிப்பறையில் உள்ள தீட்டைக் கழிக்க இந்த மெழுகுவர்த்திகளும், விளக்குகளும் கூட போதுமானதல்ல.

உயர்சாதியினர் பலர் சமையலறைக்கு நெருக்கமாக ஒரு கழிப்பறையைக் கொண்டிருப்பதுபற்றி குறிப்பாக கவலைப்பட்டார்கள். வழிபாடு நடத்தும் இடங்களுக்கு அப்பால் மிகவும் சடங்குரீதியாக புனிதமாக இருக்கவேண்டிய இடம் சமையலறை என்று கருதப்படுகிறது. எடுத்துக்காட்டாக, ஒரு தலித் அவர்களுடைய சமையலறைக்குள் நுழைந்துவிட்டால் இந்த மக்களில் பலர் மிகவும் நிலைகுலைந்துவிடுவார்கள்.

உயர்சாதி குடியிருப்புகளுக்கு மாறாக, கீழ்சாதி குடியிருப்புகள் கழிப்பறைகளை சொந்தமாக வைத்துக்கொள்ளாமல் இருப்பதையும், அவர்கள் ஏன் கழிப்பறைகளில் முதலீடு

செய்வதில்லை என்பதையும் விளக்கும்போது, சடங்குரீதியான புனிதம் மற்றும் தீட்டு பற்றிய கருத்துகள் திட்டவட்டமாக மிககுறைந்த விதத்திலேயே பொருத்தமாக உள்ளன. இத்தகைய கருத்துகள் நீண்டகாலமாகவே அவர்களது சொந்த ஒடுக்குமுறைகளை நியாயப்படுத்தவே பயன்படுத்தப்பட்டன என்ற உணர்வை ஏற்படுத்துகின்றன. ஆனால், இன்றும் கழிப்பறைப் பயன்பாட்டோடு அழுக்குத்தன்மையும் வாசமும் இணைந்துள்ளன என விளக்குவதன் மூலம் உள்ளார்ந்த வகையில் இந்த மதிப்புகளை கீழ்சாதி மக்கள் ஏற்றுக்கொண்டும், இயங்கிக்கொண்டும்தான் இருக்கிறார்கள். அதுவும்கூட ஓர் உணர்வை ஏற்படுத்துகிறது. எங்கே சமூக நகர்வுகள் மேல் தட்டு சாதியினரின் மதிப்பீடுகளை ஏற்றுக்கொள்வதைப் பொருத்தே இருக்கிறதோ அந்த சமுதாயத்தில் கீழ்சாதி மக்கள் ஒரு கழிப்பறையை நிறுவிக்கொள்வதன் மூலம் தாங்களாகவே ஏன் மாறுபட்டவர்களாகவும், மோசமானவர்களாகவும் தங்களை காட்டிக்கொள்ள வேண்டும். - அதன் ஒரேபயனாக அவர்கள் பார்ப்பது ‘வசதியானது’ என்பதாக இருக்கும்போது?

கழிப்பறையைச் சொந்தமாக்கிகொள்வதும், அவற்றைப் பயன்படுத்துவதும் கிராமப்புற இந்தியாவில் ஏன் மெதுவாக உள்ளது என்பதைப் புரிந்துகொள்ள உதவிய மக்கள் பலரை நாங்கள் சந்தித்தோம். மிகக்குறைவான திறந்தவெளி மலம்கழிப்பு வீதங்களைக்கொண்ட மற்ற நாடுகளின் குடியிருப்புகளைப் போலவே குறைந்தபட்சமாக பணக்காரர்களாக இருந்தபோதிலும், கிராமப்புற இந்தியாவில் கழிப்பறைகளை சொந்தமாக்கிக்கொள்வதிலும், பயன்படுத்துவதிலும் ஏன் அக்கறை குறைவாக உள்ளது என்பதைப் புரிந்துகொள்ள அவர்கள் உதவினார்கள். கௌரவும், ரிதேஷும் புனிதம் மற்றும் தீட்டு பற்றிய கருத்துகள் மிகவும் வலுவாக வெளிப்பட்டதையும், உயர்சாதியினரால் அவை வலியுறுத்தி நடைமுறைப்படுத்தப்பட்டதையும், மலிவுவிலைக் கழிப்பறைகளை அவர்கள் நிராகரிப்பதையும் விளக்குவதையும் காண எங்களுக்கு உதவின. ஃபாத்திமாவும், சரோஜும் கிராமப்புற இந்தியாவில் அன்றாட செயல்பாடுகளில் புனிதம் மற்றும் தீட்டு விதிகள் எவ்வளவு முக்கியத்துவம் வாய்ந்தன என்பதை புரிந்துகொள்ள உதவினார்கள். வால்மீகியும், ஸ்ரீனிவாஸும் சுட்டிக்காட்டியது சாதிய நகர்வுகளுக்கும்,

கலாசார மாற்றத்துக்கும் சிலநேரங்களில் பொருளாதார விலை கொடுக்கவேண்டியிருந்தாலும்கூட, சமஸ்கிருதமயமாக்கல் எவ்வாறு தலைமை சக்தியாக இருக்கிறது என்பதைக்காண எங்களுக்கு உதவின. திறந்தவெளி மலம் கழிப்பு பிரச்சனை, தாழ்ந்த சாதியினரும்கூட மலம்கழிப்பதற்காக மிகவும் வசதியாக உள்ள இடங்களைப் பெறுவதில் உயர் சமூக தரத்தைப்பற்றி கூடிக்கலந்து பேசுவதில் குறைந்த அக்கறை கொண்டவர்களாக இருக்கிறார்கள் என்று அர்த்தப்படுத்தியது.

கிராமப்புற இந்தியர்கள் பலர் திறந்தவெளி மலம் கழிப்புக்கே முன்னுரிமை அளிக்கிறார்கள் என்ற அம்சம், நகர்ப்புறத்தவர்கள் செய்வதைப்போல, வளரும் நாடுகளிலுள்ள மக்கள் பலரும் செய்வதைப்போல, ஒருநாள் கிராமத்தினர் மிகவும் உறுதியாக சௌகரியமான கழிப்பறைப் பயன்பாட்டுக்கு வரமாட்டார்கள் என்று சொல்வதற்கல்ல. ஆனால் இந்த அத்தியாயத்தில் கலந்துரையாடிய தனித்தன்மை வாய்ந்த புனிதம், தீட்டு, சாதி மற்றும் சமூக கீழ்ப்படிதல் அமைப்புமுறைகள் போன்றவை கழிப்பறைகளை ஏற்றுக்கொள்ளச் செய்வதில் உண்மையான மற்றும் முக்கியமான தடைகளாக உள்ளன என்பதைக் கவனிக்கவேண்டும். அவை இந்தியாவின் கலாசார சூழலிலும் வேர்கொண்டுள்ளன. மற்றும் அவை உலகின் மற்ற பகுதிகளில் முன்பு கழிப்பறைகளை ஏற்கச்செய்வதைக் குறைத்த அதே சமூகவிதிகளைப் போன்றவை அல்ல.

அடுத்த அத்தியாயத்தில் கிராமப்புற இந்தியாவில் அவர்கள் கழிப்பறைகளில் முதலீடு செய்யும்போது, வேறு எந்தவகையான கழிப்பறைகள் குடியிருப்புகளில் கட்டப்பட்டுள்ளன என்பதை கவனமாகப் பார்க்கப்போகிறோம். இந்தக் கழிப்பறை வன்பொருள் ஆராய்ச்சிக்கு அப்பால் நாம் மேலும் தீண்டாமையின் வரலாற்றை வெளிப்படுத்தப்போகிறோம். இந்த வரலாறு மானுட நல்வாழ்வுக்கு முக்கியமானது. சிலவகைகளில் திறந்தவெளி மலம் கழிப்புக்கும் அப்பால் இது விரிவடைகிறது. எல்லா இடங்களிலும் திறந்தவெளி மலம் கழிப்பைக் குறைப்பதில் பெரும்பங்கு வகித்த கழிப்பறை தொழில்நுட்ப வகையைத் தடுக்கிறது.

4 கழிவறைக் குழிகளும், மெதுவான சமூக மாற்றமும்

மேற்கு உத்தரப்பிரதேசத்தில் ஒரு பெரிய கிராமத்தின் முனையில் உள்ள தலித் சிற்றூரில் சோஹ்னிதேவி தனது இரண்டு சிறிய குழந்தைகளுடனும், மாமியாருடனும் வாழ்ந்துவருகிறார். புலம்பெயர் தொழிலாளியான அவரது கணவர் டெல்லி, மும்பை மற்றும் கான்பூர் போன்ற பெரிய நகரங்களில் கட்டுமானத் திட்டங்களில் வேலை செய்துவருகிறார். அவர் கிராமத்துக்கு அவ்வப்போது வருகிறார்.

தங்கள் சொந்தக்கண்ணோட்டங்களை நேர்காணலில் தந்துள்ள அண்டைவீட்டாரால் சூழப்பட்டுள்ள சோஹ்னிதேவி அவரது வாழ்க்கை, அவரது வீடு மற்றும் அவரது கழிப்பறை பற்றி டியானே மற்றும் நிகிலுடன் பேச ஒத்துக்கொண்டார். அவர் தனது வீடு அவரது மாமனார், மாமியாரால் கட்டப்பட்டது என எங்களிடம் கூறினார். அது இரண்டு பகுதிகளைக் கொண்டது. ஒன்று செங்கற்களால் கட்டப்பட்டது. மற்றொன்று களிமண் மற்றும் பசுவின் சாணத்தால் கட்டப்பட்டது. செங்கற்களால் கட்டப்பட்ட அந்த அறைக்கு 'இந்திரா ஆவாஸ் யோஜனா' திட்டத்தின்கீழ் பணம் தரப்பட்டது. கோரைப்புல்லால் வேயப்பட்ட கூரை அடிக்கடி ஒழுகுகிறது. சரிப்படுத்தவேண்டிய தேவையும் இருக்கிறது. வீட்டுக்கு முன் உள்ள கழிப்பறை வயதுவந்த, உயரமான ஒருவர் எழுந்து நிற்க முடியாத அளவுக்கு குட்டையானது. அதனால், அது செயல்படும்போது ஒருவர் எழுந்து நிற்கமாட்டார்

சோஹ்னிதேவியும், அவரது கணவரும் தாங்களாகவே அந்தக் கழிப்பறையைக் கட்டவில்லை என்பதை டியானேவும், நிகிலும் விரைவிலேயே புரிந்துகொண்டார்கள். அதற்குப்பதிலாக தேர்ந்தெடுக்கப்பட்ட கிராமத்தலைவர் கூலிக்கு ஆட்களை அமர்த்தி அதை மூன்று ஆண்டுகளுக்கு முன் அவர்களுக்காக கட்டித் தந்தார். சோஹ்னிதேவியும் அவரது கணவரும் அது கட்டப்பட வேண்டிய இடத்தை வெறுமனே சுட்டிக் காட்டினார்கள். அந்த கிராமத்தலைவர் அந்த சிற்றூரில் மற்ற எல்லா தாழ்ந்தசாதிக் குடும்பங்களுக்கும்கூட கழிப்பறைகளைக் கட்டினார்.

அந்தக் கிராமத்தலைவர், இதைக் கட்டுவதற்கு முன், ஒரு கழிப்பறையைக் கட்டுவது பற்றி சோஹ்னிதேவி எப்போதாவது நினைத்தாரா? என்று அவரிடம் டியானே கேட்டார். ‘எங்கள் வீடு உடைந்து விழுந்துகொண்டிருக்கும்போது நாங்கள் ஏன் ஒரு கழிப்பறையைக் கட்டவேண்டும்?’ என்று சோஹ்னிதேவி விளக்கினார்.

அவர் பெற்றிருக்கும் கழிப்பறையை அவர் பயன்படுத்தவில்லை. அவரும், அவரது மாமியாரும், அவரது கணவரும் எல்லாருமே திறந்தவெளியிலேயே மலம் கழித்தார்கள். ஏழு மற்றும் ஐந்து வயதில் உள்ள இரண்டு குழந்தைகள் இப்போது கழிப்பறையைப் பயன்படுத்துகிறார்கள். ஆனால், அந்தக் குழந்தைகள் தாங்களாகவே திறந்தவெளியில் மலம்கழிக்கும் அளவுக்கு வளர்ந்துவிட்டால் அந்தக் குடும்பம் அதைக்கீழே இடித்துத்தள்ளிவிடும்.

டியானேவுக்கும், நிகிலுக்கும் அந்தக் கழிப்பறை வசதியானதாகக் காணப்பட்டது. மேலும் சோஹ்னிதேவி குழந்தைகளின் கழிவுகளை சுத்தப்படுத்தும் தொந்தரவிலிருந்து தன்னை அது காப்பாற்றுகிறது என்று ஒத்துக்கொண்டார். சொந்தமாக கழிப்பறை இல்லாத அந்தக் கிராமத்தின் மற்ற குடும்பங்களில் உள்ள சிறுகுழந்தைகளைப்போல அவரது குழந்தைகளும் இருந்தார்கள். அவர்களும் வேறுவழியின்றி வீட்டின் முன்உள்பகுதியில் மலம் கழித்திருப்பார்கள்.

இன்னும் அந்த உரையாடல் தொடர்ந்தபோது, தங்கள் நிலத்தில் கிராமத்தலைவர் கழிப்பறை கட்டியதில் சோஹ்னிதேவி கோபப்பட்டார். உள்ளாட்சி நிர்வாகத்தின்மீது

ஆத்திரம்கொண்ட அவர், ‘ஊராட்சித்தலைவர் இதைக் கட்டினார், நாங்கள் கட்டியிருந்தால் நாங்கள் விரும்பியவாறு அதைக் கட்டியிருப்போம். இதற்கெல்லாம் இந்திர விகாஸ் பணம் வந்தது. அதனால் ஊராட்சித்தலைவர் கட்டினார். ஆனால், அவர் ஒரு மிகச்சிறிய குழியைத்தான் தோண்டினார். நாங்கள் விரும்பியவாறு அதைக்கட்டியிருந்தால் நாங்கள் முழுஅறைக்கும் செங்கற்களைப் பயன்படுத்தியிருக்க மாட்டோமா? ஆனால், ஒரு ஏழையால் எப்படி முடியும்? அதற்கு இருபது அல்லது இருபத்தைந்தாயிரம் ரூபாய் ஆகும்’என்றார்.

இரண்டாம் அத்தியாயத்தில் இந்தியாவில் விதிவிலக்கான, உயர்வீதத்திலான திறந்தவெளி மலம் கழிப்பை வறுமையாலோ, அறியாமையாலோ, தண்ணீர்ப் பற்றாக்குறையாலோ அல்லது மோசமான நிர்வாக முறையாலோ விளக்கிவிட முடியாது என்பதைப் பார்த்தோம். இந்தியாவின் திறந்தவெளி மலம் கழிப்பு வீதத்தை மற்ற நாடுகளோடு ஒப்பீடு செய்வது ஒரு புதிரை அளித்தது.

அத்தியாயம் 3 இந்த மையமான கேள்விக்கு எங்களது இரண்டுபகுதி பதில்களில் முதல் பகுதியைத் தந்தது. ஏன் மிக அதிகமான மக்கள் கிராமப்புற இந்தியாவில் திறந்தவெளியில் மலம் கழிக்கிறார்கள்? எது சுத்தம்? எது அழுக்கு? என்பது பற்றிய கருத்துகளை பலசமூகங்கள் கொண்டிருந்தாலும், கிராமப்புற இந்தியர்களின் கருத்துகள் உலக அளவில் தனித்தன்மையானவைகளாகவும், இந்து சாதிஅமைப்பு முறையோடு நெருக்கமான தொடர்பு கொண்டவைகளாகவும் இருக்கின்றன. அத்தியாயம் 3 இந்தக்கருத்துகள் கழிப்பறையைப் பயன்படுத்துவதை ஊக்கமிழக்கவைத்து, திறந்தவெளி மலம் கழிப்பை ஊக்கப்படுத்தும் விதத்தை வெளிப்படுத்தியது.

இந்த அத்தியாயம், ஏன் மிக அதிகமான மக்கள் கிராமப்புற இந்தியாவில் திறந்த வெளியில் மலம் கழிக்கிறார்கள் என்ற கேள்விக்கான எங்கள் பதிலை முழுமைப்படுத்துகிறது. இங்கே நாங்கள் தீண்டாமை என்பதும், இந்து சாதி அமைப்புமுறை என்பதும் மறுக்கமுடியாதவகையில் ஓர் இருண்ட சமூக நிறுவனமாகவும், மிகவும் ஒடுக்குமுறை அம்சங்கள் கொண்டதாகவும் உள்ளதை வெளிச்சத்துக்குக் கொண்டு

வந்தோம். சோஹ்னிதேவி விளக்கியதைப்போல், கிராமத்தினர் தங்களுடைய கழிவுநீக்க ஏற்பாட்டின் தேர்வுகளை இந்த இரண்டில் ஒன்றாக இருக்கவேண்டும் என்று அகநிலையாகப் புரிந்து கொண்டுள்ளார்கள். ஒன்று, ஒரு சிறிய வீட்டைப்போல மிகப்பெரிய சிமெண்ட் பூசப்பட்ட, தண்ணீர்த்தொட்டியோடு இணைக்கப்பட்ட, அதிக செலவுபிடிக்காத ஒரு கழிப்பறை. அல்லது திறந்தவெளியில் மலம் கழிப்பது.

எல்லா இடங்களிலும் கழிப்பறைகள் உயிர்களைக் காப்பாறுகின்றன

அத்தியாயம் 2இல் நாங்கள் விவாதித்ததுபோல, தனிநபர் தேசிய வருமானத்துக்கும் அல்லது வறுமைக்கும் உலக நாடுகளில் கழிப்பறையைப் பயன்படுத்துவதற்கும் இடையே எந்த உறவும் இல்லை என்பதற்கான காரணம், தொற்று நோய்கள் பரவுவதைத் தடுக்கும் கழிப்பறைகள் உண்மையில் முற்றிலும் மலிவு விலையில் கிடைக்கக்கூடியவை என்பதுதான். எடுத்துக்காட்டாக, வங்கதேசத்திலுள்ள மக்கள் பலர் மிகக்குறைவாக ரூ.2,000/ முதல் ரூ.3,000/த்தில் கழிப்பறைகளைக் கட்டிப் பயன்படுத்துகிறார்கள். பெரும்பாலான இந்தக்கழிப்பறைகள் கெட்ட வாசனையைத் தடுக்கவும், ஈக்கள் அந்தக் குழியிலிருந்து உள்ளேயும் வெளியேயும் செல்வதிலிருந்து நிறுத்தவும் தண்ணீரைப் பயன்படுத்துகின்றன. சஹாரா-ஆஃப்ரிக்க துணைக்கண்டத்தில் கழிப்பறைகளின் விலை இன்னும் குறைவாகவே உள்ளது, அவர்கள் தண்ணீரைப் பயன்படுத்துவது குறைவாகவே இருந்தாலும்கூட.

'ஸ்வாச் பாரத்' திட்டத்தின்கீழ் கட்டப்படும் கழிப்பறைகள் WHO பரிந்துரை செய்யும் கழிப்பறைகளைவிட அதிகம் செலவுபிடிக்ககூடியவை. முன்னதில் தரைக்கும் மேலே உள்ள கட்டுமானம் செங்கல் மற்றும் சுண்ணாம்புக்காரை கொண்டவை. இதைவிடக் குறைந்த செலவில் தகரம், நெகிழி, மூங்கில் அல்லது துணியால் மேல்கட்டுமானம் அமைக்கப்படுகின்றன. எவ்வாறாயினும், இந்திய அரசால் பரிந்துரைக்கப்படும் கழிப்பறைக்குழிகள் WHO பரிந்துரைக்கும் அதே அளவைக்கொண்டவை ஆகும். அவை முறையாகக் கட்டப்பட்டு, பயன்படுத்தப்பட்டால், அரசு பரிந்துரைக்கும்

கழிப்பறைகள் வெற்றிகரமாக நோய் பரவுவதைத் தடுத்து, உயிர்களைக் காப்பாற்றி, குழந்தைகள் வளர்வதை மேம்படுத்தும்.

ஒரு வழக்கமான கழிப்பறை (1.5 கனமீட்டரில் தேனடை பாணியில்) நாள்தோறும் ஆறுபேர் கொண்ட குடும்பத்தால் பயன்படுத்தப்படுமானால், அது ஐந்து ஆண்டுகளில் நிறையும். அந்தக்குழி நிறையும்போது அவற்றின் சொந்தக்காரர்கள் அதைக் காலி செய்யவேண்டும், அல்லது, ஒரு புதிய குழியைத் தோண்டவேண்டும். வளரும் நாடுகளில் கிராமப்புறங்களில் கழிப்பறை உரிமையாளர்கள் அதைக் காலி செய்ய விரும்பினால் அதைக் காலிசெய்வது கிட்டத்தட்ட எப்போதும் ஒரு இயந்திரத்தைப் பயன்படுத்துவதைவிட, கைகளாலேயே காலி செய்யப்படுகிறது.

கிராமப்புற இந்தியா நெடுகிலும் - குஜராத்திலிருந்து பீகாருக்கு - தமிழ்நாட்டுக்கு - அவர்களுடைய அரசின் அல்லது WHO பாணியில் இயந்திரத்தின்மூலம் குழியைக் காலிசெய்யும் ஒரு குடும்பத்தை நாங்கள் தேடினோம். அப்படியான ஒன்றை நாங்கள் கண்டுபிடிக்க முடியாததால், விலை குறைவான கழிப்பறைக்குழிகளை இயந்திர ரீதியாகக் காலி செய்வது கொள்கைபூர்வமாகக்கூட சாத்தியமே என்பதைப்பற்றி அறிய நாங்கள் ஆர்வமுள்ளவர்கள் ஆனோம்.

இதைக்கண்டறிய நாங்கள் தமிழ்நாட்டிலுள்ள ஆரோக்கியராஜ் என்ற துப்புரவுப் பணியாளரை பேட்டி கண்டோம். அவர் சொந்தமாக ஒரு கழிவு நீர் அகற்றும் பார வண்டியைக்கொண்டு அதை இயக்குகிறார். ஆரோக்கியராஜ் ஒரு தலித். அவரது மூதாதையர் கிறிஸ்தவத்துக்கு மாறியவர்கள். அவர் தனது பார வண்டியை தான் வசிக்கும் நகரத்தில் உள்ள பெரிய, சிமெண்ட் பூசப்பட்ட தொட்டிகளை காலிசெய்வதற்காக நுட்பமாகப் பயன்படுத்துகிறார். அவ்வாறு செய்வதற்கு அவர் ஒரு நீண்ட தொட்டிக்குள் இறக்குகிறார். தொட்டியில் உள்ள ஈரம்தோய்ந்த கசடுகளை தனது பார வண்டிக்கு உறிஞ்ச காற்றுவெற்றிடத்தை பயன்படுத்துகிறார்.

அவர் எப்போதாவது ஒருமுறை கிராமத்திலுள்ள ஒரு கழிப்பறை குழியை காலிசெய்ய வாடகைக்குச் சென்றாரா? என்று நாங்கள் ஆரோக்கியராஜை கேட்டோம். அவர் பணக்கார கிராமப்புற குடியிருப்புகளில் ஒருமுறை தொட்டியை காலிசெய்ததாக

விளக்கினார். அவர் தனது இயந்திரங்களைக் கொண்டு தேனடை பாணி கழிப்பறைகளை ஒருபோதும் காலிசெய்ததில்லை என்றார். அது நடைமுறையில் சாத்தியமற்றது என்று அவர் கருதுவதற்கு இரண்டு காரணங்கள் உள்ளன. ஒன்று: தேனடை பாணி கழிப்பறைக்குழிகள் தண்ணீரை உறிஞ்சிக்கொள்ளும் வகையில் வடிவமைக்கப்பட்டவை. குழியில் உள்ள கழிவுகளை கெட்டியாக்குகின்றன அதை காற்றுவெற்றிடத்தின்மூலம் உறிஞ்ச முடியாது. அவற்றை உறிஞ்சுவதற்கு முன் கெட்டிப்பட்டுவிட்ட அந்த கழிவுகளை மென்மைப்படுத்த அவர் அந்த குழிக்குள் தண்ணீரை செலுத்தவேண்டும் என்று ஆரோக்கியராஜ் கூறினார். அவ்வாறு செய்வது அசுத்தமானதாகவும், அந்த கழிப்பறை கசடுகளுடன் மிகநெருக்கமாக தொடர்பு கொள்ளவும் வைத்துவிடும். இரண்டாவது காரணம், அந்த சாக்கடை கசடுகளை காற்றுவெற்றிடத்தின்மூலம் உறிஞ்சுவதும், அவற்றை அகற்றுவதும் அதிக செலவுபிடிக்கக்கூடியது என்றும், அத்தகைய சிறு அளவிலான கழிப்பறை கசடுகளை அகற்ற தன்னை வாடகைக்கு அமர்த்திக்கொள்பவர்களுக்கு கட்டுபடியாகாது.

ஆரோக்கியராஜுவுடன் பேசிய பிறகு நாங்கள் சந்தித்த குடியிருப்புகளில் எந்த ஒன்றிலும் கழிப்பறைக் குழிகளை இயந்திர தொழில்நுட்பத்தின் மூலம் காலி செய்வது ஒரு சரியான தேர்வு அல்ல என்று ஏன் கருதினார்கள் என்பதை நாங்கள் புரிந்து கொண்டோம். வளரும் உலகத்தின் மற்ற பகுதிகளைப்போலவே கிராமப்புற இந்தியாவிலும் தேனடை பாணி கழிப்பறைக் குழிகளை காலி செய்வது கைகளாலேயே செய்யப்படுகிறது.

எவ்வாறாயினும், அந்த குழி நிறைந்த பிறகு உடனடியாக கைகளால் அதைக் காலி செய்வது அவ்வாறு காலி செய்பவரின் உடல் நலத்தைப் பாதிக்கக்கூடியதாகும். அந்த குழி நிறைந்தபிறகு பல மாதங்களுக்கு அதைப் (அந்த மண்ணின் தன்மையைப் பொருத்து) பயன்படுத்தாமல் வைத்திருக்கவேண்டும். அதனால் அதன் கழிவுகள் மக்கும். ஒரு நிறைந்த கழிப்பறையின் குழி ஆறு மாதங்களில் மக்கும். புதிய சேற்றுக் கழிவுகளைவிட, மக்கியகழிவுகளைக் கையாள்வது பாதுகாப்பானது. அவை பாக்டீரியா மற்றும் நச்சுத்தொற்றுகளை பரப்பாது. இதன்பொருள், ஒவ்வொரு கழிப்பறைக்கும் இரண்டுகுழிகள் தேவைப்படுகின்றன. ஏற்கனவே ஒரு கழிப்பறையை கொண்டிருப்பவர்கள் அதன் மேல்கட்டுமானத்தை தொடர்ந்து பயன்படுத்தலாம். ஆனால், கழிவுகள் முதல்குழியில்

மக்கிக்கொண்டிருக்கும்போது, புதியகழிவை இரண்டாவது குழிக்கு அனுப்ப வேண்டும்.

கிராமப்புற இந்தியாவில் நாங்கள் பேட்டிகண்ட மிகப்பெரும்பாலான மக்களுக்கு கழிவுகளை மக்கிப்போக விட்டுவிடுவது அந்த குழியை கைகளால் காலிசெய்வதைவிட பாதுகாப்பானதாக இருக்கும் என்பது தெரிந்திருக்கவில்லை. நாங்கள் அதை விளக்கியபோது மக்கள் அடிக்கடி சந்தேகத்தோடு எதிர்வினையாற்றினார்கள். நாங்கள் கீழ்க்கண்டவாறு விளக்கினோம்: குழிகளை காலி செய்வதற்கு உயிரியல் கிருமிகள் தடை அல்ல. கிராமப்புற இந்தியாவில் உள்ள மக்கள் கைகளால் கழிப்பறைக் குழிகளை சுத்தம் செய்வதை தலித் உழைப்பின் மிகவும் தரம் தாழ்ந்த வடிவமாக கருதுகிறார்கள். எனவே, கழிப்பறை குழியை கைகளால் சுத்தப்படுத்துவது என்ற சிந்தனையே குறைந்தபட்சம் அதன் சமூகவழக்கங்களில் உடல்ரீதியாக வெறுக்கத்தக்க அந்த வேலையின் இயல்பையே தூற்றுவதாக இருந்தது.

குறைந்த வருமானமுள்ள நாடுகளில் கழிப்பறைக் குழிகளிலிருந்து மலக்கழிவு கசடுகள் பலவகைகளில் கைகளால் கையாளப்படும் வழிமுறைகளைப்பற்றி நாங்கள் எழுதுவது, இந்தியாவைத்தவிர மற்ற நாடுகளில் மலக்கழிவு கசடுகள் நன்றாகக் கையாளப்படுகின்றன என்று அர்த்தப்படுத்துவதற்காக அல்ல. துரதிர்ஷ்டவசமாக, குழிகளை சுத்தப்படுத்துகின்ற நடைமுறைகள் பல வளரும் நாடுகளில் முறையாகப் பின்பற்றப்படுவதில்லை. சஹாரா-ஆஃப்ரிக்க துணைக்கண்டத்திலும், இந்தியாவுக்கு வெளியே உள்ள தெற்கு ஆசியாவின் பகுதிகளிலும் மக்கள் புதிய கழிவுகளை எடுத்து அவற்றை ஆறுகளிலோ அல்லது மற்ற இடங்களிலோ போட்டுவிடுவதையும், அங்கு கிருமிகள் மற்றவர்களை தொற்றிக்கொள்வதையும் பற்றிய பல நிகழ்வுகளை நாங்கள் படித்துள்ளோம். எங்களது நோக்கமே மற்ற நாடுகளில் நிலவிவரும் சாக்கடை கழிவு நீக்க ஏற்பாடுகள் கொள்கையளவில் இந்தியாவுக்குமான ஏற்பாடுகள்தான் என்று எளிதாக விளக்குவதுதான். குழிக்கழிப்பறைகள் முறையற்ற வகைகளில் பயன்படுத்தப்பட்டு அகற்றப்படுகின்றன. இது ஒருபோதும் குறிப்பிடத்தக்கவகையில் ஆரோக்கியத்தை வளர்க்கப்போவதில்லை. உலகநாடுகளின் புள்ளிவிவரங்கள் மலக் கழிவு கசடுகள் முறையற்ற வகையில் கையாளுவதுகூட

மலக்கழிவு கிருமிகள் குழந்தைகளின்மீது படுவதை குறைப்பதைக் காட்டுகின்றன. எடுத்துக்காட்டாக, குறைந்த அளவு திறந்தவெளி மலம் கழிப்பைக்கொண்ட வளரும் நாடுகள் எதிலும் மலக்கழிவு கட்டுப்பாடுகள் முறையாக கையாளப்படாதபோதும்கூட, உயரமான குழந்தைகள் உள்ளிட்ட மிகச்சிறந்த உடல் ஆரோக்கிய வெளிப்பாடுகளைக் கொண்டுள்ளன என்பதை நாம் அடுத்த அத்தியாயத்தில் காணப்போகிறோம்.

கிராமப்புற இந்தியர்கள் கட்டும் கழிப்பறைகள்

செலவில்லாத, இரண்டு குழிகள்கொண்ட கழிப்பறைகள் கிராமங்களில் பெருமளவில் ஆரோக்கியத்தை மேம்படுத்தும் என்பதைப் பல பத்தாண்டுகளாக இந்திய அரசின் சுகாதார அலுவலர்கள் அறிந்திருந்தபோதிலும்கூட, மேலும் இந்த தொழில்நுட்பத்தை சில உயர்நிலை அரசுசாரா அமைப்புகள் மேம்படுத்தியபோதும்கூட இத்தகைய கழிப்பறைகளை ஏற்பது மிகமிகக் குறைவாகவே இருந்தது. SQUAT-இன் ஆய்வு 2.5% குடியிருப்புகள் மட்டுமே இரட்டைக்குழி கழிப்பறைகளைப் பயன்படுத்துவதைக் கண்டறிந்தது. அரசு இரட்டைக் குழிக் கழிப்பறைகளை முன்னேற்றுவது காகிதத்தில் இருந்ததே தவிர மக்களுக்கு இரட்டைக் குழிக் கழிப்பறைகள் பற்றி எடுத்துக் கூறுவதற்கான களமுயற்சிகள் மிகக்குறைவாகவே இருந்தன. இதன்விளைவாக இப்போதுள்ள இரட்டைக் குழிக் கழிப்பறைகள் தரைக்குக்கீழ் குழாய் இணைப்புடன் சரியில்லாதவைகளாகவே கட்டப்பட்டன.

சோஹ்னிதேவியின் கதைகூறுவதுபோல, மக்களை மலிவுவிலை இரட்டைக்குழிக் கழிப்பறைகளை பயன்படுத்த வைப்பதில் அரசு தோற்றுப்போனதற்கான காரணம், அரசுக் கழிப்பறைகள் கிராமப்புற இந்தியர்கள் தங்களுக்காக கட்டிக்கொண்ட கழிப்பறைகளிலிருந்து மிகவும் மாறுபட்டிருந்தன என்பதுதான். மக்கள் தாங்களாகவே கட்டிக்கொண்ட கழிப்பறைகள் மிகமிக அதிகம் செலவானவையாக இருந்தன என்பது ஒரு விஷயம். SQUAT ஆய்வுக்குழுவிடம் வடஇந்திய கிராமப்புறத்தினர் குறைந்தபட்சமாக ஏற்றுக்கொள்ளக்கூடிய கழிப்பறையின் விலைமதிப்பு கிட்டத்தட்ட சோஹ்னிதேவியின் ரூ.20,000,

ரூ.25,000/ என்ற மதிப்பீட்டுக்கு நெருக்கமாக இருந்தது. உண்மையில் SQUAT ஆய்வுக்கு பதிலளித்த ஆண்களிடம் செலவுகுறைவான, ஆனால் பயன்படுத்தக்கூடிய கழிப்பறையை பாகம் பாகமாக விளக்குமாறு கேட்டபோது, அவர்கள் சராசரியாக ரூ.21,000/ செலவுபிடிக்கும் கழிப்பறையை விளக்கிக் கூறினார்கள்.

வங்கதேசத்தின் கழிப்பறையின் விலையான ரூ.2,000/ என்பது இந்தியாவில் எவ்வாறு ரூ.21,000/ ஆக உயர்ந்தது? ரூ.2,000/ இல் இருந்து ரூ.12,000/ ஆன முதல் உயர்வு உலக அளவில் வழக்கமான கழிப்பறையிலிருந்து இந்திய அரசின் கழிப்பறையில் ஏற்பட்டது. இந்த உயர்வு தரைக்கு மேலே மேல்கட்டுமானத்தைக் கட்டுவதில் ஏற்பட்டது. ரூ.12,000/இல் இருந்து ரூ.21,000/ ஆன இரண்டாவது உயர்வு தரைக்குக் கீழே ஏற்பட்டது. சோஹ்னிதேவியும், SQUAT ஆய்வுக்குழுவினரும் விளக்கிக்கூறிய ரூ.21,000/ கழிப்பறைக்கும் 'ஸ்வாச் பாரத்' திட்டத்தின்கீழ் அரசு முன்வைத்த ரூ.12,000/கழிப்பறைக்கும் இடையே உள்ள பெரிய வேறுபாடு தரைக்குக் கீழே உள்ள குழியின் அளவில் உள்ளது.

கிராமப்புற இந்தியாவில், பல குடும்பங்கள் ஓர் அறையில் மட்டுமே வாழ்கின்றன. செங்கல் அறைகளில் வாழும் குடும்பங்கள், களிமண்ணாலும், சாணத்தாலும் ஆன வீடுகளில் வாழ்பவர்களைவிட ஓரளவு சிறப்பாக வாழ்கின்றன. கழிப்பறைக் குழியை கட்டுவது ஓர் அறையைக் கட்டுவது போன்றது என சோஹ்னிதேவி முதலில் எங்களிடம் கூறியபோது, அது ஒரு வீட்டுக்குச் சமமானது, அவரது கருத்து மிகைப்படுத்தப்பட்டதாக நாங்கள் நினைத்தோம். அதன்பிறகு சீக்கிரமே நாங்கள், தங்கள் வீட்டுக்கு முன்பு ஒரு கழிப்பறையைக் கட்டிக்கொண்டிருந்த ஒரு பணக்காரக் குடும்பத்தைக் கடந்துவந்தோம். அந்தக்குழி சோஹ்னிதேவி விளக்கிக்கூறியதைவிட பெரிதாக இருந்தது! அந்தக்குழி 3மீட்டர் X 3மீட்டர் X 3 மீட்டர் என்ற அளவிலானது என்று அந்தக் குடும்பத்தினர் எங்களிடம் கூறினார்கள். அத்தகைய பெரிய குழியைக் கட்டப் பயன்படுத்தப்பட்ட செங்கற்கள் சோஹ்னிதேவியின் மைத்துனர்கள் பல ஆண்டுகளுக்கு முன் கட்டிய ஒற்றை அறையைவிட இரண்டு மடங்கு அதிகம் என்று சோஹ்னிதேவி கூறியது சரிதான். கழிப்பறைக்காக மக்கள் செலுத்திய அதிகவிலைக்கு பொறுப்பு பெரிய அளவிலான குழிகள்தான் என்று நாங்கள் அறிந்தபோது, நாங்கள்

கண்டுவந்த பல கிராமங்களில் கட்டப்பட்டுக் கொண்டிருந்த கழிப்பறைகளைப் பார்க்குமாறு நாங்கள் கேட்டுக்கொண்டோம். குஜராத், தமிழ்நாடு மற்றும் ராஜஸ்தான் உள்ளிட்ட மற்ற மாநிலங்களில் நாங்கள் பார்வையிட்டபோது பல மிகப்பெரிய குழிகளைப் பார்த்துவந்தோம். தனிப்பட்ட முறையில் கட்டப்பட்ட நடுத்தர அளவிலான கழிப்பறைக் குழிகள்கூட 7 கனமீட்டர் கொண்டதாக WHO பரிந்துரைத்த அளவைவிட 5 மடங்கு பெரியதாக இருந்ததை SQUATஆய்வுக்குழுவுக்கு பதிலளித்தவர்கள் மூலம் நாங்கள் கண்டறிந்தோம். மக்களில் பலரும் இதைவிடவும் பெரிய குழிகளையே விரும்புவதை எங்களது பல நேர்காணல்களில் கூறினார்கள்.

துப்புரவு ஏணியில் காணாமல்போன நடுப்படிகள்

அனைத்து நாடுகளின் சுகாதாரத் தொழில்துறைகளும் வளரும் நாடுகளில் உள்ள வெவ்வேறு வகையான கழிப்பறைகளை விளக்க ஓர் ஏணியை ஒப்புவமையாகப் பயன்படுத்துகின்றன. அந்த ஏணியில் அடுத்து வரும் படிகள் மிகவும் உயர்ந்த உடல் நல விருப்பங்களைக் குறிக்கின்றன. அவை மிக அதிகமாக செலவு பிடிப்பவை. ஆனால் அத்தகைய மிக அதிகமானவை தேவை இல்லை. அதன் மிகவும் தாழ்ந்த டி திறந்தவெளி மலம் கழிப்பைக் குறிக்கிறது. ஏணியின் படிகள், சாதாரண (தண்ணீர் இல்லாத) குழிக் கழிப்பறையிலிருந்து தண்ணீர் ஊற்றி அகற்றும் சாதாரண கழிப்பறை குழியிலிருந்து, அழுகச் செய்யும் தொட்டி அல்லது உறிஞ்சியோடு இணைக்கப்பட்ட தனியார் கழிப்பறை வரை உயர்ந்துசெல்கின்றன.

இந்தியாவில் உள்ள துப்புரவு ஏணியில், குடியிருப்புகள் திறந்தவெளி மலம் கழிப்பிலிருந்து படிப்படியாக ஏறி, தண்ணீர் பீய்ச்சும் கழிப்பறை நோக்கிச் செல்ல அதன் இடையில் உள்ள படிகள் இல்லை. WHO மற்றும் UNICEF-இன் கூட்டுக்கண்காணிப்பு ஆண்டறிக்கைகள் ஒவ்வொரு வளரும் நாட்டிலும், அதன் பகுதிகளிலும் குடியிருப்புகள் பயன்படுத்தும் செலவில்லாத, மேம்பாடு அடையாத கழிப்பறைகளை பயன்படுத்தும் பின்ன எண்ணிக்கைகளைத் தருகின்றன. WHO மற்றும் UNICEF 'குறைந்த வருமானம் கொண்டவை' என்று விளக்கும் நாடுகளில் 40%க்கும் மேலான குடியிருப்புகள் மேம்பாடு அடையாத

கழிப்பறைகளை பயன்படுத்துகின்றன. ஆனால், இந்தியாவில் நகர்ப்புறங்களில் உள்ளவை உள்ளிட்ட 15% குடியிருப்புகள் மட்டுமே இந்த ஏணியில் காணாமல்போன இடைப்பட்ட துப்புரவு வாய்ப்புகளை பயன்படுத்துகின்றன. குறைந்த வருமானம் உடைய மிகவும் ஏழ்மையான நாடுகளில் மேம்பாடு அடையாத வசதிகளைப் பயன்படுத்தும் குடியிருப்புகள் இன்னும் அதிகம். எடுத்துக்காட்டாக, மாலாவியில் 80%க்கும் அதிகமான குடியிருப்புகள் மேம்பாடு அடையாத துப்புரவு ஏற்பாடுகளை பயன்படுத்துகின்றன. இங்கு வெறும் 7% மட்டுமே திறந்தவெளியில் மலம் கழிக்கின்றனர்.

2011இன் இந்திய மக்கள்தொகைக் கணக்கெடுப்பு, இந்தியர்கள் ஒன்று, திறந்தவெளியில் மலம் கழிக்கிறார்கள் அல்லது மிகவும் செலவு அதிகமான துப்புரவு வசதிகளைப் பயன்படுத்துகிறார்கள் எனக் கண்டறிந்துள்ளது. மக்கள்தொகைக் கணக்கெடுப்புப் புள்ளிவிவரங்கள் துப்புரவு விருப்பங்களை, 'தண்ணீர் மூடி உள்ளவை', 'குழிக் கழிப்பறைகள்' மற்றும் 'பிறவகைக் கழிப்பறைகள்' எனப் பிரிக்கின்றன. கிட்டத்தட்ட 80% குடியிருப்புகள் எந்தவகையான கழிப்பறையையோ அல்லது கழிப்பிடங்களையோ பயன்படுத்தினாலும் தண்ணீர் மூடி உள்ளவற்றை பயன்படுத்துகிறார்கள். அவை கேள்விப்பட்டியலில் இடம்பெற்றுள்ளவைகளில் மிகவும் அதிகம் செலவுபிடிக்கக் கூடியவை.

கிராமப்புற இந்தியர்கள் பெரிய குழிகளுக்கு மேலே அமைந்துள்ள அத்தகைய செலவு அதிகமாகும் கழிப்பிடங்களை ஏன் விரும்புகிறார்கள்? மற்ற நாடுகளில் காணப்படும் விலை மலிவானவற்றை ஏன் நிராகரிக்கிறார்கள்? சுருக்கமாகச் சொல்வதானால், கிராமப்புற இந்தியர்கள் ஏன் அரசின் குழி கழிப்பிடங்களை நிராகரிக்கிறார்கள்? இந்த கேள்விகளுக்கு பதிலளிக்க கிராமப்புற இந்தியாவின் 'தீண்டாமையின் வரலாற்றை' புரிந்துகொள்ள வேண்டியிருக்கிறது. மேலும், குறிப்பாக, கைகளால் மனிதக்கழிவை தூய்மைப்படுத்தும் நடைமுறை பற்றி.

கைகளால் மலம் அகற்றுதல்

மக்கள் மனிதக்கழிவுகளை அள்ளுவதிலும், அகற்றுவதிலும் கைகளை ஈடுபடுத்தும்முறை தலித் உழைப்பின் ஒருவகையாகும். அதுதான் குறிப்பாக இந்திய திறந்தவெளி மலம் கழிப்பின் பிரச்சனையாக உள்ளது. கைகளால் கழிவுகளை அகற்றும் வேலைகள் ஒருகாலத்தில் கிராமப்புற இந்தியாவில் பொதுவாக இருந்ததைவிட குறிப்பிடத்தக்கவகையில் குறைந்திருந்தாலும், 'உலர்கழிவறை' என்று தவறாகப் பெயரிடப்பட்டவற்றை சுத்தப்படுத்த கைகளால் கழிவுகளை அகற்றுபவர்கள் இன்னும் பணியமர்த்தப்படவில்லை. உலர்கழிவறைகள் வீட்டில் அல்லது வீட்டைச் சுற்றியுள்ள இடங்களில் உள்ளன. அங்கு மக்கள் ஒரு கான்கிரீட்டின் மீது அமர்ந்து அல்லது திறந்தவெளியில் மலம் கழிக்கிறார்கள். கைகளால் கழிவுகளை அகற்றுபவர்கள் மலக்கழிவுகளை ஒரு கூடையில் அவற்றை சேகரித்து, அகற்றுவதற்காக கிராமத்துக்கு வெளியிலேயோ அல்லது அக்கம்பக்கத்திலோ போடுகிறார்கள்.

கைகளால் கழிவுகளை அகற்றுவது, நாங்கள் அத்தியாயம் 1இல் பரிசீலித்த கிராமப்புற தலித் உழைப்பின் வகைகளைவிட மிகமிக தரக்குறைவானதாகவும், அவமானகரமானதாகவும் கருதப்படுகிறது. ஆம், உண்மையில் அது தரக்குறைவானதாக கருதப்படுகிறது. எனவே, ஒரு சிறு எண்ணிக்கையிலான இந்த வேலையைச் செய்யும் மக்களில் ஒருவர் நீண்டகாலம் அந்த கிராமத்திலேயே இருந்தவராக இல்லாவிட்டால் பேட்டிகள் காண்பது மிகவும் சிரமம். மேலும், கைகளால் கழிவுகளை அகற்றும் இந்த வேலையை செய்பவர்களுக்கு நல்ல சம்பளம் தரப்பட்டாலும், பல கிராமங்களில் நீண்டகாலமாகவே தங்கியிருப்பவர்கள் யாரும் இல்லை. இருந்தபோதிலும், ஒரு காலத்தில் கைகளால் கழிவுகளை அகற்றும் வேலையைச் செய்துவந்த முதியவர்கள் சில நேரங்களில் அதைப்பற்றி பேச ஒத்துக்கொள்கிறார்கள். அவர்களில் ஒருவர்தான் பிரகாஷ்.

பிரகாஷ், வால்மீகி சாதியை சார்ந்தவர். ஒரு கிராமத்தில் தனது மனைவி, மகள் மற்றும் குடும்ப உறுப்பினர்களோடு வாழ்ந்துவருகிறார். அவரது இரண்டு மகன்களும் கிராமத்துக்கு வெளியே வாழ்கிறார்கள். இளைய மகன் லக்னோவில் படித்து வருகிறான். மூத்த மகன் பொறியியல் பட்டத்துக்காக நுழைவுத்தேர்வுக்கு தயாராகிக் கொண்டிருக்கிறார். அந்தத்

தேர்வுக்கு தயாராகிக் கொண்டிருக்கும்போதே அந்த மூத்த மகன் உத்தரப்பிரதேசத்தை அடித்தளமாகக்கொண்ட ஓர் அரசியல் கட்சியின் டெல்லி தலைமையகத்தில் வேலை செய்துவருகிறார். பிரகாஷ் 12ஆம் வகுப்பில் தேர்ச்சி பெற்றிருந்தாலும், அந்த அலுவலகத்தில் குப்பை கூட்டுபவராக வேலை செய்கிறார்.

கைகளால் கழிவுகளை அகற்றும் ஒருவராக வேலை செய்வது எவ்வாறு உள்ளது? என்பதை பிரகாஷ் நிகிலுக்கு விளக்கினார். 'மக்கள் தரையின்மீது செங்கற்களையோ அல்லது கான்கிரீட் துண்டுகளையோ வைத்து பெண்கள் குந்தியிருப்பதற்கான இடங்களைக் கட்டுகிறார்கள். அதன்பிறகு கைகளால் கழிவுகளை அகற்றும் வேலையாட்கள் வந்து அந்த மலக்கழிவின்மீது சாம்பலைத் தூவுவார்கள். அதன்பின் ஒரு தகரத்தட்டை பயன்படுத்தி அவற்றை ஒருகூடையில் நிரப்பி வெளியே எடுத்துச்செல்வார்கள்' என்று பிரகாஷ் கூறினார்.

இந்த உரையாடல்களைக் கேட்டுக்கொண்டிருந்த அவரது மனைவி கைகளால் கழிவுகளை அகற்றுவது பெரும்பாலும் பெண்களின் வேலையாக இருந்தது என தனது அனுபவங்களையும்கூட பகிர்ந்துகொண்டார். கைகளால் கழிவுகளை அகற்றுபவர்களிடம் அவர்கள் குழிகளிலிருந்து அகற்றிய மலக்கழிவுகளை ஒன்றுசேர்க்குமாறு மக்களில் சிலர் கூறுவார்கள். அதன்மூலம் அந்தக் குழிகளில் இருந்தவற்றை பின்னர் உரமாகப் பயன்படுத்துவார்கள். அவை மக்கிப்போன பிறகு வயல்களில் உரமாகத் தூவ கைகளால் கழிவுகளை அகற்றுபவர்களை கூலிக்கு அமர்த்திக்கொள்வார்கள், என்று அவர்கள் நிகிலிடம் கூறினார்கள். கைகளால் கழிவுகளை அகற்றுவது அந்த வேலைகளை செய்பவர்களுக்கு அவ்வப்போது உடல்ரீதியாக அருவருப்பூட்டுகிறது. தோலில், குடலில் நோய்களை ஏற்படுத்துகிறது. மற்ற நோய்களையும் ஏற்படுத்துகிறது. பருவ நிலை குளிராகவும், வெம்மையாகவும் இருக்கும் தருணத்தைவிட வெளியே கடும் வெப்பமாகவோ அல்லது மழைபெய்யும்போதோ மலக்கழிவுகளை கையாள்வது மிகவும் மோசமாகவே இருக்கும்.

அதிர்ஷ்டவசமாக, மக்கள்தொகைக் கணக்கெடுப்பு புள்ளிவிவரப்படி கடந்த முப்பது ஆண்டுகளில் கைகளால் மலம் அகற்றுபவர்களைப் பயன்படுத்தும் குடியிருப்புகளின் எண்ணிக்கை வீழ்ச்சியடைந்து வருகிறது. பல உயர்சாதி மற்றும்

பர்தாவில் பெண்களை வைத்திருக்கும் முஸ்லீம் குடும்பங்கள் உலர்கழிப்பறைகளை சுத்தப்படுத்த கைகளால் கழிவுகளை அகற்றுபவர்களை பயன்படுத்துகின்றன. அண்மைக்காலங்களில் இந்த குடியிருப்புகளில் பலவும் செலவு அதிகமுள்ள கழிப்பறைகளைக் கட்டிக்கொள்கின்றன; அல்லது பெண்களைத் திறந்தவெளியில் மலம் கழிக்க அனுமதிக்கத் துவங்கியுள்ளன.

இருந்தபோதிலும், கைகளால் கழிவுகளை அகற்றுவது எக்காரணம்கொண்டும் அகற்றப்படவே இல்லை. கைகளால் கழிவுகளை அகற்றும் பல வடிவங்கள் நகர்ப்புற அமைப்புகளிலும்கூட இன்னும் பொதுவழக்கமாக உள்ளன. எத்தனைபேர் இன்றும் உலர்கழிப்பறைகளைப் பயன்படுத்துகிறார்கள், அல்லது அவற்றைச் சுத்தப்படுத்த எத்தனைபேர் பயன்படுத்தப்படுகிறார்கள் என்பது சரியாகத் தெரியவில்லை. 2011 மக்கள்தொகைக் கணக்கெடுப்பில் நாடு முழுவதும் 8,60,000 உலர்கழிப்பறைகள் பயன்படுத்தப்படுகின்றன என்று தெரிய வருகிறது. இந்த எண்ணிக்கை உண்மையான உலர்கழிப்பறைகளை ஒருவேளை குறைத்து மதிப்பிட்டதாக இருக்கலாம். நாங்கள் கீழே விவரிக்கும் காரணங்களுக்காக அரசின் ஆய்வில் பூர்த்திசெய்யும் யாரோ ஒருவரிடம் மக்கள்தொகைக் கணக்கெடுப்புக்கு பதிலளிப்பவர்கள் உலர்ழிப்பறையை பயன்படுத்துவதைக் கூறத்தயங்கியிருக்கலாம்.

இந்தியாவிலுள்ள பல மாநிலங்களில் கைகளால் கழிவுகளை அகற்றுபவர்களை கூலிக்கு வேலைசெய்யவைப்பது சட்டத்துக்குப் புறம்பானது என்ற சட்டத்தை 1993இல் பாராளுமன்றம் நிறைவேற்றியது. 2013இல் ‘கைகளால் கழிவுகளை அகற்றுபவர்களை வேலைக்கு அமர்த்துவதை தடைசெய்தலும், அவர்களது மறுவாழ்வுக்கான சட்டமும்’ என்று அழைக்கப்பட்ட சட்டம், நாடு முழுவதற்கும் பொருந்தும் வகையில் புதுப்பிக்கப்பட்டது. கொள்கைஅளவில் அது, கைகளால் கழிவுகளை அகற்றுபவர்களை வேலைக்கு அமர்த்தும் மக்கள்மீது அபராதத்தையும், சிறை தண்டனையையும் விதித்தது. உலர் கழிப்பறைகளை சுத்தப்படுத்துவதுடன் மற்ற பல நடவடிக்கைகளையும்கூட கைகளால் கழிவுகளை அகற்றுவது என அது அடையாளப்படுத்தியது. எடுத்துக்காட்டாக, மனித மலக்கழிவுகளை வடிகால்கள், கழிப்பறைக்குழிகள், சாக்கடைகள், பொதுக்கழிப்பறைகள் அல்லது புகைவண்டிப் பாதைகளில் கைகளில் பாதுகாப்புக் கவசமின்றி ஒருவரைக்

கூலிக்கு அமர்த்துவது சட்டப்படி குற்றமாகக் கருதப்பட்டது. மலக்கழிவுகள், மக்கிப்போன இரட்டைக்குழி கழிப்பறைகளில் அவற்றைச் சுத்தப்படுத்த ஒருவரைக் கூலிக்கு அமர்த்துவதை இந்தச்சட்டம் தடை செய்யவில்லை என்பது கவனிக்கத்தக்கது.

உண்மையில் கைகளால் கழிவுகளை அகற்றுவதைத் தடை செய்யும் சட்டம் இருப்பது, சமூக சமத்துவத்துக்காக பல பத்தாண்டுகளாக முன்வைக்கப்பட்ட முக்கியமான கோரிக்கை நிறைவேற்றபட்டதைக் குறிக்கிறது. அம்பேத்கர் 'தீண்டப்படாதோரின் எதிர்க்கிளர்ச்சி' என்ற தலைப்பில் எழுதிய கட்டுரை, பிரிட்டிஷ் இந்தியாவின் சட்டங்கள் கழிவகற்றும் சாதியினர் கைகளால் கழிவுகளை அகற்றும் வேலையைச் செய்ய மறுப்பதை தண்டனைக்குரிய குற்றமாக ஆக்கியிருந்தது என்பதை நமக்கு நினைவுபடுத்துகிறது.

கைகளால் கழிவுகளை அகற்றுவதைத் தடைசெய்யும் சட்டம் மதிக்கத்தக்க சமிக்ஞையை தந்தாலும்கூட, அந்தச் சட்டத்தை நடைமுறைப்படுத்தவேண்டிய அரசின் கடமைப்பொறுப்பு பலவீனமாகவே இருந்தது. 1993 மற்றும் 2013 சட்டங்கள் ஏதாவது ஒன்றின்கீழ் அரசு எப்போதாவது தண்டனை அளித்திருக்கிறதா என்பதற்கான ஆதாரம் எதுவுமில்லை. 1993 முதல் 2013 வரையான 20 ஆண்டுகள் காலத்தில் எவர் ஒருவரும் எப்போதும் தண்டிக்கப்பட்டதே இல்லை என்பதை பல நாளேடுகள் அறிவிக்கின்றன. மேலும் தேசிய குற்றப்பதிவுகள் குழு ஒவ்வொரு ஆண்டிலும் ஒவ்வொரு குற்றத்துக்காகவும் பதிவுசெய்யப்பட்ட வழக்குகளை வெளியிடுகிறது. ஆனால், இந்த சட்டத்தின்கீழ் எந்த வழக்கும் பதிவுசெய்யப்படவில்லை.

தண்டனை அளிக்கப்படவில்லை என்பதை கைகளால் கழிவுகளை அகற்றுவது நீக்கப்பட்டுவிட்டது என்பதற்கான ஆதாரமாக தவறாக வியாக்கியானம் செய்யப்பட்டுவிடக்கூடாது. அது இன்னும் நீடிக்கிறது. 2011 மக்கள்தொகை கணக்கெடுப்பில் 8,00,000 குடியிருப்புகள் வெளிப்படையாக உலர்கழிப்பறைகளை பயன்படுத்துவதை ஒப்புக்கொண்டிருக்கின்றன. பெஜவாடா வில்சன் மற்றும் அவரது சஃபாய்கமச்சாரி அந்தோலன் அமைப்பில் உள்ள தோழர்கள், அதுபோலவே கைகளால் கழிவுகளை அகற்றுவதை எதிர்க்கும் பிற அமைப்புகளும் கைகளால் கழிவுகளை அகற்றும் பல வழக்குகளை அரசு அதிகாரிகளின் கவனத்துக்குக் கொண்டுசென்றிருக்கிறார்கள்.

ஆனால், எந்தவொரு விசாரணையும் அவர்களுக்குக் கிடைக்கவில்லை.

கைகளால் கழிவுகளை அகற்றுபவர்களை வேலைக்கு அமர்த்தும் மக்களை குற்றவியல் விசாரணைக்கு உட்படுத்த அரசு விரும்பவில்லை என்றாலும்கூட கைகளால் கழிவுகளை அகற்றுவதை முடிவுக்கு கொண்டுவர வேறு பல வழிகள் உள்ளன. நகர்ப்புற இந்தியாவில் சாதாரணமாகப் பார்த்தாலே வெவ்வேறு வகையான வடிவங்களில் கைகளால் கழிவுகளை அகற்றுவது நடைபெற்றுக் கொண்டிருப்பதைக் காணலாம். ஒருநடைமுறை விஷயமாக, இந்திய அரசு வடிகால்களிலும், நகரங்களில் உள்ள சாக்கடைகளிலும் கழிவுகளை அகற்றுபவர்களை கூலிக்கு அமர்த்திவருகிறது. இந்த அபாயகரமான வேலைகளின் விளைவாகப் பலர் இறந்திருக்கிறார்கள்.

நகரங்களில் கைகளால் கழிவுகளை அகற்றுவதை குறைக்க புகைவண்டிப் பெட்டிகளையும், நகர சாக்கடை அமைப்புகளையும் அத்துடன்கூடவே சாக்கடைகளோடு இணைக்கப்படாத நகரக் குடியிருப்புகளில் இயந்திரங்கள் மூலம் சாக்கடை நீரை சிறப்பாக முறைப்படுத்தவும் மிகப்பெரும் அளவில் முதலீடுகள் உள்கட்டமைப்புக்குத் தேவைப்படுகின்றன. இந்த முதலீடுகள் சாத்தியமானவையும், மிகவும் பொருத்தமானவையும் ஆகும். இந்த முதலீடுகள் சுகாதாரத்தையும், துப்புரவுத் தொழிலாளர்களின் கௌரவத்தையும் முன்னேற்றுவதற்கான தனது சொந்தக்கடமைகளை நிறைவேற்றிட அரசுக்கு உதவும். இந்த முதலீடுகள் சாதீய வேறுபாடுகளுக்கு எதிரான காணத்தகுந்த பொதுநிலைப்பாடாக அமையும். இந்திய சுகாதாரத்துக்கும், பொருளாதாரத்துக்கும் ஏற்படுத்தும் மிகமோசமான அழிவுகளுக்கு எதிராக வேலை செய்யும். இதைப்பற்றி நாங்கள் அடுத்துவரும் அத்தியாயங்களில், ‘சாதியம் குறையுமானால், அது திறந்தவெளி மலம் கழிப்பையும் குறைப்பதாக இயல்பாகவே மாறும்’ என்பதை ஆய்வு செய்வோம்.

கைகளால் கழிவுகளை அகற்றுவதையும், கழிப்பறைகளை பயன்படுத்துவதை மேம்படுத்தவும் அரசு விரும்பினால், அது 2013 சட்டத்தைப்பற்றி மக்களுக்குத் தெரிவிக்கும் மாபெரும் பணியைச் செய்திடவேண்டும். கிராமப்புற வட இந்தியாவில்

நாங்கள் பேசிய மக்களில் பலருக்கு, கைகளால் கழிவுகளை அகற்றுபவர்களை கூலிக்கு அமர்த்திக்கொள்வது சமுதாயரீதியாக இனிமேலும் ஏற்புடையதல்ல என்பது தெரிந்திருந்தது. ஆனால் அது சட்டத்துக்குப் புறம்பானது என்பது தெரிந்திருக்கவில்லை. அங்கே உள்ள மக்களில் சிலருக்கு, குறிப்பாக இன்னமும் கைகளால் மலம் அகற்றும் சாதியினருக்கு, கைகளால் கழிவுகளை அகற்றுவது- அவ்வாறு கைகளால் மலம் அகற்றுபவர்களை கூலிக்கு நியமித்துக்கொள்வதை விட- சட்டத்துக்குப் புறம்பானது என்று நினைப்பதாக எங்களிடம் கூறினார்கள்.

தாழ்ந்த சாதிகளில் வாழ்க்கை

இந்த அத்தியாயத்தின் இறுதியில் தீண்டாமையும், கைகளால் மலம் அகற்றுவதும் மலிவுவிலை கழிப்பறைகள் இல்லாத நிலையில் என்னவாகப்போகின்றன என்பதைப்பற்றியும், மேலும் அதனால் கிராமப்புற இந்தியாவின் திறந்தவெளி மலம் கழிப்பு சிக்கல் பற்றியும் விளக்குவதை நோக்கமாகக் கொண்டுள்ளோம். கிராமப்புற இந்தியாவில் கைகளால் கழிவுகளை அகற்றும் ஒருவராக இருப்பது என்ன அர்த்தத்தை தருகிறது என்பதை புரிந்துகொள்வதற்காக, அது எவ்வாறு உடல்ரீதியாக வெறுக்கத்தக்க வேலையாக இருக்கிறது என்பதை மட்டும் புரிந்து கொள்வது போதுமானதல்ல. தலைமுறை தலைமுறையாக உச்சகட்ட சுரண்டலுக்கும், விலக்கிவைக்கப்படுதலுக்கும், அவமானத்துக்கும் உள்ளாக்கப்பட்டவர்கள் என்பதை ஒருவர் கட்டாயம் புரிந்துகொள்ளவேண்டும். மிகவும் தாழ்த்தப்பட்ட சாதியினரின் வாழ்க்கையை இங்கே எங்களால் தூரிகையின் பரந்து விரிந்த கோடுகளைக் கொண்டே தீட்டிக்காட்டமுடியும். ஆனால் அது கைகளால் கழிவுகளை அகற்றுபவர்கள் தலித் சாதிகளிலேயே மிகமிகத் தாழ்ந்தவர்களாகக் கருதப்படுகிறார்கள் என்பதை அழுத்தமாகச் சித்தரிக்கும். தலித்துகள் பொதுவாக எதிர்கொள்கின்ற வேறுபாடுகளை விட, கைகளால் கழிவுகளை அகற்றும் தலித்துகள் எதிர்கொள்கின்ற வேறுபாடுகள் மிகவும் மோசமானவை.

‘சாதிகளை அழித்தொழித்தல்’ என்ற நூலில் அம்பேத்கர் கிராம வாழ்வின் முக்கியமான பகுதிகளில் தலித்துகள் பங்கேற்பதைத் தடுக்கும் சில குறிப்பிட்ட வழிமுறைகளை பட்டியலிடுகிறார்.

பல கிராமங்களில் தலித்துகள் பொதுக் கிணறுகளிலும், நீர் நிலைகளிலும் தண்ணீர் எடுப்பதிலிருந்து தடுக்கப்படுகிறார்கள். இந்த நடைமுறை சுதந்திரம்பெற்ற காலத்திலும் முடிவுக்கு வரவில்லை. எம்.என்.ஸ்ரீனிவாஸ் தனது 'மனித இனம்பற்றிய கர்நாடகாவில் உள்ள ஒரு கிராமத்தின் அறிவியல் விளக்க ஆய்வு-1997'இல் தலித்துகள் பெரிய நீர்த் தொட்டிகளைப் பயன்படுத்துவதிலிருந்து விலக்கிவைக்கப்பட்டார்கள். அங்கிருந்து துவங்கும் வாய்க்கால்கள் மட்டுமே அவர்களுக்கு அனுமதிக்கப்பட்டது. 'உயர்சாதியினரிடமிருந்து ஓடிவரும் தண்ணீர் மட்டுமே அரிசனங்களாகிய அவர்களுக்கு உரிமையுடையதாக இருந்தது. ஆனால், இதைத்தவிர வேறு எந்தவழியும் இல்லை' என்று விளக்கினார். மேலும் தலித்துகள் பொதுவாகவே கோவில்களுக்குள் நுழைவதிலிருந்து தடுக்கப்பட்டார்கள். சிலநேரங்களில் அரசுப்பள்ளிகளுக்கு செல்வதிலிருந்தும்கூட தடுக்கப்பட்டார்கள்.

தலித்துகளை அவமானப்படுத்தும் நோக்கம்கொண்ட சில பொதுவான தீண்டாமை நடைமுறைகளைப் பற்றியும் அம்பேத்கர் விவாதிக்கிறார். மகாராஷ்ட்ராவில் சில இடங்களில் தலித்துகள் கறுப்புக்கயிறுகளைக் கட்டிக் கொள்ள வேண்டியிருந்தது. அதன்மூலம் தலித் அல்லாதவர்கள் அவர்களுடன் தொடர்புகொள்வதை தவிர்க்க முடியும். அதன்மூலம் தீட்டுப்படுவதை தவிர்க்க முடியும். ஜெய்ப்பூரில் தலித்துகள் ஒரு திருவிழாவில் நெய் உண்டதற்காக சாதி இந்துக்களால் தாக்குதலுக்கு உள்ளானார்கள் - நெய் என்பது உயர்சாதியினருக்காக ஒதுக்கீடு செய்யப்பட்ட ஓர் அருஞ்சுவைப்பொருள் என்ற காரணத்துக்காக.

நாங்கள் மூன்றாம் அத்தியாயத்தில் சந்தித்த தலித் எழுத்தாளர் ஓம்பிரகாஷ் வால்மீகி 'எச்சில்சோறு' (Joothan), - திருமணவிழாக்களில் வீசியெறியப்பட்ட எச்சில் இலைகளில் உள்ள எச்சங்களை தலித்துகள் உண்பது- என்று தனது வாழ்க்கை வரலாற்றில் அழைக்கிறார். அடிமைப்பட்டுக்கிடப்பதையும், அவமானப்படுத்தப்படுவதையும் பொது இடத்தில் நிகழ்த்திக்காட்டும் விதத்தில் ஒரு திருமணம் நடந்து முடிந்தபிறகு அந்த இடத்தைச் சுத்தப்படுத்த வேண்டும் என்று அவர்கள் எதிர்பார்க்கப்படுகிறார்கள். அவர்கள் தரையில் வீசி எறியப்பட்ட எச்சில் இலைகளை எடுத்துக்கொள்ளவேண்டும். அந்த இலையில்

உள்ள எச்சங்களை உண்ணவேண்டும். அவற்றை கிராமத்துக்கு வெளியே எடுத்துச்சென்று அகற்றவேண்டும்.

தலைமுறை தலைமுறையாக தலித் சாதியிலிருந்து வந்த மக்கள் அனுபவித்த துயரங்களில் இவை ஒருசில எடுத்துக்காட்டுகள் மட்டுமே. சந்தேகமில்லாமல் இதுபோன்ற வேறு பலவற்றைப்பற்றி எழுதப்படவில்லை. இவற்றை விவாதிப்பதன் மூலம் நாங்கள் வெளிப்படுத்தும் கருத்து, தீண்டாமை என்பது இத்தகைய சிலவகையான வேலைகளை செய்வதில் உள்ள உடல் ரீதியான இனிமையற்ற விரசத்தைவிடவும் அதிகமானவற்றைப் பற்றியது என்பதுதான். தீண்டாமை என்பது மக்களில் சிலரைச் சுரண்டுகின்ற, விலக்கிவைக்கின்ற, அவமானப்படுத்துகின்ற செயல்கள். ஆனால், மற்றவர்களுக்கோ சலுகைகளை, உரிமைகளை அளிக்கின்ற சமூக மற்றும் பொருளாதார அமைப்புமுறை பற்றியது.

எதிர்ப்பும், சமூக மாற்றமும்

அண்மைய பத்தாண்டுகளில் கிராமப்புற தீண்டாமை நடைமுறைகள் மாறிவிட்டன என்று ஆய்வுகள் நன்றியுடன் கூறுகின்றன. ஆய்வாளர்கள் கன்ஷியாம்ஷா, ஹர்ஷ் மந்தர், சுக்தேவ் துரோட், சதீஷ் தேஷ் பாண்டே மற்றும் அமிதா பவிஷ்கர் ஆகியோர் 11 மாநிலங்களிலும், 565 கிராமங்களிலும் நடைபெற்ற களப்பணிகளை ஆதாரமாகக்கொண்டு, கிராமப்புற இந்தியாவில் தலித்துகளுக்கு எதிரான பாரபட்சங்கள் பரந்த அளவில் தொடர்ந்தாலும்கூட, தலித்துகள் சாலைகளில் நடப்பதை, அல்லது பொதுப்போக்குவரத்துகளில் பயணப்படுவதை தடைசெய்வது போன்ற மிகவும் கொடூரமான தீண்டாமைச் செயல்பாடுகள் குறிப்பிட்ட அளவுக்கு மறைந்துவருகின்றன என்பதைக் கண்டறிந்தார்கள்.

உத்தரப்பிரதேச கிராமங்களில் உள்ள மூத்த தலித்துகள் எங்களிடம் கூறிய கதைகள் இந்த ஆய்வுடன் ஒத்துப்போகின்றன. எடுத்துக்காட்டாக, நிகிலிடம், கைகளால் கழிவுகளை அகற்றுவது பற்றி ஒரு நேர்காணலில் விளக்கிக்கூறிய பிரகாஷ், தலித்துகளை எச்சில்சோறு உண்ண வற்புறுத்தும் நடவடிக்கைகள் தனது வாழ்நாளிலேயே முடிவுக்கு வந்துவிட்டது என்கிறார்.

நான் பார்த்தேன், திருமணங்களில் தலித்துகள் சுத்தப்படுத்துவதையும், எச்சில்களை உண்பதையும். ஆனால் நான் ஓர் இளைஞனாக வளர்ந்ததிலிருந்து நாங்கள் எச்சில்சோறு வேலைகளை செய்வதில்லை. நான் எந்த ஒருவருடைய எச்சில்சோற்றையும் உண்ணமாட்டேன் என்று உறுதியாகக் கூறுகிறேன். நான் வேலை செய்வேன், அதற்காக எனக்கு ஏதோ கொஞ்சம் பணம் அளிக்கப்பட வேண்டும். ஆனால் அது விட்டுச்சென்ற உணவின் அளவுக்கு போதுமானதாக இருக்காது. எனது பெற்றோர் காலத்தில் அவர்கள் எச்சில்சோறு எடுத்தார்கள். ஆனால் எனது காலத்தில் அந்த நடைமுறை முடிந்துபோனது.

தலித்துகளுக்கும், உயர்சாதி கிராமத்தினருக்கும் இடையிலான பொருளாதார உறவுகளும்கூட நன்கு மாறிவிட்டன. நந்தினி என்ற வயதான தலித் பெண்ணையும், அவரது கணவர் தயாராமையும் நிகில் பேட்டி கண்டார். அவர்களுடைய உறவினர்கள் பல தலைமுறைகளாக அவர்களது கிராமங்களின் நிலவுரிமையாளர்களான தாகூர்களுக்கு வேலைசெய்துவந்தார்கள். நந்தினி இன்றும்கூட ஒரு தாகூர் வீட்டில் வீட்டுவேலைகளை செய்துவருகிறார். தாகூர்களுக்கு வேலை செய்யலாமா என்பது பற்றி முடிவெடுக்க குறைந்த வாய்ப்புகளே இருந்த, மற்றும் உயர்சாதி நிலவுரிமையாளர்கள் தலித்துகளை அவர்கள்முன் கட்டில்களில் உட்காரவோ அல்லது தூய்மையான ஆடைகளை அணியவோ அனுமதிக்காத ஒருகாலத்தைப்பற்றி அவர்கள் விளக்கினார்கள். நந்தினி நினைவுகூர்ந்தார்:

முந்தைய நாட்களில் நில உரிமையாளர்களால் மக்கள் அச்சுறுத்தப்பட்டார்கள். இப்போது அது மாறிவிட்டது. இப்போது நீங்கள் விரும்பினால் அவர்களுக்காக நீங்களே வேலைசெய்யலாம். ஆனால் அதை நீங்கள் விரும்பாவிட்டல் அவர்களால் எதுவும் செய்யமுடியாது. நாங்கள் பழைய காலங்களில் இருந்திருந்தால், அவர் (நிலஉரிமையாளர்) உங்கள் அருகே நடந்து கொண்டிருந்தால் உங்களால் கட்டிலின் மீது அமர்ந்திருக்க முடியாது. அவர் அங்கே இருந்தால் உங்களால் உட்கார முடியாது. அவருக்கு முன்னால் நீங்கள் உட்கார்ந்திருந்தாலோ அல்லது அழகான உடைகளை அணிந்திருந்தாலோ அவர் எரிச்சல் அடைந்தவராக

இருந்திருப்பார். ஆனால், இப்போது அவரால் எதையும் செய்ய முடியாது. அவரது ஆட்சியின் காலம் முடிந்துவிட்டது.

நில உரிமையாளர்களுக்காக வேலைசெய்வது ஒருகாலத்தில் இருந்ததுபோலல்லாமல் இப்பொழுது குறிப்பிடத்தக்கவகையில் வேறுபட்டுள்ளது என நந்தினி விளக்கினார். அவர்கள் இப்போது அவருக்கு உணவுடன் கூடுதலாகப் பணம் தருகிறார்கள். அவர் விரும்பினால் அவர்களுக்கு வேலைசெய்வதை நிறுத்திவிடலாம், என்று சுதந்திரமாக உணர்கிறார். ஆனால் அவரை அவமதிக்கும் வழிமுறைகள் அங்கு இன்றும் தொடர்கின்றன. அவர் வேலைசெய்யும் குடும்பத்திலுள்ள பெண்கள் சில நேரங்களில் அவர் நடந்துசென்ற இடங்களை மீண்டும் புனிதப்படுத்த தண்ணீரைத் தெளிக்கிறார்கள். தாகூர்கள் இன்றும்கூட ஒரு உணவையோ அல்லது அவர்களது தட்டுகளையோ அவருடன் ஒருபோதும் பகிர்ந்து கொண்டதில்லை என்று நந்தினி கூறுகிறார்.

தலித்துகள் நடத்தப்படும் முறைகளில் இந்த மாற்றங்கள் எவ்வாறு வந்தன? பல பெரிய சமூகமாற்றங்களுக்கான விளக்கங்களில் உள்ளதுபோல, அங்கு இதை சாத்தியமாக்க உதவிய பல அம்சங்கள் உள்ளன. பொருளாதாரம் மிகவும் மதிப்புமிக்கதாக ஆனதும், போக்குவரத்து முன்னேற்றம் அடைந்ததும், தலித்துகள் கிராமங்களைவிட்டு நகரங்களுக்கு செல்வதற்கான வாய்ப்புகளை அளித்தன. அரசின் கொள்கைகளும்கூட உதவின. தலித்துகளுக்கு உடன்பாடான கொள்கைகளின் செயல்பாடுகளுக்காக அம்பேத்கர் போராடினார். வெற்றி பெற்றார். அவை இந்திய அரசியல் சாசனத்தில் எழுதப்பட்டன. கைகளால் கழிவுகளை அகற்றுவதற்கு எதிரான 1993 மற்றும் 2013 சட்டங்கள், 1953இன் தீண்டாமைக்கு எதிரான சட்டங்கள் போன்றவை- அவற்றை அரசு மிகமோசமாக நடைமுறைப்படுத்தியிருந்தபோதிலும்கூட- எடுத்துரைக்கத்தக்க மாற்றங்களை ஏற்படுத்தின என்று நாங்கள் நம்புகிறோம். மேலும் மிகமுக்கியமாக, தலித்துகள் தாங்கள் சுரண்டப்படுவதையும், விலக்கிவைக்கப்படுவதையும், அவமானப்படுத்தப்படுவதையும், அவர்களுக்கெதிராக பாரபட்சமாக நடத்தும் அமைப்புமுறையையும் சீவியெறியும் வகையில் எதிர்த்தார்கள்.

கிராமப்புற சீதாபூரில் எங்கள் வீட்டுக்கு அருகே நல்ல மாற்றத்துக்கான சில மாதிரிகளை நாங்கள் கண்டோம். நாங்கள் அறிந்த இளம் வால்மீகி பெண் நேஹா தனது தாயாரும் மூத்த சகோதரியும் திருமணத்துக்கு முன் செய்துவந்ததுபோல, மற்றவர்களின் வீடுகளைச் சுற்றியுள்ள கழிவு நீர் வடிகால்களை சுத்தம் செய்ய மறுத்தார். அவரது குடும்பம் அந்த வேலையை நேஹா செய்யவேண்டும் என்று வற்புறுத்தவில்லை. ஏனென்றால், நேஹாவின் தந்தைக்கு ஓர் அரசு ஊழியர் என்ற முறையில் நிலையான வருமானம் வந்தது. இந்தப் பிரச்சனையில் பொருளாதார முன்னேற்றம், சமூக முன்னேற்றத்துக்கு வழிவகுத்தது. கீழ்நிலையில் உள்ள ஒரு பெண் தனது முடிவைத் தானே தேர்ந்தெடுத்துக்கொள்வதை வலுப்படுத்தியது.

நிகிலும், சங்கீதாவும், கிராமத்தின் விதிமுறைகளுக்கு சவால்விட முடிவுசெய்த ஒரு வயதான தலித் பெண்ணை சந்தித்தார்கள். அவர் கடைசியாக எவ்வாறு கோவிலுக்குள் செல்ல முடிவெடுத்தார்? அதன்பிறகு என்ன நடந்தது? என்பதை விளக்கினார்:

> *அந்த வழியில் ஒரு கோவில் இருந்தது. ஆனால் நாங்கள் (தலித்துகள்) அதற்குச் செல்லவில்லை. பிறகு சிலர் அங்கு பசுவின் சிலை தண்ணீர் குடிக்கிறது என்று கூறத்துவங்கினார்கள். ஒரு பசுவின் சிலை தண்ணீர் குடிக்கிறதாம்! எனவே நான் நினைத்தேன், அதைப் பார்க்க நான் கோவிலுக்கு போகப்போகிறேன். நான் அங்கு செல்லவும், பசுவைப்பார்க்கவும் நினைத்தேன். நான் கோவிலுக்குள் செல்வதைப்பற்றி யாராவது ஒருவர் எதையாவது ஒன்றை கூறுவாரோ என்றும்கூட நான் நினைத்தேன். மேலும் அவ்வாறு அவர்கள் செய்தால் நான் சண்டையிடவும் தயாரானேன். யாராவது ஒருவர் என் வீட்டுக்கு (அதைப்பற்றி எதையாவது கூற)வந்தால் நான் ஒரு கோபம்கொண்ட நாயாக இருந்திருந்தால், அதைப்போல அவரை ஓடிப்போகச்செய்திருப்பேன். எனவே, நான் அங்கு சென்று பசுவின் சிலைக்கு தண்ணீர் தந்தபோது எவரொருவரும் என்மீது எதையும் கூறவில்லை! அவர்கள் எதையும் கூறவில்லை. நானும் எதையும் கூறவில்லை. அது மிக நல்ல விஷயம் என்று நான் நினைத்தேன். அந்த நாளுக்குப்பிறகு இப்போது நான் கோவிலுக்கு செல்கிறேன்.*

கிராமங்களில் நடைபெற்றுவரும் சமூகமாற்றங்கள் ஊக்கமளிப்பவைகளாக இருந்தாலும்கூட கைகளால் கழிவுகளை அகற்றுவதும், தீண்டாமையும், பாரபட்சமும் தொடராமல் இல்லை. பலகிராமங்களிலும், நகரங்களிலும் தலித்துகள் மிகவும் மோசமான குடிசைகளில் வசித்துவருகிறார்கள். அக்கம் பக்கத்திலுள்ள உயர்சாதியினர் பகுதிகளைவிட மோசமான பணிகள் அங்கு செய்யப்படுகின்றன. உயர்சாதியினருக்கு மட்டும் என்று மரபுரிமையும், ஒதுக்கீடும் செய்யப்பட்டுள்ள திருமண ஊர்வலங்களை தலித்துகளும் நடத்துவது போன்றவற்றில் நாடு முழுவதிலும் தலித்துகளுக்கு எதிரான வன்புணர்வு, தாக்குதல்கள் மற்றும் அவமானப்படுத்துதல்கள் நடைபெறுவதை தினசரி செய்திக்கதைகள் ஆவணப்படுத்துகின்றன.

சமூகமாற்றத்துக்கான இன்னொரு முக்கியமான எல்லைக்கோடாக- வரம்பாக அசுத்தமானது அல்லது தீட்டானது என்று கருதப்படும் வேலைகளை செய்யத்துவங்க உயர்சாதியினர் விரும்பவில்லை என்பது இருக்கிறது. இந்த அம்சம் மீண்டும் எங்களை துப்புரவு வேலைகளுக்கு திரும்பவைக்கிறது. உயர்சாதியினர் தங்களுக்கு சொந்தமான இறந்த விலங்குகளின் பிரேதங்களை அகற்றாதபோது, தங்கள் சொந்த கழிவு நீர் வடிகால்களை அகற்றாதபோது, தங்களது சொந்த குழந்தைகளின் கொப்பூழ்கொடிகளை துண்டிக்காதபோது, மேலும் மிகமுக்கியமாக எங்களுக்குப் புதிராக உள்ள தங்கள் சொந்த கழிப்பறை குழிகளை காலிசெய்யாதபோது சமூகம் மற்றும் கழிவு நீக்கும் சுகாதார ஏற்பாடுகளின் முன்னேற்றத்துக்கு அங்கே எல்லைக்கோடுகள் இருக்கின்றன.

தீண்டாமையும், கழிப்பறைக்குழிகளை காலிசெய்வதும்

எங்கு தீண்டாமையும், கைகளால் கழிப்பறைக் குழிகளை காலிசெய்வதும் எப்போதும் இருந்ததில்லையோ, அந்த மற்ற வளரும் நாடுகளில் கழிப்பறைக் குழிகளை காலிசெய்யும் வேலை அதிர்ஷ்டமில்லாத ஏழைமக்களால் செய்யப்பட்டது. ஆனால், அவர்கள் ஒரு கிணற்றிலிருந்து தண்ணீர் எடுப்பதிலிருந்து தடுக்கப்பட்ட பெற்றோரின் மக்கள் அல்ல. அவர்கள் பொதுவிழாக்களுக்குப் பிறகு எச்சில்களை உண்ண வற்புறுத்தப்பட்ட பெற்றோரின் மக்கள் அல்ல. மற்ற நாடுகளில்

கழிப்பறைக் குழிகளை காலிசெய்வது இனிமையற்ற ஒரு வேலைதான். அது பல தலைமுறைகளாக ஒடுக்கப்படுதலுக்கும், அவமானப்படுத்தப்படலுக்குமான சின்னம் அல்ல. தீண்டாமையின் இந்திய வரலாறு மற்றும் அது இன்று கிராமங்களில் மறுவிவாதத்துக்கு உள்ளாக்கப்படும் முறையும், இந்திய கிராமங்களில் கழிப்பறைக் குழிகளை காலிசெய்யும் வேலையும் வளரும் நாடுகளிலுள்ள மற்ற இடங்களிலிருந்து குறிப்பிடத்தக்க வகையில் வேறுபடுத்தியுள்ளது.

உயர்சாதி மக்கள் கழிவு நீக்கவேலையின் தன்மையை 'தீட்டு' என்று கருதுவதற்கு அப்பால் பார்க்கமாட்டார்கள் என்றால், அத்தகைய வேலைகளைச் செய்யும் மக்கள் தங்களுக்குச் சமமானவர்கள் என்று அறிந்துகொள்ள மாட்டார்கள் என்றால், நேஹாவைப்போல ஏராளமான மக்கள் அவர்களிடமிருந்து மற்றவர்கள் எதிர்பார்க்கும் அந்த அவதூறும் மாசும் நிறைந்த வேலைகளைச் செய்ய மறுப்பார்களானால் அது சமூகவளர்ச்சியை முன்னெடுத்துச்செல்ல உதவும் -இது தலித் செயல்பாட்டாளர்கள் பலர் முன்வைத்த உத்தியாகும். தீண்டத்தகாத வேலைகளைச்செய்வதில் மிகமிகக் குறைவான பொருளாதாரப் பாதுகாப்புதான் உள்ளது எனக் கண்டறிந்த, குறிப்பாக நேஹாவின் தந்தைபோன்ற மற்ற தலித்துகள் இதற்குப்பதிலாக நல்ல ஊதியத்தையும், பணி நிலைகளையும் முன்வைத்த போதிலும்கூட.

இந்தப் பின்னணியில் கிராமங்களில் மக்கள், அவர்கள் எளிய குழிக் கழிப்பறைகளைப் பயன்படுத்தினால், அந்த குழிகள் நிரம்பிவிட்டால் என்ன நடக்கும் என்ற சேதாரம்பற்றி பயந்தார்கள்.

SQUAT ஆய்வை நாங்கள்முடித்துவிட்ட நேரத்தில் அதன் தரமான ஆய்வுமுடிவுகளை குறிப்புகளாக இந்த நூலின் இறுதியில் நாங்கள் விவரித்துள்ளோம். எங்களது ஒட்டுமொத்தக் குழுவும் இந்தியாவின் திறந்தவெளி மலம் கழிப்பு சிக்கலுக்கு மலிவுவிலைக் கழிப்பிடங்கள் இல்லாதது எவ்வளவு முக்கியமானது என்பதைப் புரிந்துகொண்டது. ஒரு கிராமத்தில் கழிப்பிடக் குழிகளை காலி செய்வது எவ்வளவு சிரமமானது என்பதை நாங்கள் இன்னும் முழுமையாகப்

புரிந்துகொள்ளவில்லை. யாராவது ஒருவர் கழிப்பிடக் குழியை காலி செய்வாரா, அவர் விரும்பினால்? எங்களது r.i.c.e சகாக்கள் அதைக்கண்டுபிடிக்க 2014 டிசம்பரில் சீதாபூருக்கு திரும்பிவந்தார்கள். அவர்கள் அறிந்துகொண்டவற்றில் முதலாவது கிராமங்களில் கழிப்பிடக் குழிகள் அபூர்வமாகவே கைகளால் காலி செய்யப்படுகின்றன. ஏனென்றால், அந்த வேலைக்கான கூலியை நிர்ணயம் செய்வது சிரமமாக உள்ளது என்பதுதான். தேனடை மாதிரியிலான குழியை எப்போதும் கொண்டுள்ள சில குடும்பங்கள் கிராமத்தின் மற்ற வேலைகளுக்கு கொடுப்பதைவிடவும் அதிகமான கூலியைக் கொடுப்பதையும் அவர்கள் கண்டறிந்தார்கள்.

அபிஷேக் சர்மா என்ற இளம்பிராமணன் அண்மையில் தனது உறவினர்களுக்கு அவர்களது குழிகளைக் காலிசெய்யவேண்டிய தேவை இருந்தது என்பதை எங்கள் சகாக்களுக்கு விளக்கினார்:

> *இங்கே குழிகளை காலிசெய்பவர் எவர் ஒருவரும் இல்லை. எங்களுக்கு அருகில் 10, 20, 50 கி.மீ.யில் ஒரு குழியை காலிசெய்து வெளியேற்றுபவர் யாரும் இல்லை. இது ஒரு பிரச்சனையாக உள்ளது. எங்கள் மாமாவின் கழிப்பறைக்குழி நிரம்பிவிட்டது. அது ஒரு ஈரப்பதம் உள்ள (தேனடை மாதிரியிலான) குழி. நாங்கள் அதைக்காலி செய்து வெளியேற்ற லக்னோவிலிருந்து ஒருவரைக் கொண்டுவர வேண்டியிருந்தது. அவர் இரண்டு மணி நேர வேலைக்கு 5,500 ரூபாய்களை எடுத்துக்கொண்டார். அதனால் இது பெரிய பிரச்சனையாக இருக்கிறது.*

இந்தக்கட்டணத்தை சீதாபூர் நகரில் நாளொன்றுக்கு ரூ.200/ சம்பாதிக்கும் ஒரு தனித்திறன் பயிற்சி இல்லாத பகல்நேர தொழிலாளியுடன் ஒப்பிட்டுப்பார்க்க வேண்டும். அவர் இந்த வேலையை ஒரு கிராமத்தில் செய்தால் இதைவிடவும் குறைவாகவே பெறுவார். இந்தியாவின் தீண்டாமை வரலாற்றைப்பற்றி அறியாத ஒரு பொருளாதார நிபுணர் ஒரு கழிப்பிடக் குழியை காலி செய்வதற்கு மிக உயர்ந்த கூலியைப் பெறுவதைக்கண்டு அதிர்ச்சி அடைவார். அதே உழைப்புச்சந்தையில் உள்ள ஒரு பகல்நேர தொழிலாளி மிகக்குறைவான கூலியைப்பெறும்போது இரண்டுமணி நேர உழைப்புக்கு ஒருவர் எவ்வாறு ரூ.5,500/ ஐ கூலியாகக்

கேட்கமுடியும்? இந்த அதிகப்படியான பணத்துக்கு வங்கதேசத்தில் உள்ள ஒருவரால் இரண்டு முழுமையான கழிப்பிடங்களை வாங்கிவிடமுடியும்! இந்தப் பொருளாதார நிபுணர் 'தேவையும், விநியோகமும்' என்ற நன்கு பழக்கப்பட்ட விதியின்கீழ் ஒரு திட்டத்தை வரைந்து, கழிப்பிடக் குழிகளை காலிசெய்வதற்கு அதிகப்படியான வேலையாட்கள் நுழைய வேண்டும்; இந்த வேலைக்கான கூலி குறையும்வரை ஒருவருக்கொருவர் போட்டியிடவேண்டும் என்று எதிர்பார்ப்பார்.

பகல்நேர உழைப்புக்காக நடைமுறையில் உள்ள கூலியைவிட, கழிப்பிட குழிகளை காலி செய்பவர்கள் மிகவும் அதிகமான கூலியை கேட்பதற்கான முக்கிய காரணம் மிக உயர்ந்த கூலி கொடுக்கப்பட்டாலும் மிகமிக குறைந்த அளவிலான மக்களே இந்த வேலையைச்செய்ய முன்வருகிறார்கள் என்பதுதான். 'தேவையும், விநியோகமும்' என்ற விதி தன்னளவில் தவறானதல்ல. ஆனால், தனித்தன்மையுள்ள ஏதோ ஒன்று இந்த பிரச்சனையில் விநியோகத்தை பின்னுக்குத்தள்ள வைத்துள்ளது. பீகாரில் கழிவு நீக்க துப்புரவு பணியில் வேலை செய்யும் ஒரு அரசுசாரா தொண்டு நிறுவனத்தைப் பார்வையிட்டபோது, டியானேவும், நிகிலும் மக்களை மலிவுவிலைக் கழிப்பிடங்களை மக்கள் ஏற்கச் செய்யும் வேலையில் ஈடுபட்டிருந்த களமேலாளர் ஒருவரைச் சந்தித்தார்கள். அவர் தாமாகவே பல கிராமத்தினருடன் பேசியதில், மக்கள் அரசு கழிப்பிடங்களை விரும்பவில்லை. ஏனென்றால், அவர்கள் கழிப்பிடக் குழிகளை காலிசெய்வதில் ஈடுபட விரும்பவில்லை என்பதை அந்த களமேலாளர் புரிந்துகொண்டார். அவர் வியப்படைந்தார். அதிகப்படியான மக்கள் கழிப்பிடங்களை ஏற்றுக்கொள்வார்களானால், அந்த கழிப்பிடங்களை காலிசெய்யும் சேவையைக்கூட அவரால் தர முடியும் என நினைத்தார். ஆனால் அந்த சேவையை அளிக்கும் மக்களை கண்டுபிடிக்க அவர் சிரமப்பட்டார். 'அவர்களுக்கு(கழிப்பிடக் குழிகளை காலி செய்யும் மக்களுக்கு) அது இவ்வாறாக உள்ளது: 'நீங்கள் நன்றாக சம்பாதித்தாலும்கூட உங்களால் ஓர் உணவகத்துக்குச் செல்ல முடியாது. உங்களால் ஒரு கோவிலுக்குள் செல்ல முடியாது. இந்த அதிக சம்பாத்தியத்தால் என்ன பயன்?' என்று அவர் விளக்கினார்.

முன்னதாக நாங்கள் கிராமப்புற இந்தியாவின் சமுகவளர்ச்சிப்போக்கில் ஒரு முக்கியமான எல்லைக்கோடு - வரம்பு உள்ளதாக குறிப்பிட்டோம். அது, இந்த வடிவத்திலான

வேலைகளை மேலும்மேலும் தலித்துகள் நிராகரித்தபோதிலும்கூட, உயர்சாதியினரின் மரபுரீதியான தீண்டத்தகாத வேலைகளை செய்ய விருப்பமின்றி உள்ளார்கள் என்பதுதான். இத்தகைய அதிகப்படியான விலையை கொடுக்கவேண்டியுள்ளதை எதிர்கொண்டாலும்கூட, குறைந்தபட்சம் சில உயர்சாதி கழிப்பிட உரிமையாளர்கள் அவர்களது கசப்புணர்வை விழுங்கிவிடவும், தாங்களாகவே குழிகளை காலிசெய்யவும் கற்றுக்கொள்வார்களா? என்று நீங்கள் இன்னும் வியப்புடன் கேட்கக்கூடும். எல்லாவற்றுக்கும் மேலாக அபிஷேக் சர்மா விளக்கியதைப்போல, அது இரண்டு மணி நேரத்தை எடுத்துக்கொள்ளும் வேலைதான்.

தங்கள் சொந்தக் கழிப்பிடங்களை தாங்களே காலிசெய்த அல்லது தங்கள் சொந்தக் கழிப்பிடங்களை தாங்களே காலிசெய்ய விரும்புவதாகக் கூறிக்கொண்ட மக்கள் சிலரை நாங்கள் சந்தித்தோம். அவர்களில் பெரும்பாலானவர்கள் முஸ்லீம்கள். அடிக்கடி இல்லாவிட்டாலும், அவர்கள் எங்களிடம் குசுகுசுப்பாக, கழிவுகளை அகற்றுபவர்கள் கேட்கும் முறையற்ற பணத்தைக் கொடுப்பதைவிட, அவர்கள் இருட்டின் மறைவில் அவர்களே குழிகளை காலிசெய்ததாகத் தெரிவித்தார்கள்.

ஆனால், நாங்கள் பேசிய பரந்த அளவிலான பெரும்பான்மையான மக்கள், தாங்களே கழிப்பிடக் குழிகளை காலி செய்வதை சிந்திக்கக்கூட முடியாது என்று கூறினார்கள். அழகிய சீதாபூர் நகரில் வாழும் தலித் அல்லாத கீழ்சாதியைச் சார்ந்த பிரியா என்ற பெண் ‘அது ஏன்?’ என்று விளக்கினார்:

> *எங்களுடையதை (கழிப்பிட குழியை) நாங்களே காலிசெய்யமாட்டோம். ஒரு கழிப்பிடத்தில் ஏதோ ஒன்று சிக்கிக்கொண்டால், நாங்கள் ஒரு பங்கியை அழைப்போம்... நாங்கள் எவ்வாறு அதை நாங்களாகவே காலி செய்ய முடியும்? நாங்கள் இந்துக்கள். எனவே நாங்கள் எவ்வாறு அதை சுத்தம் செய்ய முடியும்? (நாங்கள் அதை செய்தால்) அதன்பிறகு எவ்வாறு எங்களால் வழிபட முடியும்? பணம்தான் ஒரு பிரச்சனை என்றால், அதற்காக நாங்கள் ஒரு கடனைக்கூட பெறுவோம். அதைக் காலிசெய்வதற்கு நாங்கள் சில வழிமுறைகளை கண்டுபிடிக்க வேண்டும். இந்த வேலை இந்தத்தொழிலை மரபுரிமையாகக் கொண்ட மக்களால்*

மட்டுமே செய்யப்பட வேண்டும். அவர்கள்தான் பங்கிகள், அவர்கள் இந்த வேலைக்காகவே (கடவுளால்) படைக்கப்பட்டவர்கள்.'

கைகளால் கழிவுகளை அகற்றும் சாதியைச் சாராத தலித்துகள்கூட தங்கள் சொந்தக் கழிப்பிடக் குழிகளை காலி செய்ய மறுக்கிறார்கள். இரவுக்காவலராக வேலைசெய்யும் அறுபது வயதான மூத்தவரான (மரபுரீதியாக பன்றிகளை வளர்க்கும் தலித் சாதியைச் சார்ந்த) ஒரு பாசி விளக்கினார்:

நாங்களே சொந்தமாக அதைக் காலிசெய்ய மாட்டோம். இது அவர்களுடைய தொழில். அவர்கள்தான் இதை செய்பவர்கள். நாங்கள் அவர்கள் அல்ல. அவர்கள்தான் மெஹ்தர்கள். எனவே அவர்கள் சுத்தப்படுத்துகிறார்கள். நாங்கள் பாசிகள். எனவே நாங்கள் சுத்தப்படுத்த மாட்டோம்... நாங்கள் சுத்தப்படுத்தினால் நாங்கள் விலக்கிவைக்கப்பட்டுவிடுவதோடு, எங்களுடன் ஒருவரும் ஹூக்கா புகைக்க மாட்டார்கள். நாங்கள் மலக்கழிவுகளை சுத்தப்படுத்துவோமானால், எவர் ஒருவரும் எங்களுடன் உண்ணவோ அல்லது குடிக்கவோ மாட்டார்கள், என்கிறேன் நான். மக்கள் எங்களுடன் உண்ணமாட்டார்கள். அவர்கள் எங்களது கோப்பையிலிருந்து தண்ணீர் குடிக்க மாட்டார்கள்.'

சில நேரங்களில் கழிப்பிடங்களையும், குழிகளையும் காலிசெய்வது பற்றி மக்களிடம் பேட்டி காணும்போது, தேனடை போன்ற கழிப்பறை குழிகள் எவ்வாறு வேலைசெய்கின்றன என்று நாங்கள் விளக்குவோம். இதை நாங்கள் ஏன் செய்தோம் என்றால், அவை அன்றாடம் பயன்படுத்தப்பட்டால் கழிப்பறை குழிகள் இரண்டு அல்லது மூன்று மாதங்களில் நிரம்பிவிடும் என்று அவர்கள் தவறாக நம்புகிறார்கள். எவ்வாறாயினும், அன்றாடம் பயன்படுத்தப்படும் 1.5 கனமீட்டர் கழிப்பறைக்குழி ஆண்டுக்கணக்கில்தான் நிரம்புமே தவிர, மாதக்கணக்கில் அல்ல. இது ஏனென்றால், பீய்ச்சியடிப்பதற்காகப் பயன்படுத்தப்படும் தண்ணீரும், மலக்கழிவில் உள்ள தண்ணீரும் தரையில் உறிஞ்சப்பட்டுவிடுவதால்.

குழி நிரம்புவதற்கு எவ்வளவு காலம் ஆகும் என்பது பற்றிய தவறான நம்பிக்கைகள், ஒரு கழிப்பறையை சொந்தமாக்கிக்

கொள்வதற்கு ஆகும் செலவைக் குறிப்பிடத்தக்கவகையில் மக்கள் அதிக மதிப்பீடு செய்வதற்கு வழிவகுக்கின்றன. ஒவ்வொரு சில மாதங்களிலும் அந்தக் குழியை காலிசெய்ய பலநூறு அல்லது ஆயிரம் ரூபாய்களை அவர்கள் செலுத்த வேண்டியிருக்கும் என்று அவர்கள் எண்ணுகிறார்கள். ஒரு கழிப்பறைக்குழி மருமகள்களுக்காக, வயதானவர்களுக்காக அல்லது அவசரத் தேவைகளுக்காக ஒதுக்கப்பட வேண்டும் என்று மக்கள் நினைப்பதை SQUAT ஆய்வு ஆவணப்படுத்தியுள்ளது. அதில் வியப்பு ஏதும் இல்லை. குழிகள் தொடர்ச்சியாக காலி செய்யப்படவேண்டியவைகளாக உள்ளன என்ற இந்தச் சிந்தனை, அடிக்கடி அவர்கள் பயன்படுத்தினால், அவற்றைக் காலிசெய்ய அதிகமான பணத்தை செலவிடவேண்டும் என்று தொடர்கிறது. குழிகள் ஒருசில மாதங்களிலேயே நிரம்பிவிடும் என்ற தவறான நம்பிக்கையைச் சரிசெய்வது அரசு கழிப்பறைகளைப் பற்றி கிராமப்புற இந்தியர்கள் புகார் செய்யும் நடத்தை மாற்றத்துக்கு முதல்கட்ட நடவடிக்கையாக இருக்கும் என்று நாங்கள் எதிர்பார்க்கிறோம்.

இன்னொரு வழி- கழிவு நீக்கத் துப்புரவு ஏற்பாடு பற்றிய நடத்தைப்போக்கில் மாற்றத்தைக் கொண்டுவருவதற்கான பிரச்சாரப் பயணங்கள். இந்தப் பிரச்சாரப் பயணங்கள், இரட்டைகுழி அமைப்புமுறையில் மக்கிப்போன மலக்கழிவுகள் உயிரியல்ரீதியாக புதிய மலக்கழிவுகளைவிட குறைவான ஆபத்தைக்கொண்டவை என்று மக்களுக்குக் கற்பித்து, திறந்தவெளி மலம் கழிப்பின் தீமைகளைப்பற்றி அவர்களுக்கு போதிக்கவேண்டும். எல்லாவற்றுக்கும் பிறகு கிராமத்தினர் இதை அக்கம்பக்கத்தவர்களிடமிருந்து அறிந்துகொள்ளும் சந்தர்ப்பங்களும் உள்ளன.எனவே, ஒரு சில இரட்டைக்குழி கழிப்பறைகளே பயன்பாட்டில் உள்ளதால், பெரும்பாலான மக்கள் மலக்கழிவுகள் மக்கிப்போகின்றன, அவற்றைக் கையாள்வது பாதுகாப்பானது என்பதைத் தெரிந்திருக்க மாட்டார்கள். இந்தத்தகவல் குழியைக் காலிசெய்வதை மக்கள் வேறுவிதமாகப் பார்க்க ஊக்கப்படுத்தும் என்று நாங்கள் நம்புகிறோம்.

இருந்தபோதிலும், மக்களுக்கு இரட்டைக்குழி தொழில் நுட்பத்தைக் கற்றுக் கொடுப்பது மட்டுமே நடத்தை மாற்றத்தை உருவாக்குவதற்குப் போதுமானது என்று நாங்கள் நம்பிக்கை கொண்டிருக்கவில்லை. அவை எல்லாவற்றுக்குப் பிறகும்

அத்தியாயம் 3இல் ஆர்.எஸ்.காரே மற்றும் டமாரிஷ் லூதி விளக்கியதுபோல, உத்தரப்பிரதேசம் மற்றும் தமிழ்நாட்டில் மிகத்தெளிவாகத் தெரிவதுபோல் மக்கள் எப்போதும் பௌதீகரீதியான கிருமிகளைவிடவும் சடங்குரீதியான புனிதங்களிலேயே மிகவும் அக்கறை செலுத்துகின்றனர்.

அபிஷேக் சர்மாவுக்கு இரட்டைக்குழிகளின் பயன்பாட்டை நிகில் விளக்கியபோது, மலக்கழிவுகள் மக்கிப்போய்விடும். உயிரியல்ரீதியாகப் பேசுவோமானால் அவை தொற்றும்தன்மை குறைவானவை என்ற கருத்தை அவர் மறுக்கவில்லை. அதற்கு மாறாக அவர் இந்தப் புதிய தகவல் குழியைக் காலிசெய்வது பற்றிய அவரது சிந்தனையை அல்லது அவரது குடும்ப உறுப்பினர்களின் சிந்தனையையோ மாற்றாது என்பதில் அவர் உறுதியாக இருந்தார். 'எங்களால் அதைச்செய்ய இயலாது. இது உங்கள் சிந்தனையையும், உங்கள் 'ஹிம்மத்'- தைரியத்தையும் பொருத்தது என்று நான் கருதுகிறேன். மக்கள் இதைச் செய்யலாம். ஆனால், நாங்கள் அதைச் செய்யமாட்டோம்' என்றார் அவர்.

குழியைக் காலிசெய்வது பற்றிப் பேசும்போது மற்றவர்கள் ஹிம்மத்தைக் குறிப்பிட்டார்கள்: நாங்கள் இந்த வார்த்தையை தேர்ந்தெடுப்பது எதைக் குறிக்கிறது என்று கண்டோம். 'ஹிம்மத்' என்ற வார்த்தையின் பொருள் 'தைரியம்'. ஆனால், எங்களுக்குப் பதிலளித்தவர்கள் அதைக் குழியை காலி செய்வதற்குப் பயன்படுத்தினார்கள். அதை அவர்கள் ஒருவரின் 'சிந்தனை' அல்லது சாதி மற்றும் தீண்டாமை பற்றிய நோக்கோடு இணைத்தார்கள். யாரெல்லாம் சமுதாயவிதிகளுக்கு சவால் விடுக்க விரும்பி, தங்கள் பெயருக்கு இழுக்கையும், சமூக விலக்கல்களையும் எதிர்கொண்டார்களோ அவர்கள்தான் அத்தகைய ஒரு நடவடிக்கைக்கான தைரியம் உள்ளவர்கள்.

பீகாரின் ஷியோஹர் மாவட்டத்தில் டியானேவும், நிகிலும் கடைசியாக ஒரு வயதான மனிதரைச் சந்தித்தார்கள். மற்றவர்கள் பேசிவந்த 'ஹிம்மத்'-தைரியத்தை அவர் கொண்டிருந்தார். அவர் பெயர் அசோக் சிங்.

நாங்கள் மார்ச் 2015இல் ஓர் அதிகாலை நேரத்தில் அவரது கிராமத்துக்குச் சென்றோம். ஒரு குழிக் கழிப்பறையை

சொந்தமாகக் கொண்டுள்ள ஏதாவது குடும்பங்களை அவர்கள் அறிந்துள்ளார்களா? என்று மக்களைக் கேட்க ஆரம்பித்தோம். அந்த கிராமத்தினூடாக தனது சைக்கிளோடு நடந்துகொண்டிருந்த ஓர் இளைஞர், தனது தந்தை அசோக் ஒரு குழிக் கழிப்பறையைக் கொண்டுள்ளார் என்று கூறி, எங்களை அவர் வீட்டுக்கு அழைத்துச்செல்லவும், அவரது தந்தையோடு பேசவைக்கவும் ஒத்துக்கொண்டார். நாங்கள் அந்த வீட்டை அடைந்தபோது, ஒருசில நிமிடங்கள் நாங்கள் காத்திருக்க வேண்டியிருந்தது.- அசோக் தனது கழிப்பறையைப் பயன்படுத்திக்கொண்டிருந்தார்.

அசோக் எங்களிடம், ஐந்து ஆண்டுகளுக்குமுன் ஒரு கழிப்பறையைக் கட்ட அரசிடமிருந்து கொஞ்சம் பணம் பெற்றுக்கொண்டதாகக் கூறினார். அத்துடன் தனது சொந்தப்பணம் கொஞ்சத்தையும் சேர்த்து அவர் இரண்டு கழிப்பறைகளைத் தனித்தனிக் குழிகளுடன் கட்டியுள்ளார். அவர் கட்டுமான வேலை செய்பவரிடம் 0.9 மீ. ஆழத்துக்குப்பதிலாக 1.5மீ ஆழத்துக்குக் குழிகளைத் தோண்டுமாறு கூறினார். 0.9மீ. ஆழத்தைத்தான் அந்த நேரத்தில் அரசு முன்வைத்திருந்தது என்று அவர் நம்பினார். அவர் அந்த கட்டுமானப் பணியாளரை ஒரு சிறிய சுவரையும், தனி மறைப்புக்காகக் கட்டச்செய்தார். அது நான்கு அடி உயரத்தில் அதன் மேற்கூரை இல்லாமல் அமைந்தது. அந்த இரண்டு கழிப்பறைகளை நாங்கள் பார்வையிட்டபோது ஒன்றுமட்டுமே செயல்பாட்டில் இருந்தது. மற்றது பழுது பார்ப்பதற்குள்ளாகி இருந்தது.

அசோக் அண்மையில் தானே தனது கழிப்பறைக் குழியை காலி செய்தார். முதலில் கைகளால் கழிவுகளை அகற்றும் சாதியைச் சார்ந்த ஒருவரை இன்னொரு கிராமத்திலிருந்து கூலிக்கு அமர்த்த நினைத்தார். ஆனால் அந்த மனிதர் ரூ.700/ முதல் ரூ.1,000/ வரை மிக அதிகமான பணத்தை அந்தக்குழியை காலிசெய்யக் கேட்டார். எனவே, அசோக் தானே அந்தக்குழியை காலிசெய்ய முடிவு செய்தார். அந்தக்குழியை காலி செய்வதற்குமுன் அவர் அந்தக்குழிக்குள் 5கி.கி.சுண்ணாம்பு நீரை சிறிதளவு மண்ணெண்ணையோடு கலந்து ஊற்றினார். அதன்பிறகு அந்தக்குழியை 10 நாட்களுக்கு தனியாக விட்டுவிட்டார். அதன் பிறகு அதன் மூடியை அகற்றி மலக்கழிவு சேற்றை ஒரு மண்வாரிமூலம் அகற்றி கைவண்டியில் ஏற்றி தனது வயல்களில் குவித்ததாகக் கூறினார்.

நிகிலும், டியானேவும் விக்கித்துப்போனார்கள். கழிப்பறைக் குழிகளைப்பற்றி மற்ற மக்களிடம் பேசிய பலமாதங்களில் ஓர் உயர்சாதி மனிதர் எளிமையாகவும், ஒரு கழிப்பறைக் குழியை உண்மையில் தானே காலிசெய்ததையும் கூறிய ஒரேஒரு முதல் நிகழ்வு இதுதான். மலக்கழிவுகளோடு தொடர்புகொள்வதன் மூலம் அவர் தீட்டானவராக ஆகிவிடுவார் என்று அசோக் சிந்திக்கவில்லையா? எனபதை உடனடியாக அவர்கள் தெரிந்துகொள்ள விரும்பினார்கள். ஒரு குழியை காலிசெய்ததற்காக கிராமத்திலுள்ள மற்றவர்கள் அவரை எவ்வாறு மதிப்பிடுவார்கள் என்பதை அவர் சிந்திக்கவில்லையா?

அசோக் டியானேவிடமும், நிகிலிடமும் கூறினார்: 'இதோ பாருங்கள், நீங்கள் படித்தவர்கள்... நீங்கள் வைத்திருந்த ஒரு தங்கத்துண்டு ஒரு மலக்குழியில் விழுந்துவிட்டால், அதை நீங்கள் எடுக்கமாட்டீர்களா? அதைக்கழுவி பத்திரமாக வைத்துக்கொள்ள மாட்டீர்களா? அதை அங்கேயே நீங்கள் விட்டுவிடுவீர்களா? அவ்வாறு நான் நினைக்கவில்லை!'

காலம் எவ்வாறு மாறிக்கொண்டிருக்கிறது என்பதைப் பற்றியும்கூட அவர் பேசினார்: தலித்துகள் பள்ளிகளுக்குச் செல்கிறார்கள். அரசியலுக்குள் நுழைகிறார்கள். அவருக்குத் தெரிந்த ஒவ்வொருவருமே விரும்பினாலும், விரும்பாவிட்டாலும், அதிகமான மக்கள் தலித் சாதிகளிலிருந்து வந்தவர்களோடு ஒன்றாக அமரவும், அவர்களோடு உண்ணவும் விரும்புகிறார்கள். அசோக் தொகுத்துக்கூறினார்: 'தீண்டாமை எப்போது காணாமல் போகிறதோ, அப்போதுதான் நாடு சுதந்திரமாக இருக்கும்.'

இந்த அத்தியாயத்தின் நோக்கம் கிராமப்புற இந்தியாவில் உள்ள மக்கள் மலிவுவிலைக் கழிப்பிடங்களைப்பற்றி என்ன கருதுகிறார்கள்? மலிவுவிலை கழிப்பறைகள் இன்றும் ஏன் தீண்டாமையோடு தொடர்பு கொண்டிருக்கின்றன? என்பதைப்பற்றி புரிந்துகொள்வதுதான். நாங்கள் சந்தித்த மக்களில் பலரும் சாதிய மனப்பான்மைகளை ஏற்றுக்கொள்பவர்களாகவோ அல்லது குறைந்தபட்சம் அவற்றுக்கு சவால்விட விருப்பமற்றவர்களாகவோ இருந்தார்கள். இந்த மனப்பான்மைகள் எவ்வாறு அவர்களால்

மலிவுவிலை கழிப்பறைகளைப் பயன்படுத்துவதற்கு எதிராக தங்கள் கருத்துகளை மாற்றின என்றும் விளக்கினார்கள். இந்தப்பார்வை கொண்டவர்களைப்போலவே, ஒவ்வொரு மக்கள்தொகையிலும் அங்கு விலகி நிற்பவர்களும், அசாதாரணமானவர்களும் இருக்கிறார்கள். அசோக் சிங்-ஐ சந்தித்த நாங்கள் அதிர்ஷ்டசாலிகள். அவர் வெளிப்படையாகவே சாதீயத்தையும், தீண்டாமையையும் நிராகரிப்பவர். அவர் தனது கழிப்பறையைத் தானே காலிசெய்ய விரும்புபவர். பலராக உள்ள சாதீயவாதிகளுக்கும், சிலராக உள்ள பகுத்தறிவாளர்களுக்கும் இடையே சிந்தனையிலும், தைரியத்திலும் உள்ள வேறுபாடு பற்றிய சரியான புள்ளிவிவரங்கள் கொண்ட ஒரு புள்ளிவிவரச் சோதனையை அது இந்த அத்தியாயத்தின் முடிவில் அனுமதிக்கும். சாதீயவாதமும், மலிவுவிலைக் கழிப்பறைகளை நிராகரிப்பதும் ஒன்றுடன் ஒன்று கரம்கோர்த்துச் செல்கின்றன.

இத்தகைய மிகப்பெரும் புள்ளிவிவரங்களுக்கு வருவது சிரமமானது என்று நீங்கள் கருதலாம். இந்தியாவில் சில மிகப்பெரிய ஆய்வுகள், மக்களை அவர்களது சமூக மனப்பாங்குபற்றிக் கேட்கின்றன. ஆனால், நாங்கள் மேலே குறிப்பிட்டிருந்ததுபோல, ஜவஹர்லால் நேரு பல்கலைக்கழகத்திலிருந்து வந்த ஒரு பொருளாதார நிபுணரான அமித் துரோட், ‘இந்திய மானுட வளர்ச்சி ஆய்வு 2012’க்கு பதிலளித்தவர்களிடம், அவர்களது குடியிருப்புகளில் யாராவது தீண்டாமையை அனுசரிக்கிறாரா? அவர்கள் தலித்துகளுடனான புழங்குதலில் தீண்டாமையை வலியுறுத்துகிறார்களா? என்ற பொருளில் கேட்டார், அங்கு எந்தவிதமான சரிபார்த்தலோ அல்லது தொடர் நடவடிக்கைகளோ இல்லாமல், ஒரு புதியவருடனான உரையாடலின்போது இந்த பாரபட்சத்தை ஒப்புக்கொள்வதை தட்டிக்கழித்தார்கள். கிராமப்புற இந்தியர்கள் பலர் இதை ஒப்புக்கொண்டார்கள்.

சாதியப் புனிதம் மற்றும் தீண்டாமை பற்றி மிகவும் அக்கறைகொண்டுள்ள மக்கள் வாழும் இடங்கள் குறைந்தபட்சம் மலிவுவிலைக் கழிப்பறைகளை பயன்படுத்தும் இடங்களாக உள்ளனவா? அத்தியாயம் 2 இல் நாங்கள் புள்ளிவிவர புதிர்களுடன் விடப்பட்டோம். அப்போது கிராமப்புற இந்தியாவிலும், உலகெங்கிலும் திறந்தவெளி மலம் கழிப்பின் வகைமைகளை விளக்கும் எந்தவொரு புள்ளிவிவரமும் இல்லை. இப்போது எங்களிடம் அதற்கான ஒருவிளக்கமும்,

அதை உறுதிப்படுத்தும் ஏராளமான எண்ணிக்கையில் புள்ளி விவரங்களும் உள்ளன.

டீன், அமீத் துரோட் உடன் இந்த ஏராளமான எண்ணிக்கையிலான புள்ளிவிவரங்களில் தொடர்புகள் உள்ளனவா? என்று காண இணைந்தார். அந்த கிராமங்களிலிருந்த உயர்ந்த எண்ணிக்கையிலான மக்கள் தங்கள் குடும்பங்களில் யாராவது ஒருவர் தீண்டாமையைக் கடைப்பிடிக்கிறார் என்பதையும், அதே கிராமங்களில் அதிக எண்ணிக்கையிலான குடியிருப்புகள் திறந்தவெளியில் மலம் கழிக்கின்றன. அவர்கள் ஏழைகள் என்பதாலோ அல்லது குறைவாகப் படித்தவர்கள் என்பதாலோ அல்ல, என்பதையும் கண்டறிந்தார்கள். 'தொடர்பு என்பது காரண காரியங்களுக்கு அப்பாற்பட்டது' என்று ஒரு முதுமொழி கூறினாலும்கூட, டீனும், அமீத்தும் திறந்தவெளி மலம் கழிப்புக்கும், தீண்டாமையை கடைப்பிடிப்பதற்கும் இடையேயான தொடர்பு, குறிப்பாக வறுமையின் எல்லா அம்சங்களின் பிரச்சனைகளோ அல்லது வளர்ச்சியோ தீண்டாமையை கடைப்பிடிப்பதோடு தொடர்பு கொண்டிருக்கவில்லை என்று அர்த்தபடுத்துகிறது என்று காட்டமுடிந்தது. எங்கே உயர்ந்த எண்ணிக்கையிலான குடும்பங்கள் தீண்டாமையைக் கடைப்பிடிக்கின்றனவோ, அந்த கிராமங்களில் வாழும் மக்கள் ஆரோக்கியத்தை அல்லது கிருமிகளைப் பற்றி குறைவாக அறிந்திருக்கிறார்கள் என்பது பொருள் அல்ல. அவர்களுக்கு எதிராக ஏதாவது ஒன்று இருக்கவேண்டும்: அது ஏனென்றல், உயர்சாதி மக்கள் நல்ல கல்வி கற்றவர்களாகவும் இருக்கிறார்கள் என்பதையும்கூட டீனும், அமீத்தும் கண்டறிந்தார்கள்.

ஒரு கிராமத்தில் தீண்டாமையைக் கடைபிடிக்கும் குடியிருப்புகளின் எண்ணிக்கைகூட, நாம் அத்தியாயம் 3 இல் பார்த்ததுபோல, இந்திய மாநிலங்கள் எல்லாவற்றிலும் புதிராகும் வகைமாதிரியாக கணக்கில் கொள்ளப்படும். வளம் மிகுந்த நன்கு நிர்வகிக்கப்படும் தமிழ்நாடு, குஜராத் போன்ற மாநிலங்களிலும்கூட, மனிதவள வளர்ச்சி குறைவாக உள்ள உத்தரப்பிரதேசம், பீகார் போல மிக அதிகமான திறந்தவெளி மலம் கழிப்புகளைக் கொண்டிருக்கின்றன. அதேநேரத்தில், ஏழ்மையிலும், தொலைதூரத்திலும் உள்ள வடகிழக்கு மாநிலங்களில் மிகக்குறைந்த திறந்தவெளி மலம் கழிப்புகளே உள்ளன. இது வகைமாதிரிக்கு பொருந்துகிறது. 'உத்தரப்பிரதேசம், பீகார், தமிழ்

நாடு மற்றும் குஜராத்தைவிடக் கலாசார ரீதியாக வேறுபட்டுள்ள வடகிழக்கில் மிகக்குறைந்த குடியிருப்புகளே தீண்டாமையைக் கடைப்பிடிக்கின்றன'.

எண்ணிக்கையில் அதிகமான மற்றும் தரமான ஆய்வுப்பணிகள் ஒரு சிரமமான கேள்விக்கு ஒன்றாக இணைந்து புதிய ஆதாரங்களைக் கொண்டுவருகின்றன என்பதும் இந்த ஆய்வுக்கு ஓர் எடுத்துக்காட்டு ஆகும். நீண்ட பல நேர்காணல்கள் இல்லாமல் இந்தத் தொடர்புகள் பற்றி புலனாய்வு செய்ய எங்களால் நினைத்துக்கூட பார்த்திருக்க முடியாது. அதை எங்களால் நம்பியிருக்கவும்கூட முடியுமா என்று தெரியவில்லை. இந்தப் புள்ளிவிவரங்களின் பாடங்களும், கிராமத்தினர் தந்த விளக்கங்களும் ஒன்றை ஒன்று வலுப்படுத்தும் அவர்களது சொந்த மனப்பாங்குகளை எங்களுக்கு அளித்தன.

திறந்தவெளி மலம்கழிப்பை முடிவுக்குக் கொண்டுவருவதற்கும், தீண்டாமையை முடிவுக்குக் கொண்டுவருவதற்கும் இடையே ஏதாவது முரண்பாடு-சச்சரவு உள்ளதா?

தலித்துகள் ஏன் கழிப்பறைக் குழிகளை காலிசெய்ய விரும்பவில்லை என்பதையும், மிகவும் உயர்சாதி இந்துக்களும்கூட அதை ஏன் செய்யமாட்டார்கள் என்பதையும் ஒருமுறை நாங்கள் புரிந்துகொண்டபோது, எஞ்சியுள்ள வளரும் நாடுகளில் திறந்தவெளி மலம் கழிப்பை குறைத்திடப் பயன்படுத்தும் விலை மலிவான, வழக்கமான குழி கழிப்பறை போன்றவைகளை கிராமப்புற இந்தியர்கள் நிராகரித்தது ஆச்சரியமளிக்கவில்லை. ஒரு பொதுசுகாதார அலுவலர் அத்தகைய கழிப்பறைகளை 'வாழ்வைப் பாதுகாப்பது' என்று அங்கீகரிக்கும்போது கிராமத்தினர் அதை கைகளால் கழிவுகளை அகற்றுவதோடும், மற்ற அனைத்து இழிவுகளான விலக்கிவைக்கப்படுதல் மற்றும் அவமானப்படுதல் ஆகியவற்றை கைகளால் மலம் அகற்றுதல் குறிக்கிறது என்று நினைக்கிறார்கள்.

அது, இந்த அத்தியாயத்தில் முன்பு எழுப்பிய ஒரு கேள்விக்கு பதிலளிக்க எங்களை அனுமதிக்கிறது. கிராமப்புற இந்தியர்கள் பெரிய குழிகள்மீது அமைந்துள்ள அத்தகைய செலவுமிக்க கழிப்பறைகளை ஏன் விரும்புகிறார்கள்? அது ஏனென்றால், இந்தக்குழிகளை அடிக்கடி காலி செய்யவேண்டிய தேவை

இல்லை என்பதை நாங்கள் இப்போது புரிந்துகொள்கிறோம். அந்தக்குழிகள் 8-10 ஆண்டுகளுக்குத் தாக்குப்பிடிக்கும் என்று மக்களில் சிலர் எங்களிடம் கூறினார்கள். மற்றவர்களோ, 15-20 ஆண்டுகளுக்கு தாக்குப்பிடிக்கும் என்றனர். இன்னும் சில கழிப்பறை உரிமையாளர்கள் தங்கள் வாழ்நாளில் அதை காலிசெய்யவேண்டியிருக்காது என எதிர்பார்ப்பதாக எங்களிடம் கூறினார்கள். இரு கழிப்பறைக் குழியை இன்னும் பெரிதாக ஏன் அவர் ஆக்கவில்லை என்று ஒருவரிடம் கேட்டபோது, ‘எவர் ஒருவரும் எப்போதும் வாழ்வதில்லை’ என்று அவர் விளக்கினார்.

இதற்குமேலும் பெரிய குழிகள் காலிசெய்யப்படும்போது கைகளால் காலி செய்யப்படுவதற்கு பதிலாக அவை இயந்திரத்தால் காலி செய்யப்படுகின்றன. இந்தக் குழிகளை இயந்திரத்தால் காலி செய்யும் பெரும்பாலான மக்கள் தலித்துகளாக இருந்தபோதிலும், இந்த வேலை கைகளால் மனிதக்கழிவுகளை அகற்றுவதுபோல் இழிவானதாக இல்லை.

நாங்கள் சில நேரங்களில் சில விநோதம் நிறைந்த கேள்விகளை எங்களை நாங்களே கேட்டுக்கொண்டோம். திறந்தவெளியில் மலம் கழிக்கும் கிராமப்புற இந்தியாவில் ஒவ்வொருவரும் மாயமந்திரம்போல அவர்களுக்கு ஏற்கனவே அளிக்கப்பட்ட கழிப்பறைகளை பயன்படுத்தத் துவங்கிவிட்டால், என்ன ஆகும்? அந்த கழிப்பறைக்குழிகள் எவ்வாறு காலிசெய்யப்படும்? இதன் பின்விளைவுகள் என்னவாக இருக்கும்? ஒருகாலத்தில் திடீரென மிக அதிகமான அளவில் கழிப்பறைகளை காலிசெய்ய வேண்டியதாக இருந்தால் தலித்துகள் மீதான பொருளாதார அதிகாரத்தின் தேவை, விநியோகத்தில் சமூக கட்டுப்பாடுகள் ஆகியவற்றைத் துடைத்தெறிந்து விடுமா? அல்லது கைகளால் கழிவுகளை அகற்றுவதை ஒத்த ஏதாவது ஒன்று புத்தெழுச்சிபெற்று சமூக சமத்துவத்துக்காக இந்தியா செய்துவந்த மிகமெதுவான வளர்ச்சியை பின்னுக்குத்தள்ளுவது துவங்குமா? அது எங்களுக்குத் தெரியாவிட்டாலும் இந்த மாயமந்திரங்களின் வெற்றி சாதியை வேரோடு ஒழிப்பதைத் தாமதப்படுத்துவதை ஒழித்து, வந்தேதீரும் என்று நாங்கள் யூகிக்கிறோம்.

அப்படியானால், அங்கே இன்னும் கடுமையான கேள்வி எழுகிறது. அதற்கு இது உரியதுதானா? கிராமப்புற இந்தியாவில் தனிப்பிரச்சனையாக உள்ள கைகளால் கழிவுகளை காலி செய்வதற்கான சமூக விலைகள்- கட்டணங்கள், ஆரோக்கியம்

மற்றும் மானுட வளர்ச்சியின் பயன்கூறுகளால் அறத்தின்படி நியாயப்படுத்தப்படுமா? எங்களால் பதிலளிக்கக்கூடிய கேள்வி இதுவல்ல. இது எங்களிடம் இல்லை. மலிவுவிலை கழிப்பறைகளை மிகப்பரந்த அளவில் பயன்பாட்டுக்குக் கொண்டுவர நாங்கள் எந்தவொரு மந்திரசக்தியையும் பெற்றிருக்கவில்லை. மேலும் என்ன நடக்கக்கூடும் என்று நாங்கள் நினைக்கிறோம் என்றால், சாதியம் தொடர்ந்து நீடிக்கும். கிராமப்புற வருமானம் பொதுவாக அதிகமாகும். அதனால், மக்கள் ஓர் இயந்திரத்தால் காலி செய்யப்படும் செலவு அதிகமுள்ள கழிப்பறைக்குழிகள் அளிக்கப்பட்டால் கழிப்பறை பயன்பாட்டை ஏற்றுகொள்ளத் துவங்குவார்கள். நாம் அத்தியாயம் 7இல் பார்க்கப்போவதுபோல, மிகவும் பணக்கார கிராமத்தினர் சமூகரீதியாக ஏற்றுக்கொள்ளப்படும் ஒரேதேர்வு என மாற்றமுடியாத அளவுக்கு விளக்கமளிக்கப்பட்ட விலை அதிகமான கழிப்பறைகளை ஏற்கனவே பெற்றிருக்கலாம்.

இது உண்மை அல்ல என்று நாங்கள் கருதுகிறோம். திறந்தவெளி மலம் கழிப்பை ஒழித்துக்கட்டுவதற்கு மிகச்சிறந்த, வேகமான மாற்று ஒன்று உண்டு. அத்தகைய மாற்றின்கீழ் அதிகமான மக்கள் அசோக் சிங்-ஐப்போல் சிந்திக்கவும், நடந்துகொள்ளவும் முன்வருவார்கள். அவர்கள் தீண்டாமையை நிராகரிப்பார்கள். தங்கள் சொந்தக் கழிப்பறைக் குழிகளை தாங்களே காலி செய்வதற்கான தைரியத்தைப் பெறுவார்கள். இது ஒரு புதியசிந்தனை அல்ல. அம்பேத்கர், காந்தி இருவருமே உயர்சாதி மக்கள் சாதியத்தை எதிர்த்துப் போராடும் ஒரு வழிமுறையாக, தங்களுக்குச் சொந்தமான கழிப்பறைகளை காலி செய்யும் அழுக்கான, வேலையை தாங்களே செய்யவேண்டும் என கேட்டுக்கொண்டார்கள்.

துரதிர்ஷ்டவசமாக, கிராமப்புற இந்தியர்களுடனான பல கலந்துரையாடல்கள் இந்தப்பாதை குறுகலானது, இதன் வழி தெளிவில்லாதது என்று கூறுகின்றன. அல்லது இது தலைமுறை மாற்றத்தாலும்கூட உறுதியளிக்கப்பட முடியாதது. அசோக் சிங்கின் சொந்த மகன் தனது தந்தையின் முற்போக்கான நம்பிக்கைகளைப் பகிர்ந்துகொள்ளவில்லை. தலித்துகளோடு உண்பவர்கள் தங்களது ஒழுக்க மதிப்புகளை கைவிட்டுவிட்டார்கள் என்று அவர் உணர்கிறார்.

விளைவுகள்

5 உடல் நலம்: குழந்தைப்பருவத்தில் தப்பிப்பிழைத்தலும், வளர்தலும்

கடந்த மூன்று அத்தியாயங்கள் நச்சரிக்கும் ஒரு கேள்விக்கு பதிலளித்தன: கிராமப்புற இந்தியாவில் திறந்தவெளி மலம் கழிப்பு மிகவும் பொதுவானதாக ஏன் நீடித்துவருகிறது? இதற்கான பதில், கிராமப்புற இந்தியர்கள் பலர் விலை மலிவான கழிப்பறைகளைப் பயன்படுத்துவதைவிட, திறந்தவெளியில் மலம் கழிப்பதை தொடர்வதற்கான நல்ல காரணங்களைக் காண்கிறார்கள். புனிதம், தீட்டு மற்றும் தீண்டாமையோடு தொடர்புடைய நம்பிக்கைகள், மதிப்புகள், விதிகள் ஆகிய காரணங்கள். ஆனால் இந்தப் பிரச்சனைக்குத் தீர்வு காண்பது இன்னொரு பிரச்சனைக்கு வழிவகுக்கிறது. அப்படியானால், ஒட்டுமொத்தமாக கிராமப்புற கழிவு நீக்க ஏற்பாட்டை மாற்றுவதற்கு வளர்ச்சிக்கான கொள்கை ஏன் மெனக்கெட- கவலைப்பட வேண்டும்? மக்கள் தாங்கள் என்ன செய்கிறார்களோ அதில் திருப்தி அடைகிறார்கள் என்றால் கொள்கைமாற்றத்தில் என்ன இருக்கிறது? கிராமப்புற இந்தியாவில் உள்ள அதிகப்பெரும்பான்மையான மக்கள் திறந்தவெளி மலம் கழிப்பு என்பது ஒரு பொதுக்கொள்கைப் பிரச்சனையே அல்ல என்று கருதுகிறார்கள். அவர்கள் கருத்து சரிதானா?

ஏழைமக்கள் என்ன விரும்புகிறார்களோ, அதிலிருந்து வளர்ச்சிக்கான கொள்கைகளுக்கு இடையில் தடங்கல்கள் ஏற்படும்போது எவ்வளவு மோசமான பின்விளைவுகள் இருக்கும் என்பதை நினைத்துப்பார்க்கும்போது, இந்தக் கேள்விகள் இன்னும் கூர்மையாகக் குவிமையம் கொள்கின்றன. ஏழைகளின்

வாழ்க்கையைப்பற்றி ஏதும் அறியாத நிபுணர்கள் கிராமங்களில் தலையிட முயற்சிக்கும்போது அது அடிக்கடி உள்ளூர் மேல்தட்டினருக்கு அதிகாரம் அளிப்பதில் முடிவடைகின்றன. அந்த மேல்தட்டினர் ஏழைகளைவிட மாறுபட்ட நலன்களை கொண்டிருப்பவர்கள். ஏழைமக்கள் மிகவும் முக்கியமானவை என்று பார்க்கும் பிரச்சனைகளுக்கு வளர்ச்சிக்கான பற்றாக்குறை நிதியையும், கவனத்தையும் அர்ப்பணிப்பது மிகவும் சிறந்த, அதிக ஜனநாயகம்கொண்ட சிந்தனை அல்லவா?

இந்தக்கேள்வி, ஏழைமக்களின் சொந்த முன்னுரிமைகளை அடைவதற்காக அர்ப்பணித்துக்கொண்ட அமைப்புகளுக்கு ஓர் இடைத்தயக்கத்தை கட்டாயம் அளிக்கும். ஆனால், யாராவது ஒருவர் 'ஆம்' என்று பதிலளிப்பதற்குமுன்பு நாங்கள் திறந்தவெளி மலம்கழிப்பின் எந்தவொரு முக்கியமான விலையையும் மேலெழுந்தவாரியாக பார்க்கவில்லை என்பதை உறுதிப்படுத்துகிறோம். இந்த புலனாய்வுதான் இந்த மூன்று அத்தியாயங்களின் இலக்கு ஆகும்.

இந்தப்பகுதியில் உள்ள மூன்று அத்தியாயங்கள் திறந்தவெளி மலம் கழிப்பின் பின்விளைவுகளைப் பற்றியவை. உடல் நலத்துக்கான இந்த அத்தியாயத்தில், அடுத்ததில் பொருளாதார வெளிப்பாடுகளுக்காக, இறுதியில் வயோதிகர்கள் மற்றும் ஊனமுற்றவர்களுக்காக. இந்த அத்தியாயமும், அடுத்ததும் உங்களை இந்த நூலின் மிகவும் கனமான புள்ளிவிவரப் பயிற்சியின் வழியாகக் கொண்டு செல்லும். நாங்கள் மன்னிப்புகோர மாட்டோம். ஏனென்றால், திறந்தவெளி மலம் கழிப்பின் பின்விளைவுகள் அடிப்படையிலேயே எண்களைப் பற்றியவை. இறக்கும் ஒவ்வொரு குழந்தையும் அல்லது குழந்தைப்பருவ நோயால் வளர்ச்சி தடைபட்ட ஒவ்வொரு குழந்தையும் ஒரு பேரவலமாகும். இந்த நூலின் துவக்கத்தில் அவற்றில் ஒன்றை நாம் எதிர்கொண்டோம். மேலும் அதிகமானவற்றை நாம் சந்திக்கப்போகிறோம். அவை பல. கிராமப்புற இந்தியாவில் திறந்தவெளி மலம் கழிப்பு மானுட வளர்ச்சியில் பேரழிவாக இருக்கின்றன. அவை ஏராளமான மக்களுக்கு நீடித்து நிலைக்கும் முக்கியமான தீங்குகளைச் செய்கின்றன.

இந்த அத்தியாயத்தில் எங்கோ ஓர் இடத்தில் உண்மையானது என்று அறியப்பட்ட ஒன்று, ஆச்சரியப்படமுடியாத வகையில்

இந்தியாவிலும்கூட உண்மையாக இருக்கிறது என்பதை எடுத்துக்காட்ட, நாங்கள் இந்தியப் புள்ளி விவரங்களைப் பயன்படுத்தினோம். - அதுதான் மோசமான கழிவுநீக்க ஏற்பாட்டின் மீதான தடைக்காப்பின்மை உடல்நலத்துக்கு மிகவும் கெடுதலானது. இந்த முற்றும் முழுமையான மற்றும் உலக மருத்துவ உண்மையின் முன் இந்தியா இரண்டு காரணங்களுக்காக, தனித்தன்மையானது. முதலாவதாக இந்தியா தன்னைப்போன்றே வளமை நிறைந்த எந்தவொரு நாட்டைவிடவும் மிக அதிகமான திறந்தவெளி மலம் கழிப்பைக் கொண்டிருக்கிறது. இரண்டாவதாக: இந்தியாவின் மிக உயர்ந்த மக்கள்தொகை அடர்த்தி. இதன் அம்சம் என்னவென்றால் மக்கள் ஒருவருக்கொருவர், இன்னொருவரின் கிருமிகளுக்கு நெருக்கமாக வாழ்கிறார்கள். இதில் எந்தவொரு அளவிலான திறந்தவெளி மலம் கழிப்பும் அதிகமான எல்லாவித அச்சுறுத்தலையும் ஏற்படுத்தும்.

19ஆம் நூற்றாண்டிலிருந்துதான் மலக்கழிவுகளில் உள்ள நுண்ணுயிரிகள் நோய்களைப் பரப்புகின்றன என்பதை விஞ்ஞானிகள் புரிந்துகொண்டார்கள். ஒரு சில தலைமுறைகளுக்கு முன்பு மட்டுமே இருந்ததைவிட மனிதவாழ்வு இன்று மிக நீண்டதாகவும், சிறப்பானதாகவும் ஏன் இருக்கிறது என்றால், அதன் முக்கியமான பகுதி நோய்களைப்பற்றிய கிருமிக்கோட்பாட்டை உலக அளவில் பிரயோகிப்பது அதிகரித்ததால்தான். கிருமிகளின் அறிவியல் மானுட வரலாற்றில் மிக அண்மையில் தான் தொடர்புபடுத்தப்பட்டது. லண்டனில் வாந்திபேதியின் (காலரா) சுத்தபடுத்தப்படாத வேர்கள் பற்றிய ஜான்ஸ்னோவின் முன்னோட்டமான செயல்விளக்கம் 1850களில் வெளிப்பட்டது. மோகன்தாஸ் கரம்சந்த் காந்தி பிறப்பதற்கு 15 ஆண்டுகள் முன்புதான் ஸ்னோவின் முக்கியமான படைப்பு வெளியிடப்பட்டது. அம்பேத்கர், காந்தி, ஜின்னா மற்றும் நேரு ஆகிய அனைவரும் 1895இல் முதல்கழிவுத்தொட்டி காப்புரிமை பெறுவதற்கு முன்பு பிறந்தவர்கள்.

இந்த அறிவியல், உடல் நலமாகவும், நீண்ட நாள் வாழவும் மிக விரைவாக அசுரவேகத்தில் பரவியது. பிறப்பு-நோய்-இறப்பு சமுதாய நிலை ஆய்வாளர் சாமுவேல் பிரஸ்டன் செயல்விளக்கமாக காட்டியதுபோல மிக ஏழ்மையான மக்கள் தொகையைவிட, மிகப்பணக்கார மக்கள்தொகை நீண்ட வாழ்நாளை பெறுவதுபோல இருந்தாலும், இன்று ஏழ்மையான

மக்கள்தொகையும்கூட, வெறும் சில தலைமுறைகளுக்குமுன் பணக்கார சமூகம் பெற்றிருந்ததைவிட மிகவும் நீண்ட வாழ்நாளை பொதுவாக அனுபவித்து வருகிறார்கள். இந்த முன்னேற்றத்தை பொருளாதார வளர்ச்சியால் விளக்கமுடியாது. அதைவிட இது, கழிவு நீக்க ஏற்பாடு மற்றும் பொதுசுகாதாரத்தின் அடிப்படை அறிவின் பங்களிப்பு ஆகும். இந்த அண்மைக் காலத்தில் நோயிலிருந்தும், குழந்தை மரணத்திலிருந்தும் தப்பித்தல் மானுடம் அனுபவித்தறிந்த மாபெரும் கதைகளாகும். இன்றும்கூட பல இந்திய கிராமங்களில் கிருமிக்கோட்பாட்டின் அடிப்படை அம்சங்கள் துரதிர்ஷ்டவசமாக பெருமளவு மாற்றத்தை ஏற்படுத்தவில்லை.

நல்ல கழிப்பறைகள் நல்ல அக்கம்பக்கத்தவர்களை உருவாக்குகின்றன

அறுபது ஆண்டுகளுக்கு முன் பிரிட்டிஷ் காலனிய அரசின் காலாட்படை வீரர்களுக்கு சுபேதார்கஞ்ச் ஒரு சிறிய சந்தையாக விளங்கியது. இன்று உத்தரப்பிரதேச மாநில காவல்துறையினர் பிரிட்டிஷ்கால கட்டடங்களைச் சுற்றிலும் பயிற்சி அளிக்கப்படுகிறார்கள். அருகிலுள்ள கிராமங்களிலிருந்து வந்த முஸ்லீம்கள் மற்றும் கீழ்சாதி குடும்பங்களுக்கு சுபேதார்கஞ்ச் ஒரு புகலிடமாக உள்ளது. மாலை நேரத்தில் நீங்கள் அங்குவந்தால் பொதுவான மற்றும் இசைசார்ந்த அழைப்புகள் ஒரு கரகரப்பான ஒலிபெருக்கியில் முஸ்லீம்களை வழிபாட்டுக்கு அழைப்பதைக் கேட்கலாம். ஆண்கள் கூட்டமாக வந்து காய்கறி வண்டிகள், மருந்துக்கடைகள், மதுபானக்கடைகள் உள்ள ஒரு குறுக்குவீதியில் அமர்வார்கள். கையடி குழாயால் அடையாளமிடப்பட்ட உட்பிரிவில் ஒரு செங்கல்பாதை அந்த குடியிருப்பில் உள்ள வரிசைவீடுகளுக்கு இட்டுச்செல்லும். அவற்றில் ஒன்றான ஒற்றை அறை வீடுதான் எங்கள் தோழி பேபியினுடையது.

நான்கு ஆண்டுகளாக பேபி டியானேவின் வழிகாட்டியாகவும், ஆய்வு உதவியாளராகவும் உத்தரப்பிரதேச மாநிலத்தின் லக்னோவுக்கு வடக்கில் உள்ள சீதாபூர் மாவட்டத்தில் இருந்துவந்தார். உத்தரப்பிரதேசத்திலுள்ள பெரும்பாலான பெண்களைப்போலவே பேபி, டியானேவின் தோளைவிட

அதிக உயரமானவர் அல்ல. மற்ற பெண்களைப் போலின்றி பேபி கணவர் இல்லாமல் தானே தனியாக வாழ்ந்து வந்தார். இருந்தபோதிலும், அவரது மைத்துனி அடிக்கடி பேபியுடன் தங்கியிருந்தார். உத்தரப்பிரதேசத்தில் திருமணம் என்பது கட்டாயமாகும். இருந்தபோதிலும், பேபி எவ்வாறோ தன்னைத்தானே காத்துக்கொள்வதில் தைரியம் உடையவராக இருந்தார்.

அவரது பொருளாதார பாதுகாப்பு கவலைக்குரியதாக இருந்தாலும்கூட தனது குடும்பத்துக்குள்ளும், அண்டை அயலாரிடமும் ஒரு சமூக அடையாளத்தை நிலைநாட்டி அதைப்பேணி வந்தார். கிராமப்புற உத்தரப்பிரதேசத்தின் அடிப்படைப்பாடம் அவரைத் தப்பவிடவில்லை. கெட்டிதட்டிப்போன சமூக ஒழுங்கில் அதன் விதிகளை நடைமுறைப்படுத்துவதன்மூலம் நீங்கள் உங்கள் இருப்பைப் பாதுகாத்துகொள்ளலாம். உத்தரப்பிரதேசத்தின் கெட்டிதட்டிப்போன சமூக அமைப்பு எல்லா வகைகளாலும் அவருக்கு எதிராக இருந்தபோதிலும், அவர் சமூக, சாதிய, மதவாதக்குழுக்களிடையே அவர்கண்ட வேறுபாடுகளைப் பற்றி வெளிப்படையான உறுதியுடன் பேசினார். அது பணக்காரநாட்டு முற்போக்காளர்களை மலைக்கவைத்தது.

ஒரு படுக்கையையும் மூட்டைப்பூச்சிகள் மற்றும் எலிகளிடமிருந்து குளிர்காலப் போர்வைகளைப் பாதுகாக்கப் பயன்படுத்தப்பட்ட ஓர் உலோகப்பெட்டியும் பெருமளவுக்கு நிறைத்திருந்த ஒரு செங்கல் ஒற்றை அறையில் பேபி வாழ்கிறார். அங்கே அவர் குடியிருந்தபோது அவர் வீட்டின் பின்புறம் ஏற்கனவே ஒரு கழிப்பறையின் அடிப்படைக்கூறுகள் இருந்தன. அதைப்பயன்படுத்த பேபி ஒரு தட்டுக்குமேல் இருந்த மேடையின்மீது வெளியே உட்காருவார். அது அவரது சின்னஞ் சிறு இடத்தில் ஒரு குழாய்த்துண்டு வழியே வெளியேறும். மழைக்காலத்தில் அதைக் குறைந்த சேறு உள்ளதாக ஆக்க அதன் இருக்கையைச் சுற்றிலும் அவர் பெரும்கற்களை வைத்தார். ஏனென்றால், அந்த வீட்டின் பின்பக்க இடத்தில் ஒரு செங்கல் எல்லைச்சுவர் இருந்தது. யாராவது அந்தக்கழிப்பறையை பயன்படுத்தும்போது அண்டைவீட்டாரால் பார்க்கப்பட மாட்டார். அந்த வீட்டில் பெண்கள் மட்டுமே இருந்ததால் கழிப்பறை சுவர்களுக்கு கூரையும் தேவைப்படவில்லை. பேபி

வீட்டிற்கு விருந்தினர் வரும்போது அவர் சில சமயங்களில் மறைவுக்காக ஒரு உலோகத் தகட்டுத் துண்டை வைப்பார்.

உத்தரப்பிரதேசத்தில் எங்கள் ஆரம்ப காலங்களில் நாங்கள் குழம்பிப் போனோம். ஏராளமான கிராமத்தினர் கழிப்பறை இல்லாமல் மகிழ்ச்சியாக வாழ்கிறார்கள். எனவே, பேபி சிறிதளவு பணம் இருக்கும்போது ஏன் இந்த முதலீட்டை செய்தார்? முதல்முறையாகவோ அல்லது கடைசிமுறையாகவோ இல்லாமல் பேபி ஏதோ முக்கியமான ஒன்றை விளக்கினார். அவர் கழிப்பறையைப் பயன்படுத்துகிறார். ஏனென்றால் அவர் ஒரு முஸ்லீம். இந்துக்கள் கவர்ச்சிகரமான, புதுமையான கழிப்பறையை சொந்தமாக வைத்திருப்பார்கள் அல்லது கழிப்பறையே இல்லாமலும் இருப்பார்கள், என்றார் பேபி. சாதாரணமான ஒன்று கிடைத்தாலும்கூட முஸ்லீம்கள் கழிப்பறையைப் பயன்படுத்துவதில் மிகுந்த ஆர்வம் உடையவர்கள் என்று பேபி அழுத்தமாகக் கூறினார்.

பேபி தனது கழிப்பறையை எங்களுக்குக் காட்டியபோது, உத்தரப்பிரதேசத்திலுள்ள மக்களின் வாழ்வு எவ்வாறு முற்றிலுமாக அவர்கள் சார்ந்திருந்த சமூகக்குழுக்களின் மூலம் நிர்வகிக்கப்படுகிறது என்பதை மட்டும் வெறுமனே எங்களுக்கு நினைவூட்டவில்லை. கிராமப்புற இந்தியாவில் உடல் நலம் பற்றி நாங்கள் அறிந்துள்ளதாக எதை நினைத்தோமோ, அந்த கழிவு நீக்க ஏற்பாடு தலைகீழாக மாறியுள்ளதை நாங்கள் உணரத்துவங்குவதற்கும்கூட அவர் உதவினார். இந்தியாவில் இந்துக்களைவிட முஸ்லீம்கள் சராசரியாக மிகவும் ஏழைகள். பேபி எங்களுக்கு அவர்களது பணக்கார அண்டை வீட்டாரைவிட மிகவும் ஏழைகளாக உள்ள மக்கள் குழுவினர் கழிப்பறைகளை பயன்படுத்துவதை எங்களுக்கு காட்டினார்.

பேபியின் கழிப்பறை ஒரு சிறியதுண்டு. அது உடல் நலத்தின் பொருளாதாரம் பற்றிய ஒரு புதிரின் துண்டுகளை ஒன்றுசேர்த்து துவங்க உதவியது. முஸ்லீம்களின் இறப்புவீதம் ஒரு புரியாத புதிராக உள்ளது. அந்தப்புதிருக்கு பொருளாதார நிபுணர்கள் சோனியா பலோத்ரா, கிறிஸ்டின் வாலெண்ட்டே மற்றும் ஆர்தர் வான் சோயெல்ட் பெயரிட்டனர். இந்திய அரசின் தேசிய குடும்ப நல ஆரோக்கிய ஆய்வு புள்ளிவிவரங்களைப்

பயன்படுத்த, அவர்கள் இந்தியாவிலுள்ள முஸ்லீம் குழந்தைகள் இந்தியாவிலுள்ள இந்துக் குழந்தைகளைவிடவும் குழந்தைப்பருவ வாழ்வில் தப்பிப்பிழைத்திருக்கிறார்கள் என ஆவணப்படுத்தினார்கள். அவர்கள் ஆராய்ச்சிசெய்த ஆய்வுச்சுற்றுகளில் அறிவிக்கப்பட்ட ஒவ்வொரு 1,000 குழந்தைகளில் 74 குழந்தைகள் அவர்களது ஐந்தாவது பிறந்த நாளுக்கு முன்பே இறந்துவிடுகிறார்கள். இந்தக்கொடூரமான சராசரி மிகப்பெரிய சமத்துவமின்மையை மூடிமறைக்கிறது. முஸ்லீம் குழந்தைகளைவிட மேலும் 14 இந்துக்குழந்தைகள் அவர்களது ஐந்தாவது பிறந்த நாளுக்கு முன்பே இறந்துவிடுகிறார்கள்.

குழந்தைகள் தப்பிப்பிழைத்திருப்பதற்கான வாய்ப்புகளில் இது ஒரு மிகப்பெரிய வேறுபாடு. இந்த அம்சத்தை எது உருவாக்கியதோ அது வெறும் சோகமயமானது மட்டுமல்ல. முஸ்லீம்கள் இந்தியாவில் பல்வேறு வகைகளில் அனுகூலம் இல்லாத சிறுபான்மையினர் என்ற புரியாத புதிரும்கூட. சாதாரணமாக பணக்காரக் குழந்தைகள் அதிகமாக தப்பிப் பிழைப்பார்கள். மிகவும் ஏழைக்குழந்தைகள் மிக அதிகமாக இறந்துபோவார்கள். இருந்தபோதிலும், மிக ஏழ்மையான குடும்பங்களிலிருந்து வரும் முஸ்லீம் குழந்தைகள், இந்துக் குழந்தைகளைவிட சராசரியில் குறைந்த கல்வியறிவு உடைய தாய்மார்களையும், குடும்பங்களையும் சார்ந்தவர்கள். பலோத்ராவும் அவரது சகாக்களும் சமூக,பொருளாதார அந்தஸ்துகளுக்காக பொருளாதார நிபுணர்கள் பயன்படுத்தும் பெற்றோர்களின் கல்வி மற்றும் குடியிருப்புச் சொத்தின் உரிமைத்தன்மை போன்ற தரமான அளவீடுகளை கவனமாக ஆவணப்படுத்தியுள்ளார்கள். இவற்றில் எந்த ஒன்றும் முஸ்லீம்களின் இறப்பு சதவீதத்துக்கு அனுகூலமாக இல்லை.

இந்தப் புதிருக்குத் தீர்வுகாண டீன் ஒரு பொருளாதார பேராசிரியரான ஜெரூசோ உடன் அணிசேர்ந்தார். டீன் மற்றும் ஒரு நீண்ட வரிசையான மருத்துவ டாக்டர்களும், ஆராய்ச்சியாளர்களும், ‘திறந்தவெளி மலம் கழிப்பு கிருமிகளைப் பரப்புகிறது. அது குழந்தைகளைக் கொன்றுவிடும் என்பதை அறிந்திருந்தார்கள். மிகவும் வெளிப்படையான காரணம் வாந்திபேதிதான். இந்துக்களைவிட இந்தியாவில் வாழும் முஸ்லீம்கள் மிகக்குறைவாகவே திறந்தவெளியில் மலம் கழிக்கிறார்கள்’, என்பதையும் அவர்கள் அறிந்திருந்தார்கள்.

குழந்தைகளின் சொந்தப்பெற்றோர்களும், அவர்களது உடன் பிறந்தோரும் மட்டுமல்ல, அந்தக் குழந்தையின் ஒட்டுமொத்த அண்டைவீட்டாரும்கூட திறந்தவெளியில் மலம் கழிக்கிறார்கள் என்பது முஸ்லீம்களின் இறப்பு சதவீதம் என்ற புரியாத புதிருக்கு விளக்கம் அளித்துவிடுமா? அதன்பெயரே குறிப்பதுபோல திறந்தவெளி மலம்கழிப்பு திறந்தவெளியில் நடைபெறுகிறது - வழக்கமாக ஒருவரது சொந்த வீட்டிலிருந்து வெகுதூரத்தில். எது குழந்தையின் தப்பிப்பிழைத்தலை ஆபத்துக்குள்ளாக்குகிறதோ, அது அந்தக் குழந்தையின் சொந்தக்குடியிருப்பில் வசிக்கும் மக்களால் திறந்தவெளியில் செய்யப்படுகிறதா? இல்லையா? என்பது மட்டுமல்ல, அந்தக்குழந்தையின் கிராமத்தில் அல்லது அண்டைவீட்டார் திறந்தவெளியில் மலம் கழிப்பதுதான் அந்த சுற்றுச்சூழலில் ஒரு குழந்தையை நோய்க்கு உள்ளாக்கும் ஒரு மிகப்பெரிய அளவீடு ஆகும் - அந்தக் குழந்தையின் பெற்றோர் ஒரு கழிப்பறையை சொந்தமாக வைத்திருந்தாலும்கூட.

அப்படியானால், இந்திய சமுதாயத்தில் மதம் வகிக்கும் பங்குபாத்திரம் மிகவும் முக்கியமானதாகும். முஸ்லீம்கள், மற்ற முஸ்லீம்களுக்கு அருகில் வாழ்வதையும், இந்துக்கள், மற்ற இந்துக்களுக்கு அருகில் வாழ்வதையும் இயல்பாகக் கொண்டிருக்கிறார்கள். மிகவும் குறைவான முஸ்லீம்களே திறந்த வெளியில் மலம் கழிக்கிறார்கள் என்ற இந்த சேர்க்கையின் அம்சம், குழந்தைகளின் நோய்ச்சுற்றுச்சூழலில் மிகப்பெரிய வேறுபாட்டை சேர்க்கிறது. பலோத்ராவால் பயன்படுத்தப்படும் அதே தேசிய புள்ளிவிவரத்தின்படி, முஸ்லீம் குழந்தையின் அண்டைவீட்டார் சராசரியாக 45%பேர் மட்டுமே என்பதோடு ஒப்பிடும்போது, இந்துக் குழந்தையின் அண்டைவீட்டார் சராசரியாக 66%பேர் திறந்தவெளியில் மலம் கழிக்கிறார்கள். கவனத்தை ஈர்க்கும் இந்த 21% புள்ளிகள் வேறுபாடு, 235 பேர் திறந்தவெளியில் மலம் கழிக்கும் சஹாரன் ஆஃப்ரிக்க துணைக்கண்டத்துக்கும், 3%க்கும் குறைவானபேர் திறந்தவெளியில் மலம் கழிக்கும் இலத்தீன் அமெரிக்காவுக்கும் இடையே உள்ள வேறுபாட்டைவிட மிகவும் பெரியது.

நாங்கள் முதலில் முஸ்லீம் இறப்புவீத புரியாத புதிருடன் வேலைசெய்ய துவங்கியபோது, இந்தியாவுக்குள் உள்ள மாபெரும் வேறுபாடுகளுக்கான காரணங்களைப் புரிந்து கொள்ளவில்லை. கடந்த மூன்று அத்தியாயங்களை படித்ததிலிருந்து, இந்தியாவில் ஏன் திறந்தவெளி மலம் கழிப்பு

மிகவும் அதிகமாகக் காணப்படுகிறது என்பதை எங்களைவிட நீங்கள் இப்போது அறிந்திருப்பீர்கள். குழந்தைகளின் உடல் நலத்துக்கான விளைவுகளை ஆய்வு செய்வதற்கு இப்போது இருந்துவரும் இந்தப்பெரிய புள்ளிவிவர வேறுபாடுகள் போதுமானவை.

திறந்தவெளி மலம் கழிப்பும் சிசு மரண வீதமும்

அண்டைவீட்டார்தான் காரணமாகிறார்கள். முஸ்லீம் தப்பிப்பிழைப்பதன் அனுகூலமாகக் காணப்படுவது எதுவோ, அது முஸ்லீம் அண்டைவீட்டார் தப்பிப் பிழைப்பதன் அனுகூலமாகவும் மாறுகிறது. கிராமங்களில் வாழும் இந்துக்குழந்தைகள், எங்கு மிகஅதிகமாக முஸ்லீம் அண்டைவீட்டாரால் சூழப்பட்டுள்ளார்களோ, அங்கு முஸ்லீம் குழந்தைகளைப்போலவே இந்துக் குழந்தைகளும் மிக அதிகமாகத் தப்பிப் பிழைக்கிறார்கள். இந்த அம்சம் இரண்டு காரணங்களுக்காக முக்கியமானது. முதலாவதாக, அது இந்தப்புரியாத புதிருக்கு ஒரு விளக்கமாக மதத்தையேகூட (மற்ற தனிப்பட்ட நடத்தைப்போக்குகளுடன்) ஒன்றுமில்லாமல் செய்துவிடுகிறது. ஒரு எடுத்துக்காட்டுக்காக, முஸ்லீம்கள் இந்துக்களைவிட வெவ்வேறு வகையான உணவுகளை உண்கிறார்கள். ஆனால், இதை அண்டைவீட்டாரின் குழந்தைகள் தப்பிப்பிழைப்பதன்மீது ஒரு தாக்கத்தை ஏற்படுத்தியுள்ளதாக விளக்க முடியாது. இரண்டாவதாக, திறந்தவெளி மலம் கழிப்புக்கு பதிலாக கழிப்பறைகளைப் பயன்படுத்துவதால் கிடைக்கும் வெளிப்படையான உடல்நலப்பயன்கள் அண்டைவீட்டு அளவிலான ஒட்டுமொத்த உள்கட்டமைப்பு அல்லது அரசின் சேவைகள் போன்ற வேறுசில அனுகூலங்களை தவறாக வழிகாட்டும்வகையில் பிரதிபலிக்காது. அதிகமான முஸ்லீம்கள் உள்ள கிராமங்களும், அண்டைவீடுகளும் ஒவ்வொரு பரிமாணத்திலும் சிசுவின் உடல் நலத்துக்கு அவசியமானதாகும். எனவே, அதிக முஸ்லீம்கள் உள்ள இடங்களில் அவர்களது சொந்த மதத்தைப்பற்றி கருதாமல் குறைந்த அளவிலேயே குழந்தைகள் இறக்கிறார்கள். குழந்தையின் தப்பிப்பிழைத்தலில் உள்ள வேறுபாட்டை திறந்தவெளி மலம் கழிப்பு விளக்கும் என்பதற்கு இது ஒரு வலுவான ஆதாரமாகும்.

உண்மையில் அதனால் முடியும். மைக்கும், டீனும் இந்து குழந்தைகளையும், முஸ்லீம் குழந்தைகளையும் திறந்தவெளியில் மலம் கழிக்கும் அவர்களது அண்டைவீட்டார் எண்ணிக்கையோடு ஒப்பீடு செய்து பொருத்திப்பார்த்தார்கள். ஒருமுறை குழந்தைகள் பொருத்திப்பார்க்கப்பட்டபோது அங்கு திறந்தவெளி மலம்கழிப்பால் பாதிக்கப்படுவதில் இந்து-முஸ்லீம் என்ற வேறுபாடு எதுவும் இல்லை. இறப்புவிகிதத்திலும் இந்து - முஸ்லீம் என்ற வேறுபாடு இல்லை என்பதைக் கண்டறிந்தார்கள். அக்கம்பக்கத்தின் கழிவகற்றும் ஏற்பாடு ஒரே அளவில் இருக்கும்போது எந்த ஒரு மதத்தின் குழந்தைகளும் ஒரேஅளவில் இருக்கும்போது ஒத்தவகையிலேயே இறக்கிறார்கள். எனவே, அக்கம்பக்கத்தின் கழிவு நீக்க ஏற்பாடு முஸ்லீம் இறப்புவிகிதம் என்ற புதிருக்கு கணக்கில் கொள்ளப்படுகிறது. மிகக்குறைந்த மலக்கிருமிகளின் வெளிப்பாட்டுக்கு உள்ளாகும் குழந்தைகள் அதிகமான அளவில் தப்பிப்பிழைக்கிறார்கள்.

ஒவ்வொரு ஆண்டிலும் இந்தியாவில் எத்தனை குழந்தைகள் திறந்தவெளி மலம் கழிப்பின் காரணமாக இறக்கிறார்கள் என்பதை மிகவும் துல்லியமாக மதிப்பீடு செய்வது சிரமமாக உள்ளது. இந்த அத்தியாயத்தில் பின்னர் காணப்போவதுபோல், திறந்தவெளிமலம் கழிப்பால் உடல்நலத்தின்மீது ஏற்படும் விளைவுகள் வெவ்வேறு இடங்களில் வேறுமாதிரியாக பெரிதாக உள்ளதில் ஒரு சிக்கல் உள்ளது. எடுத்துக்காட்டாக, எங்கு மக்கள்தொகை அடர்த்தி அதிகமாக உள்ளதோ அங்கு அதே அளவான திறந்தவெளி மலம்கழிப்பு அதிகமான இறப்புக்கு வழிவகுக்கிறது. மைக், டீன் மற்றும் பிற புள்ளிவிவர ஆதாரங்களின்மீது செய்யப்பட்ட ஆராய்ச்சிகள், மாறுதலை விரும்பாத ஒரு பழமைவாத மதிப்பீடுகளின்படி 2,00,000க்கு மேலும் எனவும், உறுதியாக 1,00,000 எனவும் ஐந்து வயதுக்கும் கீழ் உள்ள குழந்தைகள் ஒவ்வொரு ஆண்டிலும் இறக்கிறார்கள். இந்தியாவில் திறந்தவெளி மலம்கழிப்பு இருந்திருக்காவிட்டால் அவர்கள் தப்பிப்பிழைத்திருப்பார்கள் என்று கூறுகிறது. அவ்வாறு இருந்தால், விபத்துகளால், திடீர்காயங்களால், நீரிழிவால் இறந்துபோகும் எல்லா வயது அமெரிக்கர்களை விடவும், இந்தியாவில் திறந்தவெளி மலம்கழிப்பின் காரணமாக இறந்துவிடும் குழந்தைகளின் எண்ணிக்கை மிக அதிகமானது. இதயத்தாக்குதல் மற்றும் மூளைத்தாக்குதல் நோய்களால்

இறப்பவர்களைவிட மிகவும் அதிகமானது. பெரும்பாலும் வயதானகாலத்தில் புற்றுநோயால் இறப்பவர்களைவிட ஒன்றரை மடங்கு அதிகமானது. இது உண்மையாக இருக்குமானால், திறந்தவெளி மலம் கழிப்பு ஒழிக்கப்படுவதற்குமுன் ஐம்பது இலட்சம் இந்தியக் குழந்தைகள் இறந்துபோவார்கள். அதன் வீழ்ச்சி மெதுவாகத் தொடருமானால் இறப்புவீதமும் மெதுவாகவே இருக்கும்.

இந்த எண்ணிக்கை துல்லியமானதாக இல்லாவிட்டாலும்கூட, ஓர் அம்சம் உறுதியானது. திறந்தவெளி மலம் கழிப்பால் கொல்லப்படும் குழந்தைகளில் சிலர், கழிப்பிடங்களையோ அல்லது கழிப்பறைகளையோ ஒவ்வொருவரும் பயன்படுத்தி மலக்கழிவுகளை பாதுகாப்பாக அப்புறப்படுத்தும் குடும்பங்களில் தப்பிப்பிழைத்து வாழ்வார்கள். இந்துக் குழந்தைகளோ, முஸ்லீம் குழந்தைகளோ அவர்களது குடும்பம் ஒரு கழிப்பறையைப் பயன்படுத்துகிறதோ இல்லையோ, அவர்களது அக்கம் பக்கத்தவர்களில் மிகச்சிலரே திறந்தவெளியில் மலம்கழிப்பவர்களாக இருந்தால் அந்தக் குழந்தைகளும்கூட தப்பிப்பிழைத்திருக்கக்கூடும். இந்தப்பிரச்சனை, யார் திறந்தவெளியில் மலம் கழிக்கிறார்களோ அந்தக் குடும்பங்களின் உடல்நலத்துக்கு மட்டுமான அச்சுறுத்தல் அல்ல. அங்கு வாழும் ஒவ்வொருவருக்குமான பிரச்சனையாகும்.

குழந்தைகளின் சராசரி உயரம், அதன் நீட்சி மற்றும் குள்ளம்

உங்களிடம் போதுமான புள்ளிவிவரத் தொகுப்புகள் இருக்குமானால் பணக்கார மனிதர்கள், மிக ஏழைகளான மக்களைவிட உயரமானவர்கள் -ஒவ்வொரு தனி நபரும் அல்ல. ஆனால் சராசரியில், என்பதை நீங்கள் கண்டறிந்திருப்பீர்கள். இந்த வகைமுறை மிகவும் நுட்பமானது. ஒவ்வொரு நாளும் நாம் சந்திக்கும் ஒருசில மக்களிடம் காணப்படுவது. மிகவும் குறைபாடானது. ஆனால் உங்களால் அதைக்காண இயலாவிட்டாலும்கூட, உயரத்தோடு இணைந்த பொருளாதார அனுகூலங்களின் தொடர்பு புள்ளிவிவர ஆய்வாளர்களால் நன்கு அறியப்பட்டுள்ளது. இதற்கான காரணங்களாக உள்ளது: மிகவும் பணக்காரக் குடும்பங்கள் நல்ல கல்வியறிவு பெற்ற பெற்றோர்களோடு, அவர்களது குழந்தைகள் ஆரோக்கியமான

சூழல்களில் வளர்கிறார்கள். ஒரு குறிப்பிட்ட மக்கள்தொகை எவ்வளவு உயரம் அல்லது குள்ளம் என்பதுபற்றி நாங்கள் இப்போது கவனிக்கிறோம் ஏனென்றால், அந்த மக்கள்தொகை குழந்தைகளாக இருந்தபோது எவ்வளவு ஆரோக்கியமானது, அதனால் அவர்களது மூளைகளும், உடல்களும் எவ்வளவு நன்றாக வளர்ச்சிபெறும் என்பதற்கான ஓர் அடையாளமாகும்.

மற்ற ஏழை நாடுகளின் மக்களோடு ஒப்பிடும்போது இந்தியாவிலுள்ள மக்கள் மிகவும் குள்ளமானவர்களாக இருக்கிறார்கள். உலகிலேயே மிகவும் ஏழைகளான மக்களில் சிலர் சஹாரன் -ஆஃப்ரிக்க துணைக்கண்டத்தில் வாழ்கிறார்கள். அங்கு கொடூரமான வறுமை இந்தியாவில் உள்ளதுபோல இரண்டு மடங்கு பொதுவாக உள்ளது. இருந்தபோதிலும், இந்தியாவில் உள்ள மக்கள் பெரும்பாலும் ஒவ்வொரு பெரிய மக்கள்தொகையைவிடவும் சராசரியில் குள்ளமானவர்களாக இருக்கிறார்கள். சஹாரன்-ஆஃப்ரிக்க துணைக்கண்டத்தில் உள்ள மக்களைவிடவும்கூட குள்ளமானவர்கள்.

ஆய்வாளர்கள் இந்தப்புதிருக்கு ‘ஆசியப் புதிர்’ என்று பெயரிட்டிருக்கிறார்கள். இது உண்மையில் தவறாக வழிகாட்டும் பெயர். அது உண்மையில் இந்தியப் புதிர். மற்ற ஆசியர்களின் உயரம் இதுபோல புதிராக இல்லை. எடுத்துக்காட்டாக இந்த உயர ஆராய்ச்சியைப்பற்றி நாம் இந்தியாவில் பேசும்போது, ஜப்பானில் உள்ள உயரம் பற்றி - அது ஓர் எதிர் எடுத்துக்காட்டாக இருப்பதுபோல்- அடிக்கடி எங்களிடம் கேட்கப்படுகிறது. ஜப்பானிய மக்கள் குள்ளமானவர்களாக தோன்றுவதுபோல் ஒரு பொதுக்கருத்து உள்ளது. இருந்தபோதிலும் 2009 OECD புள்ளி விவரங்கள் சராசரி ஜப்பானிய ஆண்கள் 172 செ.மீ. உயரமானவர்கள் என்று காட்டுகின்றன. இது போர்ச்சுகலில் அல்லது தென்கொரியாவில் உள்ள சராசரி மனிதனைவிட சிறிது உயரம். ஸ்பெயினில் உள்ள மனிதர்களைவிட சிறிதுகுள்ளம். இந்தியாவில் உள்ள சராசரி மனிதனைவிட மிகவும் அதிக உயரம். 2005 தேசிய குடும்ப சுகாதார ஆய்வின்படி இந்தியாவில் உள்ள சராசரி மனிதன் 164 செ.மீ. உயரம் மட்டுமே உள்ளவன். இதுபோலவே சீனாவில் உள்ள குழந்தைகள் இந்தியாவில் உள்ள குழந்தைகளைவிட மிகவும் உயரமானவர்கள். சராசரி இந்தியக்குழந்தைக்கும், ஆரோக்கியமான மக்கள்தொகைகளுக்கான WHO வின் குறிப்பீட்டுப் பட்டியலுக்கும் உள்ள இடைவெளி சீனாவில் வாழும் சராசரிக்குழந்தைக்கு

உள்ள இடைவெளியைவிட இரண்டு மடங்கு பெரியது. சீனாவில் திறந்தவெளி மலம் கழிப்பு கிட்டத்தட்ட முழுவதும் ஒழிக்கப்பட்டுவிட்டது.

எஞ்சியுள்ள இந்த அத்தியாயத்தில் இந்தியப் புதிர் என்ற பொருள்கொண்ட ஆசியப் புதிருக்கு தீர்வுகாண நாங்கள் முயற்சிப்போம். எனென்றால் அது சிக்கலான ஒன்றாக இருந்திருக்காவிட்டால், ஒரு புதிர் என்பதற்குத் தகுதியானதல்ல. அதன்பாதை வளைந்துவளைந்து செல்கிறது. அதன்வழியே நாம் ஒரு சரியல்லாத பதிலுக்கு தீர்வு கண்டுவிடுவோம். மற்ற மக்கள்தொகை உயரங்களின் ஒப்பீடுகளிலிருந்து எதை நாங்கள் கற்றுக்கொள்கிறோமோ, அதை குழந்தையின் உயரத்தின் பின்னால் உள்ள நோயின் தாக்கம்பற்றிய அறிவியலில் நாங்கள் மீண்டும் ஆராய்ச்சி செய்வோம்.

ஒப்பீடுகளை எளிமையாக்க நாங்கள் உயரவேறுபாடுகளை ஒரு சராசரி ஐந்துவயதுப் பெண் குழந்தையின்மீது ஏற்படுத்தி, அவற்றின் தாக்கங்களாக மாற்றுவோம். இந்த அளவுகோலைப் பயன்படுத்தும்போது ஆசியப்புதிரான இந்தியாவிலுள்ள ஐந்துவயது சராசரிப் பெண் குழந்தை சஹாரன் - ஆஃப்ரிக்காவிலுள்ள பெண்குழந்தையைவிட 1செ.மீ.யில் மூன்றில் இரண்டுபங்கு குள்ளமாக உள்ளது. 1செ.மீ.யில் மூன்றில் இரண்டு பங்கு என்பது சிறியது போலத் தோன்றலாம். ஆனால் அது ஐந்துவயதில் 33 நாட்கள் மதிப்புள்ள வளர்ச்சியை இழக்கிறது. இதை நூற்றுக்கணக்கான பல இலட்சம் குழந்தைகளோடு சேர்க்கும்போது இந்த இடைவெளி ஏராளமான மனித ஆற்றலையும், நலவாழ்வையும் வீணாக்குவதைக் குறிக்கிறது.

மக்கள்தொகை உயரத்தின் வேறுபாடு:
சுற்றுச்சூழலால், மரபுவழிப் பண்பால் அல்ல

ஒரு பணக்கார நாடு எவ்வாறு தொடர்ச்சியாக குள்ளமான குழந்தைகளை உற்பத்தி செய்யமுடியும்? ஒரு பொதுவான, ஆனால் சரியல்லாத யூகம் மரபுவழிப் பண்பு என்பதாக உள்ளது. மற்ற குழுக்களில் உள்ள மக்களைவிட இந்தியர்கள் தங்கள் பெற்றோர்களிடமிருந்து மரபுவழிப்பண்பின் உள்ளார்ந்த மிகவும்

குள்ளமான உயரத்தைப் பெற்றிருப்பார்களா? மரபுவழிப்பண்பின் விதியை வரவழைப்பது இந்திய அரசியல்வாதிகளுக்கும், அதிகார வர்க்கத்தினருக்கும் மிகவும் சௌகரியமான தட்டிக்கழித்தல்களாக இருக்கலாம். அனைத்துக்கும் பிறகு இத்தகைய உயிரியல் விதி ஆற்றல் தாய்மார்கள் மற்றும் குழந்தைகளின் ஆரோக்கியத்தை மேம்படுத்தும் அவர்களது பொறுப்புலிருந்து தவறியதற்காக அவர்களை மன்னிக்கலாம். ஆனால் உலகத்தின் மக்கள்தொகை முழுவதும் அவர்களும், அவர்களது தாய்மார்களும் ஒத்தவகையில் ஆரோக்கியத்தோடு இருந்தாலும்கூட அவர்கள் அனைவரும் அதே சராசரி உயரத்தில் வளரமாட்டார்கள் என்பதற்கான ஆதாரங்கள் எதுவும் இல்லை.

வரலாறு மக்கள் தொகைகளின் உதாரணங்களால் நிறைந்துள்ளது. அவை மரபுவழிப்பண்பால் குள்ளம் என்று நினைத்தன. ஆனால் அவர்களது குழந்தைகள், அவர்களது குழந்தைப்பருவ வாழ்நிலைகள் மேம்பட்டபோது உயரமாக வளர்கிறார்கள். குவாதிமாலாவுக்குள் இருந்த இரண்டு இசைக்குழுக்கள் ஸ்பானிஷ் மூலக்குடிகளின் உயரமான லடினோக்களும், உள்ளூர் மூலக்குடிகளான மிகவும் குட்டையான மாயன்களும் மரபியல் பண்புவழிகளில் வெவ்வேறு உயரங்களுக்கு முன்கூட்டியே விதிக்கப்பட்டவர்கள் என்று மக்கள் சிந்தித்த காலம் ஒன்று இருந்தது. வயதுவந்த சராசரி லடினோ மற்றும் மாயன்களிடையேயான வேறுபாடுகள் அழுத்தமான மனப்பதிவுகளை உண்டாக்கும் வகையில் 10 செ.மீ.தான் என மானுடவியலாளர் பேரிபோகின் ஆவணப்படுத்தியுள்ளார். ஆனால், உள்நாட்டுப்போர் வெடித்தபோது ஆயிரக்கணக்கான மாயன்கள் ஐக்கிய நாடுகளில் தஞ்சம் அடைந்தார்கள். அவர்களது குழந்தைகள் பெரும்பாலான லடினோக்களை விடவும் உயரமாக வளர்ந்தார்கள் என்பதை பேரிபோகின் கண்டறிந்தார். ஒரு தலைமுறைக்குள்ளேயே மேம்பட்ட ஆரோக்கியமான குழந்தைப்பருவ வாழ்வில் மாயன்களின் வளர்ச்சியும், குவாதிமாலாவில் அவர்களது குட்டையான உயரம் என்ற நிலையும் மிகக் கடுமையான சுற்றுச்சூழல் பாதிப்பின் காரணமாகத்தானே ஒழிய மரபியல் பண்பு காரணமாக அல்ல என்பதை விளக்கிக் காட்டியது.

சிலநேரங்களில் உயரங்கள் மேம்படுவதற்கு ஒருதலைமுறை அளவு காலம்கூட எடுத்துகொள்ளப்படுவதில்லை. ஸ்வீடனுக்கு தத்துக்கொடுக்கப்பட்ட இந்தியக் குழந்தைகளை உப்சாலா

பல்கலைக்கழகத்தின் லெம் புரூஸ் பின்தொடர்ந்தார். இந்தப் புலம்பெயர்ந்த குழந்தைகள் தங்களுடைய மரபுவழிப்பண்புகளை ஸ்காண்டிநேவிய சுற்றுச்சூழலுக்குள் கொண்டுவந்தார்கள். தத்தெடுக்கப்பட்ட இந்தக் குழந்தைகள் கிட்டத்தட்ட ஸ்வீடன் குழந்தைகளைப்போல் சராசரி உயரத்துக்கு வளர்ந்தார்கள். இதற்குமேலும், குழந்தப்பருவத்தில் முன்னதாகவே தத்தெடுக்கப்பட்டு, அதன்காரணமாக முன்னதாகவே ஆரோக்கியமான சுற்றுச்சூழலுக்குள் கொண்டுவரப்பட்ட குழந்தைகள், பின்னர் தத்தெடுக்கப்பட்ட குழந்தைகளைவிட உயரமாக வளர்ந்தார்கள்.

நன்கு வளமாக உள்ள மக்கள் தொகைக்குள்ளேயும்கூட மக்கள்தொகையின் உயரங்கள் காலத்துக்குக்காலம் மாறுபடுகின்றன. இன்றுள்ள ஐரோப்பியர்கள் ஒன்று அல்லது இரண்டு நூற்றாண்டுகளுக்கு முன்பு இருந்த ஐரோப்பியர்களை விட மிகவும் உயரமானவர்கள். இந்த அம்சத்தை பழைய கட்டடங்கள், தாழ்வான மேற்கூரைகள், கதவு நிலைகள், கண்களால் காணச்செய்கின்றன. பொருளாதார நிபுணர் திமோதி காட்டன் 1980களில் இருந்த சராசரி ஆண் 19ஆம் நூற்றாண்டின் மத்தியில் இருந்தவரைவிட 11செ.மீ. உயரமானவர் என்பதைக் காட்டுவதற்கான வரலாற்று புள்ளிவிவரங்களை தொகுத்தார். ஆசியப் புதிர் பற்றி ஒருமுடிவில் நாம் எதை முன்னோட்டமாகப் பார்க்கப்போகிறோமோ அதை திமோதி ஹாட்டன் கண்டறிகிறார். 'உயரத்தை அதிகப்படுத்தும் மிகவும் முக்கியமான அண்மையில் உள்ள ஆதாரவளம் குழந்தை இறப்புவீதத்தில் ஒரு வீழ்ச்சியை பிரதிபலித்த நோய்சுற்றுச்சூழலை மேம்படுத்துவதுதான்'. 'வருமானம், கல்வி, குடும்பத்தின் அளவு மற்றும் ஆரோக்கியத்தில் கவனம் என்று எல்லாமுமே நோய்சுற்றுச்சூழலைவிட முக்கியத்துவம் குறைந்தவைதான். சராசரி உயரத்தில் அண்மையில் இன்னொரு வேகமான வளர்ச்சி தென்கொரியாவில் நடைபெற்றது. அங்கு 1960களில் இருந்தே வருமானங்களும், கல்வி நிலைகளும் மிகவேகமாக வளர்ந்தன. துரதிர்ஷ்டவசமாக வடகொரியாவில் பெரும்பாலான மக்கள்தொகை ஏழ்மையிலேயே உள்ளது. வயதுவந்த இளைஞர்கள் தங்கள் பெற்றோர்களைவிட, தாத்தா-பாட்டிகளைவிட மிகவும் உயரமானவர்களாக இருக்கவில்லை.

இந்தியாவில் குழந்தை வளர்ச்சியின் குறைபாடு மக்கள்தொகை அளவின் மரபுப்பண்பில் விதைகொண்டுள்ளது என்ற முன்வைப்புக்கு எதிராக ஆதாரங்கள் உறுதியாக இருந்தபோதிலும், இந்த உரிமைகோரலின் வினோதத் தன்மையைக் கருதாமல் கடந்துசெல்வதுதான் தகுதியான மக்கள்தொகை அளவில், மக்களின் சராசரி உயரம் பற்றிய எந்தவொரு மரபுப்பண்பு வேறுபாடும், இயற்கைத்தேர்வின் வழியாகவே உறுதியாக நீடிக்கும். உயிர் வளர்ச்சி (படிமுறை வளர்ச்சி) செயல்பாடு படிப்படியாக மறுஉற்பத்திக்குப் பொருத்தமானவற்றை தேர்வுசெய்கிறது. இந்தியாவின் முதல் மனிதர்கள் ஆஃப்ரிக்காவுக்கு வெளியே 75,000 ஆண்டுகளுக்கு முன் புலம்பெயர்ந்திருக்க வேண்டும். அப்போதிலிருந்து அங்கு உறுதியாக அதிகப்படியான புலம்பெயர்வுகளும், குடும்பம், குலம், சாதி, உறவுக்குழுக்கள் ஆகியவற்றிடையே திருமணங்களும் நிகழ்ந்திருக்கும். நமக்கு தெரிந்தவரை குள்ளமாக இருப்பது எவ்வாறோ சிலவகைகளில் சிறிய இந்தியர்களுக்கு வெற்றிகரமாக மறுஉற்பத்தி செய்வதில் உதவியிருக்கிறது என்பதை நம்புவதற்கான கோட்பாட்டுரீதியான காரணங்களை எவரொருவரும் தந்ததில்லை. இந்தப் பொதுவான அண்மைக்கால முன்னோர்கள் இந்த சில ஆயிரம் தலைமுறைகளில் பெரிய உயரவேறுபாட்டை உருவாக்கிவிட்டார்கள். இத்தகைய ஒரு கோட்பாடு, அதன் ஒழுங்கமைவு நுட்பம் மற்ற இடங்களிலுள்ள குள்ளமான மனிதர்களுக்கு இதைப்போலவே ஏன் அனுகூலமாக இருக்கவில்லை என்பதையும் விளக்கவேண்டும். ஏனென்றால் இதன் நோக்கம் ஏன் இந்தியர்கள் மட்டுமே மரபுப்பண்பு ரீதியாக குள்ளமானவர்களாக உள்ளார்கள் என்பதை விளக்குவதாகும். அரசியல்வாதிகள் ஒரு சிரமமான கொள்கை மாற்றத்தை சமாளிக்கமாட்டார்கள். எனவே, எந்த ஓர் அரசியல்வாதியையும் ஏமாற்றும் அபாயத்துக்கு உள்ளாக்காமல் நாம் மரபுப்பண்பில் இந்தப்புதிருக்கான பதில்களைத் தேடுவதை கட்டாயம் கைவிடவேண்டும்.

ஒரு வங்காளி புதிரும்கூட இருக்கிறதா?

இந்தியக் குழந்தைகளின் குள்ளமான தோற்றம் தீர்வுகாணப்படக்கூடிய ஒரு பிரச்சனைதான். இது

மரபுவழிப்பண்பு என்ற அம்சம் அல்ல. சராசரி மக்கள் தொகை உயரத்தை மாற்றுவதற்கான ஆற்றல் மேற்குவங்கத்திலுள்ள குழந்தைகளுக்கும், அண்மையில் உள்ள வங்கதேசக் குழந்தைகளுக்கும் இடையே உள்ள ஒப்பீட்டில் குறிப்பாக காணப்படுகிறது. டீன், அரபிந்தகோஷ் மற்றும் ஆஷிஷ் குப்தா ஆகியோருடன் இந்த குழந்தைகளை ஆய்வுசெய்தார். இந்த இரண்டு பகுதிகளும் ஒரு சிறப்பான சோதனைப்பிரச்சனையை அளிக்கின்றன. இரண்டுகுழுக்களின் குழந்தைகளும் ஒரே வங்காள மக்கள்தொகையிலிருந்து வந்தவர்கள் என்பதில் சந்தேகம் எதுவும் இல்லை. 1947இல் தான் அவை இரண்டு தனித்தனி நாடுகளாக பிரிக்கப்பட்டன. அவை இரண்டுக்கும் இடையே இன்றும் அதிகமான புலம்பெயர்வுகள் உள்ளன.

சராசரியில் இந்தியர்களைவிட வங்கதேசத்தினர் மிகவும் ஏழைகள். வங்கதேசத்தில் தனி நபர் வருமானம், இந்தியாவில் என்ன உள்ளதோ அதைவிட மூன்றில் இரண்டு பங்கு குறைவு. மேற்கு வங்கத்தில் உள்ள மக்கள், வங்கதேசத்தில் உள்ள மக்களைவிட ஒருமடங்கு வானொலிப்பெட்டியையும், இரண்டுமடங்குக்குமேல் ஒரு சைக்கிளையும் அல்லது மோட்டார் சைக்கிளையும், நான்கு மடங்குக்குமேல் ஒரு தொலைபேசியையும் பெற்றிருக்கிறார்கள். எனவே மேற்குவங்கத்தில் உள்ள குழந்தைகள் வங்கதேசத்திலுள்ள குழந்தைகளைவிட உயரமாக இருப்பதில் ஆச்சரியம் எதுவுமில்லை. மேற்குவங்கத்தின் சராசரி ஐந்தவயதுப் பெண்குழந்தை வங்கதேசத்தின் சராசரி ஐந்துவயது பெண் குழந்தையைவிட ஒரு செ.மீ. உயரமாக உள்ளது.

செல்வவளத்தைக் கணக்கில் எடுத்துக்கொள்வது இந்தச் சித்திரத்தை தலைகீழ் ஆக்கிவிடுகிறது. ஒத்த தன்மையுடைய பணக்கார அல்லது ஏழைக்குழந்தைகளை வங்கதேசத்திலும், மேற்குவங்கத்திலும் ஒப்பிடும்போது வங்கதேசத்திலுள்ள ஒரு சராசரிக் குழந்தை, மேற்குவங்கத்திலுள்ள ஒரு சராசரிக் குழந்தையைவிட உயரமாக உள்ளது. நமது சராசரி, ஐந்து வயதுப் பெண் குழந்தைக்கு திரும்பும்போது அந்தக் குழந்தை வங்கதேசத்தில் 1/2செ.மீ. உயரமாக உள்ளது - மேற்குவங்கத்தில் அதற்கு சமமான பணக்கார அல்லது ஏழைக் குழந்தையைவிட.

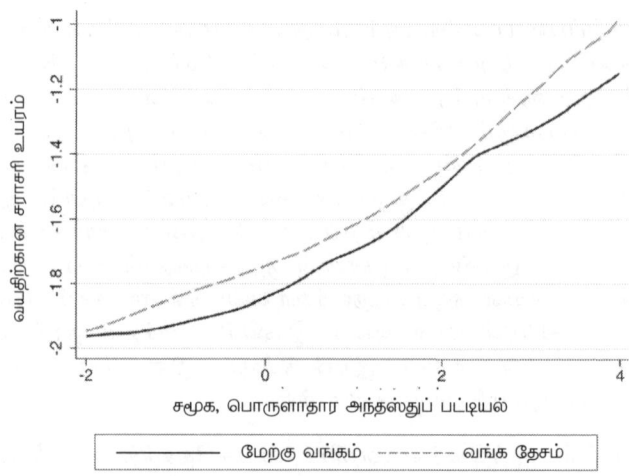

படம் 6: வங்கதேசத்திலுள்ள குழந்தைகள் சம அளவான செல்வவளம் அல்லது வறுமையில் மேற்குவங்கத்திலுள்ள குழந்தைகளைவிட உயரமானவர்கள்

பிறப்பு - நோய் - இறப்பு முதலான சமுதாயநிலைப் புள்ளிவிவரங்கள் மற்றும் சுகாதார ஆய்வுகளின் புள்ளிவிவரங்களிலிருந்து இந்த வித்தியாசத்தைக் கவனப்படுத்தும் இந்த வரைபடத்தில் செங்குத்தானகோடு குழந்தையின் குடியிருப்பின் செல்வவளத்தின் அளவு. அந்தக்குடும்பம் சொந்தமாக எதை வைத்திருக்கிறது என்று ஆய்வில் கேட்கப்பட்ட கேள்விகளை அடிப்படையாகக் கொண்டது. இது ஒரு சராசரி குழந்தைக்கு அளவீடு செய்யப்பட்டது. எனவே இந்த வரைபடத்தில் 0 என்பதற்கு செல்வவளம் என்று பொருள். படுகிடையான கோடு ஆரோக்கியமான குழந்தைகளை பன்னாட்டு விதிகளோடு ஒப்பீடு செய்த குழந்தைகள் எவ்வளவு உயரமானவர்கள் என்ற அளவாகும். தெற்குடெல்லியில் ஒப்பீட்டளவில் சலுகை பெற்ற குழந்தைகள் இந்த ஆரோக்கிய விதிகளின்படி சராசரியாக வளர்கிறார்கள். ஆனால், இந்தியாவிலுள்ள பெரும்பாலான குழந்தைகள் அவ்வாறு இல்லை என்று ஆராய்ச்சியாளர்கள் காட்டுகிறார்கள். அதனால்தான், உயர எண்ணிக்கைகள் எதிர்மறையாக உள்ளன. மேற்குவங்கம், வங்கதேசம் ஆகிய இரண்டிலும் சராசரி குழந்தைகள் ஆரோக்கியமில்லாமல் குள்ளமாக உள்ளன.

வளைவுகள் குடியிருப்பின் ஒவ்வொரு செல்வவள அளவிலும் குழந்தைகளின் சராசரி உயரத்தைக் குறிக்கின்றன. எல்லாவற்றுக்கும் மேலாக மேற்குவங்கத்திலுள்ள சராசரி குழந்தை, வங்கதேசத்தின் சராசரி குழந்தையைவிட, உயரமானது. ஆனால் இங்கே மேற்குவங்கத்துக்கான கடினமானகோடு எப்போதும் வங்கதேசத்தின் இடைப்பட்ட கோட்டுக்கு கீழேயே உள்ளது. அது ஏனென்றால் இந்தவரைபடம் குடியிருப்பின் வறுமை நிலையைக் கணக்கிடுகிறது. வங்கதேசத்தில் பணக்கார அல்லது ஏழைக்குழந்தைகள் சரிசமமாக உயரமாக வளர்கிறார்கள்.

இது இன்னொரு சிறிய புதிரை எடுத்துக்காட்டுகிறது. வங்கதேசத்தில் சரிசமமாக ஏழைகளாக உள்ளவர்களைவிட மேற்குவங்கத்தின் குழந்தைகள் ஏன் மிகவும் குட்டையானவர்களாக உள்ளார்கள்? வங்கதேசத்தில் இரக்கமற்ற, வசதியற்ற பொருளாதார சூழல் இருந்தபோதிலும், அங்கு பல வழிகள் உள்ளன. அவற்றில் வங்கதேசத்தவர்கள் இந்தியர்களைவிட நல்ல வாழ்வை அனுபவிக்கிறார்கள். குறிப்பாகப் பெண்கள், இந்தியாவிலுள்ள பெண்களைவிட அதிகமாகப் படிக்கக்கூடியவர்களாகவும், வேலைகளைப் பெறுபவர்களாகவும் உள்ளார்கள். எனவே விளக்கத்தின் ஒருபகுதி இதுதான்: நன்குபடித்த, சுதந்திரமான வங்கதேச தாய்மார்களால் ஆரோக்கியமான குழந்தைகளை வளர்க்கமுடியும்.

வங்கதேச கிராமங்களுக்கும், இந்திய கிராமங்களுக்கும் இடையே உள்ள இன்னொரு கூடுதல் வேறுபாடு திறந்தவெளி மலம் கழிப்பு ஆகும். 2005இல் இந்தியா முழுவதும் குழந்தைகளின் உயரம் கடைசியாக அளவெடுக்கப்பட்டபோது UNICEF மற்றும் WHO ஆய்வுகளின்படி வங்கதேசத்தில் திறந்தவெளியில் மலம் கழிக்கும் 12.1% பேரோடு ஒப்பிடும்போது திறந்தவெளியில் மலம் கழிக்கும் இந்தியர்கள் 57.1% பேர். அப்போதிலிருந்து வங்கதேசத்தில் திறந்தவெளி மலம் கழிப்பு ஒழிக்கப்பட்டு விட்டது. வங்கதேசத்தில் ஒரே நேரத்தில் திறந்தவெளி மலம்கழிப்பு மறைந்து போனதால், அடுத்துவந்த குழந்தைகளின் கூட்டாளிகளும் உயரமாக வளர்ந்தார்கள்.

வங்கதேசத்தவர்களின் உயர அனுகூலத்துக்கு சாத்தியமான ஒரே விளக்கம் திறந்தவெளி மலம்கழிப்பு ஒழிக்கப்பட்டதுதான் என இது தெரிவிக்கிறது. அரபிந்தா, ஆஷிஷ் மற்றும் டீன் இந்தப் புள்ளிவிவரங்களைப் பார்த்தபோது வங்கதேசக்

குழந்தைகள், அவர்களுக்கு சமநிலையில் உள்ள மேற்குவங்க ஏழைக்குழந்தைகளை விட உயரமானவர்கள் அல்ல. அவர்களும் அதே அளவிலான திறந்தவெளி மலம்கழிப்பை எதிர்கொள்கிறார்கள் என்பதைக் கண்டறிந்தார்கள். இவ்வாறு திறந்தவெளி மலம் கழிப்பு புள்ளிவிவர அடிப்படையில் இந்த இடைவெளிக்கு காரணமாகிறது. ஒருவேளை திறந்தவெளி மலம்கழிப்புமட்டுமே மேற்குவங்கத்துக்கும், வங்கதேசத்துக்கும் இடையிலான வேறுபாடுகளுக்கு காரணமாக இல்லாமல் இருக்கலாம். ஆனால் இது முக்கியமான ஒன்று.

கிராமப்புற உத்தரப்பிரதேசத்தில் நெருங்கி வாழ்வதும், விலகி வளர்வதும்

கிராமப்புற உத்தரப்பிரதேசத்தில் எங்களது வீட்டை எவ்வாறு நாங்கள் தேர்ந்தெடுக்கப்போகிறோம் என்று மக்கள் எங்களைக் கேட்டபோது குட்டையான குழந்தைகளோடும் உயர்ந்த சிசு மரணவீதமும் உள்ள இடத்தைப் பற்றி நாங்கள் அறிந்துகொள்ள விரும்புகிறோம் என்று விளக்கினோம். எனவே 2011 இல் நாங்கள் உள்ளே வந்தபோது டியானே அருகிலுள்ள மூன்று கிராமங்களில் புதிதாகப் பிறந்த குழந்தைகளை பார்வையிடுவதன்மூலம் குழந்தை வளர்ச்சியை ஆய்வுசெய்யும் திட்டத்தை ஒன்றாக முன்வைத்தார். ஒரு பிறப்பு- நோய்- இறப்பு ஆய்வாளரான அவர் குழந்தைகளின் புள்ளிவிவரங்களை ஆயிரக்கணக்கில் உங்களுக்கு சொல்லக்கூடும் ஆனால் அவர் இந்தக்குழந்தைகளும், அவர்களது தாய்மார்களும் இந்த சில ஆண்டுகளில் என்ன கற்றுக்கொடுத்தார்களோ, அவற்றை தனது கணினிப் பதிவுகளில் இரட்டை சோதனைகளுக்கு உள்ளாக்குகிறார்.

பேபியின் உதவியுடன் எங்கள் வீட்டிலிருந்து சைக்கிளில் செல்லும் தூரத்தில் டியானே கிராமங்களைத் தேர்ந்தெடுத்தார். அதன்மூலம் அவர்கள் இருவரும் மீண்டும் மீண்டும் பார்வையிடமுடியும். அந்த கிராமங்கள் இந்துக்கள், முஸ்லீம்கள், உயர்சாதி குழந்தைகள், தாழ்ந்தசாதி குழந்தைகள், பணக்காரக் குழந்தைகள், ஏழைக்குழந்தைகள் என வேறுபட்ட மக்கள் தொகைகளைக் கொண்டிருந்தன. 2012 பிப்ரவரியில் பேபியும், டியானேவும் அந்தக் குடும்பங்களில் ஒரு மாதத்துக்கும் குறைவான குழந்தை இருக்கிறதா? எனக் கேட்க அந்தக்

கிராமங்களில் உள்ள ஒவ்வொரு வீட்டின் கதவையும் தட்டினார்கள். ஏனென்றால், அந்தக்குழந்தை கருவில் இருக்கும்போதே நிகழும் அனுபவங்கள்கூட உயரத்தில் செல்வாக்கு செலுத்தும். அவர்கள் கர்ப்பத்தின் கடைசி நிலைகளில் உள்ள பெண்களையும்கூட சந்திக்கவேண்டும் என்று கேட்டார்கள். முடிவில் 20 கர்ப்பிணிபெண்களும், புதிதாகக் குழந்தைபெற்ற தாய்மார்களும் தங்கள் வாழ்வின் ஒருசிறுபகுதியில் டியானேவையும், பேபியையும் அனுமதிக்க ஒப்புக்கொண்டார்கள்.

குழந்தைகளில் இருவர் அனில் மற்றும் அருண். அனிலும், அருணும் வளர்வதை கவனித்துக்கொண்டிருந்தது, உணவின் ஊட்டச்சத்துக்கும், நோய்த்தொற்றுக்கும் இடையே ஒன்று மற்றொன்றின்மீது ஏற்படுத்தும் முக்கியமான தாக்கங்கள் பற்றி ஏராளமானவற்றை வெளிப்படுத்தின. முதல்பார்வையில் இந்தச்சிறுவர்கள் ஏராளமானவற்றை பொதுவாகக் கொண்டிருப்பதைப்போல் காணப்பட்டார்கள். அவர்களுடைய கிராமங்கள் ஒன்றுக்கொன்று நெருக்கமாக இருந்தன. அவர்கள் இருவரும் பண்ணை நிலத்தைச் சொந்தமாகக்கொண்டிருந்த பெரிய விவசாயக் குடும்பத்தில் வாழ்கிறார்கள். அவர்கள் இருவரும் தங்கள் தாயார்களுக்கு முதல் குழந்தையாகப் பிறந்தவர்கள். அவர்கள் இருவரும் மத்திய உத்தரப்பிரதேசத்தில், இந்தப்பகுதியில் அதிகாரம் நிறைந்த யாதவர் சாதியைச் சார்ந்தவர்கள். இருந்தபோதிலும் அவர்கள் இருவரின் உடல் நலம் மிகவும் வேறுபட்டதாக இருந்தது.

அனிலின் தாயார் அவன் இரண்டுமாதக் குழந்தையாக இருந்தபோதே தாய்ப்பால் தருவதை நிறுத்திவிட்டார். ஏனென்றால் அவனது தாயார், தாய்ப்பால் கொடுக்கும் தாய்மார்களுக்குப் பொதுவாக மார்பகத்தில் வரும் நோய்த்தொற்றான மாஸ்டிடிஸ் நோய்க்கு உள்ளானார். இந்த தொற்றுநோயை சுத்தப்படுத்துவதற்கான மருந்துகளை எடுத்துக்கொள்ளும்போதே, தாய்ப்பால் தருவதைத் தொடர்வதற்குப் பதிலாக அவர் அனிலுக்கு எருமைப்பாலை தண்ணீர் கலந்து கொடுக்கத் துவங்கினார். மேலும் அவரது உடலில் தாய்ப்பால் சுரப்பதும் நின்றுவிட்டது. தாய்ப்பாலில் இருந்து தண்ணீர் கலந்த எருமைப்பாலுக்கு அந்த இளம்வயதில் மாறியது அனிலின் வளர்ச்சியில் இரண்டு மடங்கு எதிர்விளைவுகளை ஏற்படுத்தியது. முதலாவதாக, ஒரு

சிறுகுழந்தைக்கு அது சரியான வகையான ஊட்டச்சத்து அல்ல. எருமைப்பாலோ அல்லது பசுவின் பாலோ தாய்ப்பாலில் காணப்படும் புரதச்சத்துகளைப்போல எளிதில் ஜீரணிக்கக் கூடியதல்ல. தாய்ப்பாலில் உள்ள புரதச்சத்துகள் வளர்ச்சிக்காக குழந்தைகளுக்கு தேவைப்படுகின்றன. இல்லாவிட்டால் குழந்தைகள் நோயை எதிர்த்துப் போராடுவதற்கான, மனித உயிரை தற்காத்துக்கொள்வதற்கான சக்தியைப்பெறமாட்டார்கள்.

இரண்டாவதாக, புட்டிப்பால் அனிலை கிருமிகளிடமிருந்து காக்கவில்லை. இந்தக் கிருமிகள் புட்டிப்பாலில் வாழ்கின்றன. இந்தப்புட்டிப்பால் முறையாக காய்ச்சப்படுவதில்லை. பால்புட்டிகளும் அவ்வப்போது கொதிக்கும் நீரில் முறையாக தூய்மைப்படுத்தப்படுவதில்லை. புட்டிப்பாலைக் குடிக்கும்போது களைப்படையும் அனில், அதை அடிக்கடி அழுக்குக்குள் நழுவவிட்டுவிடுகிறான். பால்புட்டியின் காம்பில் அமரும் ஈக்கள் பாலில் ஓர் உறிஞ்சலை திருடுகின்றன. அவனது தாயார் சாதாரணமாக அந்தப்புட்டியை எடுத்து, தூசியை தனது துணியால் துடைத்துவிட்டு மீண்டும் அவனிடம் கொடுத்துவிட்டார்.

கிருமிகளை எதிர்த்துப்போராட போதுமான ஊட்டச்சத்து இல்லாததோடு ஏராளமான கிருமிகள் அனிலைத் தொற்றவைத்தது அவனை மிகவும் நோய்வாய்ப்பட்டவனாக ஆக்கியது. மூன்று வயது ஆவதற்கு முன்பே அவன் கிட்டத்தட்ட இறந்தவனாக ஆகியிருந்தான். அவன் வாந்திபேதியாலும், இரத்தம் வழியும் மலப்போக்கினாலும் அவதிப்பட்டான். அவன் பல மாதங்கள் காசநோய் சிகிச்சையில் இருந்தான். அந்த நேரத்தில் அவனுக்கு 2 1/2 வயதாகியிருந்தது. அனில் 80 செ.மீ. உயரமானவனாக மட்டுமே இருந்தான். அந்த உயரம் ஆரோக்கியமான 16 மாதக் குழந்தையின் உயரம். அவனது உடல்ரீதியான வளர்ச்சி, வயதுரீதியான வளர்ச்சிக்கு ஒரு முழு ஆண்டு பின்தங்கியிருந்தது.

அருண், இதற்குமாறாக, தேர்ந்தெடுக்கப்பட்ட கிராமத்தலைவராக இருந்த அவனது பெரியப்பாவின் விரிவடைந்த குடும்பத்தில் பிறந்தவன். அவனது பெரியப்பா பல ஆண்டுகளாக கிராமத்தலைவராக இருந்தவர். அவரை டியானே சந்தித்த நேரத்தில் கிராமத்தலைவர் பதவி அரசியலில் உறுதியான நடவடிக்கைகளால், கீழ்நிலை. சாதியினருக்கு சட்டபூர்வமாக

ஒதுக்கப்பட்டிருந்தது. ஆனால், அருணின் பெரியப்பா அந்த கிராமத்தில் அரசியல் அதிகாரத்தைக் கொண்டவராகவே - அவர் தலைவராக இல்லாவிட்டாலும்கூட- ஒவ்வொருவராலும் கருதப்பட்டார்.

அருணின் வீட்டில் உண்பதற்கு ஏராளமானவை இருந்தன. அருணின் தாயார் கருவுற்றிருந்தபோது நன்கு உண்பார். அருண் பிறந்தபிறகு, அவர் தனது பெரும்பாலான நேரங்களில் தனது பெற்றோர் வீட்டிலேயே இருந்துவந்தார். அதன்பொருள்: அவர் கடினமான வேலைகளைச் செய்யவேண்டியவராக இல்லாமல், அருணுக்கு அவன் எப்போதெல்லாம் விரும்பினானோ அப்போதெல்லாம் தாய்ப்பால் தருவதிலேயே தனது கவனத்தைக் குவித்துவந்தார். இந்த நல்ல குழந்தைப்பருவ அனுபவத்தின் விளைவாக அருண் மிகவும் உயரமாக - அனில் வளர்ந்ததைவிட- வளர்ந்தான். இரண்டு ஆண்டுகள் நான்கு மாதங்களில் அருண் 89 செ.மீ. உயரமாக இருந்தான். பன்னாட்டுத் தரவுகளின்படி அருண் உயரமானவன் அல்ல - உண்மையில் அவன் ஆரோக்கியமான குழந்தைகளிடையே பத்தாவது தரத்தில் இருந்தான். -ஆனால், அனிலைப்போல இல்லாமல் அவனது உயரம் குறைந்தபட்ச வளர்ச்சி வரைபடத்தில் பதியப்பட்டது.

மைக் மற்றும் டீன், இந்துக்கள் மற்றும் முஸ்லீம்களுக்குள் சிசுக்களின் மரணத்துக்கான திறந்தவெளி மலம் கழிப்பின் விளைவுகளை ஆய்வுசெய்து கொண்டிருந்தபோது, புள்ளிவிவரத் தொகுப்பில் அருண், அனில் ஆகிய இருவரும் அனுபவித்த நோய்களுக்கும், தாய்ப்பால் அருந்துவதற்கும் இடையே ஒரு தொடர்பு உள்ளதைக் கண்டனர். தாய்ப்பால் தருவது இந்து, முஸ்லீம் என்ற எல்லாக்குழந்தைகளுக்கும் நீடித்து வாழ்வதை மேம்படுத்துகிறது. முற்றிலும் தாய்ப்பால் கொடுக்கப்பட்ட குழந்தைகளுக்கும், தாய்ப்பால் கொடுக்கப்படாத குழந்தைகளுக்கும் இடையிலான சிசு மரணத்தின் வீதம் இந்துக் குழந்தைகளைவிட முஸ்லீம் குழந்தைகளிடம் சராசரியாக சிறிதளவே இருக்கிறது. வேறுவார்த்தைகளில், தாய்ப்பால் தருவது இந்துக்களைவிட முஸ்லீம்களுக்கு குறைவான பாதுகாப்பளிப்பதாகத் தோன்றுகிறது என புள்ளிவிவரங்கள் துவக்கத்தில் கருதின. ஆனால் இது வெறுமனே கூறப்படும் புள்ளிவிவரப் பொய்த்தோற்றம். இந்த வேறுபாடு எழுவது

ஏனென்றால், சராசரி இந்துக்குழந்தை அதிகமான நோய்களை எதிர்கொள்கிறது. அதிலிருந்து அந்தக்குழந்தைக்கு பாதுகாப்பு தேவைப்படுகிறது என்ற ஒரே காரணத்தால் மட்டும்தான். தாய்ப்பால் தருவது திறந்தவெளி மலம்கழிப்பால் கிருமிகள் பரவுவதற்கு எதிரான ஒரு தடைஅரணாக உள்ளது. இந்தக்குழந்தையின் அக்கம் பக்கத்தவர்கள் மிக அதிக அளவில் திறந்தவெளியில் மலம் கழிக்கிறார்கள். எனவே, நடைமுறையில் தாய்ப்பால் தருவது சராசரி இந்துக்குழந்தைக்கு பாதுகாப்பான விஷயமாக மாறவில்லை. ஏனென்றால், சராசரி இந்துக்குழந்தை மிகவும் அதிகமான மலக்கிருமிகளால் சூழப்பட்டிருக்கிறது.

இந்தப் புள்ளிவிவரங்களை நெருக்கமாகப் பார்க்கும்போது அது, தாய்ப்பால் அருந்துவது இந்து மற்றும் முஸ்லீம் குழந்தைகளுக்கு சரிசமமாக நல்லது, அவர்கள் சரிசமமான திறந்தவெளி மலம் கழிப்புக்கு வெளிப்பட்டால் என்பதை உறுதிசெய்கிறது. தாய்ப்பால் கொடுப்பதற்கும், திறந்தவெளி மலம் கழிப்புக்கும் இடையே உள்ள தொடர்புகள், முஸ்லீம் இறப்பு சதவீதத்தின் இயல்புநிலை கடந்த தோற்றம் கழிவுநீக்க ஏற்பாடு சம்பந்தப்பட்டது என்பதன் நம்பகமான ஒரு காரணமாக உள்ளது. இதை விளக்குவதற்கு வேறு எந்த ஒரு நல்ல வழியும் இல்லை. இல்லாவிட்டால் அது முஸ்லீம் தாய்ப்பால் கொடுப்பதுபற்றிய ஒரு புதிய புதிராகிவிடக்கூடும்.

அனில் எருமைப்பாலை அருந்தியதும், அருண் தாய்ப்பாலை அருந்தியதும் அவர்களைத் தாக்கிய நோய்களை எதிர்த்துப்போராட எவ்வாறு முடிந்தது என்பதற்கான ஒரு பெரிய பங்களிப்பை ஏற்படுத்தியது. இந்தச் சிறுவர்களை எவராவது ஒருவர் சந்தித்த ஒவ்வொரு கிராமப்புறநபரும் பெரும்பாலும் திறந்தவெளியில் மலம் கழிப்பவர்கள். எனவே, திடக்கழிவு கிருமிகள் இந்தச் சிறுவர்களுக்கு ஒரு முக்கியமான அச்சுறுத்தலாக இருந்தன. தாய்ப்பால் அவர்களுக்கு பொருத்தமான பாதுகாப்பை அளித்திருக்கக்கூடும்.

அங்கு இன்னும் முக்கியமானதாக வேறு ஏதாவதும்கூட இருந்திருக்கலாம். அருண் பிறந்தபிறகு அருணும் அவனது தாயாரும், தாயாரின் பெற்றோர் வீட்டில் கழித்த காலம் ஒருவேளை நோய்க்கு எதிரான பாதுகாப்பானதாக இருந்திருக்கலாம். அருணின் இளம்பருவம் உருவாக்கம் பெற்றுவந்த அதிகமான ஆண்டுகளில் அவன் தனது தாய்வழி

தாத்தா-பாட்டியுடன் மாவட்ட தலைநகருக்கு வெளிப்புறத்தில் பக்கத்தில் உள்ள நகர்ப்புறத்தில் வாழ்வதில் கழிந்தன -அவன் ஒருநாள் அதிகாரம் நிறைந்த ஒரு கிராமக்குடும்பத்தின் தலைவனாக வரக்கூடும் என்றாலும்கூட. உத்தரப்பிரதேசத்தின் பெரும்பாலான திறந்தவெளியில் மலம் கழிக்கும் கிராமங்களைவிட அவர் வாழும் இந்தப்பகுதி இயல்பாகவே மிகக்குறைவாக திறந்தவெளியில் மலம் கழிப்பவை. அவனது வளர்ச்சியின் பெரும்பாலான ஆண்டுகள் மற்ற பிற அனுகூலங்களோடு, சிறந்த கழிவு நீக்க ஏற்பாடு உள்ள இடத்தில் கழிந்ததன் விளைவாக அருண் மிகக்குறைவாகவே நோய்வாய்ப்பட்டான்.

திடக்கழிவுகிருமிகள் எவ்வாறு தங்கள் அசுத்தமான வேலைகளை செய்கின்றன?

திறந்தவெளி மலம் கழிப்பு மலக்கழிவுகளை தரையின்மீது விட்டுவைக்கிறது. இந்தியாவில் இதன் பொருள் மற்ற மக்கள் எங்குவாழ்ந்தும், வேலைசெய்துகொண்டும் இருக்கிறார்களோ அதற்கு நெருக்கமாக கிருமிகள் உள்ளன. இந்தக் கிருமிகள்மீது ஈக்கள் தங்குகின்றன. வயதுவந்தவர்கள் இவற்றின்மீது நடக்கிறார்கள். மேலும் குழந்தைகள் அவற்றுடன் தொற்றுமாசு படிந்த புழுதியில் விளையாடுகிறார்கள். அனிலின் பால்புட்டியைப்போல அல்லது அழும் குழந்தைக்கு உறுஞ்சுவதற்காக தாயார் கொடுக்கும் விரல் போல அங்கு எண்ணமுடியாத வகைகளில் எங்கும் நிறைந்துள்ள மலக்கழிவு கிருமிகள் வளரும் குழந்தைகளுக்குள் செல்லும் வழியை ஏற்படுத்திக்கொள்கின்றன.

மிகவும் வெளிப்படையான விளைவு வாந்திபேதி ஆகும். வாந்திபேதி மலக்கழிவு கிருமிகளால் பரவும் ஒரு குறுகியகால நோய். ஒருவருக்கு வாந்தி பேதி ஏற்பட்டால், அவரது உடல் தீங்கு நிறைந்த நச்சுக்கோளாறுகளை அல்லது நோய் நுண்ணுயிரிகளை வெளியே தள்ள முயற்சிக்கிறது. ஒரு பக்கவிளைவாக அந்தநபர் அண்மையில் எந்தவொரு உணவை உண்டிருந்தாலும், உடலும்கூட தானாகவே கழித்தொழிக்கிறது. இதன்பொருள் அந்த உணவில் உள்ள ஊட்டச்சத்தை

உறிஞ்சிக் கொள்ளவோ அல்லது உடல்வளர்ச்சிக்கு அதைப் பயன்படுத்தவோ முடியாது.

குடல்சார்ந்த தீவிர செயல்பாடுகளும் சுற்றுச்சூழலில் இன்னொரு நோய் ஆகலாம். அது திறந்தவெளி மலம் கழிப்புக்கு வெளிப்பட்ட குழந்தைகளை அவர்கள் எவ்வளவு உயரமாக வளரமுடியுமோ அந்தஅளவுக்கு வளரமுடியாமல் தடுக்கிறது. சுற்றுச்சூழலில் குடல்சார்ந்த நோய்மைபற்றி இன்னும்கூட சரியாக புரிந்துகொள்ளப்படவில்லை. ஆனால், விஞ்ஞானிகள் இந்த சீர்கேடான நிலைமை எவ்வளவு தீவிரமானதாக இருக்கக்கூடும் என்பதைப் புரிந்துகொள்வதை நோக்கி முன்னேற்றங்களை ஏற்படுத்திவருகிறார்கள். திரும்பத்திரும்ப மலக்கழிவு கிருமிகளுக்கு வெளிப்படும்போது குடல்களின் வளைவுகள் தடித்தல் என்னும் மேலும் ஓர் அச்சுறுத்தலின் சேர்க்கைக்கு வழிவகுக்கும். குடல்களின் வளைவுகள் உணவில் உள்ள ஊட்டச்சத்துகளை உறிஞ்சிக்கொள்ள அவசியமானவை. அந்தக்குடலின் அதிகப்படியான உட்புக இடம்தரும்தன்மை நோய்க்கும் இடம்தரும். குடல் நோயுள்ள ஒரு குழந்தை வெளித்தோற்றத்தில் நோயுற்றதாகத் தோன்றாது. ஆனால், அதன் உடல் அது உண்ணும் உணவை வளர்ச்சிக்கான சக்தியாக மாற்ற இயலாவிட்டால், அதனால் அதன் மரபியல் பண்புக்குரிய உயரத்தைவிட வேறுவழியின்றி குள்ளமாகவே வளரும்.

திறந்தவெளி மலம் கழிப்பு ஒட்டுண்ணிகளையும்கூட பரப்புகிறது. ஒட்டுண்ணிகள் மனிதர்களின் குடல்களில் வாழ்ந்து அவற்றின் முட்டைகளை இடுகின்றன. ஒட்டுண்ணித்தொற்று உள்ள மக்கள் திறந்தவெளியில் மலம் கழிக்கும்போது அந்த ஒட்டுண்ணிகளின் முட்டைகள் தரையின்மீது வெளிப்பட்டு மற்றவர்கள் அவற்றை எதிர்கொள்ளவைக்கின்றன.

இந்த ஒட்டுண்ணிகள் குழந்தையின் வளர்ச்சியை பலவழிகளில் தடுக்கின்றன. முதலில் குழந்தையின் உணவை மிகச்சரியாக திருடுகின்றன. குழந்தைகள் உண்ணும் உணவை அவை தாங்கள் வளரவும், தங்களை மறுஉற்பத்தி செய்து கொள்ளவும் பயன்படுத்துகின்றன. ஒரு குழந்தையின் குடலில் வளரும் ஒட்டுண்ணிகள் உணவில் நாட்டமின்மையை ஏற்படுத்துகின்றன. சிலநேரங்களில் காயவடுக்களையும், இரத்தக்கசிவையும் ஏற்படுத்தி குடல் உணவை ஜீரணிப்பதை சிரமத்துக்குள்ளாக்குகின்றன. வட்டப்புழு என்ற பொதுவாக

அறியப்பட்ட சிறுகுடல்புழு இந்தியாவில் மிகவும் பொதுவகைப்பட்ட குடல்புழு ஆகும். இதனுடைய குஞ்சுகள் தாங்கள் வாழ்பவரின் குடலைக்குடைந்து நுரையீரலுக்குள் சென்று முழுவளர்ச்சி அடைகின்றன. கொக்கிப்புழு தான் தங்கியிருக்கும் குடலின் சுவரில் தன்னை ஒட்டிக்கொண்டு அதிக இரத்தத்தை உணவாக்கிக்கொள்கிறது.

துரதிர்ஷ்டவசமாக, இந்தியாவில் குடல் ஒட்டுண்ணி நோய்கள் பற்றிய தேசிய அளவிலான ஆய்வுப்புள்ளி விவரங்கள் ஏதும் இல்லை. ஆனால், வெவ்வேறு இடங்களில் நடைபெற்ற ஆய்வுகள் தொற்றுவீதங்கள் குறிப்பாக கிராமப்புறங்களில் மிக அதிகம் என்பதைத் தெரிவிக்கின்றன. பீகாரில் 20 கிராமப்புறப் பள்ளிகளில் நடைபெற்ற ஆய்வு கிட்டத்தட்ட 70% குழந்தைகள் குறைந்தபட்சமாக ஓர் ஒட்டுண்ணித்தொற்றாவது உடையவர்கள் என்று கண்டறிந்தது.

வாந்திபேதி, குடல்சார் மற்றும் ஒட்டுண்ணித்தொற்று போன்ற இந்தவகை நோய்கள் விரிந்துபரந்த திறந்தவெளி மலம் கழிப்புக்கு குழந்தைகள் வெளிப்படுத்தப்படும்போது அவை குழந்தையின் வளர்ச்சியை தடுத்து நிறுத்துவனவாக மாறுகின்றன. இந்தநோய் ஒரு நோய்த்தொற்றை எதிர்த்துப்போராடுகிறபோது மறைமுகமாக உடலின் சக்தியை உண்கிறது அல்லது நோய் எதிர்ப்புசக்தியை பலவீனப்படுத்தி அதன்மூலம் குழந்தைக்கு மிகவும் வடுப்பட்டதாக சுவாசத் தொற்றுக்குக் காரணமாகிறது.

இந்தநோய்கள் ஒருவேளை உணவு ஊட்டத்தின் வெளிப்பாடுகளாக உயரத்தை விடவும் வேறுசில சிக்கல்களையும் கொண்டிருக்கலாம். ஒரு முக்கியமான எடுத்துக்காட்டு: தங்கள் இரத்தத்தில் மிகவும் குறைவான புரதச்சத்து இரத்த அணுக்களால் ஒரு நபருக்கு ஏற்படக்கூடிய இரத்த சோகை. இது கவலைப்படத்தக்க விளைவுகளைக்கொண்ட ஒரு நோய். இரத்தசோகை பிடித்த குழந்தைகள் களைத்துப்போவதாகவும், எளிதில் கோபப்படுபவர்களாகவும், இரத்தசோகை இல்லாத குழந்தைகள் கற்றுகொள்ளும் சோதனைகளில் எவ்வளவு சாதிக்கிறார்களோ, அந்த அளவு சாதிக்க வளரமுடியாதவர்களாகவும் உணர்வார்கள். இரத்த சோகைபிடித்த வயதுவந்தவர்கள் ஆரோக்கியமான வயதுவந்தவர்களைப்போல

கடுமையாக உழைக்க முடியாதவர்களாகி விடுவார்கள். மேலும் இரத்தசோகையுள்ள பெண்கள் குழந்தைப் பேற்றின்போது இறந்துவிடக்கூடிய ஆபத்தும் உள்ளது.

வளர்ச்சியைத் தடைபடுத்துவதுபோலவே இரத்தசோகை, வளரும் நாடுகளில் உள்ள மற்ற பெரும்பாலான இடங்களைவிட இந்தியாவில் மிக அதிக அளவுக்கு பொதுவாக உள்ளது. இரத்தசோகை பற்றிய அண்மைய தேசிய புள்ளிவிவரம் 2005இல், 70% இந்திய இளம் குழந்தைகள் இரத்தசோகை உடையவர்கள் என கண்டறிந்துள்ளது. இத்தகைய உயர்வீதத்தில் இரத்தசோகை உள்ள மற்ற இடங்கள் அதிகவீதத்தில் மலேரியா உள்ள ஆஃப்ரிக்காவின் பகுதிகள் மட்டுமே. மலேரியா என்ற முறைக்காய்ச்சல், நோய்எதிர்ப்பு சக்தியை உண்கின்ற ஓர் ஒட்டுண்ணியால் ஏற்படும் ஒரு நோய். இந்தியாவில் எவ்வாறோ இந்த முறைக்காய்ச்சலால் ஏற்படும் விளைவுகள் ஆஃப்ரிக்காவைப்போல மோசமாக இல்லை. பலஆண்டுகளாக இந்திய சுகாதார அமைப்பு இரத்தசோகைக்கு இரும்புச்சத்து மாத்திரைகளைப் பரிந்துரைத்து வருகிறது. ஏனென்றால், அது நோய் எதிர்ப்புசக்தியை உற்பத்திசெய்ய உடலுக்கு தேவைப்படும் ஓர் ஊட்டச்சத்து. இந்த உத்தி உட்குறிப்பாக உணவு ஊட்டத்துக்குரிய நோயின் விளைவுகளை புறக்கணிக்கிறது. பெருமளவுக்கு இதேவழியில் திறந்தவெளி மலம்கழிப்பு நோய்கள் குழந்தைகளை குள்ளமானவர்களாக ஆக்குகிறது. அவையும்கூட உயர் விகித இரத்தசோகைக்கு காரணங்களாகின்றன. நோய் எதிர்ப்புசக்தியை உருவாக்க உடலுக்கு இரும்புச் சத்துடன் கூடவே folate ஊட்டச்சத்து பி 6 மற்றும் பி 12 தேவைப்படுகின்றன. குழந்தைகள் அடுத்தடுத்து வாந்திபேதி, நாட்பட்ட ஒட்டுண்ணித்தொற்று காரணமாக இந்த ஊட்டச்சத்துகளை ஈர்த்துக்கொள்ள முடியாவிட்டால் அவர்களது உடல்கள் இந்த ஊட்டச்சத்துகளை அல்லது சிறப்பு உணவுத்திட்ட சேர்க்கையைப் பயன்படுத்த இயலாது.

திறந்தவெளி மலம் கழிப்புக்கும், இரத்தசோகைக்கும் இடையேயான உறவு பற்றி இன்னும் நிறையக் கற்றுக்கொள்ள வேண்டியிருந்தபோதிலும், ஆதாரங்கள் திறந்தவெளி மலம் கழிப்புகள் தெற்கு ஆசியாவில் ஒழுங்குமீறிய இரத்த சோகையின் உயர்வீதங்களுக்கான முக்கியமான பங்கு வகிக்கிறது என்று தெரிவிக்கின்றன. குழந்தையின் உயரம், சிசுமரணம் பற்றி ஆராய நாம் பயன்படுத்தும் இதேவகையான பிறப்பு- நோய்- இறப்பு

ஆய்வு, திறந்தவெளி மலம் கழிப்புக்கும், குழந்தைகளின் நோய் எதிர்ப்புசக்திக்கும் இடையேயுள்ள உறவுகளைக் கண்டறிய நேபாளத்தில் பயன்படுத்தப்பட்டன. இந்த உறவுகளை ஆய்வுசெய்ய நேபாளம் ஒரு சிறந்த இடம். ஏனென்றால் இந்தியாவைப்போல இல்லாமல் நேபாளத்தில் உள்ள பலகுடியிருப்புகள் திறந்தவெளி மலம் கழிப்பிலிருந்து கடந்த பத்தாண்டுகளாக கழிப்பிடம் அல்லது அந்தச்சுற்றுசூழலுக்கு முக்கியமான கழிப்பறைகளுக்கு மாறிவந்துகொண்டிருக்கின்றன. 2006இல் நேபாளத்திலிருந்த குடியிருப்புகளில் பாதியளவு திறந்தவெளியில் மலம்கழித்தன. ஆனால், 2011இல் அந்த எண்ணிக்கை 35%க்கு குறைந்துவிட்டது. மக்கள்தொகையின் சராசரி உயரங்கள், அவர்கள் வெளிப்படுத்தப்படும் சுற்றுச் சூழல்களால் உருவாக்கப்படுகின்றன: மரபுவழிப்பண்புகளால் அல்ல.

நேபாளத்துக்குள் உள்ள சிலபகுதிகள் திறந்தவெளி மலம்கழிப்பில் மற்ற பகுதிகளைவிட அதிகமான முன்னேற்றங்களைப் பெற்றுள்ளன. எனவே, குழந்தைகளின் நோய் எதிர்ப்பு அளவுகளில் மிகுந்த முன்னேற்றங்களை ஏற்படுத்தியுள்ளன. அவை: சராசரியாக நோய்த்தடுப்பு சக்திகளின் அளவுகள், திறந்தவெளி மலம் கழிப்பின் வீழ்ச்சி மிகமெதுவாக நடந்த பகுதிகளைவிட, மிகவேகமாக நடந்த பகுதிகளில் மிகவும் சாதகமாக இருந்தன. இந்தியாவில் இரத்தசோகைக்கு திறந்தவெளிமலம் கழிப்பு ஒரு முக்கிய காரணம் என்றால், கொள்கைகளை உருவாக்குபவர்கள் துணைமாத்திரைகளை விநியோகிக்கும் திட்டங்களில் விநியோகிக்கப்பட்டவற்றை நோய்வாய்ப்பட்ட குடல்கள் உள்வாங்கிக்கொள்ளமாட்டா என்பதால் அதில் ஓரளவு வெற்றிகளையே எதிர்பார்க்கவேண்டும்.

ஆசியப் (இந்திய) புதிரைக் கண்டறிதல்

இப்போது நாம் நோய், ஊட்டச்சத்து, மற்றும் வளர்ச்சி பற்றிய அறிவைப் பெற்றுள்ளோம். சஹாரா - ஆஃப்ரிக்க துணைக்கண்டத்தின் குழந்தைகளைவிட இந்தியக் குழந்தைகள் ஏன் குள்ளமாக உள்ளார்கள் என்ற ஆசியப்புதிருக்குத் திரும்ப அவை நமக்கு தேவை. பரிசீலிக்க: மக்களின் சராசரி உயரம் அவர்களின் சூழலால் வடிவமைக்கப்படுகின்றன.

மரபணுக்களால் அல்ல. அதில் பல முக்கியப் பகுதிகள் உள்ளன. அவை ஊட்டச்சத்து, கருவுற்ற காலத்தில் தாயின் உடல் நலம் மற்றும் ஆரம்பகால குழந்தைப்பருவம்(அது அருணின் தாயாரின் நிகழ்வில்போல அவருடைய சமூக அந்தஸ்து மற்றும் அதிகாரம் பெற்றிருத்தலில் பிரதிபலிக்கும்) ஆகியவற்றை உள்ளடக்கியது. மேலும் அந்தக் குழந்தை எப்போது, எவ்வாறு தாய்ப்பால் ஊட்டப்பட்டது என்பதையும் உள்ளடக்கியது. சுற்றுச்சூழலின் ஒரு முக்கியமான பகுதி நோய். அது கழிவு நீக்க ஏற்பாடுகள் மூலம் உருவாகும். வாந்திபேதி, எண்ட்ரோபதி மற்றும் ஒட்டுண்ணிகள் ஆகிய மூன்றும் முக்கியமான உயிரியல் நுட்பமாகும். இவற்றின்மூலம் திறந்தவெளி மலம் கழிப்பு வேறுவிதமாக இருந்திருக்க வேண்டிய இந்தியக் குழந்தைகளை குள்ளமானவர்களாக ஆக்கியிருக்கிறது. திறந்தவெளி மலம் கழிப்பில் உள்ள வேறுபாடுகள் சஹாரன்- ஆஃப்ரிக்க குழந்தைகளைவிட இந்தியக் குழந்தைகள் குள்ளமானவர்கள் என்ற ஆசியப் புதிரை விளக்குமா?

இந்தியாவுக்கும், சஹாரன் - ஆஃப்ரிக்காவுக்கும் இடையே திறந்தவெளி மலம் கழிப்பில் உள்ள வேறுபாடு மிகவும் பெரியது என அங்கீகரிப்பதன் மூலம் நாம் பதிலளிக்கத் துவங்குவோம். 2005இல் அதற்கு முந்தைய ஆண்டின் நம்பத்தகுந்த ஆதாரங்களின்படி திறந்தவெளி மலம் கழிப்பு தோராயமாக இந்தியாவில் இருந்ததுபோலவே சஹாரன்- ஆஃப்ரிக்காவிலும் பாதியளவு பொதுவழக்கமாக இருந்தது. UNICEF - WHO மதிப்பீடுகளின்படி அந்த நேரத்தில் 57% இந்தியர்கள் திறந்தவெளியில் மலம் கழித்தார்கள். ஆஃப்ரிக்க ஏழை நாடுகளில்கூட திறந்த வெளி மலம் கழிப்பு மிகவும் குறைவான பொதுவழக்கமாக இருந்தது. எடுத்துக்காட்டாக, அது கென்யாவில் 15% ஆகவும், காங்கோ ஜனநாயக குடியரசில் 11% ஆகவும், ருவாண்டாவில் வெறும் 4% ஆகவும் இருந்துவந்தது. இந்தியக் குழந்தைகளைப்போல் ஆஃப்ரிக்க குழந்தைகள் பணத்தை அதிகமாகப் பெற்றிருக்கவில்லை. ஆனால் அவர்கள் அக்கம்பக்கத்தவரின் திறந்தவெளி மலம் கழிப்பால் பரவும் நோய்களிலிருந்து விடுபட்டு சுதந்திரமாக இருந்தார்கள். திறந்தவெளி மலம் கழிப்புக்கு வெளிப்படுவதில் சராசரியாக இந்தியாவுக்கும், சஹாரன்- ஆஃப்ரிக்காவுக்கும் இடையே உள்ள வேறுபாடு மிகவும் பெரியது என்பதை, குழந்தையின் உயரத்தின்மீதான திறந்தவெளி மலம் கழிப்பின் விளைவு,

மிகமோசமான கழிவு நீக்க ஏற்பாட்டால் மிகப்பெரிதாக இருந்தது என்பதை அர்த்தப்படுத்தி, உயர வேறுபாட்டை எண்ணிக்கை அளவில் விளக்கிவிட முடிகிறது.

உடல் ஆரோக்கியத்துக்கும், வளரும் குழந்தைகளின் உயரத்துக்கும் உள்ள பல அச்சுறுத்தல்களில், ஒரேஒரு அச்சுறுத்தலாக திறந்தவெளி மலம் கழிப்பு உள்ளது. இந்தியாவுக்கும், சஹாரன்- ஆஃப்ரிக்காவுக்கும் இடையில் குழந்தைகளின் உயரத்தில் உள்ள வேறுபாட்டை திறந்தவெளி மலம் கழிப்பால் விளக்க முடியுமா, என்று தெரிந்துகொள்வதற்கு திறந்தவெளி மலம் கழிப்பின் பாதிப்பு எவ்வளவு பெரியது என்பதை முதலில் நாம் அறிந்துகொள்ளவேண்டும். ஐந்துவயது சராசரி இந்தியப்பெண் குழந்தைகளின் உயரத்தில் 2/3 செ.மீ. உயரக் குறைவை ஏற்படுத்தும் அளவுக்கு திறந்தவெளி மலம் கழிப்பின் பாதிப்பு அவ்வளவு பெரியதா?

ஆசியப்புதிரை திறந்தவெளி மலம் கழிப்பு விளக்குமா? என்று முதலில் கேட்டபோது, டீன், அதிகமான பிறப்பு-நோய்-இறப்பு புள்ளிவிவர ஆதாரங்களோடு, இதேபோன்ற அச்சுறுத்தல்களுக்கு உள்ளான குழந்தைகளை ஒப்பீடு செய்யத் துவங்கினார். இந்தப் புள்ளிவிவர ஆதாரங்கள்தான் ஒட்டுமொத்த இந்தியா மற்றும் சஹாரன்- ஆஃப்ரிக்காவினரை பிரதிநிதித்துவப்படுத்துபவை ஆகும். இந்தியாவில் உள்ள குழந்தைகள் மொத்தத்தில் குள்ளமானவர்கள்: ஏனென்றால் அவர்களும்கூட மிக அதிகமாக திறந்தவெளி மலம் கழிப்பின் பாதிப்புக்கு உள்ளானவர்கள்.

இந்தியாவிலும், சஹாரன்- ஆஃப்ரிக்காவிலும் அதேஅளவு திறந்தவெளி மலம் கழிப்புக்கு வெளிப்பட்ட குழந்தைகளின் நிலை என்ன? இந்த நிகழ்வில் குழந்தைகளுக்கிடையே உயரத்தில் எந்த வேறுபாடும் இல்லை. மேலும் இது ஆசியப் புதிரும் அல்ல. எங்கே ஆஃப்ரிக்கக் குழந்தைகள் அக்கம்பக்கத்தவரின் திறந்தவெளி மலம் கழிப்பு என்ற விதிக்கு உள்ளாகிறார்களோ அங்கு, ஒவ்வொருவரும் இந்தியக் குழந்தைகளைப்போலவே சிறிதளவு குள்ளமாக இருக்கிறார்கள். வேறு வார்த்தைகளில்: திறந்தவெளி மலம் கழிப்பின் அடர்த்தி சராசரி குழந்தைகளின் உயரத்திலும்கூட பொருந்துகிறது.

திறந்தவெளி மலம் கழிப்பு மற்றும் குழந்தைகளின் உயரம் பற்றிய ஆதாரங்களை ஒன்றுசேர்ப்பது

இந்தப்புதிருக்குத் தீர்வு காணப்பட்டுவிட்டதா? இந்தியக் குழந்தைகளும், ஆஃப்ரிக்கக் குழந்தைகளும் உயரத்தில் சராசரியாக பொருந்தும்போது, திறந்தவெளி மலம் கழிப்புக்கு வெளிப்படுதலிலும் பொருந்துகிறார்கள் என்பது அந்த விஷயத்தை முடிவுக்குக் கொண்டுவந்துவிட்டதா? திறந்தவெளி மலம் கழிப்பால்தான் இந்தப்புதிரை விளக்கமுடியும் என்பதற்கு இது ஒரு முக்கிய சாட்சியம். ஆனால் நாம் அங்கேயே நின்றுவிட முடியாது. வங்கதேசத்துக்கும், மேற்குவங்கத்துக்கும் இடையே பல வேறுபாடுகள் இருப்பதுபோல் இன்னும் அதிகமான வேறுபாடுகள் இந்தியாவுக்கும் சஹாரன்- ஆஃப்ரிக்காவுக்கும் இடையே உள்ளன. எது திறந்தவெளி மலம் கழிப்பின் பாதிப்புபோல் தோன்றுகிறதோ அது, உண்மையில் வேறு ஒன்றின் பாதிப்பு அல்ல என்பதை உறுதிப்படுத்துவது முக்கியமானதாகும்.

புள்ளிவிவர ஆராய்ச்சியாளர்கள் உண்மையான பாதிப்புகள் என இவற்றில் நாம் நம்பிக்கை கொண்டிருக்கவேண்டும். வெறுமனே உண்மைபோல் தோன்றுகிற பாதிப்புகளிலிருந்து - எதிர்பார உடன் நிகழ்வுகள் தவறாக வழி நடத்தும், தொடர்புபடுத்தும் அல்லது மற்ற குருட்டுத்தனமான புள்ளிவிவரங்களிலிருந்து - பிரிக்க, பலவகையான தகவல்களை பயன்படுத்துகிறார்கள். ஒன்றுக்கும் மேற்பட்ட ஆராய்ச்சி உத்திகள் ஒரே திசைவழியை குறிப்பிடும்போது மிகவும் உறுதியான முடிவுகள் உருவாகின்றன. பல ஆராய்ச்சியாளர்களும் நம்புகிறார்கள். சில அணுகுமுறைகள், நாம் இந்தியா மற்றும் சஹாரன்- ஆஃப்ரிக்க குழந்தைகளிடையேயான பொருத்தத்தில் கண்ட வடிவங்களை-ஒட்டுமொத்த மக்கள்தொகையை பிரதிநிதித்துவப்படுத்துவதாக உள்ள பெரிய புள்ளிவிவர அடித்தளங்களை, முழுகவனத்துடன் ஒப்பிடுவது போன்ற வடிவங்களை எடுக்கின்றன. மற்ற அணுகுமுறைகள், எங்கே காரணமும், விளைவுகளும் வழக்கத்துக்கு மாறாக தெளிவாக இணைந்துள்ளனவோ அந்த சிறப்பு நிகழ்வுகளிலிருந்து கற்றுக்கொள்வதற்காக மக்களின் சிறிய மாதிரிகளின்மீது கவனம் செலுத்துகின்றன.

ஒரே வகைமாதிரியான ஆராய்ச்சி உத்திகளின் ஒருபக்கத்திலிருந்து மறுபக்கம்வரை திறந்தவெளி மலம்கழிப்பு குழந்தைகளின் உயரத்தில் முக்கியத்துவம் உடையது என்று நிரூபிக்கப்படுகிறது. ஒரு வழிமுறை அதிகமான திறந்தவெளி மலம் கழிப்புடைய நாடுகளிலிருந்த குழந்தைகள், குறைவான திறந்தவெளி மலம் கழிப்புடைய நாடுகளின் குழந்தைகளைவிட குள்ளமானவர்கள் என்பதை ஒப்பீடு செய்கிறது. இது அதிகமான திறந்தவெளி மலம்கழிப்புள்ள நாடுகள் மிகவும் ஏழ்மையானவை என்ற காரணத்தினால் அல்ல. அனைத்துக்கும் அப்பால் வங்கதேசத்தை அல்லது சஹாரன் -ஆஃப்ரிக்காவைவிட இந்தியாவில் அதிகமான திறந்தவெளி மலம்கழிப்பு உள்ளது.

இன்னொரு அணுகுமுறை இந்தியாவுக்குள் உள்ள இடங்கள் நெடுகிலும் பார்க்கிறது. இந்தியாவுக்குள் அதிக திறந்தவெளி மலம் கழிப்புள்ள மாவட்டங்களில் உள்ள குழந்தைகளும்கூட குறைந்த திறந்தவெளி மலம் கழிப்புள்ள மாவட்டங்களில் உள்ள குழந்தைகளைவிட குள்ளமானவர்களாகவே உள்ளார்கள். மேலும் நெருக்கமாகப் பார்க்கும்போது இன்றும்கூட இந்தியாவுக்குள் அதிக திறந்தவெளி மலம்கழிப்புள்ள கிராமங்களில் உள்ள குழந்தைகள் குறைவான திறந்தவெளி மலம்கழிப்புள்ள கிராமங்களில் உள்ள குழந்தைகளைவிட குள்ளமானவர்களாக உள்ளார்கள்.

இந்த உலகில் நிலவும் திறந்தவெளி மலம்கழிப்பின் வேறுபாடுகளை ஆராய்வதற்குப் பதிலாக, இந்த வேறுபாடுகளை இயக்க ஒரு மாற்று அணுகுமுறை ஏற்படுத்தப்படுகிறது. மருத்துவ ஆராய்ச்சியாளர்கள் ஒரு புதிய மருந்தை சோதிக்கும்போது அவர்கள் அடிக்கடி சமவாய்ப்புடன்கூடிய சோதனைகளை நடத்துகிறார்கள். கழிப்பிடங்கள் மாத்திரைகளாக இல்லாதபோதும் அதேபோன்ற கொள்கைகள் திறந்தவெளி மலம் கழிப்புக்கும் பிரயோகிக்கப்படுகின்றன. அங்கொன்றும் இங்கொன்றுமாக சிலநோயாளிகள் ஓர் ஆற்றல்வாய்ந்த மாத்திரையை பெறவைப்பதற்குப் பதிலாக, மற்றநோயாளிகளை அந்த மக்களின் மருந்துகளைப் பெறுகின்ற ஒரு கட்டுப்பாட்டுக் குழுவாக்க, ஓர் ஆராய்ச்சிக்குழு சில கிராமங்களை திறந்தவெளி மலம்கழிப்புக் குறைப்பைப் 'பெறக்' குறிக்கலாம். மேலும் மற்ற கிராமங்களை கட்டுப்பாட்டுச் சிகிச்சைகளைப் 'பெற'வைக்கலாம். அது கழிவுநீக்க குணாம்சத்தை அது எவ்வாறு இருந்ததோ, அந்தவழியில் விட்டுச்செல்கிறது.

ஒருசில நேரங்களில் இது எளிதானதல்ல. மக்கள் தேர்ந்தெடுத்துச் செய்யும் பல நிகழ்வுகளில் ஒன்றாக திறந்தவெளி மலம்கழிப்பு உள்ளது. ஆராய்ச்சியாளர்களால் ஆய்வுகிராமங்களில் திறந்தவெளி மலம்கழிப்பதை நிறுத்துமாறு மக்களை ஒப்புக் கொள்ளவைக்க முடியாவிட்டால் அந்த கிரமங்களில் இரண்டுகுழுக்களை ஒப்பிடுவதன் மூலம் ஆரோக்கியத்தின் விளைவுகளைப்பற்றி தெரிந்துகொள்வதற்கு எந்த நம்பிக்கையும் இல்லாமல் போய்விடும். முடிவில் மலக்கழிவு கிருமிகளுக்கு அவர்கள் தங்களை வெளிப்படுத்திக்கொள்வது முன்புபோலவே நீடிக்கும். இத்தகைய பரிசோதனைகளின் வழிகாட்டும் கொள்கைகள் 'திறந்தவெளி மலம்கழிப்பை நாம் மாற்றுவோம்: ஆரோக்கியத்துக்கு என்ன நேரிடுகிறது என்பதைப் பார்ப்போம்' என்பதாகும். ஆனால் உங்களால் திறந்தவெளி மலம்கழிப்பை மாற்றமுடியாவிட்டால், நீங்கள் அதிர்ஷ்டமற்றவர். அதுபோலவே நீங்கள் மிகவும் குறைவான அல்லது திறந்தவெளி மலம்கழிப்பு இல்லாத இடத்தில் உங்கள் கழிவுநீக்க பரிசோதனைகளைத்துவக்கி நடத்த முடிவுசெய்வீர்களானால், நீங்கள் முக்கியமான விஷயங்களை அறிந்துகொள்வீர்கள். ஆனால் அங்கு திறந்தவெளி மலம்கழிப்பை குறைப்பதால் ஏற்படும் விளைவுகளைப்பற்றி அறிந்துகொள்ள எந்த வாய்ப்பும் இருக்காது. ஏனென்றால், அங்கு குறைப்பதற்கு திறந்தவெளி மலம்கழிப்பே இருக்கப்போவதில்லை.

இந்த சவால்களுக்கு எதிராகவே பல்வேறு ஆராய்ச்சிக்குழுக்கள் கிராமங்களில் திறந்தவெளி மலம்கழிப்புபற்றி பெருமளவிலான சோதனைகளை ஏற்று நடத்தின. குறிப்பாக உலகவங்கி நான்கு தொகுதிகள்கொண்ட பரிசோதனைகளை ஒவ்வொன்றும் ஒரு தனிப்பட்ட நாட்டில், ஒவ்வொன்றும் திறந்தவெளி மலம்கழிப்பில் மாற்றங்களை இயக்கும் முயற்சியாக ஏற்பாடு செய்தது, இவற்றிலிருந்து ஆராய்ச்சியாளர்கள் தெரிந்து கொள்ளவேண்டும் என்பதற்காக. பொருளாதார நிபுணர் பால்ஜெர்ட்லர் புள்ளிவிவர ஆய்வில் ஆராய்ச்சியாளர்கள்குழு ஒன்றுடன் ஒத்துழைத்தார். அது நான்கு பரிசோதனைகளிலும் இருந்த புள்ளிவிவரங்களை இணைத்தது. அவற்றில் மூன்று பரிசோதனைகள் குழந்தையின் உயரத்தின்மீதான திறந்தவெளி மலம்கழிப்பின் விளைவுகளைத் தொகுத்த புள்ளிவிவரங்கள் உள்ளடக்கியவை. இந்த ஒருங்கிணைந்த ஆய்வு குழந்தையின் உயரத்தில் திறந்தவெளி மலம்கழிப்பு முக்கியப்பங்கு

வகிக்கிறது என்பதைக் கண்டறிந்தது. ஜெர்ட்லரும் அவரது சக படைப்பாளிகளும் ஆசியப்புதிரை விளக்குவதற்கு அவசியமான திறந்தவெளி மலம்கழிப்பு பற்றிய மூன்று ஆய்வுகள் நெடுகிலும் எண்ணிக்கைகளை மிகத்துல்லியமாக சராசரிப்படுத்தி மதிப்பிட்டார்கள். ஒருவேளை மிகக்கச்சிதமான ஆய்வுகூட ஒரு மதிப்பீட்டை ஒரேவகையான பல்வேறு தொகுதியின் அளவுக்குக்கீழே குறுக்கலாம் - ஒற்றை எண்ணிக்கையாக அல்ல. மேலும் குழந்தையின் உயரத்தின்மீதான திறந்தவெளி மலம்கழிப்பின் விளைவு வெவ்வேறு இடங்களில் வெவ்வேறாக உள்ளது..

இன்னொரு கழிவுநீக்கப் பரிசோதனை 2004இல் உலக வங்கியாலும், மஹாராஷ்டிராவின் சுகாதாரத்துறை அமைச்சகத்தாலும் தொலைநோக்குப் பார்வைகொண்டு, மிகமுந்திய முயற்சியாக, கழிவுநீக்க ஏற்பாட்டின் ஆரோக்கிய விளைவுகள் பற்றி எவ்வளவு அதிகம் தெரிந்துகொள்ள முடியுமோ, அந்த அளவுக்கு அறிந்துகொள்ள நடத்தப்பட்டது. ஒரு பத்தாண்டுகள் கழித்து அந்த பரிசோதனையிலிருந்து எஞ்சியிருந்த புள்ளிவிவரங்களை ஆய்வுசெய்ய டீன், பொருளாதார நிபுணர் ஜெஃப்ஹேமருடன் வேலைசெய்தார். அந்த பரிசோதனை நடைபெற்ற இடத்தில் குழந்தையின் உயரத்தில் திறந்தவெளி மலம் கழிப்பு பெரும்விளைவுகளை ஏற்படுத்தியிருந்ததற்கான தெளிவான ஆதாரங்கள் இருந்ததை புள்ளிவிவரங்கள் காட்டுவதுபோல தோன்றின. துரதிர்ஷ்டவசமாக, எவ்வாறோ முதலாவது ஆராய்ச்சிக்குழு திட்டமிட்ட மூன்று மாவட்டங்களில் ஒரே ஒரு மாவட்டத்தில் மட்டுமே பரிசோதனை நடத்தியது. இந்த மாவட்டத்தில்தான் இந்தத்திட்டம் மிகப்பெரிய அளவுக்கு ஓர் அழுத்தமான விளைவைக் காட்டியதுபோல காணப்பட்டது. எடுத்துக்காட்டாக, அங்கே இருந்த பெரும்பாலான தாய்மார்கள் கல்வியறிவு இல்லாதவர்கள். இந்தப்பரிசோதனை இந்த மாவட்டத்தில்மட்டும் ஏன் வழிநடத்தப்பட்டது? அல்லது மற்ற மாவட்டங்களில் ஏன் புறக்கணிக்கப்பட்டது? என்பதற்கான எந்தவொரு விளக்கப்பதிவும் இல்லை. எனவே, இதன் விளைவுகளைக் கொண்டு நம்பிக்கையுடன் என்ன முடிவுகள் எடுக்கப்படலாம்? மேலும் இத்தகைய முடிவுகள் மஹாரஷ்டிராவுக்கு வெளியே உள்ள மாவட்டங்களைப்பற்றி என்ன கூறும்? என்பதை அறிந்துகொள்வது சிரமமானது.

பல மக்கள்: பல கிருமிகள்

திறந்தவெளி மலம்கழிப்பு ஆரோக்கியத்தில் வெவ்வேறு இடங்களில் வெவ்வேறு பின்விளைவுகளை ஏன் கொண்டிருக்க வேண்டும்? விரிந்துபரவிய திறந்தவெளி மலம் கழிப்பால் ஆரோக்கியத்துக்கு ஏற்படும் கடுமையான பின்விளைவுகளை அறிந்திருந்தும் பெரும்பாலான மக்கள் இந்தியாவில் திறந்தவெளியில் மலம்கழிப்பது மிகவும் மோசமானதாக காணப்பட்டது. ஆனால், இந்தியாவிலுள்ள சூழ்நிலை இந்த அம்சங்கள் மட்டும் தெரிவிப்பதுபோல் இன்னும் படுமோசமானதாக மாறுகிறது. இதே எண்ணிக்கையிலான மக்கள் திறந்தவெளியில் மலம்கழிப்பது சராசரியில் வளரும் நாடுகளைவிட இந்தியாவில் குழந்தையின் ஆரோக்கியத்துக்கு மிக அதிகமான தீங்கு விளைவிக்கிறது. இது ஏனென்றால், எங்கே மக்கள்தொகை அடர்த்தி மிகப்பெரிய அளவில் இருக்கிறதோ, எங்கே அதிகப்படியான மக்கள் மிகச்சிறிய புவியியல் பகுதிகளில் ஒன்றாக வாழ்கிறார்களோ, அங்கு கிருமிகள் மிக எளிதாகப் பரவுகின்றன.

திறந்தவெளி மலம்கழிப்பின் அடர்த்தி குழந்தையின் ஆரோக்கியத்தை எவ்வாறு பாதிக்கிறது என்பதை புலனாய்வு செய்ய நாங்கள் பாயல்ஹதி, சபரினா ஹக்யூ மற்றும் லவ்லிபாண்ட் ஆகிய ஆராய்ச்சியாளர்கள் குழுவோடு பணியாற்றினோம். வளரும் நாடுகள் அனைத்திலும் மக்கள்தொகை கணக்குகளிலிருந்து மக்கள்தொகை அடர்த்தியின் கழிவு நீக்கமும், ஆரோக்கியமும் பற்றிய புள்ளிவிவரங்களை பொருத்திப் பார்த்தபோது, சராசரியாக சஹாரன் -ஆஃப்ரிக்காவில் பாதிப்பு ஏற்படுத்துவதைவிட, தெற்குஆசியாவில் அதே அளவிலான திறந்தவெளி மலம்கழிப்பு இரண்டு மடங்கு பாதிப்பை ஏற்படுத்துகிறது என்பதை நாங்கள் கண்டறிந்தோம்.

இந்தப் புள்ளிவிவரங்கள் பிறப்பு-நோய்-இறப்பு ஆய்வாளர்களிடமுள்ள ஒரு பழைய கேள்வியைப் பற்றியும் பேசுகின்றன. ஒரு குழந்தையின் உடல்நலனுக்காக ஒரு நகரத்தில் அல்லது கிராமப்புறத்தில் வாழ்வது சிறந்ததா? இதற்கான பதில், ஒருபகுதியின் திறந்தவெளி மலம்கழிப்பின் அடர்த்தியைப் பொருத்தது என்பதே. குழந்தைகள் பெரும்பாலும் இணையான கழிவுநீக்க ஏற்பாடுகள் உள்ள கிராமப்புறங்களைவிட சுத்தமான மற்றும் கழிவுநீக்க ஏற்பாடு உள்ள நகரங்களில் தப்பிப்பிழைத்து

வாழ்கிறார்கள், உயரமானவர்களாகிறார்கள். ஏனென்றால், உடல்நல கவனிப்பையும், மற்றபிற வளஆதாரங்களையும் உண்மையில் எளிதாகப் பெறமுடியும் என்று கருதப்படுவதால். ஆனால், அக்கம்பக்கத்தவர்களின் திறந்தவெளி மலம் கழிப்புக்கு மிகநெருக்கமாக வெளிப்படும்போது - அதுதான் நகரங்களிலும்கூட அடர்த்தியான சுற்றுச்சூழல்களில் மிகஅதிகமான அச்சுறுத்தல்கள் இருக்கும்போது - குழந்தைகள் அதிக அளவில் இறக்கிறார்கள். ஏனென்றால், கழிவுநீக்க ஏற்பாட்டுக்கும், மக்கள்தொகை அடர்த்திக்கும் இடையிலான தொடர்பு கொள்ளைநோய் உணர்வுகளை ஏற்படுத்துகிறது. கிருமிகள் எங்கே எளிதாக இடமாற்றமடைகின்றனவோ அங்கு அவை மிகமிக அச்சுறுத்துகின்றன. இந்த விளைவு திறந்தவெளி மலம்கழிப்பு ஆரோக்கியத்தை பாதிக்கிறது என்ற முடிவுக்குவர மேலும் ஒரு காரணத்தை தருகிறது.

இந்தவிளைவுகள் இந்தியக் குழந்தைகளுக்குள்ள அச்சுறுத்தலை வலியுறுத்தவும் செய்கின்றன. இந்த உலகிலேயே பெரிய நாடுகளில் மிகஉயர்ந்த அளவிலான மக்கள் தொகை அடர்த்தியுள்ள ஒருநாடு இந்தியா - 130கோடி மக்கள் அமெரிக்க ஐக்கிய நாடுகளின் அளவில் மூன்றில் ஒருபங்கு நிலப்பரப்பில் வாழ்கிறார்கள். இன்று உலகில் வாழும் ஒவ்வொரு ஆறுபேர்களில் ஒருவர் இந்தியராக உள்ளார். மேலும், இந்த நாட்டின் மிகப்பெரிய மாநிலமான உத்தரப்பிரதேசம் உலக அளவில் திறந்தவெளியில் மலம்கழிக்கும் ஒவ்வொரு எட்டுப்பேரில் ஒருவரின் தாயகமாக உள்ளது. இந்த மாநிலம் ஈக்வடாரைவிட குறைந்த நிலப்பரப்பைக்கொண்ட பிரேஸிலை போலவும், இங்கிலாந்தைவிட சிறிதளவு பெரிய அல்லது தோராயமாக அமெரிக்க மாநிலமான மெக்ஸிகனைப்போல பெரிய நிலப்பரப்பில் மக்கள்தொகை நெருக்கத்தை கொண்டிருக்கிறது. இந்தமாநிலம் எந்தவொரு அமெரிக்க மாநிலத்தைவிடவும் மிகுந்த அடர்த்திகொண்ட நியூஜெர்ஸியைவிட இரண்டுமடங்கு அதிக மக்கள்தொகையை கொண்டிருக்கிறது.

மிகஅடர்த்தியான மக்கள்தொகையுள்ள இந்தியாவில் விரிந்துபரந்த திறந்தவெளி மலம்கழிப்பு மிகக்குறிப்பான பேரழிவை ஏற்படுத்தக்கூடியதாகும். இந்த உடன்நிகழ்வு பிறப்பு-நோய்-இறப்பில் ஒரு கொடூரமான விபத்தாக தோன்றுகிறது. உலகத்தில் மிக அதிகமான திறந்தவெளி மலம்கழிப்புள்ள இந்த நாட்டில் எல்லா குழந்தை பிறப்புகளிலும் ஐந்தில் ஒன்று

நிகழ்வது மானுடத்தின் மோசமான அதிர்ஷ்டமாகும். அதுவும் மிக உயர்ந்த மக்கள்தொகை அடர்த்தியுள்ள ஒரு நாட்டில் இவ்வாறு நிகழ்கிறது.

திறந்தவெளி மலம்கழிப்பு ஆரோக்கியத்தின்மீது ஏற்படுத்தும் பின்விளைவுகள்பற்றி அங்கே இன்னும் முக்கியமான, வெளிப்படையான கேள்விகள் உள்ளன. எடுத்துக்காட்டாக, உயிரியல் ஆராய்ச்சியாளர்கள் எண்ட்ரோபதியின் இயக்கங்கள் மிகமுக்கியமானவை என்று எவ்வாறு நிரூபிப்பது? என்று இன்றும் கேட்டுக்கொண்டிருக்கிறார்கள். எங்களது சொந்த ஆராய்ச்சியில் பரந்துவிரிந்த திறந்தவெளி மலம்கழிப்புள்ள இடத்தில் புழு நீக்க மருந்துகள் எவ்வாறு பயனுள்ளதாக ஆகும் என்று வியப்படையத் துவங்கினோம். மேலும், இன்னும்கூட யாராவது ஒருவர், கிராமங்களை மிகவிரைவாக திறந்தவெளி மலம்கழிப்பிலிருந்து கழிப்பிடப் பயன்பாட்டுக்கு திடீரென மாற்றக்கூடிய ஒரு திட்டத்தைக் கண்டுபிடித்துக் கொண்டிருக்கிறார். கிராமப்புற இந்தியாவில் அங்கொன்றும் இங்கொன்றுமான கட்டுப்படுத்தப்பட்ட பரிசோதனைகளிலிருந்து அவை உடல் நலத்தின்மீது ஏற்படுத்தும் பாதிப்புகள்பற்றி அறிந்து கொள்வது சிரமமானது. அதன்பின்னும்கூட மக்கள்தொகை அடர்த்தி மாறுபாடுகளால் அடுத்துவரும் மாநிலத்தில் அதன் (பாதிப்புகள்) விளைவுகள் மிகவும் மாறுபட்டதாக இருக்கும்.

இந்த வெளிப்படையான பிரச்சனைகளுக்கு அப்பால் எது தெளிவாக உள்ளது என்றால், ஆசியப் புதிர் எந்தவகையிலும் விளங்காத புதிராக இல்லை. ஒரு வரிசைக்கிரமமான புள்ளிவிவர அணுகுமுறைகளை எடுத்துக்கொண்ட பல்வேறுவிதமான ஆய்வுகள் (கம்பேட்டிபிள்) முடிவுகளுக்கு வந்துள்ளன. இந்தியாவிலுள்ள குழந்தைகள் குள்ளமானவர்கள்: ஆனால், ஒரு புதிரான குள்ளம் அல்ல. - அவர்கள் எந்த அளவுக்கு திறந்தவெளி மலம்கழிப்புக்கு வெளிப்பட்டார்கள் என்று அறிந்துகொள்ளும்போது, நாம் எதிர்பர்ப்பதுபோல குள்ளமானவர்கள். இதுபோலவே ஒரு சராசரி இந்துக் குழந்தை தனது அக்கம்பக்கத்தவர்களின் திறந்தவெளி மலம்கழிப்பை எதிர்கொள்ளும் அனுகூலமற்ற வெளிச்சத்தில் பார்க்கும்போது முஸ்லீம் குழந்தைகள் தப்பிப்பிழைத்து வாழ்வது இயல்புநிலைக்கு மாறானது அல்ல.

ஒருவேளை இவற்றில் எந்த ஒன்றும், திறந்தவெளி மலம்கழிப்பு ஒன்றுமட்டும் கிராமப்புற இந்தியாவில் இளம்பருவ வாழ்வுக்கு முக்கியமான தடை அல்ல என்று பொருள்படும்வகையில் விளக்கிக்கூறப்படலாம். துரதிர்ஷ்டவசமாக இது பிரச்சனையிலிருந்து வெகுதொலைவில் உள்ளது. இன்னொரு முக்கியப்பிரச்சனையாக தாய்வழி ஊட்டச்சத்து உள்ளது. இந்தியாவில் தாழ்ந்த அந்தஸ்தில் உள்ள பெண்களுக்கு இளம்வயதில் குழந்தைகள் பிறப்பது நேர்கிறது. அந்தப்பெண்கள் மிகவும் குறைந்த எடையுள்ளவர்களாகவும், கர்ப்பத்தின்போது மிகக்குறைவான எடையுள்ள கருவைக் கொண்டவர்களாகவும் இருக்கிறார்கள். இன்னொரு பிரச்சனை மிகவும் மோசமான பாலூட்டும் நடவடிக்கை - மிகக்குறைவான குழந்தைகளே தாய்ப்பால் - ஒருதாயின் சிறப்பான சத்துமிக்க பால் -ஊட்டப்படுகிறார்கள். மிகவும் குறைவான குழந்தைகளே ஆறுமாதங்கள் வரை முழுக்கமுழுக்க தாய்ப்பால் ஊட்டப்படுகிறார்கள். மேலும், மிகக்குறைவான குழந்தைகளே பொருத்தமான முறையில் திட உணவுக்கு மாறுகிறார்கள். இந்த எளிய பிரச்சனைகளும் இடைநிகழ்வுகளாக நிகழ்கின்றன. தாய்ப்பால் ஊட்டுவதில் மிகமோசமான நிலை, திறந்தவெளி மலம் கழிப்பின் பாதிப்புகளை மிகவும் மோசமாக்குகிறது. மேலும் மோசமான நோய்ச்சூழல் வயது வந்த பெண்களிடையேயான எடைக்குறைப்பை ஏற்படுத்துகிறது. சமூக, கலாசார சக்திகள் 'திறந்தவெளியில் மலம் கழிப்பது இளம் தாய்மார்களைக் கட்டுப்படுத்துகிறது- குறிப்பாக பாரம்பரிய குடியிருப்புகளில் -மேலும் முறையான இளம்பருவ ஊட்டச்சத்தில் தன்னம்பிக்கை இழக்கவைக்கின்றன'.

திறந்தவெளி மலம் கழிப்பு குழந்தைகளைக் கொல்கிறது. தப்பிப்பிழைக்கும் குழந்தைகளின் வளர்ச்சியைத் தடுக்கிறது. சில பணக்காரக் குழந்தைகளைவிட மிகவும் ஏழ்மையான குழந்தைகள் அதிக அளவில் ஏன் தப்பிப்பிழைக்கிறார்கள் என்பதையும், மிகவேகமான பொருளாதார வளர்ச்சியை அனுபவித்துவரும் இந்தியாவில் பிறந்த குழந்தைகளை விட, மிகவும் ஏழ்மையான நாடுகளில் பிறக்கும் குழந்தைகள் ஏன் உயரமாக வளர்கிறார்கள் என்பதையும் அது விளக்குகிறது. இந்த அம்சங்கள் எல்லா இந்தியர்களுக்கும் சரிசமமாக உள்ளது. திறந்தவெளி மலம் கழிப்பு சமத்துவமான சமுதாய அமைப்புகளுக்கு தீங்கு விளைவிக்கக்கூடியது.

கிட்டத்தட்ட ஒவ்வொருவரும், திறந்தவெளியில் மலம் கழிக்கும் யாராவது ஒருவருக்கு அருகில் வாழ்கிறார்கள். அடர்த்தியான கிருமிகள்கொண்ட ஒரு சூழ்நிலையிலிருந்து தப்பித்துக்கொள்வதை பணத்தால் வாங்கிவிடமுடியாது. திறந்தவெளி மலம் கழிப்பு ஒவ்வொரு இந்தியக் குழந்தைக்கும் ஓர் உள்ளார்ந்த அச்சுறுத்தலாக விளங்குகிறது.

6 பொருளாதாரம்: குழந்தைகளின் மனிதப் பண்பின் மூலதனம், வயதுவந்தோரின் உழைப்பூதியம்

ஹோலி பழைய நண்பர்களை சந்திப்பதற்கான நேரம். 2015இன் இளவேனில் காலத்தில், அறுவடைக் கால இந்துத் திருவிழாவுக்குப்பிறகு டியானேவும், பேபியும் தங்களுடைய சைக்கிள்களில் ரப்பர் டயர்களை பழுதுபார்த்து ஒட்டிக் கொண்டு காற்றடைத்துக்கொண்டார்கள். 2012 முதல் அவர்கள் பார்வையிட்டுவந்து கொண்டிருக்கின்ற குழந்தைகளின் மூன்று கிராமங்களையும் அவர்கள் சுற்றிவந்தார்கள். குழந்தைகள் இப்போது சிறுவர்களாக வளர்ந்து கொண்டிருந்தார்கள். அவர்களில் பெரும்பாலோர் மூன்றுவயதை அடைந்திருந்தார்கள்.

இந்தக்காலம் முழுவதும் டியானே அவர்களது குழந்தைகளின் வளர்ச்சியை அளவெடுத்துக்கொண்டிருந்தார். இப்போது அவர்களது மனவளர்ச்சியை அளவு எடுக்கும் நேரமாக இருந்தது. பணக்கார நாடுகளில் அல்லது டெல்லி போன்ற நகரங்களில் உளவியலாளர்கள் புகழ்பெற்ற வடிவங்களில் படங்களைக் கொண்ட அட்டைகள் அல்லது வண்ணங்களைக்காட்டி இதைச்செய்வார்கள். ஆனால், டியானே கிராமங்களில் உள்ள வளரும் குழந்தைகளுக்கு பழக்கப்பட்ட சாவி, சில கயிறுகள், ஒரு கரண்டி, ஓர் உலோக உணவுத்தட்டு, ஒரு பேனா, ஒரு பல்துலக்கி, ஒரு புகைப்படம், ஓர் உருளைக்கிழங்கு, ஒரு வெங்காயம், ஒருதுண்டு மின்கம்பி மற்றும் ஒரு பருத்தித் துணி ஆகிய பொருள்களை பையில் அடைத்துக்கொண்டார். முதல் கிராமத்தில் டியானேவும், பேபியும் ஒரு பந்து மற்றும் ஒரு நாணயத்தையும்கூட வைத்திருந்தார்கள். ஆனால் இவை தொல்லை தருவனவாக இருந்தன. மூன்று வயதுக் குழந்தைகள்

அவர்களுடைய சொற்களைப் பேசுவதைவிடவும், பந்து வீசுவதிலும், தின்பண்டங்களை வாங்குவதிலும் அதிகமாக ஈடுபட்டார்கள்.

மூன்றுவயது குழுவினரை டியானே பார்வையிடுவது, புதிதாகப் பிறந்த 20 குழந்தைகள் மற்றும் கர்ப்பிணிப்பெண்களின் தொகுதியாக துவங்கியது. இவற்றில் 16 குழந்தைகள் தப்பிப்பிழைத்து வாழ்ந்தன. இவை இந்தச் சோதனையில் எவ்வாறு நன்கு செயல்பட்டன என்பதில் விரிவான அளவில் மாறுபாடுகள் இருந்தன. அத்தகைய மாறுபாடுகள் மோசமான விளைவுகள் ஆகும். கிட்டத்தட்ட எல்லா மூன்றுவயதினரும் தங்களை காணவருபவர்களிடம் கவனம் செலுத்தவும், பழக்கப்பட்ட இந்தப்பொருள்களின் பெயர்களைச்சொல்லவும் முடியும். துரதிர்ஷ்டவசமாக, அந்தக் குழந்தைகளிடையே அறிவாற்றல் வளர்ச்சியில் இருந்த வேறுபாடுகளால் டியானே ஆச்சரியப்படவில்லை. அவரும், பேபியும் அவர்களில் பலர் கடந்த மூன்று ஆண்டுகளில் திரும்பத்திரும்ப நோய் வாய்ப்பட்டதை கவனித்தார்கள்.

கடைசி அத்தியாயத்தில் திறந்தவெளி மலம்கழிப்பு குழந்தைகளின் ஆரோக்கியத்தில் ஏற்படுத்தும் பின்விளைவுகள் ஆவணப்படுத்தப்பட்டுள்ளன. அது 2015இன் இளவேனில் காலத்தில் இறந்துவிட்ட நான்கு குழந்தைகளுக்கு உட்குறிப்பாக அர்ப்பணிக்கப்பட்டிருந்தது. இந்த அத்தியாயம் தப்பிப்பிழைத்தவர்களைப்பற்றியது. இளம்குழந்தைகள் வளரும்போது அவர்களது உடல்கள், மூளைகள் மற்றும் மனங்களும் ஒருசேர வளர்கின்றன. ஒரு குழந்தை மோசமான ஊட்டச்சத்து அல்லது குழந்தைமை நோயால் தப்பிப்பிழைக்குமானால் அது வளர்வதிலும், முன்னேறுவதிலும் சிலவற்றை இழந்துவிடுகிறது. இல்லாவிட்டால், அது வேறுவகையாக இருந்திருக்கும். அது அடிக்கடி நிகழுமானால், அதன்பிறகு அதன் உடல், அது எவ்வளவு உயரமாக வளர்ந்திருக்க வேண்டுமோ அவ்வளவு உயரமாக வளராது. அதன் மனமும் எவ்வளவு கூர்மையாக வளர்ந்திருக்கவேண்டுமோ அவ்வளவு கூர்மையாக வளர்ந்திருக்காது. இந்த வளர்ச்சிமுறை கோடிக்கணக்கான குழந்தைகளிடம் திரும்பத் திரும்ப நிகழும்போது, ஒரு நாட்டின் குழந்தைகள் எந்த அளவு அறிந்திருக்க வேண்டுமோ, அந்த அளவுக்கு அறிந்திருக்க மாட்டார்கள். அவர்கள் உழைப்பு சக்தியாக வளரும்போது

அவர்களால் எந்த அளவுக்கு உற்பத்தி செய்திருக்கவும், சம்பாதிக்கவும் வேண்டுமோ அந்த அளவுக்கு உற்பத்தி செய்யவும், சம்பாதிக்கவும் முடியாது. சிறுகுழந்தைகளிடம் ஏற்பட்ட சேதாரம் ஒரு பெரிய பொருளாதார பின்விளைவுகளாக வளர்ந்துவிடும்.

அத்தியாயம் 5இல் நாம் ஆரம்பகால வாழ்வில் அவர்கள் வெளிப்படுத்தலுக்கு உள்ளான சூழ்நிலைகளால் பிரிக்கப்பட்ட அடுத்தடுத்த கிராமங்களில் ஒரே நேரத்தில் பிறந்த இரண்டு சிறுவர்களான அருண் மற்றும் அனில் இருவரையும் சந்தித்தோம். ஹோலிக்குப்பின்பு டியானே வந்த நேரத்தில் அருண் அனிலை விட 9 செ.மீ. உயரமானவனாக இருந்தான்.

அருண் மற்றும் அனில் இருவரும் அறிவாற்றலிலும் வேறுபட்டிருந்தார்கள். டியானே பையிலிருந்து ஒவ்வொரு பொருளையும் எடுத்தபோது, அருண் மிகச்சரியாக பெரும்பாலும் எல்லாவற்றின் பெயர்களையும் கூறினான். அவனது அத்தைகள், தாயார் மற்றும் பாட்டி ஆகிய அனைவரும் செங்கல் சுவருக்கும், இரட்டைப் படுக்கைக்கும் இடையே கூடி, அவனது வளர்ச்சிபற்றி டியானேவின் மதிப்பீடுகளைக் காண ஆவலாக இருந்தார்கள். அருண் தனக்கு ஏற்கனவே தெரியாத வார்த்தைகளை விரைவில் பிடித்துக்கொண்டான். குறிப்பாக அவனது அத்தைகளும், மூத்த உறவினர்களும் அவனை கேள்விகளுக்கு உட்படுத்திய பிறகு, 'டியானே, கயிறு எதற்காக?' என்று கேட்டார்: அவன் உடனடியாக, 'ஒரு பசுவைக் கட்ட' என்று பதிலளித்தான். அவர், 'எதைக்கொண்டு உண்பது?' என்று கேட்டார். அவன் கரண்டியை அவர் கையில் வைத்தான்.

அந்த வருகையின்போது, அருணின் தாயார் அந்த அறைக்குவெளியே நழுவிச்சென்று, அழகான ஊதா வண்ண சேலையில் திரும்பிவந்தார். டியானே ஒரு பெரிய நிகழ்வுக்கு சற்றுமுன்பு அந்த குடும்பத்தைச் சந்திக்க வந்திருந்தார். அருண் தனது தாய்வழிப்பாட்டியின் வீட்டில் வாழும் தனது மூத்த சகோதரனைப் பார்க்க அவர்கள் செல்லப்போவதாகவும், அதன்மூலம் அவன் ஒரு சிறந்த பள்ளிக்குச் செல்லமுடியும் என்றும் விளக்க முயன்றான். அங்கே அவர்கள் எப்படி செல்வார்கள் என்று டியானே கேட்டபோது, 'மோட்டார்

சைக்கிளில்' என்று அருண் கூறினான். 'அது யாருடைய மோட்டார் சைக்கிள்?' என்று டியானே கேட்டபோது, அவன் பெருமையுடன், 'அது என்னுடையது' என்று (முதிர்ச்சியின்றி) அறிவித்தான்.

அடுத்தநாள் டியானேவும், பேபியும் அனிலைக் காணச்சென்றார்கள். அவனது தாயார் அவர்கள் வீட்டில் வராந்தாவில் ஒரு பூஜை கொண்டாட்டத்துக்காக நகைகளையும், ஒரு புதுப்புடவையையும் அணிந்திருப்பதை அவர்கள் கண்டார்கள். அனில் மற்ற நேரங்களில் டியானே பார்த்ததைவிட நல்ல ஆரோக்கியத்துடன் காணப்பட்டான். அவனது மூக்கு ஒழுகாமல் சுத்தமாக இருந்தது. அவனது முடி உணவின் ஊட்டச்சத்து குறைவின் அறிகுறியான பழுப்பு நிறத்தில் இல்லாமல் கறுப்பாகக் காணப்பட்டது. அனில் அண்மையில் ஆரோக்கியமான குழந்தைகள் தங்கள் முதல் பிறந்த நாளையொட்டி வழக்கமாகக் கூறும், 'அம்மா, அப்பா' என்ற மழலை வார்த்தைகளை பயன்படுத்தத் துவங்கிவிட்டான் என அவனது தாயார் கூறினார். அவன் தனது அத்தைகளின் கவனத்தை ஈர்க்க பலமுறை, 'புவா' என்றும்கூட கூறினான். ஆனால் அவனது 'புவாக்கள்' இரண்டு அல்லது மூன்று முறைகளுக்குமேல் அழுத்தம் தரவில்லை.

கிராமத்திலிருந்த பெண்கள் டியானேவின் வருகையைப்பற்றி பேசினார்கள். அனிலின் தாய் டியானே நடத்திய சோதனைகளைப்பற்றி மற்ற குடும்பங்களிலிருந்து கேட்டறிந்தபோது, அந்த பையில் என்ன இருக்கிறது என்று கண்டுபிடிக்கும் வேடிக்கை விளையாட்டிலிருந்து தான் விடுவிக்கப்பட்டதாக பின்னர் கவலைப்படக்கூடாது என டியானே விரும்பினார். எனவே, பொருள்களை ஒவ்வொன்றாக எடுத்து அவற்றை அனிலின் முன் வைத்தார். மிகவும் இளம் குழந்தைகள் செய்வதுபோல் அனில் பேனாவை எடுத்து ஓர் உலோக உணவுத்தட்டின்மீது அதைத் தட்டுவதன்மூலம் சத்தத்தை எழுப்பத்துவங்கினான். அருணுக்கும், அனிலுக்கும் இருந்த மாறுபாடு அறிவாற்றலில் உள்ள மாறுபாடாகவும்கூட இருந்தது.

மனிதப்பண்பின் மூலதன பொருளாதாரம்

பொருளாதாரம் என்பது பணத்தையும், விலைகளையும் பற்றிய வெறும் ஆய்வாக மட்டும் இனி இருக்கப்போவதில்லை. இரண்டும் ஒன்று அல்ல. இரண்டு தலைமுறைகளுக்கு முன்பு பொருளாதாரம் என்பது பகுத்தறிவு வாய்ந்த நிறுவனங்கள், குடும்பங்கள், அவற்றின் சொந்த நலன்களை அதிகமாக்குதல் என்ற அதன் கோட்பாடுகளால் நன்கு அறியப்பட்டது. பொருளாதார நிபுணர்கள் இந்த நாட்களில் புள்ளிவிவரங்களைப் பயன்படுத்தும் இந்த உலகத்தைப்பற்றி ஏதாவது புதியனவற்றைக் கூறுவதற்காக, மூலக்கருவின் நுட்பமான ஆராய்ச்சிகளுக்காக செய்திகளில் இடம் பெற்றுவருகிறார்கள். இந்த உலகம் மாறிவிட்டது. பொருளாதாரமும் அத்துடன் மாறிவிட்டது. இந்த வேறுபாட்டில் மிகப்பெரும் தாக்கத்தை ஏற்படுத்தியது எதுவென்றால், அது செலவில்லாத கணினி ஆற்றல். இன்று நோபல் பரிசால் அங்கீகரிக்கப்பட்டுள்ள சில அனுபவப் பொருளாதாரங்கள் சில பத்தாண்டுகளுக்கு முன்பு இன்றைய தொலைபேசிகளைவிட ஆற்றல் குறைந்த கணினிகளைப் பயன்படுத்தி வலிமிகுந்த ஆராய்ச்சிகளை நடத்தின.

புதிய புள்ளிவிவர ஆதாரங்களும்கூட பழைய கேள்விகளுக்கு பதிலளிக்க புதிய சான்றுகளைக் கிடைக்கச்செய்தன. வளரும் நாடுகளில் 30 அல்லது 40 ஆண்டுகளுக்கு முன் வெறுமனே நிலவிவந்த ஆரோக்கியம் மற்றும் நலவாழ்வு புள்ளிவிவர ஆய்வுகள் இன்று பொதுஇடத்தில் உள்ளன. இந்த அனுபவவாதங்களின் ஒருவிளைவுதான் கல்வியின் எல்லைகள் தெளிவின்றி இருப்பதாகும். இன்று கடன்பத்திர சந்தையின் வளர்ச்சியைவிட குழந்தைகளின் வளர்ச்சியைப்பற்றி எழுத விரும்பும் பொருளாதார நிபுணர்கள் இங்கே இருக்கிறார்கள். அவர்கள் புள்ளிவிவர வழிமுறைகளில் பெருமளவுக்கு பொருளாதார நிபுணர்களால் மற்ற ஆராய்ச்சியாளர்களிடமிருந்து பிரிக்கப்பட்டுள்ளார்கள். இருந்தபோதிலும் இரண்டு அம்சங்கள் மற்ற ஆராய்ச்சியாளர்களிடமிருந்து பொருளாதார நிபுணர்களை இன்றும் வேறுபடுத்திக் காட்டுகின்றன. அவர்கள் ஆரோக்கியத்தின், கல்வி மற்றும் உழைப்புச்சந்தையின் விளைவுகளையும்கூட அளவீடு செய்கிறார்கள். மேலும் அவர்கள் அதை வெளிப்படையாகவே மிரட்டும் மொழிநடையில் விவாதிப்பதை வலியுறுத்துகிறார்கள்.

பொருளாதார நிபுணர்கள் ஆரோக்கியத்தைப்பற்றி எழுதும்போது அவர்கள் அடிக்கடி 'மனிதப்பண்பின் மூலதனம்' என்ற அருவருப்பான வார்த்தைகளைப் பயன்படுத்துகிறார்கள். அது குழந்தைகளை சொத்துகளுக்கும், இயந்திரங்களுக்கும் சமமானவர்களாக ஆக்குவதுபோல் தோன்றுகிறது. 'மனிதப்பண்பின் மூலதனம்' என்ற கருத்தாக்கம் 1960களில் சிகாகோ பொருளாதார நிபுணரான கேரி பேக்கரால் பிரபலப்படுத்தப்பட்டது. அவர் கல்வியில் முதலீடு செய்வதன் மதிப்புக்கு அழுத்தம் கொடுத்துக்கொண்டிருந்தார். இந்தியக் குடும்பங்கள் மனித மூலதனத்தையும்கூட சிந்தித்தன. அவர்கள் தங்கள் குழந்தைகள் இப்போது உள்ளதைவிட மேலும் படிப்பார்களா? அவர்கள் அதிகமாக பணம் சம்பாதிப்பார்களா? அவர்கள் இன்னும் அழகான வீடுகளில் வாழ்ந்து நல்ல உணவை உண்பார்களா? என்று வியந்தார்கள். ஆனால், பல்கலைக்கழக கருத்தரங்க அறைகளில் மற்ற கல்விப் பிரிவுகளின் பொருளாதார நிபுணர்கள் மற்றும் அவர்களின் பகுத்தறிவுக் கணக்கீடுகளின் அறிகுறிகளாக இருந்தன. எல்லாவற்றுக்கும் அப்பால், மக்கள் களைக்கொத்தோ அல்லது டிராக்டர்களோ அல்ல. மனிதர்கள் இருப்புக்களையோ அல்லது பத்திரங்களையோபோல வாங்கப்படவோ அல்லது விற்கப்படவோ கூடாது. ஆயிரக்கணக்கான குழந்தைகள் இறந்துகொண்டிருக்கும்போது நடவடிக்கைகளை எடுப்பது ஒரு நல்ல நிதிமூலதனமாக இருக்கும் என்பதை நாம் கவனிக்க வேண்டும்.

அனைத்தும் உண்மையே. ஆனால், 'மனித மூலதனம்' என்ற வெளிப்படையான, சுவையற்ற மேல்பரப்புக்கும் கீழே ஓர் உறுதியான அம்சம் உள்ளது. அந்த ஒன்று ஏழைகளின் நல்வாழ்வுபற்றிய விஷயமாகும். மனிதர்களாகிய நமக்கு நமது உடல்கள் தேவைப்படுகின்றன. மேலும் நமது உடல்கள் தாங்கள் எங்கிருந்து வந்தோம் என்பதை மறப்பதில்லை. நாம் குழந்தைகளாக இருந்தபோது என்ன நடந்தது - நாம் கருப்பையிலும், நமது முதல் மாதங்களிலும் அனுபவித்தவை மீதமுள்ள நமது வாழ்க்கையில் உடல்நலம் மற்றும் பொருளாதார விளைவுகளாக நீடிக்கின்றன. இந்தப்பழைய கோட்பாட்டு முத்திரை இப்போது வினோதமாக இன்றைய முன்னணி அனுபவ ஆராய்ச்சிகள் சிலவற்றை செயல்படவைக்கின்றன. ஏனென்றால், நீடித்திருக்கிற ஆரம்ப வாழ்வின் நிலைகள் நவீனகால

ஆராய்ச்சியாளர்களிடம் உள்ள புதிய புள்ளி விவரத் தொகுப்பியல் விவரங்களில் மிகத்துல்லியமான உட்கூறுகளாக உள்ளன.

ஆரம்பவாழ்வின் ஆரோக்கியம் இந்த உலகில் ஏழைகளுக்கு முடிவைத் தீர்மானிக்கும் குறிப்பான மூலதன வடிவமாகும். அவர்கள் ஒரு நல்ல துவக்கத்தை இழந்துவிட்டவர்களைப் போன்றவர்கள். மேலும் அதைத்தொடர்ந்து அவர்கள் வாழ்க்கையின் இரண்டாவது வாய்ப்புக்கான ஆதார வளங்களில் பின்தங்கி இருக்கிறார்கள். இதன்பொருள்: வளரும் பொருளாதாரங்களில் ஆரோக்கியத்தை ஆராய்வது, பணத்தை, விலைகளை மற்றும் உழைப்பூதியத்தை முக்கியமாக அளவிடுவது அந்த நாட்டின் குழந்தைகளின் ஆரோக்கியத்தை அளவிடுவதில் உள்ளது. நன்கு அறியப்பட்ட தனிநபர் வருமானம் ஏழ்மை மற்றும் சேமிப்பு வீதங்களுக்கு அப்பால் செல்வதன்மூலம் சிசு மரணம் மற்றும் குழந்தையின் உயரம் ஆகியவை எல்லாவகையான முக்கியமான பொருளாதார அறிகுறிகளிடையே ஓர் இடத்தை உருவாக்கிக்கொண்டிருக்கிறது என்பதை பொருளாதார நிபுணர்கள் இறுதி முடிவாக அறிந்துள்ளார்கள்.

புதிய ‘வளர்ச்சிப்’ பொருளாதாரம்: மானுட உயரம்

மனித மூலதனத்தின் புதிய அனுபவ பொருளாதாரத்தில் நமது இயற்பியல் உடல்களின் உயரம் ஒரு குறிப்பிடத்தக்க முக்கியமான அளவீடாக உருவாகியிருக்கிறது. உயரமான மனிதர்கள் அதிக பணம் ஈட்டுபவர்களாக உள்ளார்கள் என்பதை நீண்டகாலத்துக்கு முன்பே ஆரய்ச்சியாளர்கள் கவனித்திருக்கிறார்கள். இந்தப் போட்டியிடும் கோட்பாடுகள் ஏன்? என விவாதித்தன. சில பொருளாதார நிபுணர்கள் உழைப்புச்சந்தை உடல்வலிமையை பிரதிபலிக்கும் உயரத்துக்குத் திரும்புகிறது என்று கூறினார்கள். ஆனால், இது பணக்கார நாடுகளில் உயரமான வெள்ளைச்சட்டை உழைப்பாளிகள் தங்களது குள்ளமான அலுவலக சகாக்களைவிட பொருளாதார அனுகூலங்களைக் கொண்டவர்கள் என்பதை விளக்கவில்லை. 2007இல் பிரின்ஸ்டன் பொருளாதார நிபுணர்கள் அன்னே காஸே மற்றும் கிறிஸ்டினா பாக்ஸன் ஆகியோர் உயரமான மக்களின் உயர் உழைப்பூதியத்துக்கான முக்கியமான விளக்கமாக ஒரு சான்றை வெளியிட்டார்கள். சுருக்கமாக: உயரமான மக்கள் சராசரியில் சிறந்தவர்களாக உள்ளார்கள்.

'சராசரியில்' என்பது அந்த வாக்கியத்தின் முடிவைத் தீர்மானிக்கும் பகுதியாகும். அது மக்கள்தொகை புள்ளிவிவரத் தொகுப்பின் ஓர் அம்சம். மக்களிடையேயான ஒப்பீடுகள் அல்ல. குழந்தைகளும், சிறுவர்களும் வளரும்போது அவர்களது உடல் மட்டுமே பெரிதானதாகவும், வலுவானதாகவும் ஆவதில்லை. அவர்களது மூளைகளும்கூட வளர்கின்றன. அதேபோன்று பல நாட்பட்ட (ஊட்டச்சத்து) பற்றாக்குறைகள் அல்லது மோசமான உடல்நல உட்கூறுகள் ஒரு குழந்தையை எவ்வளவு உயரமாக வளரமுடியுமோ அவ்வளவு உயரமாக வளரவிடாமல் செய்கின்றன. அது, குழந்தையின் அறிவாற்றல் திறனை, அதன் முழு ஆற்றலுக்கேற்ப வளரவிடாமல் செய்கிறது. ஒருவேளை ஆரம்பவாழ்வின் உடல்நலம் மட்டுமே குழந்தையின் உயரத்தைக் கட்டுப்படுத்தும் ஒன்றாக இல்லாமலிருக்கலாம். ஒரு மக்கள்தொகைக்குள் வெவ்வேறு மனிதர்கள் வெவ்வேறு மரபுப்பண்பு உயரத்தின் உள்ளாற்றல்களை மரபுரிமையாகக் கொண்டிருக்கலாம். அத்தகைய மரபுப்பண்பு உள்ளாற்றல்கள் உங்கள் உயரத்துக்கும், இன்று நீங்கள் காணப்போகும் மற்ற மனிதர்களின் உயரத்துக்கும் இடையிலான வேறுபாட்டின் பெரும்பகுதியாகும். எல்லாக் குழந்தைகளும் ஆரோக்கியமாக, நன்கு உணவு உட்கொண்ட தாயார்களுக்கு பிறந்திருப்பார்களானால், இந்த மரபியல் பண்பு உள்ளாற்றல்கள் மட்டுமே வெவ்வேறு மக்கள் வெவ்வேறு உயரங்களைப் பெற்றிருப்பதற்கான ஒரே காரணமாகலாம். ஆனால் எல்லாக் குழந்தைகளும் சமஅளவில் ஆரோக்கியமானவைகளாகவும், நன்கு உணவூட்டப்பட்டவர்களாகவும் இல்லை. இவ்வாறு மக்கள்தொகைகளுக்கு இடையிலான வேறுபாடுகளை மரபுப்பண்பு சராசரியில் ஒப்பிடுவது சரியல்ல. எனவே, சராசரி உயரம் குழந்தைகளின் ஆரோக்கியம் மற்றும் ஊட்டச்சத்தின் சுட்டிக்காட்டல் கருவியாக உள்ளது. மிக நுட்பமான இதே காரணங்களுக்காக உயரம் என்பது ஒரு நபரின் அறிவாற்றல் பெறுவதில் நிகழக்கூடிய தொடர்பாகவும் உள்ளது.

எனவே, உயரமான குழந்தைகள் உயரமான வயதுவந்தவர்கள் ஆகிறார்கள். உயரமான சிறுவர்கள் சிறந்த சிறுவர்கள், சிறந்த வயதுவந்தவர்கள் ஆகிறார்கள். சிறந்த வயதுவந்தவர்களுக்கு அதிகமாக ஊதியம் தரப்படுகிறது. மேலும், இவையெல்லாம் சராசரியில் உண்மைகளாகும் - ஆனால், இரண்டு நபர்களுக்கிடையிலான ஒப்பீட்டில் அல்ல. உயரமான

மற்றும் குள்ளமான சிறுவர்களுக்கிடையிலான அறிவாற்றல் சோதனை மதிப்பெண்களில் உள்ள வித்தியாசங்கள், அதே சிறுவர்கள் உயரமான மற்றும் குள்ளமான வயது வந்தவர்களாக வளரும்போது, அவர்கள் பெறுகிற சம்பாத்தியங்களில் பெரும் எண்ணிக்கையிலான வித்தியாசங்கள் உள்ளதை விளக்குகின்றன என்பதை பொருளாதார நிபுணர்கள் அன்னே காஸேவும், கிறிஸ்டினா பாக்ஸனும் கண்டறிந்தார்கள். மற்ற ஆராய்ச்சியாளர்களும் மற்ற நாடுகளில் இதேபோன்ற விளைவுகள் உள்ளதைக் காட்டுகிறார்கள். எடுத்துக்காட்டாக: பொருளாதார நிபுணர் டாம் வோக்ல், மெக்ஸிக ஆண்களிடையில் உள்ள உழைப்புச்சந்தையின் வெளிப்பாடுகளை ஆய்வு செய்தார். எல்லா இடங்களையும்போலவே உயரமான மெக்ஸிகோ ஆண்கள், குள்ளமான மெக்ஸிகோ ஆண்களைவிட சராசரியில் அதிகம் சம்பாதிக்கிறார்கள். வோக்ல்-ன் புள்ளிவிவரம் ஒரு தொழிலாளி எந்தவகையான வேலையைச் செய்கிறார்? அந்தத் தொழிலாளி உடல் உழைப்பாளியா? அல்லது மேசையில் அமர்ந்து சிந்திப்பவரா? என்பதை அறிந்துகொள்ளவும் அவரை அனுமதிக்கிறது. உயரமான தொழிலாளர்கள் அதிகப்படியான கல்வியைப் பெறுகிறார்கள். மேலும், குள்ளமானவர்கள் மாபெரும் அறிவுத்திறனும், குறைவான உடல்வலிமை தேவைப்படும் வேலைகளைத் தேர்ந்தெடுக்கிறார்கள் என வோக்ல் முடிக்கிறார்.

ஐக்கிய நாடுகளிலுள்ள உயரமான சிறுவர்கள் கற்றல் சோதனைகளில் சராசரியில் அதிக மதிப்பெண் பெறுவதை காஸேவும், பாக்ஸனும் காட்டுகிறார்கள். நோய் மற்றும் தவறான உணவுப்பழக்கம், ஆரோக்கியமான வளர்ச்சிக்கு ஆழமான ஓர் அச்சுறுத்தலாக இந்தியாவிலும் உண்மையாக இருக்கிறதோ என நாங்கள் ஆச்சரியம் அடைந்தோம். உயரத்தோடு ஒப்பீடு செய்யக்கூடிய படிப்புத்திறன் புள்ளிகளின் வகைமாதிரிகளாக, அமெரிக்கக் குழந்தைகளின் மாதிரிகளையும், இந்தியக் குழந்தைகளின் மாதிரிகளையும் பதிவிட்டார்.

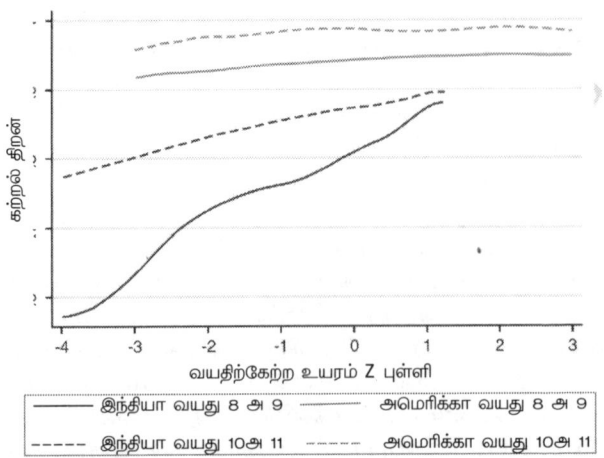

படம் 7: இந்தியாவில் உயரமான சிறுவர்களால், குள்ளமான சிறுவர்களைவிட மிகஅதிகமாகப் படிக்க முடிகிறது

படம் 7இல் படுக்கைக்கோடு, ஆரோக்கியமான மக்கள் தொகையில் குழந்தையின் உயரம் தொடர்பான '0' என்பது, சமவயதுள்ள ஆரோக்கியமான குழந்தைகளுக்கு இடையிலான சராசரி. இந்தியாவுக்கான வளைவுகள் ஒப்பீட்டளவில் இடதுபக்கமாக எதிர்மறை எண்களுக்கு மாறுகிறது. ஏனெனில் பெரும்பாலான சிறுவர்கள் மிகவும் குள்ளமானவர்கள். செங்குத்துக்கோடு படிக்கும் ஆற்றலின் அளவு: இந்தியாவிலும், அமெரிக்காவிலும் பயன்படுத்தப்பட்ட சோதனைகளில் ஒப்பீடு செய்யப்படகூடியன. உயரத்துக்கும் குழந்தையின் கற்றலுக்கும் சராசரி தொடர்புக்கும் வழிகாட்டும் துரதிர்ஷ்டவசமான முடிவைப் பார்க்கமுடிகிறது. பொருளாதார ஆராய்ச்சியாளர்களுக்கு உயரத்துக்கும், அறிவாற்றல் அடைவுக்கும் இடையேயுள்ள அமெரிக்கத் தொடர்புகள் எவ்வளவு முக்கியமோ, அந்த அளவுக்கு அமெரிக்காவின் சாம்பல்நிற வளைவுகள் இந்தியாவின் கறுப்புநிற வளைவுகளைவிட மிகவும் தடிப்பாக உள்ளன.

இந்தியாவிலுள்ள குள்ளமான சிறுவர்கள் தங்கள் அருகிலுள்ள உயரமானவர்களைவிட ஆழ்ந்த அளவில் குறைவாகவே படிக்கவோ அல்லது எளிய கணக்குப் பிரச்சனைகளைப்போடவோ முடிகிறது. இந்தியாவில்

உயரத்துக்கும், கற்றலுக்கும் இடையிலுள்ள இணைப்பை அமெரிக்கச் சிறுவர்களோடு தொடர்புபடுத்தும்போது மிகவும் செங்குத்தான அளவில் உள்ளது. ஆனால், இந்த இரண்டு நாடுகளின் புள்ளி விவரங்களும் பக்கம்பக்கமாக வைக்கப்படும்போது புலப்படுவதில்லை. எட்டு அல்லது ஒன்பது வயது உயரமான அமெரிக்கச் சிறுவர்கள், மிகவும் குள்ளமான அமெரிக்கச் சிறுவர்களைவிட 5% புள்ளிகளுக்கு அதிகமாக எளிய வார்த்தைகளை அடையாளம் காட்டுகிறார்கள். வார்த்தைகளைப் படிக்கும் திறனில் இந்தியாவில் உயரத்தில் உள்ள இந்த வித்தியாசம் 20% புள்ளிகளாக வேறுபடுகிறது.

எனவே, இந்தியாவைப்போன்ற ஒரு வளரும் நாட்டில் உயரம் என்பது அறிவாற்றல் அடைவோடு ஆழமாக இணைக்கப்பட்டுள்ளது. இந்த அம்சம் குழந்தைகளின் மனிதமூலதனத்தின் முக்கியத்துவத்தை நோக்கி எங்களுக்குச் சுட்டிக்காட்டத் துவங்கியது. சிறுவர்கள் எதைக் கற்றுக்கொள்கிறார்களோ அதற்கு உயரமும் குறிப்பாக முக்கியமானது என்றால், ஆரம்பவாழ்வின் ஆரோக்கியமும்கூட முக்கியமானதுதான். உயரத்தில் உள்ள வேறுபாடுகள்தான் மரபுப்பண்பு வேறுபாடுகள் மற்றும் இளம்சிறுவர்களின் ஆரோக்கியம், ஊட்டச்சத்து வேறுபாடுகள் என்ற இரண்டையும் பிரதிபலிக்கின்றன என்பதை நினைவுகூருங்கள். ஆனால் மரபுப்பண்பு வேறுபாடுகள் உயரத்தையும், அறிவுத்திறன் அடைவையும் தொடர்புபடுத்தாது. இந்தத்தொடர்பு சிறுவர்களின் சுற்றுப்புறச்சூழலின் தயாரிப்பு ஆகும். இதன்பொருள், ஆரோக்கியமான அல்லது ஆரோக்கியமற்ற சுற்றுப்புறச்சூழல்தான் இந்தியாவிலுள்ள சிறுவர்கள் அனைவரிடையேயும் உள்ள வேறுபாடுகளில் பெரும்பங்கு வகிக்கிறது. மனித மூலதனம் குழந்தைகள் இரண்டுவயதை அடைவதற்குமுன்பே குவிக்கப்படத் -அல்லது குவிப்பதில் தவறிவிட - துவங்கிவிடுகிறது.

திறந்தவெளி மலம்கழிப்பு சிறுவர்களின் கற்கும்திறனை அச்சுறுத்துகிறது

சென்ற அத்தியாயத்தில் திறந்தவெளி மலம்கழிப்பு சிறுவர்களைக் குள்ளமாக்குகிறது என்பதை நாம் கண்டோம். சராசரியில்

உயரமான சிறுவர்கள் அதிகம் கற்கிறார்கள்: தேர்வுகளில் அதிகம் சாதிக்கிறார்கள். திறந்தவெளி மலம்கழிப்பு, குழந்தைகளின் வளர்ச்சி தடைபடுகிறது என்ற இரண்டும் குறிப்பாக இந்தியாவில் பொதுவாக உள்ளன. எனவே, திறந்தவெளி மலம்கழிப்புக்கு வெளிப்படுவது சிறுவர்கள் அறிவாற்றல் பெறுவதை அச்சுறுத்துகிறது என்று சந்தேகிக்க எல்லாக் காரணங்களும் இருக்கின்றன. இத்தகைய ஒரு விளைவு புள்ளிவிவரங்களில் கண்டறியக்கூடியதுதானா? அந்த விளைவு எவ்வளவு முக்கியமானது?

காரணத்திலிருந்து ஒரு விளைவை புள்ளிவிவரத்தொகுப்பின் வழியே தேடிக் கண்டுபிடிப்பது எப்போதும் சிரமமானது. பள்ளிவயதுக் குழந்தைகள் தேர்வுகளை எழுதும் அளவுக்கு போதுமான வயதை அடையும் அந்த நேரத்தில் எந்த அளவுக்கு அவர்களால் கற்றுக்கொள்ளமுடியும் என்பதில், அவர்களது குடும்பத்தின் செல்வவளம், அவர்களது பெற்றோரின் கல்வி, அவர்களது கல்விவாய்ப்புகள், அவர்களது கல்விக்கு அவர்கள் கொண்டுவரும் செயலூக்கம் மற்றும் மரபுப்பண்பின் வேறுபாடு போன்ற தீர்மானிக்கக்கூடிய செல்வாக்கு செலுத்தும் பல அம்சங்களில் ஒருசில மட்டுமே உடனடியாக மனதில் வருகின்றன. குழந்தையின் கற்றலின்போது, திறந்தவெளி மலம்கழிப்பின் வெளிப்பாட்டுக்கு உள்ளாவதன் பாதிப்பைக் கண்டறிய நல்ல மற்றும் மோசமான கழிவு நீக்க ஏற்பாடுகளுக்கு மத்தியில் வாழும் குழந்தைகளின் தேர்வு மதிப்பெண்களை ஒப்பிடுவது மட்டும் போதுமானதல்ல.

நம்பத்தகுந்த எந்தவொரு புள்ளிவிவர உத்திக்கும் இரண்டு சிறப்புக்கூறுகள் தேவைப்படும். முதலாவதாக, சில குழந்தைகள் மற்றவர்களைவிட திறந்தவெளி மலம்கழிப்புக்கு ஏன் அதிகமாக வெளிப்படுகிறார்கள் என்பதைப்பற்றி சிறப்பாக சிலவற்றை ஓர் ஆராய்ச்சியாளர் அறிந்துகொண்டாக வேண்டும். திறந்தவெளி மலம்கழிப்புக்கு வெளிப்படுவதில் உள்ள வேறுபாடுகள், அவர்களது சமுதாயங்களின் செல்வவளம் அல்லது கல்வியில் பிரதிபலிக்குமானால் வறுமை, கல்வியறிவு போன்ற மற்ற விளைவுகளிலிருந்து கழிவுநீக்க ஏற்பாட்டின் விளைவுகளை விடுவிப்பது எந்த நம்பிக்கையையும் தராது. கழிவுநீக்க ஏற்பாட்டின் செல்வாக்கை உண்மையிலேயே அடையாளம் காண ஒரு சிறப்பான சுற்றுச்சார்பு நிலை நமக்கு தேவைப்படும். அதில் திறந்தவெளி மலம் கழிப்பு திடீரென மாற்றம் அடையும்; ஆனால்

மற்ற அம்சங்கள் அவ்வாறே நிலைத்திருக்கும். இந்தியாவில் இது ஓர் உயர்வான மரபொழுங்கு. நாங்கள் இந்த நூலை மிகவும் துல்லியமாக எழுதிக்கொண்டிருக்கிறோம். ஏனென்றால், திறந்தவெளி மலம்கழிப்பு மிகமிக மெதுவாக மட்டுமே குறைந்துள்ளது. மேலும், சுற்றுச்சார்புநிலை உண்மையிலேயே எல்லாவற்றிலும் தனித்தன்மை வாய்ந்ததாக இருக்குமானால், அதிலிருந்து நாம் எதையாவது கற்றுக்கொண்டோமா? என்று கேட்கலாம். அது மற்ற பிரச்சனைகளிலும் பயனுள்ளவகையில் பிரயோகிக்கப்படலாம்.

இரண்டாவது சவால்: காலவரையறை. ஒரு குழந்தை பள்ளிக்குச்செல்லும் அளவுக்கு வயதுவந்த நேரத்தில் அந்தக்குழந்தை கணிதம் மற்றும் படிக்கும் தேர்வுகளை எழுதும்போது அந்தக்குழந்தையின் வளர்ச்சியின் வீச்சு முழுமை அடைந்துவிடுகிறது. இரண்டு ஆண்டுகள் வயதின் உயரம் ஏற்கனவே வயது வந்த ஒருவரின் மிகவும் முன்கூட்டி உணர்ந்த உயரமாக இருக்கிறது. இதன்பொருள், நாம் எதைப்பற்றி கவனிக்கிறோம் என்றால் அந்தக்குழந்தை பள்ளியில் இருக்கும்போது அதன் சாதனைகளைவிட, அது குழந்தையாக இருந்தபோது திறந்தவெளி மலம்கழிப்புக்கு வெளிப்பட்டதற்கும் இடையிலான தொடர்புகளை- அந்தத்தொடர்புகளை அளவிடுவதற்கு இரண்டு புள்ளிவிவர ஆதாரங்களைப் பொருத்திப்பார்ப்பது தேவைப்படுகிறது. ஒன்று, ஆரம்பவாழ்வில் திறந்தவெளி மலம் கழிப்புக்கு வெளிப்பட்டது: இன்னொன்று, பிந்தைய குழந்தையின் சாதனை.

அந்தக்குழந்தை பள்ளிக்குச்செல்லும் அளவுக்கு வளர்ந்து, சாதனைகளை நிகழ்த்துவது, திறந்தவெளி மலம் கழிப்புக்கு வெளிப்படுவதால் எந்த ஒரு பாதிப்பும் ஏற்படாது என்பது பொருள் அல்ல. ஒரு வெளிப்படையான ஆபத்து அந்தக் குழந்தை அடிக்கடி நோய்வாய்ப்படுவதிலும், அடிக்கடி வகுப்புகளுக்குச் செல்வதிலும் உள்ளது. நாம் முந்தைய அத்தியாயத்தில் பார்த்ததுபோல, திறந்தவெளி மலம் கழிப்புக்கு வெளிப்படுவது மிக நுண்மையாக இரத்தசோகைக்கு வழிவகுக்கிறது. அந்தக்குழந்தையின் சக்தியை உறிஞ்சுகிறது. படிப்பில் கவனம் செலுத்துவதை மிகவும் சிரமத்துக்கு உள்ளாக்கிவிடுகிறது. ஒட்டுண்ணிகளும்கூட பள்ளிவயதுக் குழந்தைகளுக்கு தீங்கு விளைவிக்கின்றன.

இருபதாம் நூற்றாண்டின் துவக்கத்தில் தென்அமெரிக்காவில் 'ராக்பெல்லர் கழிவு நீக்க ஏற்பாட்டுக்குழு'வின் கொக்கிப்புழு ஒழிப்பு பிரச்சாரப் பயணத்தை பொருளாதார நிபுணர் ஹாய்ட் பிளீக்கி ஆய்வுசெய்தார். ஏனென்றல் வெவ்வேறு இடங்கள் வெவ்வேறு அளவுகளிலான கொக்கிப்புழுத் தொற்றுகளால் பாதிக்கப்படத் துவங்கின. புழுக்களை அகற்றும் இயக்கம் துவங்கியபோது, சிலஇடங்களில் மற்ற இடங்களைவிட மிகப்பெரிய முன்னேற்றங்களை அடைந்தன. அந்தத் திட்டத்துக்கு முன்பு வடக்கு கரோலினாவில் அதிக அளவிலான மக்கள் கொக்கிப்புழுத் தொற்றுக்கு உள்ளானார்கள். எனவே கொக்கிப்புழுத் தொற்று பெருமளவுக்கு மறைந்ததில் அது பயன்பெற்றது. அலபாமாவில் தொற்றின் துவக்க வீதங்கள் குறைவாக இருந்தன. எனவே அங்கு பெரிய அளவில் முன்னேற்றத்துக்கு இடமில்லாமல் போனது. அந்த இயக்கத்துக்கு முன்பு அதிக அளவில் கொக்கிப்புழுத் தொற்று இருந்த இடங்கள் அந்த இயக்கத்தின் தலையீட்டுக்குப் பிறகு பள்ளிச்சேர்க்கையிலும், வருகையிலும், கல்வி அறிவிலும் மாபெரும் வளர்ச்சிகளை அடைந்தன என்பதை பிளீக்லி கண்டறிந்தார். எந்த இடங்களில் கொக்கிப்புழுத் தொற்று மிகக்கூர்மையாக வீழ்ச்சி அடைந்ததோ, அந்த இடங்களில் பள்ளிக்குச்செல்வது மிக அதிகமாயிற்று. பல ஆண்டுகளுக்குப் பிறகு அந்தக்குழந்தைகள் வளர்ந்தபோது அவர்களது வருமானமும்கூட உயர்ந்தது.

தென் அமெரிக்காவில் பிளீக்லி கண்டறிந்த சில விளைவுகள் ஒருவேளை நிகழ்ந்திருக்கக்கூடும்: ஏனென்றால், ஆரோக்கியம் மிகுந்த குழந்தைகள் மாபெரும் அறிவாற்றல் வளர்ச்சியை அடைந்தார்கள். அந்த விளைவுகளில் ஒரு சில ஆரோக்கியமான பள்ளிவயதுக் குழந்தைகள் மிகச்சிறப்பான முறையில் பள்ளிக்குச் செல்லவும், அங்கு தங்கள் கவனத்தைச் செலுத்தவும் முடிந்ததால் ஒருவேளை நிகழ்ந்திருக்கலாம். இரண்டாவது, நுட்பத்தின் முக்கியத்துவத்தை மறுக்காமல், நாம் ஆரோக்கியமான குழந்தைகள் ஒருங்குதிரட்டும் மனித மூலதனத்தின்மீது கவனம் குவிக்கிறோம். திறந்தவெளி மலம் கழிப்புக்கு சிசுக்களின் வெளிப்பாடு, இந்தியாவில் அவர்களுடைய தொடர்ந்துவரும் கற்றலை வடிவமைக்கிறதா? ஆறுவயது நிரம்பியவர்கள் இன்னும் அவர்கள் குழந்தைகளாக இருந்தபோது பாதிக்கப்பட்ட வயிற்றுப்போக்கிலிருந்து வெறும் உடல்ரீதியாக மட்டுமின்றி, அறிவாற்றலிலும்கூட பாதிக்கப்படுகிறார்களா?

குழந்தைகள் தங்கள் அக்கம்பக்கத்தவர்களின் கழிப்பிடங்களை பள்ளிக்குக் கொண்டுவருகிறார்கள்

பிளீக்லி ஒரு பயனுள்ள சிறப்பான நிகழ்வை கவனம் மிகுந்த புள்ளிவிவர ஆய்வுகளிலிருந்து கற்றுக்கொள்ளலாம் என்பதைக் கண்டறிந்தார். அதேபோன்ற ஒரு சிறப்பான நிகழ்வு இந்தியாவில் குழந்தைகளின் கற்றல்மீதான திறந்தவெளி மலம்கழிப்பின் பாதிப்புகளை வெளிப்படுத்துமா? டீனும், அவரது சக ஆராய்ச்சியாளர் ஸ்நேகா லம்பாவும் இந்திய புள்ளிவிவர சவால்களைக் கடந்துசெல்ல, அரசின் கழிவுநீக்க ஏற்பாட்டுத்திட்டத்தின் வேறுபடும் தன்மைகளைப் பயன்படுத்தினார்கள். மொத்தக் கழிவுநீக்க ஏற்பாட்டு இயக்கமும், (The Total Sanitation Campaign TSC) 2,000களில் இந்திய அரசின் ஒரு திட்டமாக இருந்தது. இந்த TSC கழிவு நீக்க ஏற்பாட்டில் ஆரவாரமற்ற முன்னேற்றத்தை ஏற்படுத்தியது. அது திறந்தவெளி மலம் கழிப்பின் மிதமான குறைவுக்கு காரணமானது. நாம் இந்த நூலில் பிந்தைய அத்தியாயங்களில் காண உள்ளதைப்போல் TSC என்பது இந்தியாவின் கழிவு நீக்க ஏற்பாட்டின் கடைசி வார்த்தை அல்ல. இருந்தபோதிலும் அது சில நல்ல முன்னேற்றங்களை ஏற்படுத்தியது. அது எந்த வகையிலும் (குறைபாடு இல்லாத) துல்லியமானதல்ல. அந்த இயக்கம் முடிவடைந்தபோது 70% கிராமப்புற குடியிருப்புகள் ஒரு கழிப்பிடத்தைச் சொந்தமாகக் கொண்டிருக்கவில்லை. TSCயின் பத்து ஆண்டுகளுக்கும் மேலான காலஅளவில் 10% புள்ளிகள் அளவுக்கே திறந்தவெளி மலம்கழிப்பு குறைந்தது. எவ்வாறாயினும், அது குழந்தைகளின் ஆரோக்கியத்துக்கு மிகவும் மோசமானது. எனவே, புள்ளிவிவர அடிப்படையில் கண்டறியக்கூடிய ஆரம்பவாழ்வு ஆரோக்கியத்தின் முன்னேற்றங்கள்போல, கழிவு நீக்க ஏற்பாட்டின் இந்த முன்னேற்றம்கூட அர்த்தமுள்ளதே.

குழந்தைகளின் அறிவுத்திறன் வளர்ச்சியிலும், பின்னர் தேர்வு மதிப்பெண்கள் மீதும் திறந்தவெளி மலம் கழிப்பால் ஏற்பட்டுள்ள விளைவுகளை அளவிடுவதற்காக ஸ்நேகாவும், மீராவும், TSC எவ்வாறு துவங்கியது என்பதை நெருக்கமாகப் பார்த்தார்கள். TSC யின் செயல்பாடு ஒரேநேரத்தில் இந்தியாவின் எல்லா மாவட்டங்களிலும் துவங்கவில்லை. முதன்முதலாக TSC செயல்படுத்தப்பட்ட மாவட்டங்களில் பிறந்த குழந்தைகள் அதே மாவட்டத்தில் இரண்டு அல்லது மூன்று ஆண்டுகளுக்கு முன்

பிறந்த குழந்தைகளைவிட சிறிதளவு குறைவான திறந்தவெளி மலம் கழிப்புடன் தங்கள் வாழ்வைத் துவக்கினார்கள். இதற்கு மாறாக TSC பின்னர் துவங்கிய மற்ற மாவட்டங்களில் பிறந்த குழந்தைகள், அதே இடத்தில் இரண்டு ஆண்டுகளுக்கு முன் பிறந்த குழந்தைகளைப்போலவே, அதேஅளவில் கழிவு நீக்க ஏற்பாட்டுக்கு உள்ளானார்கள். ஆறு ஆண்டுகளுக்குப்பிறகு திறந்தவெளி மலம்கழிப்பால் பாதிக்கப்பட்ட மற்றும் பாதிக்கப்படாத மாவட்டங்களில் இந்தக்காலகட்டத்தில் கற்றல் வேறுவிதமாக பரிமாணம் பெற்றிருக்குமானால், அறிவுத்திறன் வளர்ச்சியில் கழிவு நீக்க ஏற்பாடு வகித்த பாத்திரத்துக்கு அது ஒரு சான்றாகும்.

அவசியமான கடைசிப்பகுதியாக குழந்தை கற்றலின் ஓர் அளவையாக, மிகப்பொருத்தமாக இருந்தது ASER அளவீடு. -'ஏசர்' என்ற இந்தி வார்த்தையின் பொருள் 'ஒரு விளைவு' அல்லது 'செல்வாக்கு'-. இது ஒவ்வொரு ஆண்டும் கல்வி அறிக்கையின் ஓராண்டு படிநிலையை (ANNUAL STATUS OF EDUCATION REPORT - ASER) தயாரிக்கும் பிரதம் என்ற இலாப நோக்கமற்ற அமைப்பின் நாடுதழுவிய முயற்சியாகும். இந்த அளவீடு, இந்தியா முழுவதிலும் உள்ள ஒவ்வொரு மாவட்டத்திலும், கிராமங்களை அடையும் 30,000 தன்னார்வத்தொண்டர்களை நியமித்திருக்கிறது. இந்த அளவையாளர்கள் பள்ளிகளில் சேர்ந்துள்ள குழந்தைகளுக்கு படித்தல், எழுதுதல், கணக்கிடுதலின் எளிய சோதனைகளைக் கொடுக்கிறார்கள். 2005இல் இருந்து இந்தச் சோதனைகள் அவர்கள் தலைப்பெழுத்து சொல்லுக்கேற்ப பள்ளிகளில் சேர்க்கப்பட்ட குழந்தைகளிடையேயும்கூட, கற்றலில் உள்ள ஆழமான வேறுபாடுகளை பொதுவில் உயர்த்திப்பிடிக்கும் வகையில் நிகழ்ந்துவந்தன. ஸ்நேகாவும், மீராவும் ASER தேர்வு மதிப்பெண்களை ஒவ்வொரு ஆண்டிலும், ஒவ்வொரு மாவட்டத்திலும் ஆறு ஆண்டுகளுக்கு முன்பான TSCயின் வருகைப்பதிவுகளோடு பொருத்திப்பார்த்தார்கள்.

குறைவான திறந்தவெளி மலம் கழிப்புக்கு வெளிப்பட்ட சுற்றுச்சூழல்களில் பிறந்த குழந்தைகள் கற்றல் அடைவுகளுக்கான ASER தேர்வுகளில் சராசரியில் சிறந்த மதிப்பெண்களைப் பெற்றார்கள். TSCக்கு வெளிப்படுத்தப்பட்ட கிராமப்புற ஆறுவயதினர் அதிகரித்த எண்ணிக்கையில் பத்தில் மூன்று சதவீதப்புள்ளிகளில் எழுத்துகளை அடையாளம் கண்டார்கள்.

குழந்தைகளால் எண்களை அடையாளம் காணமுடியுமா? என்ற தேர்விலும் முடிவுகள் அதேபோல் இருந்தன.

இந்தியாவின் ஒட்டுமொத்த கற்றல் குறைபாட்டின் எண்ணிக்கை சதவீதப் புள்ளிகளில் - குறிப்பாக எந்த ஒரு குழந்தைகள்மீதும்- பத்துக்கு மூன்றாக இருப்பது ஒரு சிறிய விளைவுதான். இது வியப்புக்குரியதல்ல. TSCயால் அதிகமான கிராமப்புற இந்தியர்களை திறந்தவெளி மலம் கழிப்பை நிறுத்தச்செய்ய முடியவில்லை. ஆனால், இந்த சிறிய சராசரியின் விளைவு முக்கியம். ஏனென்றால், இது எராளமான குழந்தைகளின் மீது ஒருங்குதிரட்டப்பட்டுள்ளது. மேலும் இந்த முடிவுகளின் அம்சங்கள் புள்ளிவிவர அடிப்படையில்- தேர்வு மதிப்பெண்களிடையே உள்ள பரந்த வேறுபாடுகளிலும், அவற்றின் தீர்மானிக்கும் பல கூறுகளிலும்- திறந்தவெளி மலம்கழிப்பு ஒரு வழிமுறையாக இருக்கிறது. இதில் இந்தியாவில் உள்ள குழந்தைகள் அறிவுத்திறன் பெறுவதில் தடைபட்டுள்ளார்கள் என்பதை அழுத்தமாகக் கூறுகிறது என்பது ஒட்டுமொத்தத்தில் கண்டறியக்கூடியதே. ஆற்றலின் மீதான சாதகமான விளைவுகள், இந்தியா என்றாவது ஒருநாள் அடையக்கூடிய திறந்தவெளி மலம் கழிப்பின் பெருமளவு குறைப்புக்கு மிகப்பெரிய பங்களிக்கும் என்று நம்பிக்கை கொள்ளலாம்.

எந்த ஒரு வாசகரும் எங்கள் கருத்தைத் தவறாகப் புரிந்துகொள்ளக் கூடாது: இந்தியக் குழந்தைகளுக்கு சாத்தியப்படக்கூடிய அனைத்து மனித மூலதனத்தையும் அடைவதிலிருந்து தடுக்கின்ற பலகட்டுப்படுத்தல்களில் ஒன்றே ஒன்றுதான் திறந்தவெளி மலம் கழிப்பு. பல குழந்தைகள் துரதிர்ஷ்டவசமாக குறைவாகவே கற்கிறார்கள். பள்ளிசெல்லும் பலநாட்கள் முழுவதும் அமர்ந்து கொண்டிருக்கிறார்கள். கலைத்திட்டத்தில் மிகவும் பின்தங்கியிருக்கிறார்கள். பொருளாதார நிபுணர் கார்த்திக் முரளீதரன் இந்தியாவின் கல்வி அமைப்பு முறையின் ஒட்டுமொத்த இலக்கும் தவறாக வைக்கப்பட்டிருக்கலாம் என விளக்குகிறார். சோதித்தல் மற்றும் ஆய்வுக்கு உட்படுத்துவதன் மூலம் அமைப்பு முறையின் நோக்கமே எல்லா குடிமக்களுக்கும் ஆற்றல்களை மேம்படுத்துவது அல்ல: மிகவும் திறமைவாய்ந்த மாணவர்களை அடையாளம் காண்பது மட்டும்தான், என்பதுபோல தோன்றுகிறது. இந்தப் பார்வையில் இந்தியாவின் பள்ளிமுறை நடைமுறையில் வடிவமைக்கப்பட்டு

செயல்படுத்தப்படுகிறது. இந்தப்பிரச்சனையை திறந்தவெளி மலம் கழிப்பின் ஒழிப்பை முடுக்கிவிடுவதன் மூலம் தீர்க்கமுடியாது. ஆனால், இந்தியாவின் கல்வி மேம்பாடு அடையுமானால் அல்லது ஒருவேளை குறிப்பாக மேம்பாடு அடையாவிட்டாலும்கூட, ஆரம்பவாழ்வின் மனிதமூலதனம் பற்றிய சான்றாதாரம் குழந்தைகள் தங்கள் உடலும், மூளையும் கற்றுக்கொள்ளும் ஆயத்தத்தோடு பள்ளிக்குள் நுழையும்போது, அவர்கள் மிக அதிகமாக சாதிக்கிறார்கள் என்று கூறுகிறது.

எது உங்களைக் கொல்லவில்லையோ, அது உங்களை மிகவும் ஏழை ஆக்கும்

திறந்தவெளி மலம் கழிப்பு எவ்வளவு தீங்கு நிறைந்தது என்பதை அறியும்போது நாங்கள் அடிக்கடி ஆச்சரியமடைந்தோம். ஆனால், பொருளாதார ஆராய்ச்சிகள் எப்போதும் ஆச்சரியமூட்டுவதில்லை. மிகமுக்கியாமான ஆராய்ச்சிகளில் சில முழுகவனத்துடனும், முற்போக்காகவும் சூழ்நிலைகளைப் பற்றிய சிறப்பான புரிதலை அடைகின்றன. அவை குறிப்பிடத்தக்கவை. ஆனால், உள்ளுணர்வால் அறியப்பட்டவை. எடுத்துக்காட்டாக, பொருளாதார நிபுணர்களின் அதிகப்படியான நவீன புள்ளிவிவர நடைமுறைகளால் போலியாகக் கட்டுரை கட்டுரைகளாக எழுதிக்குவிப்பதற்காக எப்போதையும்விட மிகத்துல்லியமாக நன்கு கல்வி பெற்றவர்கள் அதிகப்படியான சம்பளம் தரப்பட்டார்கள் என்ற அளவுக்கு ஆவணப் படுத்தப்பட்டுள்ளன.

வளரும் நாடுகளில் வளர்ந்துவரும் ஆய்வுகளின் தொகுதியால் நோய்க்கு வெளிப்பட்ட குழந்தைப்பருவத்தை வயதுவந்த ஒருவரின் பொருளாதார விளைவு-பயன்களோடு தொடர்புபடுத்த முடியும். அண்மைக்கால கட்டுரைகள் இரண்டும் மலேரியாவுக்கு வெளிப்படுதலின் பின்விளைவுகளைப் புலனாய்வு செய்தவை. செயல்முறைப்பொருளாதாரத்தின் முன்னணிப் பத்திரிக்கையில் அதே இதழில் இரண்டும் ஒருசேர வெளியிடப்பட்டன. டேவிட் கட்லர் மற்றும் சக ஆசிரியர்களால் மேற்கொள்ளப்பட்ட ஓர் ஆய்வு 1950களில் இந்தியாவிலிருந்த ஒரு மலேரியா ஒழிப்புத்திட்டத்தின், முந்தைய குழந்தைப்பருவத்தில் வெளிப்பட்ட வயதுவந்தவரின் பொருளாதாரப் பின்விளைவுகளை

புலனாய்வு செய்தது. ஹோய்ட் பிளீக்லியால் மேற்கொள்ளப்பட்ட மற்றொன்று 1920களில் அமெரிக்காவிலும், 1950களில் இலத்தீன் அமெரிக்காவிலும் நடத்தப்பட்ட மலேரியா ஒழிப்பு இயக்கங்களை குழந்தைப்பருவத்தில் மலேரியாவுக்கு வெளிப்பட்டதால் ஏற்பட்ட பாதிப்புகள் வயதுவந்தவரின் உற்பத்திஉழைப்பு சக்தியில் ஏற்படுத்திய பின்விளைவுகளைக் கண்டறியப் பயன்படுத்தியது. இரண்டு ஆய்வுகளும் பல பத்தாண்டுகளுக்கு முன்பு மலேரியாவின் நீடித்து நிலைத்த பாதிப்புகளைக் கண்டறிந்தன.

மறுசீராய்வில்: திறந்தவெளி மலம் கழிப்பு குழந்தைகளை குள்ளமானவர்களாக ஆக்குகிறது. அதனால், குள்ளமான சிறுவர்கள் அறிவுத்திறன் தேர்வுகளில் மோசமாக செயல்படுகிறார்கள். மேலும், திறந்தவெளி மலம் கழிப்பைக் குறைப்பது குழந்தைகளின் கற்றலை மேம்படுத்தும். மற்ற நாடுகளிலும், மற்ற சூழ்நிலைகளிலும் பொருளாதார நிபுணர்கள் வயதுவந்தவரின் சம்பாத்தியத்தின் மீது ஆரம்பவாழ்வின் ஆரோக்கியமும், நோயும் ஏற்படுத்தும் விளைவுகளைக் கண்டுபிடித்தார்கள். இந்த எல்லா ஆதாரங்களும் அதே திசைவழியைச் சுட்டிக்காட்டுகின்றன. ஆரம்பவாழ்வின் திறந்தவெளி மலம் கழிப்பின் வெளிப்பாடு வயதுவந்த தொழிலாளர்களின் உற்பத்தி சக்தியை குறைக்கிறது. மேலும், அவர்கள் ஈட்டும் உழைப்பூதியத்தில் தாக்கத்தை ஏற்படுத்துகிறது. திறந்தவெளி மலம் கழிப்பின் அம்சங்களில் உள்ள எல்லா அதிர்ச்சிகளும் ஆரம்பவாழ்வு மூலதனத்தின்மீது இப்போது நடைமுறையில் உள்ள ஆராய்ச்சிகளுக்கும், கழிவு நீக்க ஏற்பாடுகளுக்கும்கூட விரிவுபடுத்தப்பட்டால் அதன்பிறகு அங்கு எந்தவொரு அதிர்ச்சியும் இருக்காது.

நடைமுறையிலுள்ள ஆராய்ச்சி, இந்தியாவின் உழைப்பூதியத்தின் மீது கழிவு நீக்க ஏற்பாடுகளின் விளைவை எதிர்பார்க்குமாறு எங்களிடம் கூறியது.

ஆனால், அளவைப் பொருத்தவரை இந்த விளைவு எவ்வளவு பெரிதாக இருக்கும் என்று நாங்கள் எதிர்பார்ப்பது? இந்தக்கேள்விக்கு பதிலளிக்க மாண்ட்ரீலில் உள்ள க்யூபெக் பல்கலைக்கழகத்தில் இப்போது பொருளாதாரப் பேராசிரியராக உள்ள நிக்கோலஸ் லாவ்சன் ஒத்துழைப்பை டீன் பெற்றுக்கொண்டார். நிக்கோலஸ்

ஒரு தொழிலாளர் பொருளாதார நிபுணர். அவரது ஆராய்ச்சி, தொழிலாளர்களுக்கும், அவர்களது குடும்பங்களுக்கும் சமூகப்பாதுகாப்பு வலைத்திட்டங்களை எவ்வளவு சிறப்பாக மேம்படுத்தமுடியும் என்பதில் அக்கறைகொண்ட அளவு மதிப்பீடுகளுக்கு அர்ப்பணிக்கப்பட்டது. நிக்கோலஸ் டெல்லியிலும், உத்தரப்பிரதேசத்திலும் டீனை சந்திக்க வருகை தந்தார். இருவரும் ஒன்றிணைந்து, எந்த அளவுக்கு திறந்தவெளி மலம் கழிப்புக்கு குழந்தைப்பருவத்தில் வெளிப்படுவது வயதுவந்தவர்களின் உழைப்பூதியத்தைக் குறைக்கிறது என்பதைப்பற்றி அறிந்துகொள்ள ஒரு திட்டத்தை உருவாக்கினார்கள்.

மோசமான நோய்ச் சுற்றுச்சூழல்களைக் கொண்ட இடங்களில் பிறந்த தொழிலாளர்களை, நல்ல சுற்றுச்சுழல்களைக் கொண்ட இடங்களில் பிறந்த தொழிலாளர்களோடு ஒப்பிடுவதும், அவர்கள் வேறுபாடான உழைப்பூதியங்களை ஈட்டுகிறார்கள் என்று வெறுமனே பார்ப்பதும் போதுமானதல்ல. அவர்களது உழைப்பூதியங்கள் வேறுபடுமானால், அது திறந்தவெளி மலம் கழிப்பின் காரணமாக இருக்கலாம். அதேவேளையில் இது மற்ற வேறுபாடுகளினாலும்கூட இருக்கலாம். ஒருவேளை உழைப்பு சக்திகள் வேறுபட்டிருக்கலாம் - அங்கே திறந்தவெளி மலம்கழிப்பு மிகவும் பொதுவாக உள்ள இடங்களில் அதிகமான வேலைகள் கிடைக்கலாம். அல்லது ஒருவேளை திறந்தவெளி மலம் கழிப்பு குறைவாக உள்ள இடங்களில் தொழிலாளர்கள் பள்ளிகளுக்கு குறைவாகச் சென்றிருக்கலாம். அல்லது ஒருவேளை இரண்டு இடங்கள் சாதிய வரிசையில் வெவ்வேறு படிநிலைகளில் உள்ள மக்களுக்கான இயல்பான குடியிருப்பிடமாக இருக்கலாம். இந்த அம்சங்களில் ஏதாவது ஒன்று - மேலும் அதிகமானதும்கூட - எளிதாக ஒப்பீட்டைத் தடம் மாறவைத்துவிடும்.

இதற்கான தீர்வின் ஒருபகுதி கொள்கைபூர்வமாக ஒரேமாதிரியான வேலைகளுக்கு ஒருவரோடொருவர் போட்டியிட்டுக்கொள்ளும், ஆனால், தங்களது ஆரம்பகால வாழ்வில் திறந்தவெளி மலம் கழிப்புக்கு வெவ்வேறு அளவுகளில் வெளிப்பட்ட தொழிலாளர்களை ஒப்பிடுவதில் உள்ளது. இந்தியாவில் பெரும்பாலான மக்கள் எங்கே வாழ்கிறார்களோ அதே மாவட்டத்தில் வேலை செய்கிறார்கள். எனவே நிக்கோலஸூம், டீனும் மாவட்டங்களுக்குள்ளேயே தொழிலாளர்களை ஒப்பிட முடிவு செய்தார்கள். அதே மாவட்டத்துக்குள், வெவ்வேறு ஆரம்பநிலை

வாழ்வுகளில் திறந்தவெளி மலம் கழிப்புக்கு வெளிப்பட்ட தொழிலாளர்களை ஆய்வுசெய்வது அவர்களுடைய அதிகப்படியான உழைப்புச்சந்தையை நிலைமாறாமல் உறுதியாக வைத்திருக்கும்.

வரைபடம் 8 நிக்கோலஸ் மற்றும் டீன்-இன் ஆராய்ச்சிகளின் ஆதாரக்கூறுகளைப் பயன்படுத்திக் கணக்கிடப்பட்டதாகும். இது உழைப்புப் பொருளாதாரத்தின் அடிப்படை அம்சங்களைத் தருகிறது. மூத்த தொழிலாளர்கள், இளைய தொழிலாளர்களைவிட வகைமாதிரிக்குப் பொருத்தமாக அதிக உழைப்பூதியம் அளிக்கப்படுகிறார்கள். ஒவ்வொரு வயதுக்குமான தொழிலாளர்களின் சராசரி உழைப்பூதியத்தை ஒரு வரைபடமாக நீங்கள் வரைவீர்களானால், அந்தக்கோடு எப்போதும் பெரும்பாலும் மேல் நோக்கிச் சரியும். மேலும் இதில் இந்தியா விதிவிலக்கு அல்ல. இந்தச்சரிவு, வழக்கமாக மூத்த தொழிலாளர்கள் அனுபவங்களைத் தொகுத்துவைத்துள்ளார்கள்: எங்கே வேலையில் நியமிப்பவர்கள் அதற்காக அதிக உழைப்பூதியம் வழங்க விரும்புகிறார்கள் என்ற அம்சங்களுக்குக் காரணமாகிறது. ஆனால் சில இடங்களில் அந்தக்கோடு மிகவும் ஆழமாக மேல்நோக்கிச் சரிகிறது. (மூத்த தொழிலாளர்கள் இளைய தொழிலாளர்களைவிட மிக அதிக உழைப்பூதியம் அளிக்கப்படுகிறார்கள் என்ற அர்த்தத்தில்) மேலும் சில இடங்களில் அந்தக்கோடு படிப்படியாக மேல் நோக்கிச்சரிகிறது (இளைய தொழிலாளர்கள் கிட்டத்தட்ட மூத்த தொழிலாளர்களைப்போலவே உழைப்பூதியத்தைச் சம்பாதிக்கிறார்கள் என்ற அர்த்தத்தில்)

இந்தியா முழுவதிலும் ஆரம்பகால வாழ்வு ஆரோக்கியம் மேம்பட்டுவருகிறது. திறந்தவெளி மலம் கழிப்பு வீதங்கள் குறைந்துவருகின்றன. ஒவ்வொரு ஆண்டும் பெரும் எண்ணிக்கையிலான சிசுக்கள் அவர்களது முதல் பிறந்த நாள்வரை தப்பிப்பிழைக்கிறார்கள். காலம் செல்லச்செல்ல அந்தக் குழந்தைகள் சிறிதளவு உயரமாகிறார்கள் என ஆதாரச்சான்றுகள் கூறுகின்றன. நாங்கள் இந்த நூலை எழுதுவது முதன்மையாக எதற்காக என்றால், இந்த முன்னேற்றங்கள் மற்ற நாடுகளில் உள்ளதைவிட மிகவும் மெதுவாக நடக்கின்றன என்பதற்காகவும், இது இன்னும் முடுக்கிவிடப்படலாம் என்று நாங்கள் நம்புவதாலும்தான். ஆனால், இந்தியாவுக்குள்ளேயும்கூட அங்கு வேறுபாடுகள் உள்ளன. சில மாவட்டங்களில் திறந்தவெளி மலம் கழிப்பு மிகவேகமாக மறைந்து வருகிறது. மேலும் மற்ற மாவட்டங்களில் மிகமெதுவாக.

எங்கே செல்கிறது இந்தியா | 201

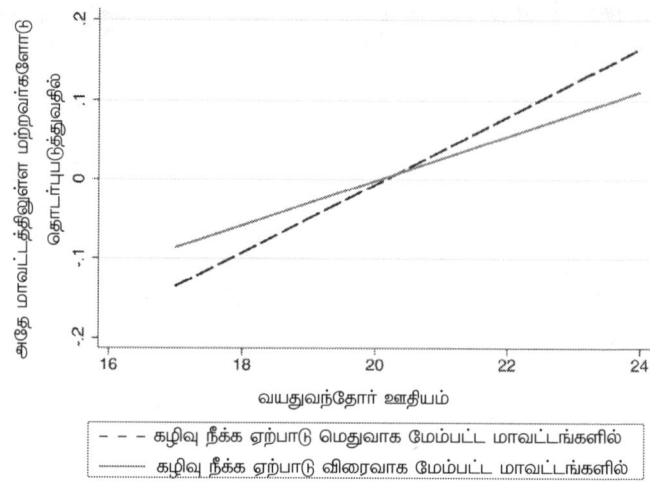

படம் 8: திறந்தவெளி மலம் கழிப்பு மிகவேகமாக மேம்பட்ட இடங்களில் இளைய தொழிலாளர்கள், மூத்த தொழிலாளர்களோடு தொடர்புபடுத்தப்படும்போது அதிகம் சம்பாதிக்கிறார்கள்.

மூத்த தொழிலாளர்கள் இளைய தொழிலாளர்களைவிட அதிக ஊதியம் பெறவைக்கப்பட்டார்கள். மேலும் திறந்தவெளி மலம் கழிப்பு மற்ற மாவட்டங்களைவிட மிகவும் அதிகமாக, சில மாவட்டங்களில் மிகவும் சீக்கிரமாகவே குறைந்தது என்ற இந்த இரண்டு அம்சங்களும் இணைந்த ஆராய்ச்சி உத்தியை நிக்கோலஸூம், டீனும் கண்டறிந்தார்கள். எங்கே திறந்தவெளி மலம் கழிப்பு மிக வேகமாக வீழ்ச்சியடைகிறதோ அங்கு இளம் தொழிலாளர்கள் மூத்த தொழிலாளர்களைவிட மிகவும் ஆரோக்கியமான சுற்றுச்சூழல்களில் வளர்கிறார்கள். எங்கே திறந்தவெளி மலம் கழிப்பு மிகமெதுவாக வீழ்ச்சியடைகிறதோ அங்கு இளம் மற்றும் மூத்த தொழிலாளர்கள் அதையொத்த நோய்ச்சூழல்களில் பிறக்கிறார்கள்.

இந்த ஆராய்ச்சி உத்தி படம் 8இல் காணக்கிடைக்கிறது. அது ஆதாரக்கூறுகளை எந்த மாவட்டங்களில் திறந்தவெளி மலம் கழிப்பு விரைவாக வீழ்ச்சியடைகிறது? எந்த மாவட்டங்களில் மிகமெதுவாக நடக்கிறது? என்று பிரிக்கிறது. வயதுவந்தவர்களின் உழைப்பூதியத்தில் திறந்தவெளி மலம் கழிப்பு தனது தாக்கத்தை ஏற்படுத்துமானால், வயதுக்கும், ஊதியத்துக்கும் இடையிலான உறவுகள் திறந்தவெளி மலம் கழிப்பு

மிகமெதுவாக குறைந்துவரும் மாவட்டங்களை, மிகவிரைவாக விழ்ச்சியடைந்துவரும் மாவட்டங்களோடு ஒப்பிடும்போது அங்கு ஊதியம் வித்தியாசமானதாக இருக்கும். எல்லா இடங்களிலும் மூத்த தொழிலாளர்களின் அனுபவங்கள் ஓர் அனுகூலமாகக் கணக்கிடப்படுகிறது. ஆனால், எங்கு நோய்கள் விரைவாக வீழ்ச்சியடைந்தனவோ அந்த மாவட்டங்களில் மிகச்சிறப்பான ஆரம்பகால வாழ்வின் ஆரோக்கியத்தால் அவை ஓரளவுக்கு காலாவதியாகிவிட்டன.

எனவே, இதுதான் அணுகுமுறையாக இருந்தது. மூத்த தொழிலாளர்களுக்கும், இளைய தொழிலாளர்களுக்கும் இடையிலான ஊதிய இடைவெளி, திறந்தவெளி மலம் கழிப்பு மிகவேகமாக வீழ்ழ்சியடைந்த மாவட்டங்களில் சராசரியில் சிறியதாக இருந்ததா? என நிக்கோலஸும், டீனும் கேட்டார்கள். மிகவும் குறிப்பாக 2,005இல் பெற்ற தேசிய அளவிலான அளவீடுகளிலிருந்து கிடைக்கப்பெற்ற ஒவ்வொரு வயதுவந்த தொழிலாளியின் ஊதியத்தகவல்களை அந்த மாவட்டத்தில் திறந்தவெளி மலம் கழிப்பை நடைமுறைப்படுத்திய குடியிருப்புகளின் தகவல் தொகுப்போடும், அந்தத் தொழிலாளியின் பிறந்த ஆண்டோடும் பொருத்தினார்கள். அவர்கள் சிசுமரணத்தின் விகிதங்களின் தகவல் தொகுப்பையும், திறந்தவெளி மலம் கழிப்பு அதற்கேற்றவிதத்தில் நோய்ச் சுற்றுச்சூழல்களை ஏற்படுத்தியதா? என்பதை இரட்டை சோதனைக்காகப் பயன்படுத்தினார்கள். இந்த உத்தி (அவர்களது முடிவுகள்), வெவ்வேறு வயதில் உள்ள அல்லது வெவ்வேறு மாவட்டங்களில் உள்ள தொழிலாளர்கள் வெவ்வேறுவிதமான ஊதியத்தைப் பெறுகிறார்கள். மேலும் அவர்கள் எப்போதும் அதே மாவட்டம் தழுவிய உழைப்புச்சந்தைக்குள் வேலைகளுக்காக போட்டியிடும் தொழிலாளர்களோடு ஒப்பிடப்படுகிறார்கள் என்ற அம்சங்கள் வெறுமனே தவறாக வழிகாட்டவில்லை என்பதை உறுதிப்படுத்தியது.

நிக்கோலஸும், டீனும் அவர்களது முடிவுகளைக் கணக்கிட்டுத் தொகுத்தபோது நாங்கள் மூவரும் அலகாபாத் பல்கலைக்கழகத்தின் ஒரு கருத்தரங்கில் கலந்துகொள்ள ஒன்றாகப் பயணம் செய்தோம். அந்தச் செயல்திட்டத்தில் எங்களது ஆய்வுகளை எங்கிருந்து துவங்கினோமோ, அங்கிருந்து நிக்கோலஸ் தனது அறிமுகப்படுத்தலைத் துவங்கினார். அவர் படத்தை வரைந்தார். நிக்கோலஸின் வலை, மற்ற

பொருளாதார நிபுணர்களின் ஆராய்ச்சிகளிலிருந்து எந்த அளவுக்கு நாங்கள் கற்றுக்கொண்டே, முன்னுக்கு வந்துள்ள மற்ற கண்டுபிடிப்புகளின்மீது இந்தச் செயல்திட்டத்தை முழுமையாகக் கட்டமைத்தோம் என்பதை நினைவுபடுத்துவதாக இருந்தது. அந்த வலையில் இருந்த ஒவ்வொரு முடிச்சும், வயதுவந்த நிலையில் அவரது உயரம், குழந்தைப்பருவத்தில் அவரது உயரம், குழந்தைப்பருவத்தில் அவரது அறிவுத்திறன், வயதுவந்த நிலையில் அவரது ஊதியம் மற்றும் ஆரம்பகால வாழ்வின் ஆரோக்கியம் என தொழிலாளியின் வாழ்க்கையில் ஒவ்வொரு வளர்ச்சிப்படிநிலையாகவும், அவரது மனிதமூலதனத்தின் அளவீடாகவும் இருந்தது. இந்த முடிச்சுகளில் ஒவ்வொன்றும் தொழிலாளர்களைப்பற்றிய முந்தைய ஆய்வுகளோடு இணைக்கப்பட்டது. அந்த முடிச்சுகளின் ஒவ்வொரு இணையும் - ஆனால், ஒன்றைத்தவிர - எந்த ஒருகோடும் ஆரம்பவாழ்வு கழிவுநீக்க ஏற்பாட்டிலிருந்து வயதுவந்த நிலையின் சம்பாத்தியம்வரை இணைக்கப்படவில்லை. இந்த அடர்த்தியான வலை வயது வந்தவரின் ஊதியத்தின்படி திறந்தவெளி மலம் கழிப்பு ஏற்படுத்திய விளைவையும் கண்டறிய வேண்டும் என்ற எதிர்பார்ப்புகளின் ஒவ்வொரு காரணத்தையும் தந்தது. ஆனால், அது அந்த ஆதாரக்கூறுகளில் காணப்பட்டதா?

காணப்பட்டது. ஒரு தொழிலாளி குழந்தையாக இருந்தபோது வெளிப்பட்ட திறந்தவெளி மலம் கழிப்பின் அளவில் ஒவ்வொரு கூடுதலான குறைப்பும் அந்தத் தொழிலாளியின் ஊதியத்தில் ஒரு சிறிய சதவீதமாக மாறி அதிகரித்தது. இந்த முடிவை நாம் படம் 8இல் இரண்டுகோடுகளுக்கு இடையில் உள்ள சரிவுகளில் காணலாம். எங்கே அவர்கள் மேம்பட்ட கழிவுநீக்க ஏற்பாடுகளால் பயனடைந்தார்களோ, அந்த மாவட்டங்களில் மூத்த தொழிலாளர்களோடு தொடர்புகொள்ளும் போது இளம்தொழிலாளர்களும்கூட குறைவான பிரதிகூலம் உடையவர்களாக இருந்தார்கள். அதனால்தான் வயதுக்கும், ஊதியத்துக்கும் இடையிலான ஏற்றஇறக்க வாட்டத்தில் இந்த மாவட்டங்களின் செங்குத்துச்சரிவு குறைவாக உள்ளது.

எந்தவொரு தொழிலாளியின்மீதும் இதன்விளைவு ஒப்பீட்டளவில் சிறியதாக இருக்கலாம். ஆனால், மக்கள்தொகையில் செறிவான சிலவற்றைச் சேர்க்கிறது. இருந்தபோதிலும் மீண்டும் எது முக்கியமானது என்றால் ஒரு நபரின் அக்கம்பக்கத்தில் எத்தனைபேர் திறந்தவெளியில்

மலம் கழிக்கிறார்கள் என்பதுதான். அந்த நபர் தானே ஒரு கழிப்பறையைப் பயன்படுத்துகிறாரா, என்பதல்ல. எந்தக் குடும்பங்கள் சொந்தமாகக் கழிப்பறைகளை வைத்துப் பயன்படுத்துகின்றனவோ அந்தக் குடும்பங்களின் குழந்தைகளும்கூட, அவர்களது அக்கம்பக்கத்தவர்களின் திறந்தவெளி மலம் கழிப்பால் ஏற்படும் பொருளாதார பின்விளைவுகளால் பாதிக்கப்படுகிறார்கள்.

ஊட்டச்சத்து இந்தியர்களை வறுமையின் பொறியில் சிக்கவைக்கிறதா?

மோசமான ஆரோக்கியமும், ஊட்டச்சத்துப் போதாமையும் ஏழைகளின் பணம் ஈட்டும் ஆற்றலைக் கட்டுப்படுத்துகிறது என்று நீண்டகாலமாக நிலவிவரும் கோட்பாடு ஒன்று உள்ளது. இந்த அத்தியாயத்தில் இதுவரை ஆரம்பவாழ்வின் நோய்களிலிருந்தும், ஊட்டச்சத்து போதாமையிலிருந்தும் தப்பிப்பிழைத்தவர்கள் கற்றலிலும், உற்பத்தி சக்தியிலும் சந்தித்த இழப்புகளை நாங்கள் அழுத்தமாகக் கூறியிருக்கிறோம். ஆனால், பொருளாதார நிபுணர்கள் முற்றிலும் வேறுபட்ட வகையான உணவு ஊட்டச்சத்துக்குரிய வறுமைப்பொறியை கோட்பாடாக உருவாக்குகிறார்கள். 'ஏழைகளால் பணம் சம்பாதிக்க முடியாது. ஏனென்றால், அவர்களால் வேலைசெய்ய முடியாது. மேலும் அவர்கள் வேலைசெய்ய மாட்டார்கள் ஏனென்றால், உடலுழைப்பைச் செய்வதற்கு போதுமான உணவை அவர்களால் எளிதாகப் பெறமுடியாது' என்று கூறுவதற்காக அது பொதுவாகப் பயன்படுத்தப்படுகிறது. இது உண்மையாக இருந்திருக்குமானால், வறுமையே ஏழைகளை ஏழைகளாக வைத்திருக்கும். அவர்களது சொந்தக்குறைபாடுகள் போல அல்லாமல், ஊட்டச்சத்துபோதாமை ஏழைகளை வறுமைப்பொறியில் சிக்கவைக்கிறது.

நாங்கள் கூறிக்கொண்டிருக்கும் மனித மூலதனக்கதைகளிலிருந்து, இத்தகைய உணவு ஊட்டத்துக்குரிய வறுமைப்பொறி வேறுபட்டது. நாங்கள் விவாதித்துக் கொண்டிருக்கும் சான்று குழந்தைப்பருவத்தில் ஆரோக்கியத்துக்கும், ஊட்டச்சத்துக்கும் உள்ள முக்கியமான பங்கைச் சுட்டிக்காட்டுகிறது. குழந்தைகளின் வடிவங்களில், அவர்களது உடல்களில், வளர்ச்சியின்

வழிகளில், நீடித்து சிக்கவைத்தல்களில் என்ன நடக்கிறது? உணவு ஊட்டத்துக்குரிய வறுமைப்பொறி பற்றிய பழைய சிந்தனைகள், அதற்குமாறாக ஊட்டச்சத்து ஏழைத்தொழிலாளர்கள் வளர்ந்தவர்களாவதைக் கட்டுப்படுத்துகிறது என்று முன்வைக்கின்றன. வேலைசெய்வதற்குத் தேவையான உணவுசக்தியை வாங்க முடியாதவகையில் அவர்கள் மிகவும் ஏழைகளாக இருக்கிறார்கள் என்பதால் மட்டும் தொழிலாளர்கள் வறுமைப்பொறியில் சிக்கவைக்கப்படுகிறார்களா?

இதற்கான சாத்தியத்தை கிராமப்புற மகாராஷ்டிராவின் ஆதாரக்கூறுகளைப் பயன்படுத்தி 1996இல் சங்கர் சுப்ரமணியமும், ஆங்குஸ் டீடனும் அலசி ஆராய்ந்தார்கள். உண்மையிலேயே பணக்கார மக்கள் அதிகம் சாப்பிடுகிறார்கள் என்பதை அவர்கள் கண்டறிந்தார்கள். தனது வருமானத்தை இரட்டிப்பாக்கிய ஒரு சராசரிக் குடியிருப்பு 30%இல் இருந்து 50% வரை அதிகக் கலோரிகளை உண்கிறார்கள். ஆனால் கிராமப்புற மகாராஷ்டிராவில் கலோரிகள் விலைமலிவு என்பதையும்கூட அவர்கள் கண்டறிந்தார்கள். 'உழைக்கும் வயதுவந்தவர்களின் சக்தி, உணவு ஊட்டத்துக்குரிய வறுமைப் பொறி' என்ற எளிய கோட்பாடு உண்மையாக வேண்டுமானால், உணவு போதுமான அளவுக்கு விலை உயர்ந்ததாக இல்லை. ஒரு நாளை உடலுழைப்பில் கழிப்பதற்கு கூடுதலாக 600 கலோரிகள் தேவைப்படுகின்றன. (இன்னும் சரியாகச் சொல்வதனால் குழந்தையின் அதிக ஓய்வுடைய செயல்பாட்டைவிட) அன்றாட ஊதியத்தில் 4% அளவுக்கு மட்டுமே செலவாகும்.

ஒருவேளை இந்தவகையான வறுமைப்பொறிக்கு உணவு ஒரு காரணமாக இல்லாவிட்டாலும்கூட, பசி ஒருபோதும் ஒரு முக்கியமான கொள்கைப்பிரச்சனை அல்ல என்றும் அல்லது உணவுப்பாதுகாப்பையோ அல்லது தாய்வழி ஊட்டச்சத்தையோ பற்றிக் கவனம் செலுத்துவதற்கான வலுவான பொதுக்காரணமே அல்ல என்றும் சுட்டிக்காட்டாது. நன்கு உணவூட்டப்பட்ட குழந்தைகள் பள்ளியில் நன்கு கவனம் செலுத்துவார்கள். நல்ல பள்ளிப்படிப்பு ஒவ்வொருவருக்கும் சாதகமான வெளிப்புறப் பயன்களைக் கொண்டது. அதுதான் மிகப்பல நாடுகள் ஏன் பள்ளிகளில் ஏழைக்குழந்தைகளுக்கு உணவளிக்கும் திட்டத்தைக் கொண்டுள்ளன என்பதற்கான ஒரே காரணமாகும். மேலும், 'வயதுவந்தோர்- ஊட்டச்சத்து வறுமைப்பொறி' என்ற பழையகோட்பாடுகள் சான்றாதாரங்களில் ஆதரிக்கப்

படவில்லை என்பது, புதிய கோட்பாடுகளான 'குழந்தைகள்-ஊட்டச்சத்து-வறுமைப்பொறி' ஆகியவை தவறானவை என்று சுட்டிக்காட்டாது. இன்னும் சரியாகச் சொல்வதானால், வாழ்க்கையின் தனித்தனிப் படிநிலைகளில் என்ன நடக்கிறது என்பதைப்பற்றிய தனித்தனி சிந்தனைகள் இவை என்பதை நமக்கு நினைவுபடுத்துகின்றன. புதிய வளர்ச்சிப் பொருளாதாரத்தில் வயது முக்கியமான விஷயமாகும்.

இந்தியர்கள், அவர்கள் வழக்கப்பட்டதைவிட, குறைவான கலோரிகளை உண்கிறார்களா?

பணக்காரக் குடும்பங்கள் அதிகமாக உண்பதை இயல்பாகக் கொண்டிருக்கிறார்கள் என்பது பொருளாதாரத்தில் நிலைநாட்டப்பட்டுள்ள மிகப்பழமையான உண்மைகளில் ஒன்று. எங்கெல்ஸின் இந்த விதிகளை டீடனும், சுப்பிரமணியமும் சரிபார்த்தபோது உறுதிப்படுத்தினார்கள். எங்கெல்ஸின் விதி ஜெர்மனியைச் சார்ந்த 19ஆம் நூற்றாண்டின் பொருளாதார நிபுணரும், புள்ளிவிவரத் தொகுப்பாளருமான எர்னஸ்ட் எங்கெல்ஸின் மீது பெயரிடப்பட்டது. இந்த விதி, பணக்காரக் குடும்பங்கள் மிக ஏழைக்குடும்பங்களைவிட உணவுக்காக அதிகம் செலவிடுகின்றன. ஆனால், அவர்கள் உணவுக்கான மொத்த நிதித்திட்டத்தில்கூட ஒரு குறைவான விகிதத்தையே செலவிடுகிறார்கள் என்பதை உயர்த்திப்பிடிக்கிறது. எனவே, பணக்காரக் குடும்பங்கள் உணவுக்காக மிக உயர்ந்த மொத்தத்தொகையை - எண்ணிக்கையில் அது ஒருவேளை அவர்களது மொத்தவருமானத்தில் ஐந்தில் ஒன்றாக மட்டும் - செலவிடும்போது, மிக ஏழமையான குடும்பங்கள் உணவுக்காக அவர்கள் வருமானத்தில் மூன்றில் ஒருபகுதியை செலவிடுகிறார்கள்.

எங்கெல்ஸின் வரலாற்றுப்பூர்வமான விதி இன்றும் இந்தியாவுக்குப் பொருந்துகிறது. 2016இல் மிக ஏழைகளான இந்தியர்கள் நுகர்ந்ததைவிட பணக்கார இந்தியர்கள் கலோரிகளை மிக அதிகமாக நுகர்ந்தார்கள். இந்த அம்சம் உறுதியாக முன்னுணரக்கூடியது. ஆனால் இது இன்றும்கூட ஆங்குஸ் டீடன் மற்றும் இந்தியப்பொருளாதார நிபுணரான ஜீன்ட்ரெஸ்ஸெ ஆகியோரால் ஆவணப்படுத்தப்பட்ட, கணிக்கமுடியாத

இன்னொரு இந்தியப்புதிரின் ஒருபகுதியாகும். இந்தியாவில் உட்கொள்ளப்படும் கலோரிகளின் சராசரி 1980களிலிருந்து சரிந்துகொண்டே இருக்கிறது. தேசிய மாதிரி அளவீட்டிலிருந்த ஆவணக்கூறுகளைப் பயன்படுத்தி 1983இல் கிராமப்புற இந்தியாவில் ஒருநபர் நாளொன்றுக்கு 2240 கலோரிகளை சாப்பிட்டார் என்பதை அவர்கள் தொகுத்துக் கணக்கிட்டார்கள். 2005இல் இது நாளொன்றுக்கு ஒருநபருக்கு கிட்டதட்ட 200 கலோரிகள் வீழ்ந்து 2047 கலோரிகள் ஆனது. ஒரு ஏழைமக்கள்தொகை பணக்காரர்களாக உருவாகும்போது குறைவாகச் சாப்பிடுகிறார்கள் என்பது எப்படி நடக்கும்?

இந்த உணவு ஊட்டப்புதிரில் நோயும்கூட ஒரு பங்கு வகித்திருக்குமோ என்று டீன் ஆச்சரியப்பட்டார். மேலும் அவர் இதைக்கண்டுபிடிக்க பொருளாதார நிபுணர் ஜோஸபின் தஹ்-உடன் இணைந்தார். NSS ஆவணக்கூறுகள் அளவீட்டு வளாகத்தில் ஜோ ஒரு வல்லுனராக இருப்பவர். அது இந்தியக் குடும்பங்களின் உணவு நுகர்வுகளை 1980களிலிருந்து பதிவு செய்துள்ளது. நாம் விரும்புவது போல் திறந்தவெளி மலம் கழிப்பு மிகவேகமாக வீழ்ச்சியடையாவிட்டாலும்கூட, அது குறைந்துவருகிறது. இந்தியாவிலுள்ள மக்கள் அவர்களது வழக்கப்படி எவ்வளவு அதிகமோ அவ்வளவுக்கு நோய்களால் பாதிக்கப்படவில்லை. அவர்களது குடல் ஆரோக்கியமாக இருந்திருக்கும். மேலும் அவர்கள் உண்ணும் உணவை நன்கு உள்வாங்கியிருக்க முடிந்திருக்கும். இந்தியாவிலுள்ள சராசரி குடும்பம், 1980களை விட இன்று குடல்சார்ந்த நோய்களால் சிறிது குறைவாக பாதிக்கப்பட்டிருக்குமானால் அவர்கள் குறைவான கலோரிகளை உண்ணும் வாய்ப்பைப் பெற்றிருக்க முடியும். மேலும் அவர்கள் தங்கள் உணவு நிதித்திட்டத்தில் அந்தப்பகுதியை அவர்கள் வாங்கவிரும்பும் சிலவற்றுக்காக சேமித்திருக்க முடியும்.

ஜோவும், டீனும் இந்தச் சிந்தனைக்கான ஆதாரச்சான்றுகளை மூன்று வெவ்வேறு இந்திய ஆவணக்கூறுகளின் ஆதாரங்களிலிருந்து கண்டறிந்தார்கள். அவர்கள் நோய்ச்சுற்றுப்புறச்சூழலுக்கு திறந்தவெளி மலம் கழிப்பு மற்றும் சிசுமரணவீதம் என்ற இரண்டு நடவடிக்கைகளைப் பயன்படுத்தினார்கள்: முதலாவதும், மிகமுக்கியமானதும், இந்தியாவில் எந்த மாவட்டங்களில் கடந்த சில பத்தாண்டுகளில் சிசுமரணம் மிகவேகமாக வீழ்ந்துகொண்டிருக்கிறதோ, அந்த

மாவட்டங்கள் சராசரியாக மிகவேகமான முன்னேற்றங்களைக் கண்டிருக்கின்றன. மேலும் அந்த மாவட்டங்களில் கலோரிகள் நுகர்வும் அதிகமாக வீழ்ந்துள்ளது. இரண்டாவதாக, அதிகமான திறந்தவெளி மலம் கழிப்புள்ள அல்லது மாபெரும் சிசுமரணவீதங்கள் உள்ள இந்திய கிராமங்களில் வாழும் மக்கள் சராசரியாக அதிக கலோரிகளை சாப்பிட்டார்கள். குறிப்பாக எங்கு குழந்தைகள் வாந்திபேதியால் பாதிக்கப்பட்டார்களோ அந்த கிராமங்களில் மக்கள் சராசரியாக அதிகம் சாப்பிட்டார்கள். ஆனால், காய்ச்சலும், இருமலும் உணவு நுகர்வோடு தொடர்புடையவை அல்ல. (மற்ற பொதுவான குழந்தைப்பருவ அறிகுறிகள் குடல்சார்ந்த நோயை பிரதிபலிக்கவில்லை) இறுதியாக 1980களிலிருந்து ஒரு தனித்தன்மைவாய்ந்த அளவீடு கலோரி நுகர்வையும், உள்ளூர் திறந்தவெளி மலம் கழிப்பையும், மேலும் ஒரு குடும்பம் செய்துவந்த வேலையின் விளக்கமான விரிவுரையையும் அளவிட்டது. நோய்க்கும், கலோரி நுகர்வுக்கும் இடையிலான தொடர்பு அதிக கிராக்கியுள்ள வேலைகளில் ஈடுபடும் ஏழைத் தொழிலாளர்களுக்கு அதற்காக அதிகப்படியான உணவு தேவைப்படுகிறது - பின்விளைவுகள் தவறாக வழி நடத்தப்படவில்லை என்பதை இந்த ஆவணக்கூறுகளால் சரிபார்க்கமுடியும்.

மூன்று ஆவணக்கூறுகளின் ஆதாரங்களில் ஒன்றான இந்திய மானுட வளர்ச்சி அளவீடும்கூட வயதுவந்த இந்தியப் பெண்களின் உயரங்களையும், எடைகளையும் அளந்தது. இந்த உடலியல் ஆவணக்கூறு ஜோ மற்றும் டீனின் கண்டுபிடிப்புகளின் நேர்மைத்தன்மையை ஒப்பிட்டு சரிபார்க்கும் வாய்ப்பை அளிக்கிறது. திறந்தவெளி மலம்கழிப்பு நோயை ஏற்படுத்துமானால், அது உணவை உறிஞ்சுவதைக் குறைக்கிறது. இது மக்களை மெலிந்தவர்களாக, (நோஞ்சான்களாக)ஆக்குமா? இந்தியாவிலுள்ள மிக ஏழைப் பெண்களைவிட இந்தியாவில் உள்ள பணக்காரப் பெண்கள் அதிக எடை உள்ளவர்கள். ஆனால், ஒட்டுமொத்த உணவு ஊட்டச் சமன்பாட்டின் ஒரே பகுதியாக மட்டும் எது மாறுகிறதோ அது குடும்பத்தின் கலோரி நுகர்வு ஆகும். அது குடும்பத்துக்குள் உள்ள தனிப் பெண்கள் என்ன உண்கிறார்களோ அதைப்பற்றி சிறிது நமக்குச் சொல்லக்கூடும். அது பெண்களின் உடல்பருமனோடு சம்பந்தப்பட்டிருக்க வில்லை. இன்னும்கூட நோயின் பங்குபற்றிய ஆவணக்கூறுகள் தெளிவாக உள்ளன. ஏழை, பணக்காரர் என்ற அடுக்குகளுக்கும்

அப்பால் அதிக கலோரிகள் அல்லது குறைவான கலோரிகள் உண்ணும் குடும்பங்களின் மத்தியிலும் திறந்தவெளியில் மலம் கழிக்கும் மிகஅதிகமான அக்கம்பக்கத்தவர்களால் சூழப்பட்டுள்ள பெண்கள், குறைவான சுற்றுப்புறச்சூழல் நோய்களை எதிர்கொள்ளும் பெண்களைவிட குறைந்த எடை உள்ளவர்களாக இருக்கிறார்கள்.

இந்த எல்லா ஆவணக்கூறுகளோடும் ஜோவும், டீனும் இந்தியாவின் கலோரி நுகர்வின் 'வீழ்ச்சிப்புதிருக்கு' திரும்பிவந்தார்கள். மெல்லமெல்ல மேம்பட்டுவரும் நோய்ச்சுற்றுப்புறச்சூழல், கலோரியை உள்வாங்கிக்கொள்வதில் ஏற்பட்டுள்ள வீழ்ச்சிக்குக் காரணமாகுமா? ஆம், ஆனால் ஒருபகுதியாக மட்டும். நோயின் பங்கைக் கணக்கிடும் வெவ்வேறான அணுகுமுறைகள் சிறிதளவு வெவ்வேறான பதில்களைத் தருகின்றன. எவ்வாறாயினும் கலோரி வீழ்ச்சியில் அதன் எல்லாவற்றையும் அல்ல என்ற போதிலும். சிலவற்றை நோயால் விளக்கமுடியும் என்று தோன்றுகிறது. ஜோவும், டீனும் நோயின் படிப்படியான முன்னேற்றங்களால் வீழ்ச்சியின் கால்பகுதியைப்பற்றி, சாத்தியமானல் இன்னும் அதிகமாக, விளக்க முடியும் என்கிறார்கள்.

இந்த முடிவுகள் சிலவெளிப்படையான புதிர்களை விட்டுச்செல்கின்றன. முதலில் நோய்ச்சுற்றுப்புறச்சூழல்களில் உள்ள முன்னேற்றங்கள் கலோரி நுகர்வில் கால்பகுதி வீழ்ச்சிக்குக் காரணமாகுமென்றால், எஞ்சியுள்ளவற்றுக்கு எது காரணம்? டீடனும், ட்ரெஸ்ஸேவும் தெரிவிப்பதுபோல டிராக்டர்கள் மற்றும் சாலைகள் போன்ற தொழில்நுட்பம் மற்றும் உள்கட்டுமானங்களின் முன்னேற்றங்கள் மக்களின் செயல்பாட்டு நடவடிக்கை அளவுகளைக் குறைத்து, அதன் வழியில் குறைவான கலோரிகளை நுகரும்போது அவர்களது எடையைத் தொடர்ந்து தக்கவைத்துக்கொள்ள அனுமதித்திருக்கலாம். அப்படியானால், இந்தச்செயல்முறை மற்ற வளரும் நாடுகளிலும்கூட கண்டறியப்பட்டிருக்கும் - இதேபோன்ற அச்சுறுத்தும் அளவுக்கான திறந்தவெளி மலம் கழிப்பை அண்மைக்காலத்தில் அவர்கள் ஒருபோதும் பெற்றிருக்காவிட்டாலும்கூட.

இரண்டாவதாக: குறைக்கப்பட்ட நோயின் சுமை மக்களை ஆற்றல்மிக்க முறையில் கலோரிகளில், வளமானவர்களாக ஆக்கினாலும்கூட, அந்த மிகையான உணவு நிதித்திட்டத்தைப்

பயன்படுத்தி ஒரு சிறிதளவு பருமன் ஆகாமல், மக்கள் ஏன் ஆரோக்கியமற்றவகையில் மெலிந்தவர்களாக, நோஞ்சான்களாக உள்ளார்கள்? 2005இல் இந்தியா வேறு எந்த நாட்டையும்விட -எரிட்ரியா நீங்கலாக - பிறப்பு- நோய்-இறப்பு மற்றும் ஆரோக்கிய அளவெடுப்புகளில் மிக உயர்ந்த எண்ணிக்கையில் எடை குறைவான பெண்களைக் கொண்டிருந்தது? எரிட்ரியா வறுமையாலும், போராலும் தொல்லைபட்டுக்கொண்டிருந்தது. இந்தியாவில் கருவுற்ற பெண்கள் குறிப்பாக ஏழைகளாகவே காலம்கடத்திக் கொண்டிருந்தார்கள் என்பதை டியானே ஆவணப்படுத்தியுள்ளார். 2005இல் 40%க்கும் மேலான இந்தியப்பெண்கள் குறைந்த எடையிலேயே கருவுறத் தொடங்கினார்கள் என அவர் மதிப்பிட்டார். மேலும் பெண்கள் மட்டுமே ஆரோக்கியமற்றவகையில் மெலிந்தவர்களாக இருக்கவில்லை. அந்த அளவெடுப்பில் 40க்கும் 50க்கும் இடையிலுள்ள வயதில் ஆண்களில் கால்பகுதியினர் அதேபோல எடைகுறைந்தவர்களாக இருந்தார்கள்

இந்த வெளிப்படையான புதிர்களுக்கு எதிர்மாறாக டீன் மற்றும் ஜோவின் முடிவுகள் திறந்தவெளி மலம் கழிப்பு இந்தியாவில் சிறிதளவு உணவை ஒவ்வொரு நாளும் வீணாக்குகிறது எனத் தெரிவித்தன. ஏனென்றால் குடல் நோயுள்ள மக்களால் அவர்கள் உண்ணும் எல்லாவற்றையும் உறிஞ்சிக்கொள்ள முடியாது. மக்களில் பலர் தங்களுக்குத் தேவைப்படுவதைவிட அதிக கலோரிகளை வாங்குகிறார்கள்: சமைக்கிறார்கள்: நுகர்கிறாரகள். எந்த ஒரு குடும்பத்தின் உணவு நிதித்திட்டத்தின்மீதும் திறந்தவெளி மலம் கழிப்பு ஏற்படுத்தும் விளைவு மாதிரிக்குறியீடாக சிறிதாக இருந்தாலும்கூட, அந்த சிறிய விளைவுகள் பெரியமக்கள் தொகையின்மீது ஏற்றப்படுகிறது. ஜோ மற்றும் டியானேவின் மதிப்பீடுகள் தோராயமாக சரியாக இருக்குமானால், திறந்தவெளி மலம் கழிப்பை ஒழிப்பது இந்தியாவில் உள்ள ஒரு சராசரி நபரை நாளொன்றுக்கு 50கலோரிகள் அளவுக்கு சேமிக்கவைக்கும். எடுத்துக்காட்டாக, உலகவங்கியின் பன்னாட்டு வறுமைக்கோட்டில் உள்ள ஒரு நபர் 2000 கலோரிகளுக்காக தனது வருமானத்தில் மூன்றில் ஒரு பங்கை செலவிடுவாரானால், இந்தியாவில் மிகக்குறைந்த செலவுபிடிக்கும் கலோரிகளின் விலை ஒரு பென்னியின் இருநூற்றில் ஒருபாகமாக இருக்கும். இந்தப்பிரச்சனையில் திறந்தவெளி மலம் கழிப்பை ஒழிப்பது ஒவ்வொரு நபராலும்,

ஒவ்வொரு ஆண்டிலும் வீணாக்கப்பட்ட உணவுசக்தியில் சராசரியாக மூன்று முதல் நான்கு டாலர்கள் அளவுக்கு சேமிக்கவைக்கும். இந்த டாலர்கள் இந்தியாவில் சூதாட்டத்தில் பணயத்தொகை எல்லாவற்றையும் வென்றுவிடாது: ஆனால், அவை உணவுப்பொது விநியோகத்தில் இந்திய அரசின் ஆண்டுச்செலவில் 10%இல் இருந்து 20%வரை மொத்த ஆண்டின் விலையை ஏற்றிவிடும்.

திறந்தவெளி மலம்கழிப்பு எவ்வாறு அரசின் வரவுசெலவுத் திட்டத்தை வரியாக்குகிறது?

இந்திய அரசு உணவுக்காண பொதுவிநியோக அமைப்பில் மிகவும் அதிகமான பணத்தைச் செலவிடுகிறது என்று சில விமரிசனங்கள் கூறுகினறன. மக்களின் உடல்கள் அவர்கள் உண்ணும் உணவை நன்கு உறிஞ்சிப் பயன்படுத்த முடியுமானால், ஒருவேளை ஊட்டசத்துக்காக அரசு செலவிடும் பணத்துக்கு அதிகப்படியான பயனைப்பெற முடியும் என்பதை நாங்கள் கண்டோம். ஆனால் மக்கள் எங்களது ஆராய்ச்சிகளை மானியம் அளிக்கப்படும் உணவுக்கு எதிராகப் பயன்படுத்தும்போது நாங்கள் இயல்பாகவே ஆட்சேபிக்கிறோம். உணவுக்கான மானியத்தில் எந்தவகையான பயன்களும், செலவுகளும் இருந்தாலும் அந்தச் சமன்பாட்டில் கழிவுநீக்க ஏற்பாடு ஒரு சிறிய பங்காக இருக்கும். மேலும், வீணாக்கப்பட்ட உணவு, இந்தியப் பொருளாதாரத்தில் கழிவுநீக்க ஏற்பாடு ஏன் முக்கியத்துவமாகிறது என்பதில் ஒரு சிறிய பங்கு வகிக்கிறது. திறந்தவெளி மலம் கழிப்பின் பெரும்பொருளாதார விளைவு குழந்தைப்பருவ நோய்களின் காலத்திற்குப்பிறகு தப்பிப்பிழைத்தவர்களுக்கு சிறுகச்சிறுகத் தொகுத்தது. இந்த அத்தியாயத்தில், மோசமான கழிவுநீக்க ஏற்பாடு இன்று குழந்தையின் அறிவுத்திறன் அடைவை சில ஆண்டுகளில் தாழ்த்துகிறது. மற்றும் ஒரு சில பத்தாண்டுகளுக்கு வயதுவந்த தொழிலாளர்களின் உழைப்பூதியத்தைக் குறைக்கிறது, என்பதை நாம் பார்த்தோம். தொழிலாளர்கள் குறைவாகப் பணம் சம்பாதிப்பார்களானால், குடும்பங்கள் குறைவான வரிகளையே செலுத்தும். இவையெல்லாம் அரசின் வருவாயில் அர்த்தமுள்ள தாக்கத்தை ஏற்படுத்தாதா?

தொழிலாளர் தொகுதி பொருளாதார நிபுணரான நிக்கோலஸ் லாவ்ஸனை நினைவுகூருங்கள். அவர் உழைப்பூதியத்தின் மீதான கழிவுநீக்க ஏற்பாட்டின் விளைவுகளைக் கணக்கிட உதவினார். அவரது குறிப்பிட்ட சிறப்பியல்பு அரசின் கொள்கைகளை கணினிக் குறியீடுகளாக கட்டமைப்பதில் இருந்தது. அந்தக் கொள்கைகள் திறந்தவெளி மலம் கழிப்புக்கு குழந்தைப்பருவ வெளிப்பாட்டின் விளைவுபோன்ற பொருளாதார விளைவுகளின் அளவுமதிப்பீடுகள் பிரயோகிக்கப்பட்டன. அரசின் கொள்கைகளை உருவாக்குபவர்களுக்கு ஒரு வரி எவ்வளவு பெரிதாக இருக்கலாம்? சமூகப்பாதுகாப்பு காப்பீட்டில் வேலையில்லா கனடியர்கள் எவ்வளவு பணம் பெறுகிறார்கள்? பொதுக் கல்லூரிகளுக்கு எந்த அளவுக்கு முழுமையாக மானியங்கள் அளிக்கப்படவேண்டும்? என்பன போன்ற அளவு சார்ந்த ஆலோசனைகளைத் தருவதற்காக மதிப்பீடுகளை அவர் கட்டமைக்கிறார்.

அரசு தனது வருவாயைப்பற்றி மட்டுமே கவனம் செலுத்துகிறது. அதன் குடிமக்களின் நல்வாழ்வில் அல்ல என்ற கருத்தில் இந்தப்பிரச்சனையில் தற்செருக்கும், கஞ்சத்தனமும் கொண்ட இந்திய அரசு திறந்தவெளி மலம் கழிப்பைக் குறைக்க எந்த அளவுக்கு செலவிட விரும்புகிறது? என நிக்கோலஸ் கேட்டார். ஏனென்றால், குறைவான திறந்தவெளி மலம் கழிப்பு என்பது உயர்வான உழைப்பூதியம் என்று ஒருநாள் அர்த்தப்பட்டுவிடும். ஆகவே, பெருமளவு வருமானம், அதிக அளவு செலவிடல், மேலும் அதிக விற்பனை வரி, திறந்தவெளி மலம் கழிப்பைக் குறைக்க இப்போது செலவிடப்படும் பணம், எதிர்காலத்தில் பெருமளவு அரசின் வருவாய்க்கு நுகர்வுவரி மூலம் வழிவகுக்கும். அரசு திறந்தவெளி மலம் கழிப்பை இப்போது ஒழித்துவிடுமானால், எதிர்காலத்தில் வரிகள் மூலம் அதிகப்பணத்தைத் திரட்ட முடியும். ஆனால், எவ்வளவு அதிகமான வருவாயை இந்த நிலைப்பாட்டின் மூலம் அரசு ஈட்டப்போகிறது.

அரசு கருவூலத்தில் இந்த அதிகப்படியான வருவாய் இருபது ஆண்டுகளில் தோன்றப்போவதில்லை. ஏனென்றால், ஒரு சிறந்த நோய்ச்சுற்றுப்புறச்சூழல் இன்றைய குழந்தைகள் நாளைய தொழிலாளர்களாக மாறும்போது உயர் ஊதியங்களாகவும், அதிக செலவுகளாகவும் மட்டுமே மாறும். எனவே அரசின் கணக்காளர்கள் இன்று கழிவுநீக்க ஏற்பாட்டுக்காக அரசு

எவ்வளவு செலவிடவேண்டும் என்று பரிசீலிப்பதற்கு முன் எதிர்கால வரிவருவாயில் கழிவுத்தொகைகளையும் பரிசீலித்தாக வேண்டும். இன்று செலவிடும் ஒரு ரூபாய்க்குரிய அதே மதிப்பு இருபத்தைந்து ஆண்டுகளில் அரசுக்கு கிடைக்க எவ்வளவு ரூபாய்கள் ஆகவேண்டும்? இந்திய அரசு பணத்தைக் கடனாகப் பெறும்போது, நடைமுறையில் உள்ள திருப்பிச்செலுத்தும் வட்டிவீதத்தை பயன்படுத்த வேண்டும் என்பதுதான் இதற்கு அறிவார்ந்த பதிலாகும். இதைத்தான் நிக்கோலஸ் செய்தார்.

முடிவு? ஒரு குடும்பம் திறந்தவெளி மலம்கழிப்பிலிருந்து கழிப்பிடப் பயன்பாட்டுக்கு மாறிச்செல்வதற்காக அரசு தோராயமாக ரூ.25,000/ செலவிட்டால், இந்த கழிவுநீக்க ஏற்பாட்டுத் திட்டத்திலிருந்து அரசு தானே பணத்தை உருவாக்கிக் கொள்ளலாம்! வேறுவார்த்தைகளில் சொல்வதானால், திறந்தவெளி மலம் கழிப்பைக் (மிகவும் சற்று) குறைப்பது, மிகவும் அதிகமான மக்களின் ஊதியத்துக்குப் பயனளிப்பதாகும். எனவே அரசு இறுதியாக தனது சொந்த வருவாயை இன்று ரூ.25,000/ என பெறும்போது, அதே விலைமதிப்புக்குரிய தொகையாக அதிகரித்துக் கொள்ளலாம். இது ஒவ்வொரு குடும்பத்துக்காகவும் இதைப் பெற்றுக்கொள்ளும். இன்று திறந்தவெளி மலம் கழிப்பை நிறுத்துவதை இது சாத்தியமாக்கும். ஒரு தீவிரமான நடத்தைக்கோலத்தை மாற்றும் இயக்கத்துக்கு, அல்லது (குறைந்தபட்சம் கொள்கைபூர்வமாக) ஒவ்வொரு குடும்பமும் ஒரு பெரிய கீழ்நிலைத்தொட்டியை வாங்குவதற்கும்கூட இது போதுமான பணமாகும்.

இந்தக்கணக்கீட்டில் அதிர்ச்சிதரத்தக்க ஒன்று எதுவென்றால், திறந்தவெளி மலம் கழிப்பைக் குறைப்பதில் உள்ள எல்லா நன்மைகளையும், அத்துடன் உயர் ஊதியவிகிதங்களிலிருந்து அதிகரிக்கும் வரியையும் புறக்கணிக்கிறது. எடுத்துக்காட்டாக, ஒரு சிசுமரணம் பற்றிய அனுபவத்தைப்பெறாத பெற்றோர்களுக்கான நன்மைகளை அல்லது அதிகம் சம்பாதிக்கும் தொழிலாளர்களின் குடும்பங்களின் உயர்ந்த நுகர்வுகளை அல்லது பொது மற்றும் தனியார் மருத்துவச்செலவுகள் குறைந்துள்ளதை அல்லது உணவு நுகர்வின் விளைவுகளையும்கூட கணக்கில் எடுத்துக்கொள்ளவில்லை. இந்த எண்ணிக்கை தோராயமாக சரியாக இருக்குமானால், தனது சொந்த வருவாயில் மட்டுமே அக்கறை கொண்டுள்ள, பேராசை பிடித்த அரசும்கூட திறந்தவெளி மலம் கழிப்பை ஆற்றல்மிக்க

வகையில் கையாள்வதன் மூலம் அதன் இலாபங்களை அதிகபட்சமாக்குவதைக் கண்டறியும். இன்னும்கூட இந்த முடிவுகளைக் கெடுக்கும்வகையில் திறந்தவெளி மலம் கழிப்பை ஆற்றல் இல்லாத முறையில் கையாள்வது அரசின் நிதித்திட்டத்தில் ஓர் இரட்டைப்பாழடிப்பு ஆகும். இன்று அது தவறாக வழிகாட்டப்பட்ட திட்டங்களில் பணத்தைச் செலவிட்டுப் பாழாக்குகிறது. மேலும் எதிர்காலத்தில் அதிக வருவாயைப் பெறும் வாய்ப்பையும் பாழடிக்கிறது.

திறந்தவெளி மலம் கழிப்பின் பாதிப்புகள் வரிசெலுத்தும் ஒவ்வொருவரையும் தொடுகின்றன. அது நஞ்சான நோய்ச் சுற்றுப்புறச்சூழலை உருவாக்குகிறது. அது அடர்த்தியான மக்கள் தொகையைக்கொண்ட இந்தியாவில் அதன் செல்வந்தர்களையும் கூட வாதைக்குள்ளாக்குகிறது. ஆனால் ஒருபோதும் நோயில் வீழாத மக்களும்கூட எல்லா இந்தியர்களும் பகிர்ந்துகொள்ளும் அரசின் நிதித்திட்டத்தை சமநிலைப்படுத்த போதுமான அளவுக்கு வரி செலுத்தவேண்டியுள்ளது. தொழில்துறையினர், தொழிலாளர்களிலிருந்து யார் கழிப்பிடங்களைப் பயன்படுத்துவதில்லையோ அந்த அக்கம்பக்கத்தவர்களால் சூழப்பட்டு யார் வளர்கிறார்களோ, அவர்களைத் தேர்ந்தெடுக்கிறார்கள். திறந்தவெளி மலம் கழிப்பின் இன்னொரு மோசமான பொருளாதாரப் பின்விளைவாக அது இந்தியாவின் பரவலான சமத்துவமின்மைக்கும்கூட பங்களிக்கிறது. இந்தியாவில் 20% மிகவும் பணக்காரக் குடும்பங்கள் சராசரியாக 16% அக்கம்பக்கத்தவரின் திறந்தவெளி மலம் கழிப்புக்கு வெளிப்படுகிறது. இதற்குமாறாக, இந்தியாவில் 20% மிகவும் ஏழைக்குடும்பங்கள் அவற்றின் 86% அக்கம்பக்கத்தவரின் திறந்தவெளி மலம் கழிப்புக்கு வெளிப்படுகின்றன. திறந்தவெளி மலம் கழிப்புக்குள்ளாகும் இந்த சமத்துவமற்ற வெளிப்பாடு ஆரோக்கியம், வருமானம் ஆகிய இரண்டிலும் மேலும் சமத்துவமின்மைக்கான ஆதாரமாகும். இது தலைமுறைகளைக் கடந்தும் சமத்துவமின்மையை நீடித்து நிலைக்கச்செய்கிறது. வயதுவந்தோர் உழைப்பூதியத்தின்மீது கழிவுநீக்க ஏற்பாடுகளின் விளைவுகள் பற்றிய டீன் மற்றும் நிக்கோலஸின் மதிப்பீடுகளை பிரயோகித்து- வேறு எந்த வேறுபாடுகளும் அதற்கு வலுவூட்டாவிட்டால் அல்லது அதன் விளைவுகளை எதிர்த்துத் தடைசெய்யாவிட்டால், திறந்தவெளி

மலம் கழிப்புக்கு வெளிப்படுதலில் உள்ளவேறுபாடுகள், மிகப்பணக்கார இந்தியக் குடும்பங்களில் பிறந்த ஐந்து படிநிலை சிறுவர்களைவிட, மிகவும் ஏழைகளான இந்தியக் குடும்பங்களில் பிறந்த ஐந்துபடிநிலை சிறுவர்கள் 10% குறைவாக சம்பாதிக்கும் வகையில் வளர்வார்கள். இந்த எண்ணிக்கை தோராயமானது. மேலும், கழிவுநீக்க ஏற்பாடு ஒருவேளை இந்திய சமத்துவமின்மையின் ஒரு சிறிய பகுதியாக மட்டுமே இருக்கக்கூடும். இன்றும்கூட நோயை ஏற்படுத்தும் சக்திகளில் ஒன்றாக திறந்தவெளி மலம் கழிப்பும் இருக்கிறது. இந்தியாவை வறுமையோடு தொடர்புபடுத்துகிறது. ஒட்டுமொத்த மக்களின் நல்வாழ்வு, அது எவ்வாறு இருக்கவேண்டுமோ அதைவிட மோசமாக, (பணம் அல்ல: ஆரோக்கியம் மட்டுமே கணக்கில் கொள்ளப்படுவதால்) சமத்துவமின்மையை ஏற்படுத்துகிறது.

அரசு திறந்தவெளி மலம் கழிப்பைக் குறைக்குமானால், அது பொருளாதார உணர்வையும் அவ்வாறே செய்ய வைக்கும். இவையெல்லாம் இந்தியாவில் உள்ள ஒவ்வொரு குடும்பத்துக்கும் இலவசக் கழிப்பிடங்களைப் பொதுவில் கட்டவைப்பதற்கான நல்ல வாதங்கள் என உங்களுக்குத் தோன்றுமானால், நீங்கள் தனிமையில் இல்லை. துரதிர்ஷ்டவசமாக இந்தநூலின் முதல்பகுதியில் நாம் பார்த்ததுபோல, இந்தத் துல்லியமான, நியாயமான பொருளதார முடிவு, அது பரவலான கிராமப்புற கழிவுநீக்க ஏற்பாட்டுத்திட்டத்தின் ஒரு பகுதியா, என்பதைப் பொருத்து, அதிகப்பணத்தை வீணடிக்க மட்டுமே செய்யும். டெல்லியில் ஓர் அரசுக்குப்பின் இன்னொரு அரசு என எல்லா அரசுகளும் இன்றும்கூட இன்றியமையாத கூறாக அதே கழிப்பிடம் கட்டும் திட்டத்தில் மிகவும் குறைவான திறந்தவெளி மலம்கழிப்பு வீதத்துடன் ஈடுபட்டுக்கொண்டிருக்கிறது. எனவே, இந்த நூலின் இறுதிப்பகுதியில் நாங்கள் ஏன் என்று கேட்டோம். ‘திறந்தவெளி மலம் கழிப்புக்கான கொள்கையின் மறுமொழி மானியம் அளிக்கப்படும் கழிப்பிடங்களைக் கட்டுவதற்கு அப்பால் ஏன் நகரவில்லை?’

7 கௌரவம்: கழிப்பிடங்களை விரும்பும் மக்கள்

2014 மே-யில் உத்தரப்பிரதேசத்தின் ஒரு மாவட்டமான பதௌன்-இல் உள்ள ஒரு கிராமத்தில் இரண்டு பெண்களின் இறப்பு தேசிய மற்றும் சர்வதேசியத் தலைப்புச் செய்தியாக மாறியது. ஒரு மரத்தில் தொங்கிய நிலையில் காணப்பட்ட அந்தப்பெண்கள் திறந்தவெளியில் மலம் கழிக்கும்போது வன்புணர்வு செய்யப்பட்டு, கொல்லப்பட்டார்கள் என ஊடகங்கள் அறிவித்தன. புகழ்பெற்ற பத்திரிக்கையாளர்களும், மக்கள் தலைவர்களும் திறந்தவெளி மலம்கழிப்பை ஒரு முடிவுக்குக் கொண்டுவரவேண்டும், அது பெண்களைப் பாதுகாக்கும் என்ற அடிப்படையில் குரல் கொடுத்தார்கள். புகழ்பெற்ற ஒரு சமூகசேவை அமைப்பு அந்தப்பெண்களின் கிராமத்தில் ஒவ்வொரு குடியிருப்பிலும் கழிப்பிடங்களைக் கட்டுவதற்கு உறுதியேற்றது. ஐ.நா.வின் பொதுச்செயலாளர் பான் கி மூன் 'நான் இந்தியாவில் பதின்மவயதுப் பெண்கள் இருவரின் முரட்டுத்தனமான வன்புணர்வாலும், இரக்கமற்ற கொலையாலும் அதிர்ச்சியடைந்தேன். அந்தப்பெண்கள் கழிப்பிட வசதியைப் பெற்றிராததால் வெளியே வந்தார்கள்' என்று கூறினார்.

பின்னர் மத்தியப் புலனாய்வுத்துறை, 'அந்தப்பெண்கள் வன்புணர்வோ, கொலையோ செய்யப்படவில்லை. ஆனால், அந்தப்பெண்களில் ஒருவர் அந்த கிராமத்திலிருந்த ஓர் இளைஞனுடன் நெருக்கமான தொடர்பு கொண்டிருந்ததால் பிடிபட்டார். இன்னொருவர் அதை மறைத்ததற்காகப் பிடிபட்டார். அதன்பிறகு அவர்கள் தற்கொலை செய்துகொண்டார்கள்' எனக் கண்டறிந்தது. வீட்டைவிட்டு

வெளியே சென்று அந்த இளைஞனைச் சந்திப்பதற்காக திறந்தவெளியில் மலம் கழிக்கப்போனதாகக் கூறியது ஆட்சேபிக்க முடியாத ஒரு சாக்கு, என்று மத்திய குற்றப்புலனாய்வுத்துறையின் அலுவலர் விளக்கியதை இந்தியன் எக்ஸ்பிரஸ் சுட்டிக்காட்டியது. மத்தியக் குற்றப்புலனாய்வுத்துறையின் புலனாய்வு உலக அளவில் ஏற்றுக்கொள்ளப்படவில்லை என்பது உறுதியானதாகும்; 'அந்த இடத்துக்கு வருகைதராத மக்களால் முழுக்கதையையும் ஒருபோதும் தெரிந்துகொள்ள முடியாது' என்பதுபோல் அது உள்ளது.

இந்தப்பிரச்சனை எவ்வளவு முக்கியமானதோ அதே அளவுக்கு முக்கியத்துவம் கழிப்பிடத்தை சொந்தமாக்கிக்கொள்ளும் உரிமையிலும் இருக்கிறது. அந்தக்கதையை நாங்கள் இங்கு பகிர்கிறோம். ஏனென்றால், எது நடந்திருந்தாலும் அது பத்திரிக்கையாளர்கள், அரசு அலுவலர்கள் மற்றும் வளர்ச்சித் தொழில்துறையினரின் ஊகங்களையே வெளிப்படுத்தியது. பெரும்பாலான கிராமப்புற ஆண்களும், பெண்களும் திறந்தவெளி மலம் கழிப்பை எவ்வாறு காண்கிறார்கள் என்பதை அவர்கள் தவறாகப் புரிந்துகொண்டுள்ளார்கள். நாம் முந்தைய அத்தியாயங்களில் பார்த்ததுபோல, திறந்தவெளி மலம் கழிப்பு என்பது கழிப்பிடங்கள் இல்லாததால் பெரும்பாலான மக்கள் 'வலுக்'கட்டயமாக செய்யும் ஒரு நடவடிக்கை அல்ல. அதற்குமாறாக, கைகளால் காலிசெய்யப்பட வேண்டிய தேவையுள்ள மலிவுவிலைக் கழிப்பிடவகைகளுக்கு மாறாக, பெரும்பாலான குடும்பங்களில் முடிவுகளை எடுப்பவர்கள் தாங்களே தேர்ந்தெடுத்த ஒன்று. கொள்கைகளை உருவாக்குபவர்கள் திறந்தவெளி மலம் கழிப்பை குறைப்பதற்கும்கூட வேலை செய்வார்களா? பல கிராமத்தினரும் மலிவுவிலைக் கழிப்பிடங்களைத் தேர்ந்தெடுக்கும்போது, அதன் குழிகள் நிறைந்துவிட்டால் அவற்றை யார் காலிசெய்வார்கள் என்ற தெளிவில்லாமல் இந்தக்கொள்கை இருக்கிறது. நிறைந்துவிட்ட கழிப்பிடக்குழிகளை காலிசெய்ய யாராவது ஒருவர் தேவைப்படுவது சமத்துவத்துக்கான தலித்துகளின் போராட்டத்துக்கு தீங்கு விளைவிக்கும் சாத்தியம் உள்ளது, என்ற இந்தப் பிரச்சனைகளை நாங்கள் பரிசீலித்தோம்.

இன்னும்கூட கடைசி இரண்டு அத்தியாயங்களில், திறந்தவெளி மலம் கழிப்பால் திரும்ப மாற்றமுடியாத அளவுக்கு மோசமான நிலையில் உள்ள சிசுக்களையும், சிறுவர்களையும் நாங்கள்

சந்தித்தோம். அவர்கள் தங்களுடைய அக்கம் பக்கத்தவர்களுக்கு, அவர்கள் கழிப்பிடங்களைப் பயன்படுத்தவேண்டும் என்பதற்காக வாக்களிக்கக்கூடியவர்களே. அத்தகைய கொள்கையின்மீது அவர்கள் வாக்களிக்க முடிந்தால், இந்த அத்தியாயத்தில் இந்தியாவில் மிகப்பரவலாக உள்ள திறந்தவெளி மலம் கழிப்பால் வேறுபட்ட ஒரு காரணத்துக்காக துன்பப்படும் வித்தியாசமான ஒரு மக்கள்குழுவை சந்திக்கப்போகிறோம். அவர்கள்தான் வயது முதிர்ந்த, ஊனமுற்றவர்களும், அந்த இளம்பெண்களும். அவர்களுடைய குடும்பங்கள் அவர்களை இருட்டில் அல்லது கண்டிப்பான மேற்பார்வையின்கீழ் மட்டும் மலம் கழிக்க வீட்டைவிட்டு வெளியே செல்ல அனுமதிக்கின்றன.

ஆரோக்கியமான, எளிதில் இடம்விட்டு இடம் செல்கின்ற அவர்களது குடும்ப உறுப்பினர்களைப்போல அல்லாமல், இத்தகைய மக்களுக்கு திறந்தவெளி மலம் கழிப்பு என்பது தாங்கமுடியாத வருத்தம் தரும் அனுபவம் ஆகும். துரதிர்ஷ்டவசமாக சிறுகுழந்தைகள் செய்வதுபோல் வீடு அல்லது முற்றத்தில் உள்ள தரையின்மீது மலம் கழிப்பது என்ற திறந்தவெளி மலம் கழிப்புக்கான மாற்று ஏற்பாடு அவர்களை மதிப்பிழக்கச் செய்வதாகும். புனிதம், தீட்டுவிதிகள் மற்றும் தீண்டாமைக்கான மறுபேச்சுவார்த்தை போன்ற அம்சங்கள் மலிவுவிலைக் கழிப்பிடங்களை சமூகரீதியாக ஏற்றுக்கொள்ளச் செய்யமுடியாதவை என்று ஆக்கியுள்ளது. பல வயது முதிர்ந்த, உடல்ஊனமுற்ற மற்றும் இளம்பெண்களைத் தேவையில்லாமல் வருத்தப்படச் செய்துள்ளது.

இந்த அத்தியாயத்தில் நாங்கள் முதலில் திறந்தவெளி மலம் கழிப்புபற்றிய பெண்களின் அணுகுமுறைகளை ஆராய்கிறோம். SQUAT ஆய்வுகளிலிருந்து ஆவணக்கூறுகளின் உதவியைப்பெற்ற எங்களது தரமான களப்பணிகள் நகர்ப்புற மக்கள் கருதுவதுபோல கிராமப்புறப்பெண்கள் எப்போதும் திறந்தவெளி மலம் கழிப்புக்கு எதிரானவர்கள் அல்ல. எல்லாவற்றுக்கும் மேலாக கிராமப்புறப்பெண்கள் இந்த நடைமுறையைப்பற்றி பரந்த அளவில் உடன்பாடான அணுகுமுறையைக் கொண்ட ஒரு சமுதாயத்தில் வாழ்கிறார்கள். SQUAT ஆய்வு வெளிப்படையான முடிவுகளைக்கொண்ட கேள்விகளைக் கேட்டபோது அவற்றுக்கு ஆண்களும், பெண்களும் தாங்களாகவே முன்வந்து திறந்தவெளி மலம் கழிப்பில் எது நல்லது, அல்லது மோசமானது என்ற

அவர்களது விளக்கங்களை அளித்தார்கள். பாதியளவு மக்கள் அவர்கள் திறந்தவெளியில் மலம் கழிப்பதாகக் கூறினார்கள்: ஏனென்றால் அது மகிழ்ச்சியானது, ஆறுதல் அளிக்கிறது அல்லது வசதியாக இருக்கிறது. ஒரு கழிப்பிடத்தைப் பெற்றிருந்த போதிலும் அதற்கு மாறாக திறந்தவெளியில் மலம் கழிக்கும் தனி நபர்களில் முக்கால்வாசிப்பேர் அது மகிழ்ச்சியானதாக, ஆறுதல் அளிப்பதாக அல்லது வசதியானதாக இருந்தது என்று கூறினார்கள்.

ஆண்களைவிட பெண்களே அதிக அளவில் கிடைக்கும் கழிப்பிடங்களைப் பயன்படுத்துவதாக SQUAT ஆய்வுகள் கண்டறிந்தபோதும், இந்த அம்சம் பெண்களின் சொந்த விருப்ப முன்னுரிமைகளைவிட- இன்னும் சரியாகச் சொல்வதானால்- பெண்களில் இயங்குதலின்மீதான கட்டுப்பாடுகளையே பிரதிபலிக்கிறது. ஒரு நடத்தைக்கோலம் சுதந்திரமாக தேர்ந்தெடுக்கப்பட்டுள்ளது என்று நம்புவதற்கான நல்ல காரணங்களை நாம் பெற்றிருப்போமானால், ஒரு நடத்தைக்கோலம் ஒரு நபரின் விருப்ப முன்னுரிமையை பிரதிபலிக்கிறது என்று மட்டும் எங்களால் முடிவுக்கு வரமுடியும். ஆனால், கிராமப்புற இந்தியாவில் இளம்பெண்களின் வாழ்வில் சிறிதளவு மட்டுமே சுதந்திரமாக தேர்ந்தெடுக்கப்படுகின்றன. கிராமப்புற இந்தியாவில் உள்ள பல பெண்களுக்கு ஒரு கழிப்பிடத்தைப் பயன்படுத்துவது அவர்களால் எதிர்பார்க்கப்பட்டது: மற்றவர்களுக்கு திறந்தவெளியில் மலம் கழிப்பது இயல்பானது. பெண்களில் எந்த ஒரு குழுவும் மிக நுட்பமாக குடும்ப முடிவுகளை உருவாக்குபவர்கள் அல்ல.

நாங்கள் அதன்பிறகு, மிகவும் வயதான அல்லது வயல்களுக்கு அல்லது காடுகளுக்கு நடந்துசெல்ல முடியாத அளவுக்கு முடமான மக்களின் சிரமங்களுக்கும், அவமானங்களுக்கும் திரும்பினோம். அவர்கள் இரண்டில் ஒன்றைத் தேர்ந்தெடுத்தாக வேண்டிய நிலையை எதிர்கொள்கிறார்கள். ஏனென்றால் சமூக அளவில் உய்த்துணரப்பட வேண்டிய கழிப்பிடங்கள் தவிர்க்க முடியாதவகையில், செலவுமிக்கவைகளாக, பணக்காரர்களுக்கு ஒதுக்கப்பட்டதாக இருக்கும். அவை, ஒன்று கழிப்பிடத்தின் விலையால் அவர்களது குடும்பத்துக்கு சுமையாகும், அல்லது அவர்களது வீடு அல்லது முற்றத்திலிருந்து அவர்களது மலக்கழிவுகளை அகற்றவேண்டிய கடமைப்பொறுப்பு அவர்களது குடும்ப உறுப்பினர்களுக்கு சுமையாகிவிடும்.

இந்த சிறுபான்மை கிராமப்புற இந்தியர்களுக்கு மானியம் அளிக்கப்பட்ட கழிப்பிடங்களை அளிப்பது, திறந்தவெளி மலம் கழிப்பால் ஏற்பட்ட நோய்ச்சுற்றுப்புறச்சூழலை மேம்படுத்துவதற்கு சிறிது உதவும். இந்தக் காரணத்துக்காக, எங்கு கழிப்பிடங்கள் கட்டப்பட்டனவோ அங்கு, அவை குடும்பத்தின் மற்ற உறுப்பினர்களால் அடிக்கடி பயன்படுத்தப்படாமல் இருப்பதை நாங்கள் கண்டுகொண்டிருக்கிறோம். ஆனால், அவை இந்த மக்களின் வாழ்க்கையை சிறப்பாக்குகின்றன.

பெண்களும், திறந்தவெளி மலம் கழிப்பும்

பதுவான் பிரச்சனையில் ஊடகச்செய்திகள், நகர்ப்புற மக்களில் பலர் திறந்தவெளி மலம்கழிப்பு கிராமப்புறப் பெண்களுக்கு தாங்கமுடியாத சோர்வூட்டுவதாகவும், தர்மசங்கடத்தில் ஆழ்த்துவதாகவும் மற்றும் ஆபத்தானதும்கூட என்று யூகித்ததாக வெளிப்படுத்தின. நகர்ப்புறத்தினரில், பெண்கள் நிதிசார்ந்த முடிவுகளை எடுக்கும் வாய்ப்பைப் பெறுவார்களானால், ஆண்களைவிட மிகவும் அதிகமாக கழிப்பிடங்களுக்கு முதலீடு செய்வார்கள் என்று மேலும் யூகித்தார்கள்.

இந்த யூகங்களில் சில உண்மைகள் இருக்கின்றன. ஆனால், இது ஒரு சிக்கலான உண்மை. கழிப்பிடத்தின் பின்விளைவுகளிலிருந்து ஊக்குவிக்கும் மக்களில் பலரும் ஒரு செயல்படும் கழிப்பிடம் எவ்வளவு செலவு குறைவாக இருக்கும் என்பதை உணர்ந்துகொள்ளவில்லை. திறந்தவெளி மலம் கழிப்பைப்பற்றிய கிராமத்தினரின் அணுகுமுறை எவ்வளவு பரந்த அளவில் உடன்பாடாக உள்ளது என்பதையும், அவர்கள் உணர்ந்துகொள்ளவிலை. ஆண்கள், பெண்கள் என இரு தரப்பினரும் திறந்தவெளி மலம் கழிப்பின் பயன்களைப்பற்றி வெளிப்படையாகப் பேசுகிறார்கள். மேலும் அதை ஆரோக்கியம் மற்றும் நீண்டவாழ்நாள் ஆகியவற்றோடு இணைக்கவும்கூட செய்கிறார்கள்.

திறந்தவெளி மலம் கழிப்பு பற்றிய உரையாடல்களில் கிராமத்தினர் பலர், நகர்ப்புறவாழ்வை கிராமப்புற வாழ்வோடு வேறுபடுத்திப் பார்க்கிறார்கள். இந்திய நகரங்கள் அழுக்கானவை. கூட்டம் நிறைந்த இடங்கள், அங்கே நடைப்பயிற்சி செய்யவும், திறந்தவெளியில் மலம் கழிக்கவும் இடம் இல்லை எனவும்

அவர்கள் அடிக்கடி கற்பனை செய்கிறார்கள். நகர்ப்புறக் காற்றைவிட, கிராமப்புறக் காற்று ஆரோக்கியம் மிக்கது; மேலும் அது நோய்களைக் குணப்படுத்தும் பண்புகளைக்கொண்டது என்றும் அவர்கள் நம்புகிறார்கள். மக்களில் சிலர், திறந்தவெளி மலம் கழிப்பின் பயன்களை அனுபவிக்க முடியாத நகர மக்களுக்காக தங்கள் வருத்தத்தையும்கூட தெரிவிக்கிறார்கள்.

நாங்கள் பேட்டிகண்ட ஓர் உயர்சாதி மனிதர் நகரத்திலிருந்து வந்த தனது புதிய மருமகளுக்காக ஒரு கழிப்பிடத்தைக் கட்டியிருந்தார். ஆனால் அதை தனக்காகப் பயன்படுத்தவில்லை என்று அவர் கூறினார். 'ஷாஹெர் கா தவா, திகட் கா ஹவா!' என்று அவர் விளக்கினார். நகரத்திலுள்ள மக்கள் அவர்கள் நோய்வாய்ப்படும்போது மருந்துகளை எடுத்துக்கொள்கிறார்கள். கிராமத்தினர் அவர்களுக்கு எது நேர்ந்துவிட்டதோ அதைக்குணப்படுத்த புத்தம்புதிய காற்றின் மீது நம்பிக்கை வைக்கிறார்கள், என அவர் கூறிக்கொண்டிருந்தார்.

ஹரியானாவில் சொந்தக் கழிப்பறையை வைத்திருந்த ஒரு நடுத்தரவயதுப் பெண்ணுடன் டியானேவும், நிகிலும் நேர்காணல் நடத்தினார்கள். அவர்தான் அந்தக் குடும்பத்தின் தலைவி. ஏனென்றால் அவரது கணவர் மனநோயால் பாதிக்கப்பட்டிருந்தார். மேலும் அவரது மாமியார் வயதானவராகவும், உடல் ஊனமுற்றவராகவும் இருந்தார். அவர்களது வீட்டின் முற்றத்தில் ஒரு கழிப்பிடத்தை அவர் கட்டியிருந்தார். ஏனென்றால் அவரது கணவரும், மாமியாரும் திறந்தவெளியில் மலம் கழிக்க தூரமாக நடந்துசெல்வது சிரமமானது. அப்படி இருந்தபோதிலும் அவர் தானாகவே அடிக்கடி திறந்தவெளியில் மலம் கழித்துக் கொண்டிருந்தார்.

அவரது கிராமத்தில் மக்களில் பலரும் சொந்தமாகக் கழிப்பிடங்கள் இருந்தபோதும் ஏன் திறந்தவெளியில் மலம் கழிக்கிறார்கள்? என அந்தப் பெண்ணிடம் நிகில் கேட்டார். அதற்கு அந்தப்பெண் விளக்கமாகக் கூறினார்: 'மக்கள் கூறுகிறார்கள், நான் வெளிப்புறத்தில் ஒரு நடை நடப்பேன். எனவே என்னிடம் ஏதாவது நோய்த்தன்மை இருக்குமானால், திறந்தவெளி காற்று என்மீது படுவதன்மூலம் அது குணமாகிவிடும். நீங்கள் இதைச் சிந்திக்கவில்லையா? வயிற்றின் முழுமைத்தன்மையும்கூட சிறிதளவு குறைந்துவிடும். மேலும், நடப்பது நரம்புகளில் இரத்த ஓட்டத்தையும்கூட

ஏற்படுத்துகிறது, சகோதரா. நடக்க முடிந்த ஒருநபர் வெளியே செல்வார். திறந்தவெளியில் மலம் கழிப்பார். நடக்கமுடியாத ஒரு நபர் அவரது கட்டிலிலேயே முடங்கிக் கிடப்பார்.'

இன்றும்கூட, பால்வகை நாட்டமுள்ள கிராமப்புற இந்தியாவில் கிட்டத்தட்ட ஒவ்வொரு நடவடிக்கைக்கும் அங்கே வழிகள் உள்ளன. அதில், ஆண்களின் திறந்தவெளி மலம்கழிப்புகானதைவிட, பெண்களுக்கானவை மாறுபட்டது. ஆண்கள், குறிப்பாக உயர்சாதி இந்துக்கள் பெண்களைவிட அதிகமாக காலை நடைமுறை ஒழுங்குகளின் முழுமைத்தன்மைக்கு - அதில் திறந்தவெளி மலம் கழிப்பு உள்ளிட்ட, உடல்சார்ந்த உகந்ததன்மைக்கு- அதிகஅழுத்தம் தருகிறார்கள். பெரிதும் விரும்பத்தக்க வகையில் சூரியஉதயத்துக்குமுன் விடிகாலையில் எழுவது, வயல்களுக்கு சுறுசுறுப்பாக நடந்துசெல்வது, அங்கேயே மலம் கழிப்பது மற்றும் குளிப்பதற்கு திரும்புவது ஆகியவை காலை நடைமுறை ஒழுங்கின் கூறுகளாகும். அது ஆண்மையை, உடல்சார்ந்த தூய்மை மற்றும் நற்பண்புகளை மேம்படுத்துகிறது.

ஒரு கழிப்பறையைச் சொந்தமாக வைத்திருந்த நடுத்தர சாதியைச் சார்ந்த ஓர் இளைஞன் இந்த மனஅமைப்பை எங்களுக்கு விளக்கினான்:

> *மக்கள் இங்கே கழிப்பிடங்களைப் பயன்படுத்துவதில்லை. அவர்கள் கூறுகிறார்கள்: நாங்கள் காலையில் முன்னதாகவே சென்றுவிடுவோம்... அங்கே பழத்தோட்டங்கள் உள்ளன. அங்கே சுற்றிலும் மாமரங்கள் உள்ளன. சூரிய உதயத்துக்கு முன்பு அதிகாலையில் அவர்கள் அங்கே செல்லும்போது, அதிகாலையில் நான்கு மணிக்கு எழுந்து அங்கே மலம் கழிக்கச்செல்லும்போது, பிறகு இன்னும் இருட்டாகவே இருக்கும்போது மேலே எழுந்து ஒவ்வொருவரும் சிறிதளவு தூயகாற்றை நன்கு பெறுகிறார்கள்... (இந்த கிராமத்தில்) ஐந்து முதல் பத்து வரையான சிலர் கழிப்பிடங்களைப் பெற்றிருக்கிறார்கள். ஆனால், அவற்றை அவர்கள் பயன்படுத்துவதில்லை. ஏனென்றால் நோயாளிகளாகவும், அதனால் வெளியே செல்லமுடியாதவர்களாகவும், திறந்தவெளியில் மலம் கழிக்கமுடியாதவர்களாகவும் உள்ள மக்கள் மட்டும் கழிப்பிடங்களைப் பயன்படுத்துகிறார்கள்.*

இல்லாவிட்டால், சாவகாசமாகப் போவீர்கள். ஆறுதலாகச் சென்று சுத்தமான வெளிப்புற சுற்றுச்சூழலை உள்வாங்குவீர்கள். அதன்பிறகு வீட்டுக்குத் திரும்புவீர்கள். கிராமத்து ஆண்கள் வலிமை வாய்ந்தவர்கள். ஏனென்றால், அங்கே அவர்கள் தூய்மையான காற்றையும்கூடப் பெறுகிறார்கள். நீங்கள் ஒரு கழிப்பிடத்தைப் பெற்றிருந்தால், மேலும் குளிப்பதற்கான ஓர் இடத்தையும் பெற்றிருந்தால், மேலும் நீங்கள் உங்கள் வீட்டிலேயே மலம் கழித்தால், மேலும் எந்த ஒரு இடத்துக்கும் நீங்கள் ஒரு நடை நடக்காவிட்டால், நீங்கள் வெளியே செல்லாவிட்டால் அதன்பிறகு நீங்கள் உங்கள் உடலில் வலிகளைப் பெறுவீர்கள்.

பெண்கள் மிகக்குறைவாகவே இதுபோன்ற பார்வைகளை தெரிவிப்பதுபோல் தோன்றுகிறது. அது, திறந்தவெளி மலம் கழிப்பை ஆண்மைத்தன்மை மற்றும் உடல்வலிமையோடு இணைக்கிறது. எல்லாவற்றுக்கும் மேலாக இவைஎல்லாம் பெண்மைத்தன்மையோடு இணைந்த தனிச்சிறப்புப் பண்புகள் அல்ல.

SQUAT ஆய்வு, ஒரு கழிப்பிடத்தை சொந்தமாகக் கொண்டுள்ள ஒரு குடும்பத்தில் வாழும் மக்களிடையே ஆண்களைவிட மிக அதிகமாக 9% அளவுக்கு பெண்கள் பயன்படுத்துகிறார்கள். இது ஆண்களைவிட பெண்களே கழிப்பிடங்களை அதிகம் பயன்படுத்த விரும்புகிறார்கள் என்று அர்த்தமாகிவிடுமா? இந்தக் கேள்விக்கான பதிலை கிராமப்புற இந்தியாவில் பெண்களின் நடத்தைக் கோலங்கள் சுதந்திரமாக தேர்ந்தெடுக்கப்படுவதில்லை என்ற அம்சம் சிக்கலாக்கி விடுகிறது. கிராமப்புறப் பெண்கள் எதிர்கொள்ளும் நிபந்தனை முறைகளில் கழிப்பிடத்தைப் பயன்படுத்துவது ஒன்றுமட்டுமே விதிவிலக்கானது என்று அனுமானிக்க அங்கு எந்தவொரு காரணமும் இல்லை.

பெண்கள், குறிப்பாக இளம்பெண்கள் சிலநேரங்களில் காலையில் ஆண்களைவிட முன்னதாகவே, இருட்டு இருக்கும்போதே மலம் கழிக்க வேண்டும் என்று எதிர்பார்க்கப்படுகிறார்கள். இந்தக் கட்டுப்பாடு எந்தவகையிலும் திறந்தவெளி மலம் கழிப்பில் தனித்தன்மை வாய்ந்ததல்ல. பெண்களின் நடத்தைக்கோலங்களுக்கு நிபந்தனைகளை விதிப்பதும்,

அவர்களை வீட்டுக்குள்ளேயே அடைத்துவைத்திருப்பதும் சமூக அளவில் உயர்ந்த தரத்தினராக பார்க்கப்படுவதற்கான வழிகளில் ஒன்று என அந்தக்குடும்பம் விரும்புவது அதன் மரபுவழிப்பண்பாகவும், ஆற்றல்களாகவும் தெளிவுபடுத்திக் காட்டப்படுகின்றன. தாழ்ந்தசாதிக் குடும்பங்களில் உள்ளதைவிட, உயர்சாதிக் குடும்பங்களில் உள்ள பெண்களுக்கு பால்வகை விதிமுறைகள் மிகநுட்பமாக அதிக அளவில் கட்டுப்பாடுகளை விதிக்கிறது என்ற அம்சத்தில் இது தெளிவாகிறது. எடுத்துக்காட்டாக, பிறப்பு- நோய் - இறப்பு ஆவணக்கூறுகள், உயர்சாதிக் குடும்பங்களில் உள்ள தாய்மார்கள் குடும்பம் சார்ந்த முடிவுகளை எடுப்பதில் தாழ்ந்த சாதி தாய்மார்களைவிட குறைந்த அதிகார உரிமைகளையே பெற்றுள்ளார்கள் என்று அறிவிக்கின்றன. சாதி வேறுபாடுகளைத் தாங்கிநிற்காத, எந்தப்பின்னணியிலும் உள்ள ஒரு சிறுபான்மை கிராமப்புற பெண்கள் மட்டுமே, எப்போது பயணம் செய்ய வேண்டும்? அவர்கள் எதை வாங்கவேண்டும்? அவர்களது குழந்தைகள் எவ்வாறு கவனிக்கப்பட வேண்டும்? என்பதில் முடிவெடுக்கும் அதிகாரத்தைப் பெற்றிருக்கிறார்கள்.

பெண்கள் இடம்விட்டு இடம்பெயரும் இயங்குதன்மைக்கும், முடிவு எடுப்பதற்கும் கட்டுப்பாடுகளை விதிக்கும் அணுகுமுறைகளும், நடைமுறைகளும் திறந்தவெளி மலம் கழிப்புக்காக இளைஞர்களைப்போல் வீட்டிலிருந்து சுதந்திரமாக வருவதையும் போவதையும் வசதிக்குறைவானதாக ஆக்குகிறது. SQUAT ஆய்வுகளுக்கு பதிலளித்த பெரும்பான்மையான பெண்கள், 'இருட்டில் மலம் கழிக்கவேண்டிய அவசியம் ஏற்படவில்லை. எல்லாப்பெண்களிலும் 13%பேர் மட்டுமே திறந்தவெளியில் மலம் கழிக்கிறார்கள். இருட்டில்தான் அவ்வாறு செய்யவேண்டியிருக்கிறது' என்று அறிவித்தார்கள். புரிந்துகொள்ளத்தக்க வகையில் பகலில் எந்த நேரங்களில் பெண்கள் திறந்தவெளியில் மலம் கழிக்கலாம் என்ற கட்டுப்பாடுகள் வலியுறுத்தப்பட்டபோது, பெண்கள் கழிப்பிடங்களைப் பயன்படுத்துவதில் ஆர்வம் காட்டினார்கள்.

அதுபோலவே, சில குடும்பங்களில் திருமணமான இளம்பெண்கள் குடும்பத்தின் இன்னொரு உறுப்பினர் துணையில்லாமல் மலம் கழிப்பதற்காக வீட்டைவிட்டு வெளியில் செல்ல அனுமதிக்கப்படவில்லை. அவர்களது குடும்பத்தின் தாழ்ந்தநிலை உறுப்பினர்களாக உள்ளவர்கள்

ஒரு பொருத்தமான தலைமூடாக்கு கிடைக்கும்வரை காத்திருக்கவேண்டியிருந்தது. இத்தகைய நிகழ்வுகளில் மிகவும் இளையபெண்கள் திறந்தவெளி மலம் கழிப்பை மிகவும் வசதியாக உள்ளதாகக் கண்டார்கள்.

ஆனால், அவர்கள் ஆண்கள் செய்வதைப்போல அவ்வளவு சுதந்திரமாக திறந்தவெளியில் மலம் கழிக்க அனுமதிக்கப்பட்டபோது, கிராமப்புற பெண்கள் பலர் கழிப்பிடங்களைப் பயன்படுத்துவதில் ஆர்வம் கொண்டிருக்கவில்லை. உத்தரப்பிரதேசத்தில் உள்ள ஓர் இளம் முஸ்லீம்பெண், 'திறந்தவெளியில் மலம் கழிப்பதன் மூலம் நீங்கள் சிறிதளவு தூயகாற்றையும், கொஞ்சம் அமைதியையும் பெறலாம். நாள் முழுவதும் வீட்டுக்குள் நீங்கள் முடங்கிக்கிடந்து, அதன்பிறகு நீங்கள் வெளிப்பக்கத்துக்குச் சென்றால், உங்களது உடலும், மனமும் புத்துயிர் பெறுகிறது' என்று விளக்கினார்.

கிராமப்புற இந்தியப் பெண்கள் இயங்குவது எவ்வாறு கட்டுப்படுத்தப்பட்டிருக்கிறது என்பதைக் கவனித்தால், பல பெண்கள் திறந்தவெளி மலம் கழிப்பு தரும் தற்காலிக சுதந்திரத்தையும், சமூகத்தோடு தொடர்புகொண்டிருப்பதையும் அனுபவிப்பதாக தெரிந்தது எங்களுக்கு ஆச்சரியத்தை அளிக்கவில்லை. ஹரியானாவில் ஓர் இளம்பெண், அவரது கணவர் ஒரு கழிப்பிடத்தைக்கட்டி, அந்தப்பெண் அதைப் பயன்படுத்தவேண்டும் என்று எதிர்பார்த்தபோது, அவர் ஏமாற்றமடைந்ததாகக் கூறினார். வீட்டிலிருந்து வெளியே செல்லவும், திறந்த வெளியில் மலம் கழிக்க தன்னுடன் இணைந்துவரும் தனது பெண் நண்பர்களுடன் சுதந்திரமாகப் பேசவும், சிரிக்கவுமான விரிவான அன்றாட வாய்ப்பை அவர் இழந்துவிட்டார்.

குறைந்த அளவு தங்கள்மேல் கட்டுப்பாடுகளை விதிக்கும் உறவினர்களைக் கொண்டுள்ள பெண்கள், கழிப்பிடம் இருந்தாலும்கூட, அதைப் பயன்படுத்துவதைத் தேர்வு செய்வதில்லை. யாரை நாம் மேலே சுட்டிக்காட்டினோமோ அந்த ஹரியானாவில் உள்ள ஒரு வயதான பெண்ணுக்கு (அவர் தனது சொந்தக்கழிப்பிடத்தைப் பயன்படுத்துவதில்லை) நான்கு மருமகள்கள் இருக்கிறார்கள். அவர்களும்கூட திறந்தவெளி மலம் கழிப்பையே விரும்பினார்கள். அவர்களில் ஒருவர் எங்களிடம்,

‘நாங்கள் மலம் கழிக்க வெளியே செல்வதற்கான காரணம், நாங்கள் கொஞ்சம் அலைந்துதிரிவதை இதில் பெறுகிறோம். உங்களுக்குத் தெரியும், நாங்கள் உள்ளே முடங்கி வாழ்கிறோம்’ என்று விளக்கினார்

கழிப்பிடங்களைச் சொந்தமாக்கிக்கொண்டிருந்த ஆண்கள் பலரும், அவற்றை குறிப்பாக பெண்கள் பயன்படுத்தக் கட்டியதாக எங்களிடம் கூறினார்கள். இந்த ஆண்கள், தங்கள் இளம்பெண் உறவினர்கள் திறந்தவெளியில் மலம் கழிக்கும்போது மற்றவர்கள் பார்ப்பதிலிருந்து மறைப்பதில் அக்கறை கொள்வதில்லை. அதே நேரத்தில் மற்றவர்களோ இளம்பெண்களைப் பார்ப்பதைக்கூட தடை செய்கிறார்கள். இதுபோலவே, கிராமப்புற இந்தியாவில் உள்ள பெண்கள் மலம் கழிப்பதற்காக வெளியே செல்லும்போது காயப்படும் அளவுக்கு துன்புறுத்தலுக்கும், திடீர் தாக்குதலுக்கும் உள்ளாகிறார்கள். ஏனென்றால், எல்லாநேரங்களிலும் கிராமப்புற இந்தியாவில் உள்ள ஏராளமான பெண்கள் காயப்படும் அளவுக்கு துன்புறுத்தலுக்கும், திடீர்தாக்குதலுக்கும் உள்ளாகிறார்கள்.

திறந்தவெளியில் மலம் கழிப்பது, குறிப்பாக பெண்கள் பாலியல் தாக்குதல்களால் பாதிக்கப்படுவதற்கான ஒரு வாய்ப்புள்ள தருணமா? நாங்கள் பேட்டிகண்ட 1,046 பெண்களில் 4.3%பேர் மலம் கழிக்கச்செல்லும்போது யாராவது ஒருவனின் கற்பழிக்கும் முயற்சியில் அவர்கள் பாதிக்கப்படுவதாக எங்களிடம் கூறினார்கள். ஆனால், அதேகுழுவில் 7.6% பேர் சந்தைக்குச் செல்லும்போது, அது தங்களுக்கு நடந்ததாகத் தெரிவித்தார்கள். இந்த நிகழ்ச்சிகள் தவிர்க்கமுடியாத வகையில் ஒப்பிட்டுப் பார்க்கப்படவேண்டும் என்பதோ, அல்லது இந்தப்புள்ளி விவரங்கள் பெண்களுக்கு எதிரான வன்முறையின் முழு அளவையும் சேகரித்துள்ளன என்பதோ முக்கியமல்ல. பெண்கள் சந்தைக்குச் செல்வதை நிறுத்திக்கொள்ள வேண்டும் என்பது இந்த உண்மைகளுக்கான தீவிரமான கொள்கைபூர்வமான பதிலாக இல்லை என்பதுதான் இங்கு முக்கியம். பாலியல் வன்முறையை முடிவுக்குக் கொண்டுவருவது, திறந்தவெளி மலம் கழிப்பை முடிவுக்குக் கொண்டுவருவது, ஒவ்வொருவரும் சமூக அளவில் சந்தைகளுக்குச் செல்வதை உறுதிப்படுத்துதல் ஆகிய எல்லாமும் முக்கியமான இலக்குகள்தான். ஆனால், அவை

ஒரேவிதமான பொதுக்கொள்கை அல்லது திட்டத்தால் தீர்வு காணப்பட முடியாதவை ஆகும்.

கிராமப்புற இந்தியாவில் பலபெண்கள் அவ்வாறு இடம்விட்டு இடம் செல்லும் இயங்குதல் சுதந்திரத்தின்மீது தீவிரமான கட்டுப்பாடுகளை எதிர்கொள்கிறார்கள். சுதந்திரமாக திறந்தவெளியில் மலம் கழிக்க பலபெண்கள் துணையாக இருக்கிறார்கள் என்ற அம்சங்கள், கழிப்பிடங்களில் முதலீடு செய்ய ஊக்குவிக்க அரசு பயன்படுத்தும் குடும்பஆட்சி தலைமைக்கான செய்திகளுக்கு முற்றிலும் முரண்பாடாக நிற்கின்றன. கிராமத்து சுவர்களில் நாம் பார்த்த வண்ணத்தால் எழுதப்பட்ட பல முழக்கங்களில் ஒன்று, ஒலி இயல்புகொண்ட, தாளகதியுடைய கலகலப்போடு, *'பஹூ பேடியோன், பாஹர் நா ஜாயே, கர் மே ஷௌச்சாலயா பானாயே'*. 'மருமகள்களே, மகள்களே, வெளியே போகாதீர்கள், உருவாக்குங்கள் கழிப்பிடத்தை உங்களது வீட்டிலே' என்று படிக்கப்படுகிறது.

இந்தச்செய்தி பெண்களின் இயங்கும்தன்மையின்மீதும், முடிவுகளை உருவாக்குவதன்மீதும் கட்டுப்பாடுகளை வலுப்படுத்துகிறது. மேலும் இது வெறும் கழிவு நீக்க ஏற்பாடு பற்றியதல்ல. அரசின் செய்திகள் மூலம் முன்னெடுத்துச் செல்வதற்கான பயனுள்ள சிந்தனை இதுவல்ல. இந்தியச் சமுதாயத்தில் பெண்களுக்கான தாழ்ந்த நிலை மனிதவள மேம்பாட்டின் ஒரு மிகப்பெரிய குறைபாடு என ஏற்கனவே பரவலாக அங்கீகரிக்கப்பட்டுள்ளது. குடும்ப ஆட்சி, தலைவர்களுக்கான கழிவுநீக்க ஏற்பாட்டின் செய்திகள், பெண்கள் மட்டுமல்ல, திறந்தவெளியில் மலம் கழிக்கும் ஒவ்வொருவரும் கிருமிகளைப் பரப்புகிறார்கள்: அவை மற்றவர்களை நோயாளிகளாக்குகின்றன, என்ற முக்கியமான கருத்தை தவறவிட்டுள்ளன. குறியீடுகள் மூலம் பெண்களுக்கான கழிப்பறைகள் என்று அறிவிப்பதால், யாருடைய மலக்கழிவுகளும்கூட நோய்க்கிருமிகளைக் கொண்டிருக்கிறதோ, அந்த ஆண்கள் கழிப்பிடங்களைப் பயன்படுத்துபவர்களாக ஆக்கப்படுவதில்லை.

முதியவர்களும், உடல் ஊனமுற்றவர்களும், செலவுமிக்க கழிப்பிடங்களும்

ஹரியானாவில், அவரது கிராமத்தில் டியானேவும், நிதியும் சந்தித்தபோது, அவர் அறுபத்தைந்து வயதுள்ள, மிகவும் ஆரோக்கியமான மனிதராகக் காணப்பட்டார். ஆனால், சில ஆண்டுகளுக்கு முன் அவர் மிகவும் நோய்வாய்ப்பட்டிருந்தவராக இருந்தார், என்பதை நாங்கள் சீக்கிரத்தில் கண்டறிந்தோம். அவர் நீரிழிவாலும், காசநோயாலும் துன்புற்றதாகக் கூறினார்.

கோவிந்த் நோயுற்றிருந்தபோது, சுற்றிநகர்வதே அவருக்குச் சிரமமாக இருந்தது. மேலும் சில நேரங்களில் அவரது குடல்களைக் கட்டுப்படுத்துவதுகூட அவருக்குத் தொந்தரவாக இருந்தது. அவர் தயக்கத்துடன் விளக்கினார்: 'கழிப்பிடம் கட்டப்படுவதற்குமுன் அங்கே எந்த ஓர் ஏற்பாடும் இல்லை. நான் இங்கேயே வெளிக்குச்செல்வதை வழக்கமாகக் கொண்டேன். இதன்மூலம் அவர் தனதுவீட்டின் முற்றத்தையே மலம்கழிக்கப் பயன்படுத்திக் கொண்டார் என்பதை அர்த்தப்படுத்தினார். தனது கண்களில் வழிந்த கண்ணீரை அவர் தடுக்கமுயன்றபோது, அந்த வலி நிறைந்த நினைவுகளை நினைத்து அவரது குரல் உடைந்தது. அவரது மனைவி சோணம், அவர் விட்ட இடத்திலிருந்து எடுத்து விளக்கினார்: 'அவர் முற்றத்தில் இருந்த ஓர் உலோகத் தகட்டின்மீது குந்த வைப்பதை வழக்கமாக்கிக்கொண்டார். பிறகு அவரது மனைவியோ அல்லது அவரது மருமகளோ அவரது மலக்கழிவுகளை வயலுக்குள் வீசி எறிவார்கள்.'

இதன்காரணமாக, கோவிந்த் ஒரு கழிப்பிடத்தைக் கட்ட விரும்பினார். அவரது மனைவி இந்த யோசனையை ஆதரித்தார். ஆனால், அவரது மகனும், மருமகளும் ஆதரிக்கவில்லை. அவர் மீண்டும் நினைவுகூர்ந்தார்: 'குழந்தைகள் ஒரு கழிப்பிடத்தை விரும்பவில்லை. அதற்கான பணம் அவர்களிடம் இல்லை என்று கூறினார்கள்'. கண்ணீர் அவரது கண்களில் ததும்பிவழிந்து கன்னங்களில் விழத்தொடங்கியது. அவர் சொல்லிக்கொண்டே இருந்தார்: 'எனவே நான் கூறினேன், எனது சொந்தப்பணத்திலிருந்து அதை நான் தருவேன்.'

அந்தக் கழிப்பிடத்துக்கு ரூ.25,000/ செலவானது. மேலும் அது 5.5 மீட்டர் ஆழத்துக்கு செங்கல்லும், சிமெண்டும் கொண்டு உருளை வடிவக் குழியைக் கொண்டிருந்தது.

நாங்கள் கோவிந்த் குடும்பத்தைப்போன்ற பல குடும்பங்களைச் சந்தித்தோம். அவர்கள் வங்கதேசத்தில் அல்லது சப் சஹாரன்- ஆஃப்ரிக்காவில் உள்ளதைப் போன்ற பெரிய குழிகளைக்கொண்ட கழிப்பிடத்தைக் கட்ட பல மடங்கு செலவிட்டார்கள். ஏனென்றால், ஒரு வயதான அல்லது நோயாளியான நபர் திறந்தவெளியில் மலம் கழிப்பதில் தொந்தரவுகளை அடைந்தார். சீமா என்ற பெயர்கொண்ட இளம்பெண் மற்றும் அவரது மூத்த மாமனாருடன் நடந்த எங்களது நேர்காணலில், சீமா அவரைப் பாசத்துடன், 'பாபா' என்று அழைத்தது குறிப்பாக நினைவுகூரத்தக்கது. சீமாவும் அவரது கணவர் ராஜுவும் நாங்கள் அந்த கிராமத்துக்குப் பார்வையிடச்சென்ற மூன்று நாட்களுக்கு முன்புதான் கழிப்பிடம் கட்டும் பணியை முடித்திருந்தார்கள்.

அந்தக்கழிப்பிடம் அவர்களது முடிவுப்படி, அவர்களது வீட்டை அடுத்துள்ள வெளியிடத்தில் களிமண், மாட்டுச்சாணம் மற்றும் கூரையால் உருவாக்கப்பட்டிருந்தது. அது ஒரு பெரிய செங்கல்லும், சிமெண்டும் கொண்ட, பின்பக்கம் சிமெண்ட் பூசப்பட்ட தொட்டியுடன் கூடிய அமைப்பு. அரசால் தரப்பட்ட ஒன்றைப்போல ஒருகுழிக்கழிப்பிடத்தை அவர்களால் கட்டமுடியும். அதற்கு மிகவும் குறைவாகவே செலவாகும் என்பதை சீமா அறிந்திருந்தார். ஆனால், அத்தகைய ஒருகுழியை காலிசெய்வது பிரச்சனையாகிவிடும் என்று அவர் கூறினார். அவர்களால் அந்த வேலைக்கான கூலியை சேமிக்கமுடியும்: ஏனென்றால், ராஜ் ஒரு கட்டடத் தொழிலாளி. அவரும், சீமாவும் தாங்களாகவே அந்தக் கழிப்பிடத்தை கட்டினார்கள்.

கழிப்பிடத்தின் பாகங்களுக்கு ராஜ் மற்றும் சீமா எவ்வளவு பணம் செலவிட்டார்கள் என்பதில் பாபா தெளிவாக சங்கடப்பட்டார். அவர்களுடையது ஏழைக் குடும்பம். அது ஏராளமான துயரங்களை அனுபவித்துள்ளது. சீமாவின் முதல் இரண்டு குழந்தைகள் இறந்துவிட்டன. மேலும், ராஜின் இளைய சகோதரன் அந்த கிராமத்தைவிட்டு புலம்பெயர் தொழிலாளியாக இன்னொரு மாநிலத்துக்கு வேலைசெய்யச் சென்றபோது பல ஆண்டுகளுக்கு முன் காணாமல் போய்விட்டான். இன்றும்கூட,

சில மாதங்களுக்கு முன் திறந்தவெளியில் மலம் கழிக்கச்சென்ற பாபா கீழே விழுந்துவிட்டார். இந்த அம்சம், ஒரு கழிப்பிடத்தை பரிசாக ஏற்க பாபாவை சம்மதிக்க வைப்பதில் ராஜ் மற்றும் சீமாவுக்கு சிரமமாக இருந்ததுபோல் தோன்றியது.

ஒவ்வொரு வயதான மற்றும் ஊனமுற்ற நபரும் கோவிந்த் அல்லது சீமாவின் பாபா போல அதிர்ஷ்டசாலிகள் அல்ல. கோவிந்த் விஷயத்தில் சொந்தமாக ஒரு கழிப்பிடத்தை உருவாக்க அவர் போதுமான பணத்தை வைத்திருந்தார். மேலும், சீமாவின் பாபா அவரது பேரக்குழந்தைகளுடன் நெருக்கமான உறவுகொண்டிருந்தார். அவர்கள், அவருக்காக ஒரு கழிப்பிடத்தைக் கட்ட விரும்பினார்கள். அது அவர்களால் முடியும். பாபாவுக்கோ நம்பிக்கையற்ற ஒரு நிலையில்தான் அது அவருக்குத் தேவைப்பட்டது. ராஜ், சீமாவால் அது கட்டப்பட்டது. அங்கு பாபாவைப்போலவே பலரும் இருக்கிறார்கள். அவர்களில் வயதான மற்றும் ஊனமுற்ற மக்கள் ஒன்று, நிறைந்த வலியுடன் நொண்டிக்கொண்டே வயல்களுக்குச் செல்வது அல்லது அவர்களது மலக்கழிவுகளை அகற்ற யாராவது ஒருவரை வைத்துக்கொள்வது என்ற அவமானங்களால் வருந்தினார்கள். நாங்கள் உத்தரப்பிரதேசத்தில் சந்தித்த இளம் தலித்பெண் ஒருவரை நினைத்துப்பார்க்கிறோம். அவரால் நேராக நடக்கமுடியாது. ஏனென்றால் அவர் போலியோவால் பாதிக்கப்பட்டிருந்தார். அவர் ஒவ்வொரு நாள் காலையிலும் கைகளால் மெதுவாக தவழ்ந்து தனது வீட்டுக்கு வெறும் 5 மீட்டரில் உள்ள சாலையின் ஓரத்துக்கு மலம் கழிக்கச்சென்றார்.

அவரது குடும்பத்தினரும், மற்ற பலரும் ஒரு 20,000 ரூபாய் அல்லது 25,000 ரூபாய் கழிப்பிடத்தைக்கட்ட பணம் வைத்திருக்கவில்லை என்பது தெளிவாகத் தெரிந்தது. சோஹ்னிதேவி நான்காம் அத்தியாயத்தில் சுட்டிக்காட்டியதுபோல். அவர்கள் பணம் வைத்திருந்தால் கழிப்பிடத்துக்குப் பதிலாக அந்தப்பணத்தை அவர்களது வீட்டில் ஓர் அறையைக் கட்டப் பயன்படுத்தியிருப்பார்கள். இன்னும்கூட, மற்றவர்கள் அங்கே அதிகப்பணத்தை செலவிடக்கூடியவர்களாக இருகிறார்கள். ஆனால், மிகவும் வருந்தும் அவர்களது குடும்ப உறுப்பினர்களுக்காக ஒரு கழிப்பிடத்தைக் கட்டமாட்டார்கள். இவர்களில் மிகவும் பலர் பன்னாட்டுத்தரத்தில் ஒருகுழிக்கழிப்பிடத்தை, இந்த விலையில் பத்தில் ஒரு பங்குக்கு கட்டும் செலவை தாங்கக்கூடியவர்களே.

கிராமப்புற இந்தியாவில் இந்தப்பிரச்சனை தனித்தன்மை வாய்ந்தது என்பது உறுதியானதாகும். வீடுகளிலும், கொள்கை உருவாக்கத்திலும் பல நாடுகளில் உள்ள மக்கள், அது வயதானவர்கள் மற்றும் ஊனமுற்றவர்களின் தேவைகளாக இருக்கும்போது பெருந்தன்மையைவிட, குறைந்த மனப்பான்மை கொண்டவர்களாகி விடுகிறார்கள்.

பொருளாதார நிபுணர்கள் தனித்தன்மை வாய்ந்த பொதுக்கொள்கைகளைப் பரிந்துரைக்கிறார்கள். அவை, அரைகுறை வளர்ச்சிக்குக் காரணங்களாகின்றன. அந்தக் கொள்கைகள் எவரையும் இன்னும் மோசமான நிலைக்கு உள்ளாக்காமல், சிலரை மிக நல்ல நிலைமை உடையவர்களாக ஆக்குகின்றன என்ற அர்த்தத்தில் -அவை சமத்துவமின்மையை அதிகப்படுத்தினாலும்கூட. ஆனால், இந்த யோசனையை வெற்றிகரமாக நடைமுறைப்படுத்த, 'ஒரு பணக்காரரை மேலும் பணக்காரர் ஆக்குவது ஒரு ஏழையை மேலும் ஏழையாக்காது' என்று நீங்கள் மிக உறுதியாகச் சொல்லவேண்டும். எடுத்துக்காட்டாக, பணக்காரர்கள் மேலும் பணக்காரர்களாவது, ஏழைகளைத் தங்களுடைய சொந்த செல்வவளத்தில் எந்த ஒரு மாற்றமும் இல்லாவிட்டாலும்கூட, இன்னும் மோசமானவர்களாக ஆக்கிவிடும். சமுதாயத்தில் சமத்துவமின்மை அதிகரிக்குமானால், ஒவ்வொருவரின் ஜனநாயக நம்பகத்தன்மையும் அரித்து வீழ்த்தப்படும் என்று பொருளாதார நிபுணர்கள் ஒருவகையில் நுட்பமாகச் சிந்திக்கிறார்கள்.

ஒரு பணக்கார கிராமவாசி ஒரு பெரிய குழியுடன் கண்களைக் கவரும் கழிப்பிடத்தை முயன்று தேடிப்பெறும்போது, அது ஓர் அரைகுறை வளர்ச்சியாகவே காணப்படும். அந்த பணக்கார நபர் மிக உயர்ந்தவராகிறார். மிக ஏழைகளான கிராமப்புறத்தினர் முன்புபோலவே அதே நிலையில் இருப்பார்கள், ஒட்டுமொத்த கிராமமும் யாரோ ஒருவருடைய மலக்கழிவுகளுக்கு குறைவாக வெளிப்படும் என்பதைத்தவிர. எவ்வாறாயினும் இத்தகைய ஒரு மாற்றம் கிராமங்களில் உள்ள ஏழைக்குடும்பங்களுக்கு அந்தப் பணக்காரர் பெற்றுள்ள, பன்னாட்டளவில் வழக்கமான கழிப்பிடங்கள், சமூக அளவில் ஏற்கத்தக்கன அல்ல, (பணக்கார அண்டைவீட்டார் இதற்கான பணத்தை ஏன் செலுத்தக்கூடாது?) என்று கற்பிக்குமானால், வயது

முதிர்ந்த அல்லது ஊனமுற்றவர்கள் எளிய கழிப்பிடத்திலிருந்து பயன்பெற முடியாவிட்டால், அவர்கள் நம்பத்தகுந்தவிதத்தில் மேலும் மோசமானவர்களாக ஆக்கப்படுவார்கள். குழிகளை காலிசெய்வது, மற்றும் சடங்குபூர்வமான தீட்டு ஆகியவற்றை தவிர்ப்பதற்காக எப்போதும் உயர்சாதி பணக்கார மக்கள் அதிக செலவுள்ள கழிப்பிடங்களைக் கட்டுகிறார்கள். அதன் மூலம் எஞ்சியுள்ள கிராமத்தினருக்கு பயன்படுத்தத்தக்க கழிப்பிடம் எதுவாக இருக்கிறது என்ற விளக்கத்தை வலுப்படுத்துகிறார்கள்.

குஜராத்தில் பெரியகுழிகளுடன் இரண்டு கழிப்பிடங்களை வைத்திருக்கும் செல்வவளம் மிக்க நடுத்தர சாதியைச் சார்ந்த மனிதர், அவரது மிகவும் ஏழைகளான விளிம்புநிலை ஆதிவாசி குழுவைச்சார்ந்த அக்கம்பக்கத்தவர்கள் கழிப்பிடங்களைக் கட்டுவார்கள் என்றோ, அல்லது அரசிடமிருந்து அவர்கள் பெறும் கழிப்பிடங்களைப் பயன்படுத்துவார்கள் என்றோ எதிர்பார்க்கவில்லை, என்று எங்களிடம் கூறினார். அரசிடமிருந்து நீங்கள் பெறும் கழிப்பிடங்கள் பயனற்றவை; அவை மிகவும் சிறியவை. அதனால் அவை, இரண்டு அல்லது மூன்று மாதங்களில் நிறைந்துவிடுகின்றன. அங்கே சுற்றுப்புறங்களில் கெட்ட நாற்றங்களும், அருவருப்பான அழுக்குகளும் இருக்கும். அதிக நிலங்களைப் பெற்றிருக்காத ஆதிவாசி மக்களுக்காக அவர்கள் ஒரு கழிப்பிடத்துக்கு மாறாக, ஒரு வீட்டை உருவாக்க மாட்டார்களா? (அவர்கள் கழிப்பிடங்களை உருவாக்கினால் அது அழுக்கடைந்ததாகவே இருக்கும்) என்று அவர் கூறினார்.

வயதான அல்லது ஊனமுற்ற உறவினர்களுக்காக மலிவுவிலை கழிப்பிடங்களைக் கட்டியிருந்த குடும்பங்கள் சிலவற்றையும் நாங்கள் சந்தித்தோம். ஆனால் கழிப்பறைகளைப்பற்றி அவர்கள் பேசியவிதமும், அல்லது அவ்வாறு செய்வதை தவிர்த்ததும், அத்தகைய கழிப்பிடங்கள் சமூக அளவில் ஏற்கத்தக்கவை அல்ல என்பது பரவலாகப் புரிந்துகொள்ளப்பட்டிருப்பதை உறுதிப்படுத்தியது. போலியோவால் முடக்கப்பட்டு, நடக்கமுடியாத வயதுவந்த மக்களைக்கொண்ட ஒரு குடும்பத்தை டியானே சந்தித்தார். ஆரம்பக்கூறுகள் மட்டுமேகொண்ட ஒரு கழிப்பிடத்தை சொந்தமாக்கிக்கொள்வதில் அவர்கள் மிகுந்த தர்மசங்கடம் அடைந்திருந்தார்கள். SQUAT அளவீடுகளை முடிக்க அவர்கள் ஒருமணி நேரத்தைச் செலவிட்ட பின்னரும்கூட, அந்தக்குடும்பம் இன்றுவரை தங்கள் வீட்டுக்கு அருகில் குழியையும், மூடுபலகையையும் ஏற்றுக்கொள்ளவில்லை.

இன்னொரு வயதான மனிதர் ஒரு கழிப்பிடம் சொந்தமாக இருப்பதை ஒப்புக்கொண்டார். ஆனால், அதை எங்களுக்குக் காட்ட மறுத்துவிட்டார். பின்னர் அவரது பேரன் டியானேவை பக்கத்தில் இழுத்து, அவனது தாத்தா அது மிகவும் சாதாரணமானதாகவும், செலவில்லாததாகவும் இருப்பதில் தர்மசங்கடம் அடைந்துள்ளார், என விளக்கினான். ஆனால், அது WHO தர நிர்ணயப்படி ஒரு முழு நிறைவுபெற்ற கழிப்பிடமாக இருந்தது.

மானியம் அளிக்கப்பட்ட ஒரு கழிப்பிடத்தை விரும்புவர் யார்?

அரசு ஏன் தனது கிராமப்புறக் குடிமக்களுக்கு கழிப்பிடங்களைக் கொடுக்க விரும்புகிறது? நாங்கள் பல்வேறு காரணங்களைக் கண்டோம். ஏனென்றால் ஒரு குடும்பத்தின் திறந்தவெளி மலம் கழிப்பு இன்னொரு குடும்பத்தின் குழந்தைகளைக் கொல்கிறது. வளர்ச்சியைத் தடுக்கிறது. ஏனென்றால், ஆரம்பவாழ்வின் நோய் தொழிலாளர்களின் எல்லாவகையான பொருளாதாரத்தையும், உற்பத்தி சக்தியையும் குறைக்கிறது. அங்கே இருக்கும் கிராமப்புற இந்தியர்களில் சிறுபான்மையினர் அந்த ஒன்று இல்லாமல் அவமானப்பட்டு வருந்துகிறார்கள். இந்தக் காரணங்கள் ஒன்றின்மீது ஒன்று கவிந்திருந்தாலும்கூட, அவர்கள் வெவ்வேறு கொள்கைகளை முன்வைக்கிறார்கள். ஆரோக்கியத்தை முன்னேற்ற நீங்கள் பெரும்பான்மையானவர்களிடம் கழிப்பறைப் பயன்பாட்டை முன்னேற்ற வேண்டும். கௌரவத்தை முன்னேற்ற - ஏற்கனவே ஒன்றை விரும்புகிற சிறுபான்மை மக்களுக்கு ஒரு கழிப்பிடத்தை அளிப்பது உங்களுக்கு தேவைப்படுகிறது. சரியான கொள்கையை வடிவமைப்பதற்கு கேள்வி கேட்பது தேவைப்படுகிறது. அரசு அவர்களுக்கு ஒன்றைக் கொடுத்திருக்குமானால், ஒரு கழிப்பறையைப் பயன்படுத்த யார் உடனடியாக விரும்புகிறார்கள்?

இந்தியாவின் கிராமங்களுக்கு வெளிப்புறத்தில் உள்ள பல உற்றுநோக்கர்களுக்கு மானியம் அளிக்கப்படும் கழிப்பிடங்களின் பொதுஏற்பாடுகளுக்கு பெண்களின் கௌரவம் ஒரு காரணமாக இருக்கிறது. திறந்தவெளியில் மலம் கழிக்கவேண்டியவர்களாக இருப்பதில் கிராமப்புற இந்தியப் பெண்கள் வருந்துகிறார்கள். இது தவிர்க்க முடியாத உண்மை அல்ல என்பதை நாங்கள்

கண்டுகொண்டிருக்கிறோம். இதில் உண்மை என்னவென்றால், கிடைக்கக்கூடிய கழிப்பிடங்களை ஆண்களைவிடவும் பெண்கள் அதிகமாகப் பயன்படுத்துகிறார்கள். ஏனென்றால், அவர்களுடைய குடும்பங்கள் மலம் கழிப்பதற்காகவோ, அல்லது மற்ற காரணங்களுக்காகவோ அவர்கள் விட்டைவிட்டு வெளியே செல்வதை ஏற்பதில்லை. எப்படியிருந்தாலும், அங்கே கழிப்பறை உரிமைத்தன்மைக்கும், திறந்தவெளியில் மலம் கழிப்பது சிரமமாக உள்ள வயதானவர்கள் மற்றும் ஊனமுற்றவர்களின் கௌரவத்துக்கும் இடையே ஒரு முக்கியமான இணைப்பு உள்ளது.

இதற்குமேலும், கிராமப்புற இந்தியர்கள் மட்டுமே மானியம் அளிக்கப்படும் கழிப்பிடங்களை மதிப்பிடுபவர்கள் அல்ல. IHDSயின்படி கிராமப்புற இந்தியர்களில் பத்தில் ஒருவர் முஸ்லீம்களாக இருக்கிறார்கள். இந்துக் குடும்பங்களில் உள்ள மக்கள் கழிப்பிடங்களைத் தங்களுக்காக வாங்கும் அல்லது உருவாக்கும் ஒருவரைவிட மிகவும் குறைவாகவே அரசின் கழிப்பிடங்களைப் பயன்படுத்துகிறார்கள். ஆனால், இதேபோன்ற இடைவெளி முஸ்லீம் குடும்பங்களில் இல்லை, என்று SQUAT ஆய்வுகள் காட்டுகின்றன. முஸ்லிம்கள் பொதுவிலும், தனிப்பட்ட முறையிலும் கட்டப்பட்ட இரண்டு கழிப்பிடங்களையும் சமமாகப் பயன்படுத்துகிறார்கள்.

மானியம் அளிக்கப்பட்ட கழிப்பிடங்களைப் பயன்படுத்த விரும்பும் கிராமப்புற இந்தியர்களில் ஒரு சிறுபான்மை அங்கே இருக்கிறது என இவையெல்லாம் கருதுகின்றன; இந்த நேரத்திலும் நகர்ப்புற பத்திரிக்கையாளர்களும், கொள்கை உருவாக்குபவர்களும் யூகிப்பதுபோல, அது ஒரு குறிப்பிட்ட சிறுபான்மை அல்ல. இலக்கு நிர்ணயிக்கப்பட்ட பொதுக்கழிப்பிடக் கட்டுமானத்திட்டம், யார் அதைப்பயன்படுத்த விரும்புகிறார்களோ அந்தமக்களுக்கு கழிப்பிடங்களை அளிக்குமா? யார் அதை விரும்பவில்லையோ, அவர்கள்மீது ஆதாரவளங்களை வீணடிக்காமல் இருக்குமா? என்று வியப்புடன் கேட்பது நியாயம்தான்.

இனியும்கூட அதற்கு இலக்கு நிர்ணயிப்பதும், நெறிபிறழ்வதும் சிரமமானதாகும். மேலும், ஒவ்வொரு கழிப்பிடத்திலிருந்தும் பணம் சம்பாதிக்கும் உள்ளூர் அரசியல்வாதிகளும், ஒப்பந்ததாரர்களும் மலம் கழிக்க வெளியேசெல்லும்

குடும்பங்களை அடையாளம் காண்பதில் அதிக உதவிகளைச் செய்யமாட்டார்கள். மிகவும் முக்கியமாக கிராமப்புற கழிவு நீக்கும் சுகாதாரக் கொள்கைகளுக்கு அரசியல், பொருளாதார மனிதவள ஆதாரங்கள் மிக அதிகமாகக் கிடைத்தால் மட்டுமே அத்தகைய இலக்கு நிர்ணயிக்கப்பட்ட கட்டுமானத் திட்டம் எல்லாருடைய கவனத்தையும் ஈர்க்கும். பெரும்பான்மையோரின் திறந்தவெளி மலம் கழிப்பு மனப்பாங்கில் ஒரு பெரிய மாற்றத்தை உருவாக்க அது கிடைக்க வேண்டும். இந்த மிகச்சிறந்த கொள்கைக்கான எதிர்வினையாக அதிர்ச்சியூட்டும் திறந்தவெளி மலம்கழிப்பின் உண்மைகள் நன்கு தெரிவிக்கப்பட்டாலும்கூட, வணிக நோக்கம் இல்லாமல் இருப்பது ஒரு பிரச்சனையே. கிராமப்புற இந்தியா பெறுகின்ற இந்தக் கொள்கைக்கான மறுமொழியும், அதற்கான வாய்ப்புகளும், ஒரு சிறந்த கொள்கை மீதான கட்டுப்பாடுகளும் இந்த நூலின் கடைசி பாகத்தின் தலைப்புகள் ஆகின்றன.

எதிர்வினைகள்

8 கொள்கை: அரசியல் வளர்ச்சி மற்றும் கழிப்பிடக் கட்டுமானம்

இந்திய அரசு ஒரு வலைத்தளத்தை தொடர்ந்து பேணி வருகிறது. அது கிராமப்புற கழிவுநீக்க ஏற்பாடு பற்றிய துல்லியமான புள்ளிவிவரக்கூறுகளை உருவாக்கி வருகிறது. பயனாளிகள், மாநிலங்கள், மாவட்டங்கள், வட்டாரங்களில் ஆண்டுகள் வாரியாக மிகச்சரியாக கிராமப்புற இந்தியாவில் ஒவ்வொரு நிலப்பகுதிக்கும் எவ்விதக் கழிப்பிடங்களுக்கு அரசு பணம்செலுத்தியது என்பதைப் படிக்க விசைப்பலகையைத் தட்டலாம். அத்தகைய விவரங்கள் மறுக்கமுடியாத வலிமையுடன் ஒரு கழிவுநீக்க ஏற்பாட்டு ஆராய்ச்சியாளரை, ஒருசில கிராமங்களைப் பார்வையிட அழைக்கிறது. அங்கே மிகச்சிறந்த செயல்பாடுகள் கணினி அமைப்பில் பதிவுசெய்யப்பட்டுள்ளன. எனவே சீதாபுரில் 2012இன் கோடைமழைக்காலத்தின்போது டீனும், அவரது நண்பர் அவினாஷும் அதைப் பார்வையிட்டார்கள்.

இந்தக் கிராமங்கள் சீதாபூரில் உள்ள சராசரி கிராமங்களைவிட அதிகமான கழிப்பிடங்களை உண்மையிலேயே வைத்திருந்தன. இன்றும்கூட திறந்தவெளி மலம் கழிப்பு பொதுஇடங்களில் பார்க்கத்தக்க வகையில் நீடித்திருந்தது. புள்ளிவிவர உச்சநட்சத்திரங்கள் ஒவ்வொன்றும் தனித்தன்மைவாய்ந்த மாற்றங்களில் ஏமாற்றம் அடைந்தன. ஒரு கிராமத்தில் அந்த கிராமத்தலைவர், அவரது சாதனைகளுக்காக அவர் பெற்ற கழிவுநீக்க ஏற்பாட்டு விருதை உற்சாகத்துடன் நினைவுகூர்ந்தார். ஒரு புகைப்படம் எடுப்பதற்காக அவர் பெற்ற அந்த வெற்றிக்கோப்பையை கொண்டுவருமாறு ஒரு சிறுவனை

அனுப்பினார். அவர் அந்த வெற்றிக்கோப்பையை விரைவான கட்டடக் கட்டுமானத்தின் தனிச்சிறப்புக்காகப் பெற்றதாகக் கூறினார். தெளிவாக அதைப்பற்றித் தெரிந்துகொள்ளாமல் நாங்கள் அந்த விருதை வழங்கியவர்களும், அவரது கிராமமும் கழிப்பிடப் பயன்பாட்டை சாதித்துவிட்டதாக நம்பினோம்.

நாங்கள் இன்னொரு கிராமத்துக்கு வந்தபோது, உத்தரப்பிரதேச அரசால் வளர்ச்சித் திட்டங்களை மேற்பார்வையிட நியமிக்கப்பட்ட ஓர் அதிகாரவர்க்க கிராமசெயலாளரின் வீட்டுக்கு வெளிப்பக்கத்தில் ஒரு சிறிய இருக்கையில் அதன் தலைவர் அமர்ந்துகொண்டிருந்தார். எங்களது நம்பமுடியாத அதிர்ஷ்டத்தால், அவர்கள் எவ்வாறு ஒருபக்க கிராம ஆய்வுப்படிவத்தை பூர்த்திசெய்வது என்பது பற்றிய குழப்பத்தில் இருந்தார்கள். அந்தப்படிவம் ஒரு குறுகியகால வாழ்வுகொண்ட அப்போதைய கழிவுநீக்க ஏற்பாட்டுத் திட்டமான 'நிர்மல் பாரத் அபியான்'-ன் அடிப்படை மதிப்பீடாக இருப்பதை நோக்கமாகக் கொண்டிருந்தது. அவர்கள் இரண்டில் ஒன்றை தேர்ந்தெடுத்தாகவேண்டிய நிலையில் இருந்தார்கள். அவர்களுடைய கிராமத்தில் ஒவ்வொருவருக்கும் கடந்த கழிவுநீக்க ஏற்பாடு திட்டத்தின்கீழ் பெற்ற நிதியுதவியில் உண்மையாகவே கழிப்பிடங்களைப் பெற்றுள்ளார்கள் என்று கூறுவதா? அல்லது ஒவ்வொருவரும் இன்றும் திறந்த வெளியில் மலம் கழிக்கிறார்கள் என்பதை ஒப்புக்கொண்டு இந்தவாய்ப்பைப் பயன்படுத்தி தங்கள் கைகளில் ஒரு புதிய சுற்றுக்கான நிதிகளைப் பெறலாமா? இதுதான் அவர்கள் பிரச்சனையாக இருந்தது.

மூன்றாவது கிராமத்தின் தலைவர்கள் நேரடியாகவே இந்தக் கட்டத்தைத் தாண்டிவிட்டார்கள். அவினாஷும், டீனும் அந்தத் தலைவரைப் பேட்டிகண்டபோது, அவரது ஆண் உறவினர்களில் ஒருவர் எங்களைக் கண்டுபிடித்து தனது பெருமகிழ்ச்சியை மறைக்காமல் கேட்டார்: 'நாங்கள் சிலவிகாஸ்'களைப் பெறப்போகிறோமா?' அந்த இந்தி வார்த்தை துல்லியமாக 'வளர்ச்சி' என்று மொழிபெயர்க்கப்படுகிறது. ஆனால் அவரது குடும்பத்தில் ஒவ்வொருவரும் 'விகாஸ்'-வியாபாரம் என்று அதன் உண்மையான அர்த்தத்தை புரிந்துவைத்திருக்கிறார்கள். 'அரசின் ஒட்டுமொத்த திட்டத்துக்கான 'நிதிகள்', அதன் செயல்முறைகளில் உள்ளூர் அரசியல்வாதிகளுக்கும், அதிகாரவர்க்கத்தினருக்கும் திருப்பிவிடப்படும்'.

―――

இந்தநூலின் கடைசி இரண்டு அத்தியாயங்கள் நாங்கள் கண்ட சவால்களுக்கான கொள்கை எதிர்வினைகள் பற்றியவை ஆகும். இந்திய அரசு மற்றும் பன்னாட்டு வளர்ச்சி முகமையின் திட்டங்களும், திட்டவரைவுகளும் திறந்தவெளி மலம்கழிப்பின் குறைப்பை வேகப்படுத்துவதை நோக்கமாகக் கொண்டவை. அத்தியாயம் 2 இல் நாங்கள் முதலில் கிராமப்புற இந்தியாவில் திறந்தவெளி மலம் கழிப்பின் மர்மத்தை நேருக்கு நேர் சந்தித்தபோது ஆட்சிமுறை உள்ளிட்ட விளக்கங்கள் அல்லாதவற்றை அகற்றிவிட்டோம். ஆட்சிமுறை கிராமப்புற இந்தியாவின் திறந்தவெளி மலம் கழிப்புக்கு ஒரு தீர்வாகவோ, குற்றம் சாட்டப்படுவதற்கு உரியதாகவோ இருந்ததில்லை என்று நாங்கள் எழுதினோம். நாங்கள் அதை இங்கே திரும்பத்திரும்பக் கூறுகிறோம்: இந்தியாவைவிட மோசமான ஆட்சிமுறையுள்ள பலநாடுகள் மிகக் குறைவான திறந்தவெளி மலம் கழிப்பையே கொண்டுள்ளன. இந்தியாவுக்குள்ளும் கிராமப்புற கழிவுநீக்க ஏற்பாட்டிலுள்ள வேறுபாடுகள் இந்திய மாநிலங்களிலுள்ள ஆட்சிமுறைத் தரத்தின் வேறுபாடுகளை பின்தொடரவில்லை. இது அதுபோன்றதே. ஏனென்றால், அரசுகள் எவ்வளவு முக்கியமோ அதேபோல பெரிய சாக்கடை மற்றும் கழிவு சுத்திகரிப்புத் திட்டங்களும் குறிப்பாக நகரங்களில் முக்கியமானவை. மற்ற வளரும் நாடுகளிலிருந்து வரும் ஆதாரங்கள் கிராமப்புற திறந்தவெளி மலக்கழிப்பிலிருந்து கிராமப்புற கழிப்பிட பயன்படுத்துதலுக்கு மாறிச்செல்லும் மனப்பாங்கு பெருமளவில் தனித்தனி குடும்பங்களாக அவர்கள் சொந்தக்காரணங்களுக்காக மேற்கொள்ளப்பட்டன என்பதைத் தெரிவிக்கின்றன.

இன்னும்கூட கிராமப்புற கழிவுநீக்க ஏற்பாட்டுக்கொள்கை ஒரு நெருக்கமான பார்வைக்கு உரியது. அது குறிப்பிடத்தக்க கவனத்தையும், ஆதாரவளங்களையும் பெறுகிறது. முக்கியமான நல்லவைகளை செய்வதற்காக இதுவரை உணரப்படாத வாய்ப்புகளை அது கொண்டுள்ளது. மேலும் நாங்கள் கழிவுநீக்க ஏற்பாட்டுக்கொள்கை எதிர்கொள்ளும் சவால்கள், மற்ற வளர்ச்சிப் பிரச்சனைகளுக்கு உள்ளதைப்போல போதுமான அளவில் ஒரேதன்மையானது தானா? என்று சந்தேகிக்கிறோம். அவற்றை நன்குபுரிந்துகொள்வது பரந்தஅளவில் பயன் நிறைந்தது. முன்பைப்போலவே எங்களது கவனம் புதிர்களின்மீது ஈர்க்கப்பட்டது. இந்த அத்தியாயத்திலுள்ள புதிர்கள்

விவரமானவை. கழிவுநீக்க ஏற்பாட்டுக் கொள்கைகளும், திட்டங்களும் ஏன் அவ்வாறு உள்ளன என்பதைப் பற்றியவை. அடுத்த மற்றும் கடைசி அத்தியாயத்தில் நாங்கள் ஆய்வு செய்யப்போகும் புதிர்கள் வரன்முறைப்படுத்தத்தக்கவை. கிராமப்புற இந்தியாவில் கழிவுநீக்க ஏற்பாட்டுக்கொள்கை எதைச்செய்ய முயற்சிக்க வேண்டும் என்பதைப் பற்றியவை.

இந்த அத்தியாயம் கிராமப்புற கழிவுநீக்க ஏற்பாட்டுக்கொள்கை எவ்வாறு உள்ளது? எவ்வாறு நடைமுறைப்படுத்தப்படுகிறது என்பதைப் புரிந்துகொள்வதைப் பற்றியதாகும். இது முந்தைய அத்தியாயங்களிலுள்ள புள்ளிவிவரங்கள், அதிகாரப்பூர்வ அறிக்கைகள் மற்றும் நாங்கள் சந்தித்த நிகழ்ச்சிகள் ஆகிய அதே பொருட்களின் அடிப்படையில் அமைந்தது. இந்த அத்தியாயத்தில் நாங்கள் இரண்டு கேள்விகளைக் கேட்கிறோம். முதலாவதாக இந்திய அரசு என்ன செய்ததோ அதை மீண்டும் ஏன் செய்கிறது? ஒவ்வொரு கிராமப்புற கழிவுநீக்க நிபுணரும் அவை வேலைசெய்யாது என முக்கியமாக ஒப்புக்கொண்டு கூறும்போது, இந்திய அரசு எதற்காக நீடித்துநிலைக்கும் ஓர் அடிப்படையான திட்டவடிவமைப்பில், கட்டுமானத்தில் வேர்கொண்டு ஏராளமான பயன்படுத்தப்படாத கழிப்பிடங்களைக் கட்டுகிறது? கிராமப்புற இந்தியாவில் ஒவ்வொரு மூலைமுடுக்கிலும் பரந்துவிரிந்த, ஒப்பந்தத்துக்கு மாறான, கழிப்பிடக் கட்டுமான வேலைகளை விவரிப்பதாக கூறிக்கொள்ளும் அத்தகைய விரிவான இணைய இணைப்பு பதிவுகளை, அந்த ஆவணக்கூறுகள் போதுமான அளவுக்கு சரியற்றவை என்றபோதும் அரசு ஏன் வெளியிட்டது? இந்த நடவடிக்கைகள் ஏன் ஏற்கப்பட்டு, பெரிய பன்னாட்டு வளர்ச்சி முகமைகளிடமிருந்து ஓரளவு நிதிஉதவியையும் பெற்றது?

பதிலளிப்பதற்கு மிகவும் சிரமமான இரண்டாவது கேள்வியையும் நாங்கள் கேட்கிறோம்: கிராமப்புற இந்தியாவின் கழிவுநீக்க ஏற்பாட்டுக்கொள்கை அதற்கான சவால்கள் சூழ்ந்திருக்க, ஆதாரங்களும் ஆவணக்கூறுகளும் தந்த படிப்பினைகளுக்கு மாறாக மிகச்சிறந்தமுறையில் ஏன் வடிவமைக்கப்படவில்லை? கழிப்பிடப் பயன்பாடுகளையும், மனப்பான்மை மாற்றங்களையும் முன்னெடுத்துச்சென்று, அங்கு நன்கு நிதியளிக்கப்பட்ட அல்லது நல்ல ஊழியர்களைக்கொண்ட முயற்சிகள் ஏன் இல்லை? இன்னும் சரியாகச்சொல்வதானால், கழிப்பிடக் கட்டுமானத்தை அறிக்கையிடுவது, மேற்பார்வை

செய்வது மற்றும் 2019 இலக்கைநோக்கிய முன்னேற்றத்தை நிர்வகிப்பதைவிடவும், திறந்தவெளி மலம் கழிப்பை கண்காணிக்கும் நம்பத்தகுந்த பொதுமக்களின் அளவீடுகள் அங்கு ஏன் இல்லை? ஆவணங்களும், எந்தவொரு இந்திய அரசின் அல்லது பன்னாட்டு வளர்ச்சி முகமைகளின் ஊழியர்களும் சாதியின் மையமான சவால்களுக்கு ஏன் அழுத்தம் தரவில்லை? சாத்தியமான இந்த நடவடிக்கைகள் எல்லாம் இல்லாமல்போனது அதிகப்படியான செலவுகளாலா? அல்லது குறைவான பயன்களாலா? அவை மிகவும் சிரமமானவைகளா? அல்லது மிகவும் விருப்பமற்றதாலா?

அரசு, அது செய்துகொண்டிருப்பதைப்போல, கொள்கைகளை ஏன் சட்டமாக இயற்றுகிறது என்றால், அதன் தலைவர்கள் சிறந்த கொள்கைமுடிவை அவர்கள் உருவாக்குவதாக நம்புவதால்தான். ஒருவேளை, இந்தியக் குழந்தைகளைத் திறந்தவெளி மலம்கழிப்பால் பரவும் நோய்களிலிருந்து விடுவிப்பது சிறந்த கொள்கை அறிவை உருவாக்கக்கூடும். கழிவுநீக்க ஏற்பாடு ஒருவகைமாதிரியான கடமைப் பொறுப்பாக உள்ளது. அதற்கு அரசுகள் தேவைப்படுகின்றன. ஆனால் நீடித்துநிலைத்திருக்கும் அரசுக் கழிப்பிடக்கட்டுமான உத்தி, இந்திய திறந்தவெளி மலம்கழிப்பை சிறிதளவே குறைத்திருக்கிறது என்பதை நாங்கள் பார்த்தோம். எனவே, இந்தத்திட்டம் சிறந்த கொள்கை உணர்வை உருவாக்குகிறது என்று அரசு நம்புமானால், அரசு ஏன் நீடித்த தவறுகளைச் செய்துவருகிறது? அது ஏன் தனது தவறுகளிலிருந்து கற்றுக்கொள்ள முயற்சிக்கவில்லை? என்பதை நாங்களும்கூட விளக்கியாக வேண்டும். அத்தகைய நம்பிக்கையூட்டும் ஒரு கோட்பாட்டால் இந்த அத்தியாயத்தின் புதிர்களுக்கு தீர்வுகாண முடியாது. எடுத்துக்காட்டாக, திறந்தவெளி மலம்கழிப்பை அளவிடுவதும்கூட நல்ல கொள்கையுணர்வை உருவாக்கும். அதன் வீழ்ச்சியை நிர்வகிக்கும் எந்தவொரு முயற்சிக்கும் அளவிடுதல் அவசியமானது. மேலும் அது செலவில்லாததும்கூட. ஆனால், அத்தகைய அளவீடு செய்யப்படவில்லை. எனவே சமூக விஞ்ஞானிகளாக கொள்கைகளைப் புரிந்துகொள்ள இந்த அத்தியாயத்தின் இறுதியில் அரசியலைப்பற்றி கேள்வி கேட்கவேண்டிய அவசியம் இருக்கும்.

தூய்மை இந்தியா இயக்கம்(ஸ்வாச் பாரத் மிஷன்): இதேபோல ஏராளமானவை

2014 ஆகஸ்ட் 15 அன்று பிரதமர் மோடியின்கீழ் நடைபெற்ற முதல் சுதந்திர தினத்தில், 'இந்தியா 2019 அக்டோபர் 2இல் மகாத்மா காந்தியின் 150ஆம் ஆண்டுவிழாவின் போது, திறந்தவெளி மலம் கழிப்பு முற்றிலும் ஒழிக்கப்பட்டுவிடும்' என ஒரு துல்லியமான இலக்கை பிரதமர் நிர்ணயித்தார். திடீரென்று கழிவுநீக்க ஏற்பாடு 'பிரதமரின் தனிப்பட்ட ஒரு திட்டம்' என்ற அங்கீகாரத்தைப் பெற்றது. தூய்மை இந்தியா இயக்கத்தின் (SBM) இலச்சினை - காந்தியின் வட்டக்கண்ணாடிகள்- இந்தியாவெங்கும் தலைநகரங்களில், அரசு அலுவலகங்களில், பெட்ரோல் நிலையங்களில், வணிக வளாகங்களில், விமான நிலையங்களில் தோன்றின.

2014இல் தூய்மை இந்தியா இயக்கம்(SBM)இந்திய கிராமப்புறங்களில் திறந்தவெளி மலம் கழிப்பின் வீழ்ச்சியை முடுக்கிவிடும் ஒரு தீவிர முயற்சியாக இருக்கும் என்று நாங்கள் நம்பிக்கை உடையவர்களாக இருந்தோம். அதற்குப்பதிலாக, அது முன்பு எப்படி இருந்ததோ, அதையே எதிரொலித்தது. முந்தைய அரசின் 'நிர்மல் பாரத் அபியான்'- ஒட்டுமொத்த கழிவு நீக்க ஏற்பாட்டு இயக்கம் மற்றும் மத்திய கிராமப்புற சுகாதார இயக்கம் ஆகியவை இதற்கு முன்பே இருந்தன. புதிய திட்டத்தின் அளவு மிகமிகப் பெரியது என்று கருதப்பட்டதுதான் இதில் முக்கியமான வேறுபாடாக இருந்தது. பிரதமர் தூய்மை இந்தியா இயக்கம்(SBM) மிகவிரைவிலேயே 12.3 கோடி குடும்பங்களில் ஒரு கழிப்பிடம்கூட இல்லாத ஒவ்வொரு குடும்பத்துக்கும் கழிப்பிடத்தை அளிக்கும் என்று உறுதியளித்தார். அதற்குப்பிறகு இன்றுவரைகூட, தூய்மை இந்தியா இயக்கத்தின்(SBM) கழிப்பிடக்கட்டுமான இலக்குகள் பெரிய அளவில் இருந்ததாலோ என்னவோ அதை அடைவதற்கு நடைமுறை சாத்தியமான ஒரு திட்டத்தை வகுக்கவில்லை.

திறந்தவெளி மலம்கழிப்பை தோராயமாக மக்கள்தொகையில் பாதியளவிலிருந்து, கிராமப்புற மக்கள்தொகையில் 70% அளவிலிருந்து, பூஜ்யமாக குறைக்கும் பொறுப்பை பிரதமர் ஏற்றுக்கொண்டார். படம் 9 இந்தச் சவாலை சித்தரிக்கிறது. இந்த வரைபடம் இந்தியாவில் திறந்தவெளி மலம் கழிப்பின் வீழ்ச்சி மெதுவாக இருந்துவருகிறது என்பதைக்காட்ட,

பிறப்பு-நோய்-இறப்பு மற்றும் குடும்ப ஆய்வின் ஆவணக்கூறுகளைப் பயன்படுத்திக்கொண்டுள்ளது. இந்த ஆவணக்கூறுகள் பற்றாக்குறையுடையனவாக இருந்தபோதிலும், இதன் வேகஅளவு 1990களை அடுத்த பத்தாண்டுகளிலும் அரசியல் அதிகாரம் மாறிமாறி வந்ததால் வெளித்தோற்றத்தில் செல்வாக்கு இழந்ததாக இருந்தது. திறந்தவெளி மலம்கழிப்பின் வீழ்ச்சியின் வேகத்தைப்பற்றி இந்த வரைபடத்தில் அதிகமாக கூறப்பட்டிருந்தால் அது, குடும்ப அளவில் ஆவணக்கூறுகளைப் பயன்படுத்தியதால்தான். அவை, திறந்தவெளியில் மலம் கழிக்கும் குடும்பங்கள் சராசரியாக, திறந்தவெளியில் மலம் கழிக்காதவர்களைவிட, மலம்கழிக்கும் அதிகமான மக்களை தங்களிடத்தில் கொண்டுள்ளன என்ற அம்சத்தைப் புறக்கணித்தன.

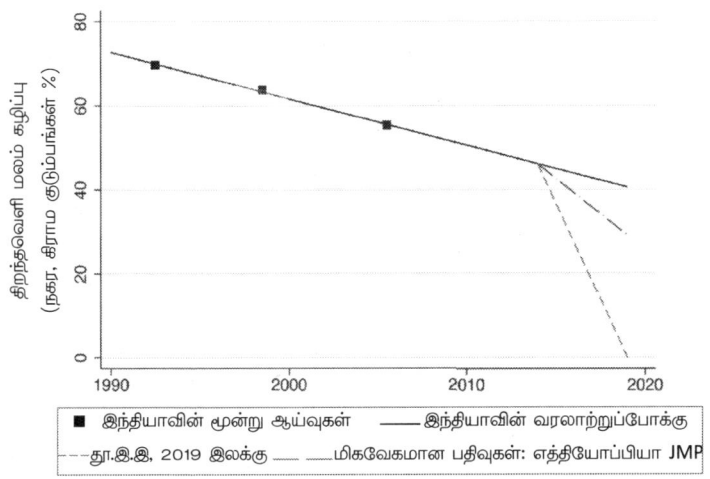

படம் 9: 2019இல் திறந்தவெளியில் மலம் கழிப்பதை ஒழிப்பது 2014இல் முன்னெப்போதுமில்லாத அளவுக்கு முடுக்கி விடுதலை கோருகிறது

2019இல் இலக்கை அடைய இந்தியாவில் திறந்தவெளி மலம்கழிப்பின் வீழ்ச்சியின் வேகம் ஏற்கனவே 12இன் மடங்குகளைவிட அதிகமாக முடுக்கிவிடப்பட்டிருக்க வேண்டும். எண்ணிக்கை அளவில் அவ்வாறு செய்து முடிப்பது முன்னெப்போதும் இல்லாதது. UNICEFஇன் கூட்டுக் கண்காணிப்புத் திட்டம் மற்றும் WHOவின் அதிகாரபூர்வ பதிவுகளின் காப்பளர், கழிவுநீக்க ஏற்பாடுகளின் புள்ளிவிவரங்களின் பதிவுகள் பற்றிக் கூறியதுபோல - ஐந்து

ஆண்டுகள் காலத்தில் 50% புள்ளிகள் அளவுக்கு திறந்தவெளி மலம்கழிப்பின் வீழ்ச்சிக்கு நெருக்கமாக எப்போதும், எந்தவொரு நபரிடமும் வந்ததில்லை.

UNICEF, WHO கூட்டுக்கண்காணிப்புத் திட்டங்களின் மதிப்பீடுகளின் மீது 2000களில் ஐந்து ஆண்டுகள் காலத்தில் 17% புள்ளிகள் அளவுக்கு திறந்தவெளி மலம்கழிப்பின் வீழ்ச்சியை எத்தியோப்பியா பதிவுசெய்துள்ளது. அந்த நேரத்தில் அதன் மக்கள்தொகை இந்திய மக்கள்தொகையில் 6%தான் இருந்தது.

வெற்றியை உறுதிசெய்யவேண்டிய இந்தவேகம், 2019இன் இலக்குகளை அடைய SBM காலகட்டத்தில் இந்தியாவெங்கும் கடைப்பிடித்தாக வேண்டிய வேகத்தில் மூன்றில் ஒருபங்கைவிடக் குறைவானதே. இன்றும்கூட இதில் ஊக்குவிப்பைக் குறைக்கும் வகையில் எத்தியோப்பிய ஆவணக்கூறுகளின் திட்டநுட்பத்தை கழிவுநீக்க ஏற்பாட்டு நிபுணர்கள் கேள்விக்குள்ளாக்குகிறார்கள். எத்தியோப்பிய ஆவணக்கூறுகள் அந்த நாட்டின் திறந்தவெளி மலம்கழிப்பின் வீழ்ச்சியை உண்மையில் அதிக மதிப்பீடு செய்திருக்குமானால் லாவோஸ் ஐந்து ஆண்டுகளில் 14% புள்ளிகள் அளவுக்கு வீழ்ச்சியைப் பதிவுசெய்துள்ளது பொருந்தும். ஆனால் இதிலிருந்து, இந்தியாவின் பல மாவட்டங்களின் மக்கள்தொகையைவிட குறைவான மக்கள் தொகையுள்ள ஒரு நாட்டிலிருந்து 130 கோடி மக்கள்தொகைகொண்ட இந்தியாவுக்கான படிப்பினைகளை உருவாக்குவது கடினமாக இருக்கும். மேலும், இந்த இரு நாடுகளின் திறந்தவெளி மலம்கழிப்பு விரைவாக வீழ்ச்சி அடைந்துகொண்டிருக்கும் போதும்கூட இவற்றில் எந்தவொரு நாடும் குறிப்பாக திறந்தவெளி மலம்கழிப்பை முழுவதும் ஒழிப்பதற்கு நெருக்கமாக இல்லை. அது மிகவும் கடுமையான பகுதியாகும்.

இந்த அத்தியாயத்தில் எங்களால் துரதிர்ஷ்டவசமாக பதிலளிக்க இயலாத ஒரு கேள்வியாக இருக்கப்போவது, 'ஏன் இந்த 2019 இலக்கு தோன்றியது?' என்பதுதான். பிரதமர் இந்த பேராசைமிக்க இலக்குக்கு அரசைப் பொறுப்பேற்கச் செய்துள்ளபோது 2014இல் பெற்றிருந்ததைப்போன்ற விரிவான கவனத்தை கழிவுநீக்க ஏற்பாடு ஏன் இப்போது பெறவில்லை? எங்களுக்குத் தெரியாது. ஆனால், வரலாற்றுப்பூர்வமான பதிவுகளின் மறுபரிசீலனை, முந்தைய எந்த அரசையும்விட கிராமப்புற கழிவுநீக்க

ஏற்பாட்டின் பின்னால் அதிகப்படியான முயற்சிகளையும், பணத்தையும் இந்த அரசு கொடுக்கவிரும்பினாலும்கூட, திறந்தவெளி மலம்கழிப்பை 2019இல் ஒழிப்பது இன்றும்கூட பேராசைதான். 2019 இலக்கு, மோசமான பொதுநிர்வாகத்துக்காக வேண்டுமென்றே தவறுசெய்பவர்களை ஊக்குவிப்பதையும்கூட நிலைநாட்டியிருக்கக்கூடும். செய்துமுடிக்கக்கூடிய வேகத்தில் திறந்தவெளி மலம்கழிப்பின் முடிவை முடுக்கிவிடுவதற்கான எந்த வகையான உண்மைத்தன்மைவாய்ந்த திட்டமிடலும் இல்லாதது, 2019லும் அங்கே திறந்தவெளி மலம் கழிப்பு இருக்கும் என்பதைக் குறிப்பாகச் சுட்டிக்காட்டுகிறது.

பின்னர் இந்த அத்தியாயத்தில் தூய்மை இந்தியா திட்டத்தின் (SBM) சிறுபகுதியை பார்க்கப்போகிறோம். ஒட்டுமொத்த நிதிஅறிக்கையில் 3% திறந்தவெளியில் மலம் கழிக்கும் மனப்பாங்கை மாற்றுவதற்காக அர்ப்பணிக்கப்படும் என்று கருதப்பட்டது. இங்கே நாங்கள் கழிப்பிடக் கட்டுமானத்தின்மீது அரசின் செலவிடலை பரிசீலித்தாலும்கூட, நாங்கள் இதைச்செய்வது அரசு கழிப்பிடங்களைக் கட்டுவதற்காக அதிகம் செலவிடத் துவங்கும் என்றும், அந்தக் கழிப்பிடங்களை பெரும்பாலான மக்கள் விரும்பவில்லை என்றும் கருத்து கூறுவதற்காக அல்ல. ஆனால் நாங்கள் இந்தியாவின் அரசைப்பற்றி அறிந்துகொள்வதற்காக, அது என்ன செய்துகொண்டிருக்கிறது என்பதைப் பார்ப்பதன்மூலம் அது எங்களுக்கு உள்ளுணர்வை உருவாக்கத் துவங்குகிறது.

தமது உரைகளிலும், செய்தித்தாள்களிலும் அரசு ஒவ்வொரு குடும்பத்துக்கும் ஒரு கழிப்பறையைக் கட்டும் என்று பிரதமர் உறுதியளித்துள்ளார். ஏனென்றால், 2011 மக்கள்தொகை கணக்கெடுப்பில் 12.3 கோடி குடும்பங்கள் ஒரு கழிப்பிடமோ அல்லது கழிவறையோ இல்லாமல் இருக்கின்றன என்று அறிவிக்கப்பட்டுள்ளது. இது ஐந்தாண்டுகள் காலத்தில் ஒவ்வொரு நாளிலும் 67,000 புதிய கழிப்பிடங்கள் வீதம் கட்டப்பட வேண்டும் என்று உறுதியளிக்கவைத்தது என்பதை செய்தியாளர்கள் கவனித்தார்கள்.

தூய்மை இந்தியா இயக்கத்தின்(SBM) கீழ் ஒவ்வொரு கழிப்பிடத்துக்கும் ரூ.12,000/ மானியம் அளிக்கப்படும் என்று

கருதப்பட்டது. அது மற்ற வளரும் நாடுகளிலுள்ள நல்ல குழிக்கழிப்பிடத்தின் விலையைவிட மிகவும் அதிகமானது. எனவே, எல்லா நிர்வாக மற்றும் நடைமுறைச் செலவுகளைப் புறக்கணித்து, அது 1,50,000 கோடி ரூபாய்களை- அல்லது ஆண்டு ஒன்றுக்கு 30,000 கோடி ரூபாய்களை அதிகசெலவு பிடிக்கும் கிராமப்புற கழிப்பிடங்களைக் கட்டுவதற்குச் செலவிட உறுதியளித்தது. கண்களைக் கூசவைக்கும் இந்தப்பெரிய எண்கள் தூய்மை இந்தியா இயக்கத்துக்கு(SBM) ஒரு முக்கியத்துவம் வாய்ந்த தோற்றத்தை அளித்தது. மேலும் அது முன்பு என்ன அளவுக்கு இருந்ததோ அதன் தொடர்ச்சியை பிரதிநிதித்துவப்படுத்துமா? என்ற தெளிவில்லாமல் இருந்தது.

உண்மையில் அரசு தூய்மை இந்தியா இயக்கத்துக்கு(SBM) எவ்வளவு நிதி ஒதுக்கீடு செய்துள்ளது? உறுதியளிக்கப்பட்ட எல்லாக் கழிப்பிடங்களையும் கட்டுவதற்கான செலவுகளை ஈடுசெய்யும் அளவுக்கு பெரிய எண்ணிக்கையிலான தொகை உண்மையில் ஒதுக்கீடு செய்யப்பட்டதா? ‘நம்பகத்தன்மையின் முன்முயற்சி’ என்ற டெல்லியில் உள்ள ஓர் ஆராய்ச்சிக்குழு அரசின் நிதி அறிக்கையின் அடிச்சுவடுகளில், டெல்லியிலுள்ள மத்திய அரசின் தூய்மை இந்தியா இயக்க கிராமினுக்கு (இதுதான் SBM கிராமப்புற ஆயுதம்) 2014-2015இல் ரூ.2,850 கோடிகளும், 2015-2016 இல் ரூ.8,915 கோடிகளும், ஒதுக்கீடு செய்தது என்பதைக் கண்டறிந்தது. இந்த எண்ணிக்கைகள் ஒன்றிய நிதிநிலை அறிக்கைகளின் ஒதுக்கீடுகளையும், அதேபோல் தூய்மை இந்தியா வரியின்கீழ் SBMக்கு நிதி உதவியளிக்கும் தனிவரி-வசூலிக்கப்பட்ட பணத்தையும் உள்ளடக்கியது. மேலும் இந்த மொத்தப்பணமும் ‘ராஷ்ட்ரிய ஸ்வாட்ச்ஹடா கோஷ்’ என்ற நிதியின்மூலம் செலவளிக்கப்பட்டது.

இந்த ஒதுக்கீட்டு எண்ணிக்கைகள் ஒரே நேரத்தில் பெரியதாகவும், சிறியதாகவும் இருந்தன. அவை பெரிதாக இருக்கின்றன, ஏனென்றால், 2012-2014இல் கிராமப்புற கழிவு நீக்க ஏற்பாட்டுக்கு என்ன ஒதுக்கப்பட்டதோ, அதைவிட 2014-2016இல் தூய்மை இந்தியா இயக்கத்துக்கான ஒதுக்கீடு இரண்டரை மடங்கு பெரியதாக இருந்தது. மற்ற சமூகத்துறை திட்டங்களுக்கான நிதிஒதுக்கீடு செய்யப்பட்டிருந்த அந்தநேரத்தில், அரசு கிராமப்புற கழிப்பிடக் கட்டுமானப்பணிகளுக்கு அதன் நிதியை அதிகப்படுத்தியது. மேலும், ‘நம்பகத்தன்மையின் முன்முயற்சி’, தனிச்சிறப்புக்குரிய SBM கிராமினுக்கு ஒதுக்கப்பட்ட நிதிகள்

எல்லாம் பெரும்பாலான மாநிலங்களில் கிராமப்புற வளர்ச்சித் திட்டங்களுக்கு செலவிடப்பட்டுவிட்டன என்பதைக் கண்டறிந்தது. எவ்வாறாயினும் ஐந்து ஆண்டுகளில் கழிப்பிடம் இல்லாத ஒவ்வொரு குடும்பத்துக்கும் ஒரு கழிப்பிடத்தை உண்மையிலேயே கட்டவேண்டுமானால், ஒவ்வொரு ஆண்டிலும் செலவளிக்க வேண்டிய ரூ.30,000 கோடியை ஒப்பிடும்போது, இப்போதைய ஒதுக்கீடு சிறியதுதான்.

ஒவ்வொரு குடும்பத்துக்கும் தேவையான அதிகசெலவுள்ள ஒரு கழிவறையைக் கட்டுவது என்ற இலக்கை நிறைவேற்றுவது தொடர்பாக, எது தேவையோ அந்தக் கழிப்பிடக் கட்டுமானத்துக்கான நிதியைக் குறைவாக அரசு ஒதுக்கியது ஒருவேளை உண்மையில் ஒரு சிறிய அதிர்ச்சிதான். அரசு எல்லா இடங்களிலும் அடிக்கடி மாபெரும் திட்டங்களை அறிவிக்கிறது. அவற்றை செய்துமுடிப்பதற்கு எவ்வளவு நிதி தேவைப்படுமோ அதைவிட மிகக்குறைவான நிதியை மட்டுமே செலவிட்டு அந்தத்திட்டத்தை மூடிவிடுகிறது. இதில் ஏதேனும் அதிர்ச்சி இருக்குமானால், அது இதுதான்: இலக்கை நோக்கிய முன்னேற்றத்தை தன்னளவில் பின்தொடராமல், அந்த இலக்கு காரணகாரிய முறைப்படி துல்லியமானது. ஆனால், எண்ணிக்கை அளவில் அந்த இலக்கு அடையமுடியாதது என்பதை ஏற்றுக்கொள்ளுமாறு அரசு வெளிப்படையாகவே மக்களை ஆயத்தப்படுத்தும் தறுவாயில்தான் இத்தகைய பெருமளவிலான குறைந்த நிதி ஒதுக்கீடு நிகழ்கிறது.

ஓர் அரசு போன்ற வெளித்தோற்றம்

தூய்மை இந்தியா திட்டத்தின்(SBM) வடிவமைப்பிலும், நிறைவேற்றத்திலும் அரசுகள் என்ன செய்யவேண்டும் என்று பரவலாக அரசியல் விஞ்ஞானத்தால் ஏற்றுக்கொள்ளப்பட்ட ஆட்சிமுறையின் மையப்பகுதியான சாதாரண, நடைமுறை சாத்தியமான நடவடிக்கைகள் எடுப்பதை இந்திய அரசு புறக்கணித்துவிட்டது. அரசு எடுக்கும் இந்த நடவடிக்கைகளில் ஒன்று ஆவணப்படுத்துவதற்கும், சமுதாயத்துக்குத் தெளிவாக எடுத்துக்கூறுவதற்கும் உரியதாகும். குறிப்பாக, புள்ளிவிவரத் தொகுப்புகள் வழியாக- Statistics என்ற வார்த்தை, அதன் மூலத்தில் 'State Affairs' என்ற அர்த்தம் கொண்டிருந்தது. அரசியல்

விஞ்ஞானி ஜேம்ஸ் ஸ்காட் கூறுவதுபோல, எந்த ஒரு பெரிய அமைப்பிலும் செயல்படும் ஒருவர், தனக்கு ஆர்வமுள்ள மனித நடவடிக்கைகளை பெரும்பாலும் எளிமைப்படுத்தப்பட்ட, தோராயமாக, ஒத்திருக்கும் ஆவணங்கள் மற்றும் புள்ளிவிவரத் தொகுப்புகள் வழியாகவே 'பார்க்கிறார்'. ஸ்காட்டின் 1998 நூல் 'Seeing Like a State' (ஓர் அரசு போன்ற வெளித்தோற்றம்) குறிப்பாக இந்தியாவைப் பற்றியதல்ல. இன்றும்கூட அவரது ஆய்வுக்கட்டுரைகள் மாவட்ட மற்றும் வட்டார அலுவலர்களின் பொதுக்கணக்கில் கட்டப்பட்ட காகித அடுக்குகளிலும், கோப்புகளிலும் நிறைந்து கிராமப்புற சமுதாயத்தின் மீதான இந்திய அரசின் பலவீனமான பிடியின் அடையாளக்குறிகளாக வாழ்ந்துகொண்டிருக்கின்றன. அரசுகளுக்கு, தங்களது வேலைகளைச் செய்வதற்காக புள்ளிவிவரத் தொகுப்புகளும், கருத்தியலான சுருக்கங்களும் தேவைப்படுகின்றன. அரசின் ஆற்றல் வளரும் நிலப்பட வரைவுகளாலும், புள்ளிவிவரத் தொகுப்புகள் அல்லது சமுதாயத்தின் மற்ற அறிவிக்கப்பட்ட வடிவங்களாலும் கட்டமைக்கப்பட்டுள்ளன என்று ஸ்காட் விளக்குகிறார்.

இந்த நிகழ்வுகளைப் பற்றி எச்சரிப்பதற்காகவே ஸ்காட் இந்த நூலை எழுதியுள்ளார். இந்த நிகழ்வுகளின் நடைமுறை வழிமுறைகள் அரசுகளை வெகுதூரம் எடுத்துச் செல்கின்றன. ஆட்சியாளர்கள் சிலநேரங்களில் ஒரு அதிகாரவர்க்கத்தை கட்டுவதைவிட அதிகவசதியான வாய்ப்புகளைப் பார்க்கிறார்கள். அது மக்களின் அசுத்தமான வாழ்க்கைகளை மிகத்துல்லியமாக சுருக்கிக்கூறிவிடும் என்பதை ஸ்காட் உணர்கிறார். சிலநேரங்களில் கோப்புகளில் உள்ள நேர்த்தியான விவரச்சுருக்கங்களுக்குப் பொருந்தும் வகையில் மக்களின் வாழ்க்கையை மாற்றியமைப்பது அரசுகளுக்கு எளிதாக இருக்கிறது. எங்கே அரசுகள் திட்டமிட்டு உருவாக்கப்பட்ட நகரங்களில் வாழ்வதற்காக மக்களை இடப்பெயர்ச்சி செய்ததோ அந்த நிகழ்வுகள், வாழத்தகுந்ததாக நகரங்களை ஆக்குகிற வணிகத்தையும், சமூகத்தின் கூட்டுறவு மனப்பான்மையையும் அழித்துவிடுகிறது என ஸ்காட் விளக்குகிறார். சமாளிக்கக்கூடிய ஒருகிராமத்தை ஒழுங்குபடுத்த முயற்சிக்கும்போது, மிகமோசமான பேரழிவுகளையும் கட்டவிழ்த்துவிட்ட வரலாறுகளை சில அரசுகள் கொண்டிருக்கின்றன.

அரசுகளுக்கு ஆவணக்கூறுகளும், சமுதாயத்தைப் பற்றிய எளிமைப்படுத்தப்பட்ட புரிதல்களும் மிகமோசமாகத் தேவைப்படுகின்றன. அதன்வழியே அரசின் நோக்கங்களுக்கு பொருந்தும்வகையில் யாருடைய வாழ்க்கைகள் மாற்றியமைக்கப்பட வேண்டுமோ அந்த மக்களின் குடியுரிமைகள் கண்டுகொள்ளப்படாமல் விடப்படுவதும், கொடூரமான விஷயங்களும் நிகழலாம் என்று ஸ்காட் சுட்டிக்காட்டுகிறார். இந்திய கிராமப்புற அரசு (உள்ளாட்சிகள்) ஆரம்பத்தில் ஸ்காட்டின் ஆய்வுக் கட்டுரைகளை ஒத்திருக்கலாம். இந்திய கிராமப்புறத்தில் துல்லியமான புள்ளிவிவர தொகுப்புகளை பராமரிக்கும் அதிகாரவர்க்கத்தின் திறமையின்மையால் அரசின் திறமை வரையறுக்கப்பட்டுவிட்டது என்பதை மறுப்பது மிகவும் கடினமாகும். எடுத்துக்காட்டாக, ‘நிர்மல் பாரத் அபியான்’ அடிப்படை ஆய்வில் எத்தனை கழிப்பிடங்கள் மிகவும் பயனுள்ளவைகளாகத் தேவைப்படும் என முடிவுசெய்து அறிவிக்க கிராமத்தலைவர்களும், செயலாளர்களும் முயற்சித்துக் கொண்டிருந்தார்கள்.

ஆனால், அதை நெருங்கிப்பார்க்கும்போது கிராமப்புற கழிவுநீக்க ஏற்பாட்டுப் பிரச்சனை ஸ்காட்டின் ஆராய்ச்சிக் கட்டுரைகளோடு மாறுபட்டிருந்ததைக் கூறுகிறது. என்ன நடந்து கொண்டிருக்கிறது என்பதைத் தெரிந்துகொள்ள வேண்டாம் என்பதை அரசு சாதாரணமாக எடுத்துக்கொண்டுள்ளதுபோலத் தோன்றுகிறது. ஒரு நிர்வாகி தனக்குக் கிடைத்த அதிகாரத்தில் ஸ்காட்டின் ஆராய்ச்சிக் கட்டுரையின்மீது திருத்தி எழுத முயற்சி செய்வார் என ஸ்காட் கவலைப்படுகிறார். அவரது பகுப்பாய்வுகள் புறக்கணிக்கப்பட்டு, கிராமப்புற இந்தியாவில் கழிவுநீக்க ஏற்பாட்டுக் கொள்கை கூறியதற்கு எதிரானவை நடந்து அவரது இதயத்தைக் காயப்படுத்தும் சாத்தியம் உள்ளது. அதிகாரப்பூர்வ புள்ளிவிவரத் தொகுப்புகளை ஓர் அரசு தேர்ந்தெடுத்து உருவாக்கும்போது அது, அரசியல் நோக்கத்துக்குப் பணியாற்றும். ஆனால், அவ்வாறு ஓர் அரசு தேர்ந்தெடுக்காவிட்டாலும், அதிகாரப்பூர்வ புள்ளிவிவரத்தொகுப்புகள் அந்த நோக்கத்துக்காகக்கூட சேவை செய்யும் என்று ஸ்காட் நம்மிடம் கூறுகிறார்.

சேகரிக்கப்படாத தரவுகள்

2019வாக்கில் திறந்தவெளி மலம்கழிப்பை ஒழிப்பதற்கான திட்டங்களை பிரதமர் 2014இல் அறிவித்தார். ஆனால் 2014, 2015 அல்லது 2016இல் இந்தியாவில் எந்த எண்ணிக்கையிலான மக்கள் திறந்தவெளியில் மலம் கழிக்கிறார்கள் என்று எவருக்கும் தெரியாது. மிகவும் பயனுள்ள ஓர் ஆய்வு (செலவில்லாததும்கூட), எங்கே அதிகப்படியான திறந்தவெளி மலம்கழிப்பு நடைபெறுகிறதோ அந்த ஒவ்வொரு மாநிலத்துக்கும் ஒவ்வொரு ஆண்டும் அல்லது ஒவ்வொரு அடுத்த ஆண்டும் மாறிச்செல்வதற்கான காலத்தையும் கண்காணித்து தனித்தனி மதிப்பீடுகளைத் தயாரிக்கும். அதற்குப்பதிலாக தூய்மை இந்தியா இயக்கத்தின் (SBM) வழிகாட்டு நெறிமுறைகள், இந்தியாவிலிருந்து திறந்தவெளி மலம்கழிப்பை மிகவேகமாக ஒழிப்பதற்கு வரலாற்றில் பதிவுசெய்யப்பட்ட மிகவேகமான குறைப்பைவிட மூன்றுமடங்கு வேகமாக இந்த சாதாரண புள்ளிவிவரத் தொகுப்பைப் பார்வையிடாமலேயே ஓர் இலக்கை வரைந்தது!

கிராமப்புற இந்தியாவின் திறந்தவெளி மலம்கழிப்பை அளவிடுவதற்கான செலவில்லாத ஓர் ஆய்வு நடைமுறை சாத்தியமானது என்று எங்களுக்குத் தெரியும். ஏனென்றால், நாங்கள் ஓர் ஆய்வைச் செய்திருந்தோம்- SQUAT ஆய்வு 50 இலட்சம் ரூபாய்களுக்கு கீழான விளக்கமான மதிப்பீடுகளைத் தயாரித்தது. அந்த ஆய்வுகளைக் கணிப்பதற்கு ஒவ்வொரு ஆண்டுக்கும் ரூ.5 கோடி ஆகும். இது ஒவ்வொரு கழிப்பிடமும் ரூ.12,000/ வீதம் 12,30,000 கழிப்பிடங்களை ஐந்து ஆண்டுகளில் கட்டும்செலவில் ஒரு மிகச்சிறிய, 1% அளவே ஆகும்.

ஒரு புதிய ஆய்வைச் செயல்படுத்துவதும்கூட ஒருபோதும் அதிகசெலவானதல்ல. கழிப்பிடப் பயன்பாடுகள் பற்றிய கேள்விகள், இந்திய அரசு ஏற்கனவே நடத்திக்கொண்டிருக்கும் அற்புதமான தேசிய ஆய்வுடன் இணைக்கப்பட வேண்டும். தேசியமாதிரி ஆய்வு அமைப்பு அண்மையில் தனது மிகப்பெரிய மாதிரி ஆய்வுகளில் கழிப்பிடப் பயன்பாடு பற்றிய கேள்விகளைக் கேட்டுள்ளது. ஆனால், அது நம்பகத்தன்மையுள்ள மதிப்பீடுகளை உருவாக்கும் நபர் குறித்த சரிசம நிலைவழியில் செய்யப்படவில்லை. இது எளிதாக மாற்றப்படமுடியும். இதுவும்கூட மிகச்சிரமமாக இருக்குமானால், இந்தத்தவல்களை பிறப்பு-நோய்-இறப்பு மற்றும் சுகாதார ஆய்வுகள் சேகரிக்க

அரசு அனுமதிக்கவேண்டும். இந்த ஆய்வுகள்-சிசுமரண விகிதங்கள் மற்றும் குழந்தைகளின் உயரம்போன்ற முக்கியமான பிறப்பு-நோய்-இறப்பு ஆய்வுகள்- வளரும் உலகிலுள்ள நாடுகள் அனைத்திலும் வாடிக்கையாகச் செய்யப்படுகின்றன. கழிப்பறைப் பயன்பாட்டின் மீது நபர்வாரியான கேள்விகளை, இந்தியா குறித்த திட்டவட்டமான மாற்றியமைத்தல்களுக்கான ஆய்வுப்படிவங்களில் சேர்ப்பது ஒளிவுமறைவற்றதாக இருக்கும்.

இன்னும்கூட, அடுத்தடுத்துவந்த மத்திய அரசுகள் பிறப்பு--நோய்-இறப்பு மற்றும் சுகாதார ஆய்வுகளின் ஆவணக்கூறுகள் தொகுப்பை அனுமதிப்பதில் மந்தமாகவே இருந்துவருகின்றன. இந்திய அரசு 2005-2006இல் முடிக்கப்பட்ட பிறப்பு-நோய்-இறப்பு மற்றும் சுகாதார ஆய்வுகளை கடைசியாக அனுமதித்தது. அப்போதிலிருந்து இந்தப் பத்தாண்டுகளில் ஆஃப்கானிஸ்தான், கம்போடியா, காங்கோ ஜனநாயகக் குடியரசு, கென்யா, நேபாளம், சிரியா, லெயோான் மற்றும் பலநாடுகள் இரண்டு ஆய்வுகளை வெளியிட்டபோது வங்கதேசம் இத்தகைய மூன்று ஆய்வுகளை வெளியிட்டது.

இதிலுள்ள முரண்பாட்டுப்புதிர் என்னவென்றால், புள்ளிவிவரத் தொகுப்பு ஆவணக் கூறுகளை அரசுகள் விரும்பியதாகக் கூறப்பட்டது. அரசுகள் தங்கள் அதிகாரத்தை விரிவுபடுத்தும் முயற்சியில் இந்த ஒரு விருப்பத்தை வெகுதொலைவுக்கு எடுத்துச் சென்றுவிடும் என ஸ்காட் வருந்துகிறார். ஏராளமான புள்ளிவிவர ஆய்வுச் சுருக்கங்கள் அரசுகளை ஆட்சி நடத்த அனுமதிக்கின்றன. மேலும் அவை கருத்துகளை கட்டுப்படுத்துவதை முன்நிறுத்துகின்றன. ஆட்சியாளர் தனிப்பட்ட முறையில் தாய்வழி பிறப்பு-நோய்-இறப்புவீதம் என்னவாக இருக்கிறது என்பதைக் கவனிக்காவிட்டாலும்கூட அது, அவர் ஒரு மதிப்பீட்டைத் தயாரிக்கிறார் என்பது அவரது ஆட்சிக்காலத்தை சட்டபூர்வமாக்குகிறது. உலகஅளவில் எந்த இடத்திலும் தரமான ஆவணக்கூறுகளாக உள்ளவற்றைத் தொகுப்பது நல்லது - அரசு விரும்பவிட்டாலும்கூட ஒருவேளை அதற்கு ஒரு நல்ல காரணம் இருக்கலாம்.

ஓர் அண்மைய எடுத்துக்காட்டாக, நடந்துகொண்டிருக்கும் ஆஃப்கனிஸ்தானின் ஒன்றுக்கும் மேற்பட்ட ஆண்டு மக்கள்தொகைக் கணக்கெடுப்பு உள்ளது. 1979இல் தான் முந்தைய ஒரே ஒரு தேசிய மக்கள்தொகைக் கணக்கெடுப்பு

நடத்தப்பட்டிருந்தது. அப்போதிலிருந்து எந்தவொரு ஆவணக்கூறும் ஆஃப்கானிஸ்தானில் எவ்வளவு மக்கள் உள்ளார்கள் என்பதை மிகத்துல்லியமாக அறிவிக்கவில்லை. ஸ்காட் கணிப்பதுபோல இந்த மக்கள்தொகைக் கணக்கெடுப்பு ஆஃப்கன் பெயர்களை தரஅளவுபடுத்த முயற்சிக்கிறது. மேலும் இந்த ஆய்வுக்கு பதிலளிப்பவர்களை, அவர்களது ஒரு துணைப்பெயரை அறிவிக்கவும் வேண்டுகிறது. அந்த மக்கள்தொகைக் கணக்கெடுப்பு குடும்பங்கள் கழிப்பறைகளை பெற்றுள்ளனவா, என்று கேட்கிறது. ஆனால், ஆஃப்கனின் மக்கள்தொகைக் கணக்கெடுப்பு இந்தக்கேள்விக்கு பதிலளித்தவர்கள் எந்த இனக்குழுவைச் சார்ந்தவர்கள் எனக் கேட்கவில்லை. எனவே, ஆஃப்கானிஸ்தானில் துல்லியமாக எத்தனை தஜிக்குகள், எத்தனை பக்தூன்கள் உள்ளார்கள் என்பதை ஒருவராலும் அறியமுடியவில்லை. இந்த விவரங்களை உருவாக்குவது அரசியலில் இனக்குழு தன்மையை தூண்டிவிட மட்டுமேசெய்யும். அரசியல்வாதிகளுக்கும், மற்றவர்களுக்கும் இந்த ஒட்டுமொத்தப் பணியையும் நிராகரிக்க ஒரு காரணத்தைத் தந்துவிடும். தெரிந்துகொள்ளாமல் இருப்பதே அரசின் நோக்கங்களுக்கு சிறப்பான சேவையைச் செய்யும்.

ஆஃப்கானிஸ்தானின் இனக்குழு மோதல்களையும், இந்தியாவின் திறந்தவெளி மலம்கழிப்பு அரசியலையும் தெரிந்துகொள்ளாததும் ஒன்று என்றும், அதேவகையானது என்றும் ஒருவர் கற்பனை செய்துகொள்ளக்கூடாது. ஆனால், தூய்மை இந்தியா இயக்கம்(SBM) உண்மைத்தன்மை இல்லாத அளவில் பேரார்வ இலக்கை அதிகரித்துள்ளது. இந்தியா தனது திறந்தவெளி மலம் கழிப்பைப் பற்றி ஏதாவது செய்யும் என்று உலகமே எதிர்பார்க்கிறது. அரசு அதில் ஒருபோதும் வெற்றிபெறவோ அல்லது தோல்வியை ஆவணப்படுத்தவோ போவதில்லை.

ஆவணக்கூறுகளைப் பெறாமல், வேறு ஏதாவது இருக்கிறது என்று ஒப்புக்கொள்வது அரசு குறிப்பிடத்தக்க மாற்றத்தை திறந்தவெளி மலம்கழிப்பில் கொண்டுவர முயற்சிக்கவில்லை என்பதைப்போல மிகவும் மோசமானது. எனவே எது தேவைப்படுகிறதோ, அது வேறுவகையான புள்ளிவிவரத்தொகுப்பு.

ஆவணக்கூறுகள்: நாங்கள் பெற்றுள்ளவை

அண்மைமக்கால தொழில்நுட்பங்கள் மாதிரி ஆய்வு ஆவணக்கூறுகளைத் திரட்டுவதில் செலவை(ஏற்கனவே எளிதாக)க் குறைத்துவிட்டன. அளவையாளர்கள் பதில்களை காகிதப்படிவங்களில் பதிவுசெய்து, அவற்றை இன்னொருவரது கணினியில் பதிவிடுவதற்குப் பதிலாக, இப்போது கையடக்கக் கணினிகளில் பதிவு செய்துவிடமுடியும். ஆனால், ஆய்வுகளில் ஆவணக்கூறுகளை திரட்டுவதற்கு அளவையாளர்களை பணியமர்த்துதலும், பயிற்சியளித்தலும், மேற்பார்வையிடுவதும் இன்றும் தேவைப்படுகிறது. அவர்கள் கிராமங்களுக்குச் சென்று பதிலளிப்பவர்களோடு மரியாதையுடன் கலந்துரையாடி, கேள்விகளுக்கான பதில்களைத் திரட்டவேண்டும். ஓர் அளவையாளர் கட்டாயம் ஏதாவது சிலவற்றைப் பார்க்கவேண்டும். அல்லது யாராவது ஒருவரிடம் ஒரு கேள்வியைக் கேட்கவேண்டும். இந்தக்கடுமையான பகுதி அந்த நபரை இந்த வேலையை நன்றாகவும், உண்மையாகவும் செய்ய ஊக்கமுடையவராக உறுதியாக ஆக்கும். மானுட மற்றும் போக்குவரத்து செலவுகள் கூரறிவு வாய்ந்த கையடக்க கணினிகள் வருவதற்கு சில ஆண்டுகளுக்கு முன் தோராயமாக எவ்வளவு ஆனதோ, அதே அளவாகத்தான் இருக்கிறது.

அதற்குமாறாக அண்மைய தொழில்நுட்பம் பரந்த, ஆழமான புள்ளிவிவர ஆவணக்கூறுகள் தோன்றுவதற்கான செலவை குறிப்பிடத்தக்க அளவுக்கு குறைத்துவிட்டன. ஒரு புள்ளிவிவர ஆவணக்கூறு வளாகத்தை வளர்த்தெடுப்பது எளிதாகி விட்டது. அது வாசகர்களுக்கு எண்களைக் கொடுப்பதன்மூலம் மேலும் பல அட்டவணைகளை, எண்களின் பகுதிகளை, வண்ண வரைபடங்களாக மாற்றியமைப்பதையும், மெலிதாக பிரிப்பதையும் அனுமதிக்கிறது. வலைதளத்துக்குப் பின்னே ஒரு நெகிழ்வுத் தன்மைகொண்ட தகவல்தளத்தைப் பெறுவது மீண்டும் எளிதானது. இதன்மூலம் நிர்வாகிகள் காலத்துக்கேற்ப ஒரு புதுநிலைக்கு காலமுறையில் நுழையமுடியும். இந்த ஏராளமான ஆவணக்கூறுகள் நம்பத்தகுந்த தகவல்களைக் கொண்டுள்ளன என்று வாசகர்கள் பலரும் எக்காலத்திலும் வியப்படையப்போவதில்லை.

குடிநீர் மற்றும் கழிவுநீக்க ஏற்பாட்டு அமைச்சகத்தின் மிகவும் நவீனமான வலைதளம் எவ்வளவு மக்கள் திறந்தவெளியில்

மலம் கழிக்கிறார்கள் என்பதைக்காட்ட முயற்சி செய்யவில்லை. அதற்குப்பதிலாக, அது நிதிகள் செலவிடப்பட்ட கழிப்பறைகளின் எண்ணிக்கையைப் பதிவுசெய்கிறது. இந்த எண்ணிக்கைகள் கிராமத்தால், வட்டாரத்தால், மாவட்டத்தால் அல்லது மாநிலத்தால் ஒருங்கிணைக்கப்படக்கூடும். ஒவ்வொரு ஆண்டுவாரியாகவும் இவை கிடைக்கும். தூய்மை இந்தியா இயக்கமும்(SBM) இதற்குமுன் இருந்த மத்திய அரசின் இரண்டு கழிவுநீக்க ஏற்பாட்டுத் திட்டங்களும் இதேபோன்ற புள்ளிவிவர வலைதளங்களைக் கொண்டிருந்தன என்பது உண்மை.

ஆவணக்கூறுகள் எப்போதும் மாநிலத்துக்கு வெளியிலிருந்து வரும் தகவல் ஆதாரங்களையும், அவற்றின் முகவர்களையும் எப்போதும் ஈடுபடுத்துவதில்லை என்றபோதும், அந்த வலைதளம் அதன் எண்ணிக்கை அளவிலும், துல்லியத்திலும் திகைப்பூட்டுவதாகக் காணப்படுகிறது. ஒருங்கிணைக்கப்பட்ட ஒவ்வொரு ஆவணக்கூறு புள்ளியும் அரசு அலுவலர்களால் பதிவுசெய்யப்பட்ட நிர்வாகப் பதிவேடுகளை பிரதிபலிக்கிறது. நாங்கள் அடிக்கடி பார்வையிட்ட மாவட்ட அலுவலகங்களில் ஒரு சிறுகணினியில் (இரண்டாகவும் இருக்கலாம்) ஒரு (அல்லது இரு) என குறைவான ஆவணக்கூறுகளை பதிப்பிப்பவர்களைக் கொண்டே கழிப்பிடங்கள் கட்டிமுடிக்கப்பட்ட எண்ணிக்கைகள் பதிவு செய்யப்படுகின்றன. இந்தப்பொறுப்புகளை நிறைவேற்ற பல நிகழ்வுகளிலும் கணினித் திறன்கொண்ட முறையான அரசு ஊழியர் ஒருவரும் இல்லை. எனவே 11 மாத ஒப்பந்தத்தில் ஈர்க்கப்பட்டவர்களால் ஆவணக்கூறுகள் பதியப்படுகின்றன. இந்தக் குறைவான ஒப்பந்த நியமனதாரர்கள் வட்டார அலுவலர்கள் சமர்ப்பித்த கட்டுக்கட்டான காகிதப்பதிவுகளை பதிவிடப்போகிறார்கள்.

மிகவும் துல்லியமான அம்சங்களை மட்டுமே திரட்டுவதற்கு பொறுப்பான, சுதந்திரமான உற்றுநோக்கர்கள் அங்கு இல்லை. மாவட்ட ஆவணக்கூறுகள் பதிவு செயல்பாட்டாளர் கொள்கைபூர்வமாக காகிதப்படிவங்களில் உள்ள ஆவணக் கூறுகளைச் சரிபார்க்க ஒரு கிராமத்துக்கு எப்போது செல்லவிரும்பினாலும், அலுவலகத்திலிருந்து வெளியே செல்வதற்கும், அலுவலக வாகனத்தைப் பயன்படுத்துவதற்கும் ஒரு மூத்த அலுவலரின் ஒப்புதலைப் பெறவேண்டும் என்பது அபத்தமாகும். அது அவரது வேலைக்கான விளக்கத்தில் இல்லை. கணினி செயல்பாட்டாளர் ஒரு கிராமத்தின் கழிவுநீக்க

ஏற்பாடு பற்றிய தகவல்களை மிகத்துல்லியமாக ஒரு நாளுக்குள் அறிந்து கொள்ளமுடியும் என வைத்துக்கொண்டால், இந்த வீதத்தில் ஒரு மாவட்டத்தின் தகவல்களை அறிந்துகொள்ள மூன்று ஆண்டுகள் ஆகலாம். இதுவரை இந்த விவரங்கள் முதலானவற்றின் தோற்றம் உண்மை இயல்பற்றதாகவே உள்ளது. கீழ்நிலை அதிகாரவர்க்கத்தினரும், ஆலோசகர்களும் உண்மையை அறிவிப்பதில் சிறிதளவே அக்கறை கொண்டவர்களாக உள்ளார்கள். படிவங்கள் பூர்த்திசெய்யப்பட்டுள்ளன என்பதை அளவீடு காட்டுவதுபோல அவர்கள் தங்கள் வேலைகளைச் செய்து முடிப்பதில் அக்கறை இல்லாதவர்களாகவே உள்ளார்கள்.

அரசின் இழுவைப்படகு

இந்திய கிராமப்புற திறந்தவெளி மலம்கழிப்பு ஓரளவு தனித்தன்மை வாய்ந்தது. ஆனால் ஓர் அம்சம் மட்டும் ஆச்சரியமளிக்கும் வகையில் வளரும் உலகத்தின் மற்ற பகுதிகளில் உள்ளதை ஒத்திருக்கிறது. திறந்தவெளி மலம் கழிப்பிலிருந்து பரந்துவிரிந்த அளவில் கழிப்பிடப் பயன்பாட்டுக்கு மாறுவதற்கான ஊக்குவிப்பில் அரசின் கட்டுபடுத்தப்பட்ட பங்குதான் அது. இந்தப் பிரிவில் நாங்கள் கீழ்கண்ட தற்காலிக பொதுவிளக்கக் கோட்பாட்டை முன்வைக்கிறோம். கிராமப்புற திறந்தவெளி மலம்கழிப்பின் மீதான இந்திய அரசின் அதிகாரம் கட்டுபடுத்தப்பட்டதாக உள்ளது. ஏனென்றால், ஒருபகுதியில் நடத்தைப்பண்பு மாற்றத்துக்குத் தேவையான மனிதவளங்களில் அரசு பின்தங்கியுள்ளது. இன்னொரு பகுதியில் இந்த நடத்தைப்பண்பு மாற்றத்துக்கு எதிரான சமூகசக்திகள் மிகவும் வலுவாக உள்ளன. இது சரிதான் என்றால் கழிவுநீக்க ஏற்பாட்டுக்கான ஒரு தனிப்பட்ட சவாலை இது பிரதிபலிக்கிறது. எங்கே கிராமப்புற உள்ளாட்சி அமைப்புகள் கட்டுமானத்திட்டங்களை மேற்கொள்கின்றனவோ அங்கு தனித்துறை வல்லமை சிறப்பான அளவில் போதுமானதாக இல்லை. மிகமோசமாக தொல்லைதருகின்றன. ஆனால், இந்திய கிராமப்புற குடும்பங்களில் நடத்தைப்பண்பை மாற்றுவதற்கு அரசு முயற்சிக்குமானால், இதேபோன்ற சிரமங்கள் ஏற்படும் என்று நாங்கள் எதிர்பார்கிறோம்.

இதை நீங்கள் படிப்பீர்களானால், இது ஓர் அபத்தம்போல ஒலிக்கும். இந்த நூல் முழுவதிலும் கழிவுநீக்க ஏற்பாட்டை பொதுநன்மைக்கான மிகச்சிறந்த ஒன்று எனவும், மிகத்தெளிவான எடுத்துக்காட்டாக கூட்டு நடவடிக்கையும், அரசின் நடவடிக்கையும் இருக்கவேண்டும் என்பதையும் நாங்கள் அழுத்தமாகக் கூறியிருக்கிறோம். ஆனால், கழிவுநீக்க ஏற்பாட்டை முன்னெடுத்துச்செல்லும் அரசின் சிறந்த எடுத்துக்காட்டுகளாக நகர்ப்புற உள்கட்டமைப்புதான் உள்ளது. கிராமப்புற நடத்தைப் பண்புமாற்றம் அல்ல. எங்கெல்லாம், எப்போதெல்லாம் கிராமப்புற நடத்தைப்பண்பை மாற்ற அரசால் முடியுமோ அங்கு அரசு முயற்சிக்க வேண்டும். எங்கள் கருத்து என்னவென்றால், கிராமப்புறங்களில் கழிப்பிடப் பயன்பாட்டை மேம்படுத்துவதில் உள்ள சவால்களை எதிர்கொள்ள குழாய்கள், சுத்தமான தண்ணீர் மற்றும் கழிவு நீக்க சாக்கடை அமைப்புகளுக்காக தெளிவான, பயனுள்ளவகையில் முதலீடு செய்யும் அரசு இவற்றை வரலாற்றுச் சிறப்புமிக்க பதிவுகளுடன் இணைக்கக்கூடாது என்பதுதான். இந்தியாவுக்கு வெளிப்புறத்தில் உள்ள குடும்பங்கள் ஒருபுறம் தங்கள் சொந்தக்காரணங்களுக்காக திறந்தவெளி மலம்கழிப்பிலிருந்து கழிப்பிடப் பயன்பாட்டுக்கு மாறிச்சென்றன. மறுபுறம் குறிப்பாக நகரங்களில் குழாய்கள் பதிக்கப்பட்ட சாக்கடைகளுக்கு மாறிச்செல்வதற்கான சாத்தியங்களும் இருந்தன. இவற்றுக்கு இடையே எந்த முரண்பாடும் இல்லை.

இந்த உய்த்துணர்வும்கூட பண்பாட்டு வளர்ச்சியில் பணியாற்றும் எங்கள் தோழர்கள் பலருக்கும் அபத்தமாக ஒலிக்கும் என்று நாங்கள் கருதுகிறோம். செலவிடப்பட்ட பணம், நடந்த கருத்தரங்குகள், அடுத்தடுத்து வந்த கொள்கைகள் ஒவ்வொரு நடவடிக்கை பற்றியும் தயாரிக்கப்பட்ட ஆவணங்கள் மற்றும் அவர்களது கடும் உழைப்புபற்றிய சொந்த அனுபவங்களைக் கொண்டவர்கள் அவர்கள். இந்தச் சாதகமான கருத்துகளிலிருந்து அரசு ஒவ்வொரு இலக்குக்குமான எழுதப்பட்ட வழிகாட்டல்களுடன் எல்லாவற்றையும் சந்திக்கும்வகையில் செயல்பாடுள்ளதாகவும், கட்டுப்படுத்தப்படாததாகவும் தோற்றமளிக்கிறது. ஆனாலும் ஒரு விளைபயனோடு இணைந்துள்ள கொள்கை உருவாக்கும் செயல்பாடு, அந்த நடவடிக்கைகளுக்கு ஒரு விளைபயனை ஏற்படுத்தியுள்ளது என முடிவு செய்வதற்குப் போதுமானதாக இல்லை. மிகவேகமாக முன்னேறிவரும் ஓர் உலகில் பெரிய கொள்கைகள் மற்றும்

திட்டங்களுக்கான காரணங்களாகவும், விளக்கங்களாகவும் குறிப்பாக, வறுமை, சுகாதாரம் ஆகிய இரண்டும் கிட்டத்தட்ட எல்லா இடங்களிலும் உள்ளன. நம்பிக்கையுடன் இருப்பது எவ்வளவு சிரமமானது என்பது மிகப்பெருமளவுக்கு ஏற்றுக்கொள்ளப்பட்டுள்ளது.

எனவே, கிராமப்புற திறந்தவெளி மலம்கழிப்புபற்றி என்ன கூறுவது? அரசின் நடவடிக்கைகளில் திறந்தவெளி மலம்கழிப்பு குறைப்பு உண்மையில் துல்லியமாக ஏற்பட்டிருக்கிறதா? அத்தியாயம் 4இல் கிராமப்புற இந்தியாவில் பயன்படுத்தக் கிடைத்த கழிப்பிடக்குழிகள் அதன் உரிமையாளர்களால் மிகப்பெரிய குழிகள் அல்லது தொட்டிகளுடன் தனிப்பட்ட முறையில் கட்டப்பட்டன, அல்லது நிதியளிக்கப்பட்டன என்பதை நாங்கள் பார்த்தோம். இருந்தபோதிலும், கிராமப்புற இந்தியாவின் கழிவுநீக்க ஏற்பாடு உலகின் மற்ற பகுதிகளிலிருந்து பலவகைகளில் வேறுபடுகிறது. தனியார் கழிப்பிடக்கட்டுமானம் பொதுவில் நடைமுறை முக்கியத்துவம் வாய்ந்த ஒரு முக்கியமான அம்சமாக உள்ளது. இத்தகைய தனியார் முதலீடு இந்தியாவைவிட வேறு இடங்களில் நிகழ்ந்திருப்பது ஒருவேளை வித்தியாசமானதாக இருக்கலாம்.

1955இல் மரியான் ஜென்கின்ஸும் வால் கர்டிஸும் கிராமப்புற பெனின்-இல் தரமான நேர்காணல்களை நடத்தினார்கள். கழிப்பிடங்களை ஒருசிலர் பெற்றிருந்த நேரத்தில் மற்ற சிலரும் கழிப்பிடங்களை ஏன் விரும்பினார்கள் என்று கேட்டார்கள். பொதுநலனுக்காகவோ அல்லது அக்கம்பக்கத்தவர்களின் ஆரோக்கியதுக்காகவோ குடும்பங்கள் ஊக்குவிக்கப்படவில்லை என்பதை அவர்கள் கண்டறிந்தார்கள். ஒரு கழிப்பிடத்தைக் கட்டிய சிலர் அதை தங்கள் கௌரவத்துக்காகவே கட்டினார்கள். ‘கழிப்பிட உரிமையாளர்’ என்பது ஓர் அந்தஸ்து. அது நகர்ப்புற உலகத்தோடு இணைப்பை ஏற்படுத்துகிறது, வீட்டுநலன்கள் பற்றிய நவீன கண்ணோட்டங்களையும், கிராமத்துக்கு வெளியேயிருந்து பெற்ற நேரம், பணம் தொடர்பான புதிய மதிப்பிடுகளையும் தெரிவிக்கிறது. மற்றும் பல சிறப்புரிமைகளுக்கு செல்வவளம், பழைய அரசுரிமை ஆகியவற்றுக்கு முயற்சிப்பது ஆகியவை அவர்களது அடையாளப்பூர்வ ஆற்றல்களிலிருந்து வருகிறது. ஜேன்

வில்லியமும் அவரது இணை ஆசிரியர்களும் இதேபோன்ற சிலவற்றை கம்போடியாவில் கண்டார்கள். குடும்பத்தின் முடிவுகள் மிகச்சிறந்த உடல்நல முக்கியத்துவத்தைவிட 'கழிப்பிட உரிமையாளர்' என்ற அந்தஸ்தில், வசதி மற்றும் வாழ்க்கைமுறை பயன்களால் எடுக்கப்பட்டன என்று தோன்றுகிறது. குடும்பத்துக்கு கழிப்பறைக் குழிகளை சந்தைப்படுத்துவதும், விற்பனை செய்வதும், சில சமயங்களில் கழிவுத்தொகைபெறும் விற்பனை முகவர்களாக செயல்படுவதும்தான் அரசின் வேலையாக இருந்ததை அவர்கள் விளக்குகிறார்கள். ஆனால், ஒவ்வொருவருக்கும் ஒரு கழிப்பிடத்தைக் கொடுப்பதுதான் அரசின் வேலை என எவரும் எதிர்பார்க்கவில்லை.

சுகாதாரக் கொள்கைத்துறையினர் கிராமப்புற சுகாதாரத்துக்கு அரசு வழிகாட்டும் அணுகுமுறையை நிறைவேற்றுவதற்காக வாதாடுவதை நாங்கள் கேட்கும்போது அவர்கள் அடிக்கடி CLDS என்று சுருக்கமாக அழைக்கப்படும் 'சமுதாயத்தின் தலைமையில் ஒட்டுமொத்த சுகாதாரத்தை (Community Led Total Sanitation) பரிந்துரைக்கிறார்கள். இத்தகைய உரையாடல்கள் எப்போதும் வங்கதேசத்தின் CLDS இயக்கத்தைப் பின்பற்றுகிறது. அங்கே அப்போது திறந்தவெளி மலம்கழிப்பு அபூர்வமாகிவிட்டது. ஆனால் அது உண்மையில் வங்கதேசத்தின் அரசினால் அல்ல. எடுத்துக்காட்டாக, உலகவங்கியின் ஒரு கொள்கை விளக்கம் தொகுத்துக்கூறுகிறது: 'கடந்த பத்தாண்டுகளில் கிராமப்புற கழிவுநீக்க சுகாதாரத்தின் பரிசோதனையிலும், புதியசெயல்முறைகளை நிறைவேற்றுவதிலும் உலகத்துக்கே சுட்டிக்காட்டும் இடமாக வங்கதேசம் உருவாகிவிட்டது. சமுதாயத்தின் தலைமையிலான ஒட்டுமொத்த கழிவுநீக்க சுகாதார அணுகுமுறை CLDS என்பது இந்தப் புதியஅணுகுமுறைகளில் ஒன்றாக 9 கோடி மக்களுக்கும் அதிகமானவர்களை திறந்தவெளி மலம்கழிப்பிலிருந்து, திறந்தவெளி மலம்கழிப்பின் குறியிலக்கை நோக்கி முன்னேறிச்செல்ல உதவியிருக்கிறது.

சமுதாய சக்திகள் திறந்தவெளி மலம்கழிப்பின்மீது மக்களுக்கு வெறுப்புணர்ச்சியை ஏற்படுத்தி, அவர்களை ஒட்டுமொத்தமாக மாற்றிவிடுமானால், கிராமங்களை 100% திறந்தவெளி மலம் கழிப்பற்றவைகளாக மாற்றிவிடும் என்கிறது CLDS இயக்கம், CLDSஇன் கீழ் யார் திறந்தவெளி மலம் கழிப்பிலிருந்து மாற மறுக்கிறார்களோ அவர்கள் தங்கள் அக்கம்பக்கத்தவர்களால்

அவமானத்துக்கு உள்ளாக்கப்படுவார்கள். இந்தக் கண்ணோட்டத்தில் பொதுமானியம் கழிப்பிடங்களுக்கு தேவையற்றவை என்பது மட்டுமல்ல, அவை தீங்கு நிறைந்தவை. ஏனென்றால், ஒரு கழிப்பிடத்தை ஒரு குடும்பம் எவ்வாறு பார்க்கிறது என்ற பார்வையையே மாற்றிவிடுகிறது. இப்போது எங்கே சமுதாயத்தலைமையிலான கழிவுநீக்க சுகாதரம் அரசின் தலைமையிலானதாக ஆகியிருக்கிறதோ அந்த நாடுகளிலிருந்து உற்சாகமான அறிக்கைகளை நாங்கள் அடிக்கடி கேட்கிறோம்.

வங்கதேசத்தின் திறந்தவெளி மலம் கழிப்பின் குறைவான மக்கள்தொகை அளவு வீதத்துக்கு CLDS தான் பொறுப்பா? அல்லது ஒன்றுக்கு இன்னொன்று காரணமாகி இரண்டுமே அதேநேரத்தில் நிகழ்ந்தனவா? வங்கதேசத்தின் இந்தப் பிரச்சனையைப்பற்றி சிந்திக்க எங்களால் ஆய்வுகளின் ஆவணக்கூறுகளை பயன்படுத்த முடிந்தது. துரதிர்ஷ்டவசமாக இந்த ஆவணக்கூறுகள் இந்தியாவில் இல்லை. வங்கதேசத்தில் பிறப்பு- நோய்- இறப்பு மற்றும் சுகாதார ஆய்வுகள் ஆறு (DHS) உள்ளன. முதலாவது 1994இல் இருந்தது. மிக அண்மைக் காலத்தினுடையதாக 2011 இருந்தது. இந்த ஆய்வுகளில் திறந்தவெளி மலம்கழிப்பு 10 என்ற எண்ணிக்கையில் பதிவாகியிருந்தன. ஒவ்வொரு புள்ளியும் DHS ஆய்வு சுற்றாக இருக்கிறது. பக்கத்துக்குப் பக்கமாக மூன்று DHS ஆய்வுகள் இந்தியாவில் நடத்தப்பட்டன. வங்கதேசத்தின் மூன்று ஆய்வுகள் 2000இல் CLDS கண்டுபிடிக்கப்படுவதற்குமுன் நடத்தப்பட்டன. மற்ற மூன்றும் அதற்குப்பின் நடத்தப்பட்டன. இந்தக்காலகட்டத்தில் திறந்தவெளி மலம்கழிப்பு ஓர் உறுதியான வீதத்தில் மறைந்துவந்ததாக இதன்போக்கு கூறுகிறது. CLDS அறிமுகப்படுத்தப்பட்ட பிறகு அங்கே எந்தவொரு வேகப்படுத்தலுக்கும் அல்லது தாமதப்படுத்தலுக்குமான சான்றுகள் இல்லை.

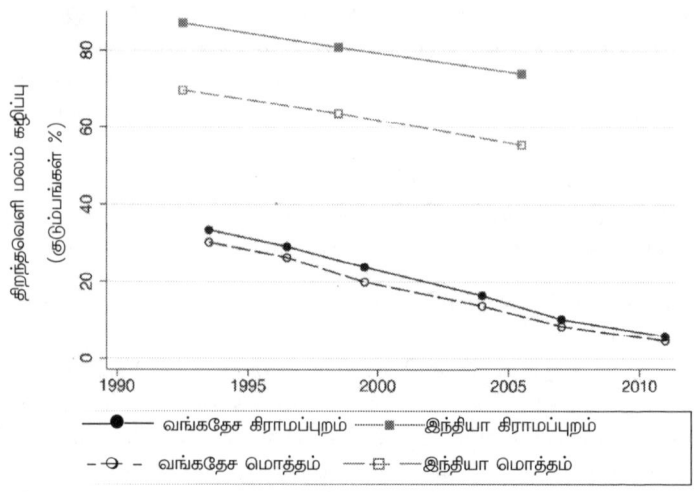

படம் 10: வங்கதேசத்தின் நீண்ட, உறுதியான திறந்தவெளி மலம்கழிப்பின் வீழ்ச்சி

ஒருவேளை வங்கதேசத்தில்கூட சராசரிக் குடும்பம் தனது சொந்தக்காரணங்களுக்காக திறந்தவெளி மலம்கழிப்பிலிருந்து மாறிச்சென்றிருக்கலாம். இருந்தபோதிலும் இந்த உறுதியான வீழ்ச்சிக்கு CLDS உதவவில்லை என உறுதியான முறையில் நிரூபிக்கப்படவில்லை. எடுத்துக்காட்டாக, கடைசியாக எஞ்சியிருந்த அலைந்து திரிபவர்களிடம் சென்றுசேர்வதை CLDS எளிதாக்கியது என்பதை எங்களால் மறுக்கமுடியவில்லை. திறந்தவெளி மலம் கழிப்பின் வீழ்ச்சியை CLDS வேகப்படுத்தியிருந்தாலும்கூட, வங்கதேசத்தின் எந்த வேலைகள் இந்தியாவுக்கான சரியான விதிகளைத் தருகிறது என்பதை குறிப்பிட முடியவில்லை. நாங்கள் பார்த்ததுபோல முஸ்லீம்களை பெருமளவில்கொண்ட வங்கதேசத்துக்கும், இந்துக்களை பெருமளவில்கொண்ட இந்தியாவுக்கும் இடையில் உள்ள கலாசார வேறுபாடுகள் வங்கதேசத்தின் கழிவுநீக்க சுகாதார குறிப்புகள் இந்தியாவுக்கு எடுத்துச்செல்லத்தக்கவைதானா, என்று சந்தேகிப்பதற்கு நல்ல காரணங்களாக உள்ளன.

ஏழைகளுக்கு ஒரு நல்ல வாழ்க்கைக்கு உதவ ஆராய்ச்சியாளர்கள் நம்பிக்கைகொண்டுள்ளபோது, நாங்கள் மகிழ்ச்சியற்ற ஓர் உண்மையைப்பற்றி கவலைகொண்டுள்ளோம். ஒரு கொள்கையின் மீதான சிந்தனையின் விளைவுகளை தேடிக்கண்டுபிடிப்பது எளிதல்ல. மக்கள்தொகை அளவில்

கழிவு நீக்க சுகாதார மனப்பான்மையை CLDS முக்கியமாக மாற்றியிருக்கிறதா? CLDS உலகெங்கிலும் பரவியுள்ள நிலையில் இரண்டுமே சிலநேரங்களில் நிகழ்ந்துள்ளன.

1994இல் வங்கதேசத்தில் அப்பொழுது ஒரு பலவீனமானநிலை இருந்தது. எனவே, ஏற்கனவே அங்கு திறந்தவெளி மலம்கழிப்பு குறைவான வீதத்தில் இருந்தது என்பதற்கான காரணம் எந்தவகையிலும் இல்லை. மேலும் பரந்த அளவில் வங்கதேசத்தின் பலநீண்ட பத்தாண்டுகளின் அனுபவங்கள், முக்கியமாக மக்கள்தொகை அளவிலான மாற்றங்கள் மிகக்குறைந்த ஆற்றல்கொண்ட அரசு இருந்த சூழ்நிலையிலும் கூட நடைபெறலாம் என்று தெரிவிக்கின்றன. பெரிய மாற்றங்கள் சிலநேரங்களில் அரசுகளால் ஏற்படுத்தப்பட்டவைகளாக நிகழ்கின்றன. இந்த முடிவு வெளிப்படையானதாகத் தோன்றலாம். இந்த முக்கியமான மாற்றங்கள் அரசுகள் கடமை தவறினாலும்கூட நடக்கின்றன என்று பன்னாட்டு வளர்ச்சியில் கவர்ச்சிகரமாகக் கூறப்படும் உள்ளார்ந்த யூகத்துக்கு எதிராக நிற்கிறது. இது எங்களை மக்களின் வாழ்க்கைகளோடு பெரிய கொள்கைகளை இணைக்கும் சங்கிலிகளை நெருக்கமாகப் பார்வையிடவேண்டும் என்பதை நினைவுபடுத்துகிறது.

கழிவுநீக்கும் துப்புரவு மனப்பான்மை மாற்றம் எந்த ஒருவருடைய வேலையும் அல்ல

முன்னதாக இந்த அத்தியாயத்தில் தூய்மை இந்தியா இயக்கத்தால் (SBM) தரமான அரசுக் கழிப்பிடங்களைக் கட்டுவதற்காக ஒதுக்கீடு செய்யப்பட்ட நிதிகள் பற்றி நாங்கள் நிறையவே எழுதியுள்ளோம். மக்களின் மனங்களை மாற்றவும், அவர்களை கழிப்பிடப் பயன்பாட்டுக்கு மாறிச்செல்ல ஊக்குவிக்கவும் பணியாற்றும் குணமாற்றத்துக்கான ஒரு முனைப்பான இயக்கம் பற்றி ஏராளமான செய்திகள் கிடைப்பதால், அவற்றை எழுத நாங்கள் விரும்புகிறோம். மக்கள் ஊடகங்கள் போன்ற செலவு குறைவான திட்டங்கள் மக்களைக் கழிப்பறைகளை பயன்படுத்தச்செய்கின்றன என்பதை அறிந்தபோது நாங்கள் மிகவும் மகிழ்ச்சியடைந்தோம். இருந்தபோதிலும், அத்தகைய இணங்கவைத்தல்களுக்கு மிக உயர்ந்த உழைப்பு ஈடுபாடு

கிராமத்துக்கு கிராமம், ஒருவேளை முகத்துக்கு முகம் தேவைப்படும் என்று நாங்கள் ஐயப்பட்டோம்.

இந்தக்காரணத்துக்காக, தூய்மை இந்தியா இயக்க (SBM) வழிகாட்டல்கள் 2014 அக்டோபரில் தயாரிக்கப்பட்டபோது, எங்களது தோழர்கள் அஷீஷ் குப்தாவும், பாயல் ஹார்தியும் தூய்மை இந்தியா இயக்கத்தை நடைமுறைப்படுத்த 'ஒரு இராணுவம்' தேவை என்று அழைப்புவிடுத்தார்கள். அவர்கள், இந்தியன் எக்ஸ்பிரஸ்ஸில் 'எங்களுக்குத் தேவை என்னவென்றால், ஒவ்வொரு கிராமத்திலும், கழிப்பிடப் பயன்பாட்டை ஊக்குவிக்கின்ற மற்றும் தொடர்ந்து நீடிக்கவைக்கின்ற ஒரு கழிவுநீக்க துப்புரவு சேனை-தொழிலாளர்களின் முன்னணிப்படை' என்று எழுதினார்கள்.

இரண்டு மாதங்களுக்குப்பிறகு, இந்த வேலைகளோடு இணைக்கப்பட்ட வழிகாட்டல்கள் இரண்டு காகிதத்தில் இருந்தன என்பது கண்டறியப்பட்டது: 'காலாட்படை வீரர்களின் ஓர் இராணுவம்' அல்லது 'ஸ்வாச்ஹதா தூட்ஸ்' கழிவு நீக்க துப்புரவுக்காக வளர்க்கப்படவும், செயல்படுத்தப்படவும் வேண்டும்' என அந்த வழிகாட்டுதல்கள் தொடர்கின்றன.

> *இந்தச் சேவைகள் பஞ்சாயத்ராஜ் நிறுவனங்கள், கூட்டுறவுகள் ASHA-க்கள், அங்கன்வாடி தொழிலாளர்கள், பெண்கள் குழுக்கள், சமுதாய அமைப்புகள், சுயஉதவிக் குழுக்கள், நன்னீர் பணியாளர்கள்/ குழாய் இயக்குவோர் (அவர்கள் ஏற்கனவே கிராமப்பஞ்சாயத்துகளில் வேலைசெய்கிறார்கள்,) முதலான ஏற்கனவே நடைமுறையிலுள்ள ஏற்பாடுகள் மூலம் அல்லது இந்த நோக்கத்துக்காகவே குறிப்பாக நியமிக்கப்பட்ட காலாட்படை வீரர்கள் மூலம் செய்யப்படவேண்டும். மற்ற துறைகளில் உள்ள ஊழியர்களும் இதில் பயன்படுத்தப்படும் நிகழ்வுகளில், தூய்மை இந்தியா இயக்கத்தின்கீழ் உள்ள நடவடிக்கைகளில் அவர்களது பங்கையும் விரிவுபடுத்த அந்தத்துறை ஊழியர்களின் சொந்தத்துறைகளும் தெளிவாக உடன்பட வேண்டும்.*

இன்னும்கூட நடப்பில் உள்ள சுகாதார மற்றும் சமுதாயப் பணியாளர்கள் கழிப்பறைகளைப் பயன்படுத்துவதில் மக்களை இணங்கவைக்கும் பொறுப்பை ஏற்றுக்கொள்ளத்

தயங்குவதற்கான காரணம், அவர்கள் அவ்வாறு செயல்படும்போது அவர்களது வேலைக்கு ஈட்டூதியம் அளிக்கப்படுவதில்லை என்பதுதான். மேலும், அரசு கழிப்பிடக் கட்டுமானத்தைவிட மிகப்பெரும் அழுத்தத்தை குணமாற்றத்துக்கு தரவேண்டும் என்று துப்புரவு நிபுணர்கள் ஏற்றுக்கொண்டதற்கு மாறாக, இந்த நோக்கத்துக்காக ஊழியர்களை நியமிக்க நிதியை அரசு ஒதுக்கீடு செய்யவில்லை. குணமாற்றத்தை ஏற்படுத்துவது எவர் ஒருவருடைய பணியும் அல்ல. அதன்பிறகு இந்த செயல்திட்ட வழிகாட்டுதல்களில் யார் இந்த வேலையை செய்பவர் என்று துல்லியமாக ஒருபோதும் தெரிவிக்கவில்லை என்பதில் எந்த ஆச்சரியமும் இல்லை. அந்த மொழிநடை மிக கவனமாக, ‘அழுத்தம் தரப்படவேண்டும்’, ‘குணமாற்ற தகவல்தொடர்பு குவிமையப்படுத்தப்பட வேண்டும்’, ‘விநியோகநுட்ப வழிமுறைகள் பின்பற்றப்பட வேண்டும்’ என்ற வாக்கியங்களில் மனிதர்கள் பற்றிய வார்த்தைகள் மிகுந்த கவனத்துடன் தவிர்க்கப்பட்டுள்ளன.

தூய்மை இந்தியா இயக்கம்(SBM) மட்டுமல்ல, ஒருங்கிணைந்த குழந்தை வளர்ப்புத் திட்டம்(ICDH) அல்லது தேசிய ஊரக வேலைவாய்ப்புத் திட்டம் (NREGH) போன்ற சமுதாயத் திட்டங்கள்போல மிகவும் தேவையான ஊழியர்களைக் கொண்டிருக்கவில்லை. இன்னும் மோசமாக அதன் வழிகாட்டு நெறிமுறைகள் தகவல், கல்வி, செய்தி அறிவிப்பு(IEC)களுக்காக செலவிடப்படவேண்டிய தொகையைக் கட்டுப்படுத்தின. இந்த வழிகாட்டு நெறிமுறைகள் ஒட்டுமொத்த நிதித்திட்டத்தில் 8%க்குமேல் செலவிடக்கூடாது என்று குறிப்பிட்டது. குணமாற்றத்துக்காக செலவிடப்பட்டதொகை இதைவிடவும் குறைவானது. 2016-2017இல் நம்பகத்தன்மைக்கான முன்னெடுப்பு, தூய்மை இந்தியா இயக்கத்தின் நிதித்திட்டத்தில் 1% மட்டுமே கழிப்பிடங்களைப் பயன்படுத்த மக்களை இணங்கவைக்கும் முயற்சிக்கு செலவிடப்பட்டதை கண்டறிந்தது.

இந்தியர்களின் அரசு சிறியது

சமுதாய சக்திகள் மற்றும் தனிநபர் தேர்வுகளுக்காக மூன்று அத்தியாயங்களை ஒதுக்கிய இந்த நூல், அரசுக்காக ஒரேஒரு அத்தியாயத்தை மட்டுமே ஒதுக்கியது எதிர்பாராத நிகழ்ச்சி

அல்ல. இந்திய அரசியலின் அறிவார்ந்த ஆய்வுகள் தமது உற்று நோக்கல்களில் 'இந்தியா எல்லாமும் சமுதாயமாக இருக்கிறது: அரசாக இல்லை' என்பது பழமையான ஒன்று என்கிறது. நாங்கள் இந்த முதுமொழியை மறுபரிசீலனை செய்கிறோம். ஏனென்றால், மானுட நல்வாழ்வுக்கு கழிவுநீக்க துப்புரவுப்பணி மிக முக்கியமான பிரச்சனையாக உள்ளபோது அங்கே அரசின் நெம்புகோல் இயக்கம் இல்லை என்பது குறிப்பாக, தெளிவாக உள்ளதால், முதன்மையாக இந்தப் பழைய தளத்தைப் பரிசீலிக்க நாங்கள் வற்புறுத்தப்பட்டோம். ஏனென்றால், டெல்லியில் உள்ள மக்கள் செய்திகளிலும், பன்னாட்டுக் கருத்தரங்குகளிலும் இதற்கு எதிரானதை- அதாவது, 'இந்திய அரசால் கட்டுபடுத்தமுடியாத எந்தஒன்றும் இல்லை'- என்பதை நம்புவதுபோல் தோன்றுகிறது.

உலகவங்கி ஒவ்வொரு நாட்டுக்கும் 'அரசு இறுதியாக பயன்படுத்தித் தீர்த்த செலவினத்தை(Government Final Consumption Expendituee-GFCE) தனிநபர் வருமானத்தின் (GDP) சதவீத எண்களாகத் தயாரிக்கிறது. இது சரக்குகள், சேவைகள், ஊழியர்களுக்கான ஊதியம் என அரசின் எல்லா செலவினங்களையும் உள்ளடக்கியது. 2010முதல் 2014 முடிய ஐந்து ஆண்டுகளில் சராசரியாக நாடு தனிநபர் வருமானத்தில் 17%ஐ அரசுக்காக செலவிட்டது. அமெரிக்க ஐக்கிய நாடுகளின் நிதி உலக சராசரிக்கு நெருக்கமாக 17% ஆகும். சப்-சஹாரன் ஆஃப்ரிக்கா மற்றும் இலத்தீன் அமெரிக்க நாடுகளின் சராசரி முறையே 15% மற்றும் 16% ஆகும். ஸியாராலியோன் மற்றும் ஸ்வீடன் இந்தப்பட்டியலில் உச்சத்தில் 26% ஆக வெவ்வேறு காரணங்களுக்காக இடம்பெற்றுள்ளது. இந்தியா சதவீதத்தில் கீழிருந்து 19ஆம் இடத்தில் வெறும் 11% ஆக இடம் பெற்றிருப்பது இந்திய உற்றுநோக்கர்களை அதிர்ச்சிக்குள்ளாக்கும் என்று நாங்கள் ஐயப்படுகிறோம்.

டெல்லியில் உள்ள கொள்கை வல்லுநர்கள் மாவட்ட நீதிபதிகளின் ஆற்றலைப்பற்றி வீரகாவியம் பாடுவதை நாங்கள் அடிக்கடி கேட்டிருக்கிறோம். இவர்களின் ஆரம்பகாலப் பணிநிலை 600க்கும் மேற்பட்ட இந்திய மாவட்டங்களில் ஒன்றின் அவசியமான, எல்லாவிதமான நிர்வாகத்துக்கும் பொறுப்பான இந்திய நிர்வாகசேவைத்துறை அலுவலர் (IAS) பதவி ஆகும். பன்னாட்டு வளர்ச்சித்தொழில்துறையினர், ஒரு மாவட்ட நீதிபதி தமது பணிகளில் தீர்மானகரமான ஆர்வத்தைக் கொண்டிருப்பவர் என நம்புகிறார்கள்.

இருந்தபோதிலும், எங்களுக்குத் தெரிந்த ஓர் இளம் IAS அலுவலர் தடையற்ற அதிகார உணர்வைவிட, வேறு சிலவற்றை நினைவுகூர்கிறார்: 'மிகவிரைவாகக் கையெழுத்திட வேண்டிய அறிக்கைகள் குவிந்துள்ள நிலையில் ஒவ்வொன்றிலும் எங்கே கையெழுத்திடவேண்டும் என்று சரியான இடத்தைக் கண்டுபிடிக்கக்கூட நேரம் இல்லாதபோது, அவற்றைப் படிப்பது என்ற கேள்விக்கே இடமில்லை.'

அடுத்தமுறை நீங்கள் இந்திய மாவட்ட நீதிபதியின் நீதித்துறை அதிகாரத்தைப்பற்றிக் கேட்கும்போது, தோராயமாக சமுதாயநிலையில் சமமதிப்புள்ள, கிட்டத்தட்ட எல்லா அலுவலர்களும் இல்லாத, அவர்களின் பணிக்காலம் ஓர் ஆண்டு என வரையறுக்கப்பட்ட, 'மத்திய அமெரிக்க அரசின் தலைவர்' அல்லது சிறிய 'சப் சஹாரன்- ஆஃப்ரிக்க நாட்டின் தலைவர்' என மாற்றுப்பெயரிடலாம். இந்தியாவிலுள்ள ஒரு சராசரி மாவட்டம் 20 இலட்சம் மக்களைக் கொண்டது. உத்தரப்பிரதேசத்திலுள்ள மாவட்டங்கள் கவனித்தக்க வகையில் பெரியவை என்பதை நாங்கள் நன்றாக அறிவோம். பல மாவட்டங்கள் அதே அளவிலான மக்கள்தொகை அளவைக் கொண்டுள்ளன. ஸியாராலியோன் அல்லது லைபீரியாவைப் போல சிசு மரணவீதமும் கொண்ட இரண்டு ஆஃப்ரிக்க நாடுகளும் மனித வளர்ச்சிக்கான மிக ஆழ்ந்த கவலைகளைக் கொண்டுள்ளன. ஆனால், இந்திய மாவட்டங்களில் சுகாதாரம், கல்வி, புள்ளிவிவர தொகுப்புகள் அல்லது வணிக அமைச்சகங்கள் இல்லை. மேலும் அவை உலகவங்கி, ஐ.நா. அல்லது பன்னாட்டு நன்கொடையாளர்களிடமிருந்து நல்ல, முறையான ஊழியர்களைக் கொண்டுள்ள இயக்கங்களாலும் உதவியளிக்கப்படவில்லை. இது குறிப்பாக கழிவுநீக்க துப்புரவுக் கொள்கையின் தனித்தன்மை வாய்ந்த எந்தவொரு நிபந்தனையாலோ அல்லது பரிதாபத்துக்குரிய மாவட்ட நீதிபதியின்(அபூர்வமாக பெண்) தவறாலோ அல்ல. ஒருசில மாதங்கள் அவர் இரண்டு ஆவணக்கூறு ஆலோசகர்களுடனும், ஓர் ஓட்டுனருடனும் அங்கேயே வசித்தாலும்கூட அவரால் ஒரு சிறிய நாட்டை நிர்வகிக்கமுடியாது.

2015 ஜனவரியில் மேல்தட்டு இந்திய நிர்வாகத்துறை பணியில் 4,802 உறுப்பினர்கள் அல்லது 2,60,000 இந்தியக் குடிமக்களுக்கு ஒருவர்வீதம் இருந்தார்கள். இவர்களில் 1,379 பேர் மத்திய அரசில் நியமிக்கப்பட்டார்கள். 486பேர்

உத்தரப்பிரதேசத்துக்கு ஒதுக்கப்பட்டார்கள். அது ஒவ்வொரு 4,20,000 உத்தரப்பிரதேசத்தினருக்கும் ஓர் ஐ.ஏ.எஸ். அலுவலர் என்று கணக்கிடப்படுகிறது.

ஐ.ஏ.எஸ். அலுவலர்கள் இந்திய அரசின் ஒரு சிறிய எண்ணிக்கையாக ஒருவேளை இருக்கலாம். இந்தியாவின் புள்ளிவிவரத்துறை அமைச்சகம் அங்கே 1,30,00,000 முறையான, எல்லாவகையான பொதுத்துறை ஊழியர்கள் இந்தியாவில் இருக்கிறார்கள் என மதிப்பிடுகிறது. இதற்குமாறாக இங்கிலாந்தில் 50,70,000 பேர் இருக்கிறார்கள். இந்தியவில் 65 பேருக்கு ஒருவர் என்பதோடு ஒப்பிட்டால், இங்கிலாந்தில் 10 பேருக்கு ஒருவர் அரசால் சில செயல்நிலைகளில் நியமிக்கப்பட்டுள்ளார்கள். அரசின் மனித அளவை பின்னமாக மக்கள்தொகை அளவில் தெரிவிப்பது அதன் இலக்கு. ஒரு கழிவு நீர் சுத்திகரிப்பு நிலையமாக இல்லாமல், அதற்குமாறாக, 60 கோடி மக்களிடம் அவர்களது கழிவுநீக்க துப்புரவு குணாம்சத்தை மாற்றுவதாக இருந்தால் திறந்தவெளி மலம் கழிப்பு ஒட்டுமொத்தமாக ஒரே நேரத்தில் முடிவுக்கு வந்துவிடும்.

ஒரு சிறந்த துப்புரவுக்கொள்கையை யார் விரும்புகிறார்?

துப்புரவுக்கொள்கை என்ன செய்தது/ என்ன செய்யவில்லை? என்று ஆய்வு செய்திருந்தாலும், எங்களுக்கு இன்னும் ஒரு கேள்வி விடுபட்டிருக்கிறது: இந்த விளைவுகள் விதிக்கப்பட்ட தடைகளால் ஏற்பட்ட முடிவுகள் என்றால், கொள்கையை உருவாக்குபவர்களுக்கும், அரசுக்கும் கிராமப்புற துப்புரவு ஏன் மிகவும் சிரமமானதாக இருக்கிறது? இந்தத் தடைகளை கடந்துவர அங்கு ஏன் முனைப்பான முதலீடு இல்லை? மறுபுறத்தில் இந்தக்கொள்கைத் தடைகளை பிரதிபலிக்கவில்லை: அதற்கு மாறாக கொள்கைத்தேர்வுகள் யாருடையது? கிராமப்புற இந்தியர்களுக்கான தூய்மை இந்தியா இயக்கத்தை யார் விரும்புகிறார்கள்?

அரசு ஒரு புதிய கொள்கையை ஏற்கும்போதோ அல்லது நடப்பில் உள்ள ஒன்றுக்கு நிதியளிப்பதை விரிவுபடுத்தும்போதோ 'மாற்றத்துக்கு யார் உந்துகிறார்கள்?' என்று கேட்பது அறிவுப்பூர்வமானது. ஆதாரவளங்களை கிராமப்புற ஏழைகளுக்கு மறுவிநியோகம் செய்யும் திட்டங்கள்

கிராமப்புற வாக்குகளை வாங்கும் முயற்சியாக அடிக்கடி பார்க்கப்படுகிறது. இந்தப்பிரச்சனையில் பல கிராமப்புற குடும்பங்கள் சிலவற்றை தூய்மை இந்தியா இயக்கத்திலிருந்து பெறுவார்கள். இருந்தபோதிலும், கிராமப்புற வாக்காளர்களின், தூய்மை இந்தியா இயக்கத்துக்கு பொறுப்பானவர்கள் அரசியல் ஆர்வக்குழுக்களாக இருக்கமுடியாது. நாங்கள் பார்த்ததைப்போல அரசு கொடுக்கும்வகையான கழிப்பிடங்களுக்கான தேவைகள் கிராமப்புற இந்தியாவில் சிறிதளவே உள்ளன. கழிவுநீக்க துப்புரவு குணமாற்ற திட்டங்களுக்கும் அவர்களிடம் எந்தவொரு தேவையும் இல்லை. திறந்தவெளி மலம் கழிப்பு முடிவுக்கு வரவேண்டுமானால், அதற்கு துல்லியமாக கிராமப்புற வாக்காளர்களின் குணாம்சம் கட்டாயம் மாற்றப்பட வேண்டும். திறந்தவெளியில் மலம்கழிக்கும் மிகப்பெரும்பான்மையான கிராமப்புற இந்தியர்கள், தேர்தல்களின்போது எழுச்சிபெற்று, அவற்றை நிறுத்துவதற்காக அரசு சில வழிமுறைகளை ஏற்படுத்தவேண்டும் என வலியுறுத்துவார்கள் என்று எதிர்பார்க்க எந்த ஒரு காரணமும் இல்லை.

அரசு செயலூக்கம் கொண்டதாக இருக்கவேண்டும் என்று எதிர்பார்க்கும் பிற ஆர்வக்குழுக்கள் எவ்வாறு உள்ளன? தேசிய மேல்தட்டு எவ்வாறு உள்ளது? குடிமைச் சமூகம்? 'நடுத்தர வர்க்கம்' என அழைக்கப்படும் அல்லது கிராமப்புற மேல்தட்டு எவ்வாறு உள்ளது? கிராமப்புற கழிவுநீக்க துப்புரவு பிரச்சனையில் அரசியல்ரீதியாக முக்கியமான இந்த ஆர்வக்குழுக்களில் எந்த ஒன்றும் கிராமப்புற திறந்தவெளி மலம் கழிப்புக்கு ஒரு முடிவுகட்டவேண்டும் என அரசை கேட்டுக்கொள்ளவில்லை என்பதை நாம் பார்க்கப்போகிறோம். திறந்தவெளி மலம்கழிப்புப் பிரச்சனை தேசிய மேல்மட்டத்தினருக்கு நெருக்கமான பழக்கம் உள்ள வலதுசாரி அல்லது இடதுசாரி அரசியல் பிரிவினருக்கு பொருத்தமாக இல்லை.

திறந்தவெளி மலம்கழிப்பு பற்றிப்பேசுகின்ற இந்தியாவின் புகழ்பெற்ற ஊடகங்களின் மொழி, கிட்டத்தட்ட கழிப்பறைக் கட்டுமானம் பற்றியதாகவே உள்ளது. கிராமப்புற இந்தியாவின் திறந்தவெளி மலம் கழிப்பு என்பது மிகவும் கடினமான பிரச்சனை. வெறும் பணம் ஒதுக்கீடு செய்வதன்மூலம் மட்டுமே

தீர்வுகாணக்கூடியதல்ல. இந்தியாவிலுள்ள வலதுசாரி அரசியல் பொதுநிதியை செலவளிப்பதிலிருந்து, ஏழைகளுக்கான தனிப்பட்ட பயன்களுக்காக மாற்றுவது, வீணாகப்பெயர் சூட்டப்பட்ட திட்டங்கள் என விவரித்து ஆட்சேபிக்கிறது. சிலர் இந்தப்பட்டியலில் கழிப்பிடக் கட்டுமானத்தை சேர்ப்பதற்கு எந்தக்காரணமும் இல்லை என்று பார்க்கிறார்கள். வலதுசாரிகளின் முக்கியத்துவம் வாய்ந்த குரல்கள் அரசின் நிதித்திட்டம் ஓர் ஓட்டையில் கசியும் நிதித்திட்டமாக உள்ளது என்றும், ஒவ்வொரு வரியும் எவ்வாறோ சிலவகைகளில் சிதைக்கப்படுகிறது என்றும், அங்கு எப்போதும் அரசு செலவிடுவதற்கான வாய்ப்பு உள்ளது என்றும், அரசு என்ன செய்யவேண்டும் என்பதற்கு ஒருவரம்பு உண்டு என்றும் அழுத்தமாகத் தெரிவிக்கின்றன. சிலகோணங்களில் அல்லது இன்னொன்றில் இவையெல்லாம் உண்மைதான்.

இன்னும்கூட, அத்தியாயம் 6 இல் ஆவணப்படுத்தியதுபோல, எதிர்மறை வெளிப்புறங்கள் இந்தப் பிரச்சனையில் நிலையான வருமானத்துக்குரிய வகைக்கான விவாதங்களை பொருளதார பேரத்தில் பயன்படுத்துவதற்கு, திறந்தவெளி மலம் கழிப்பை குறைப்பது மிகமிக நல்லது என்று சுட்டிக்காட்டுகின்றன. இங்கு தேவைப்படுவதெல்லாம் கழிப்பறை கட்டுவதுதான் என்றால், அதன்மூலம் அதிகரிக்கும் உணவுத்திட்டம், வரிகளால் அரசு பயன்பெற்று இப்போது முன்மொழிந்ததைவிட அதிகமாக செலவிடலாம். இருந்தபோதிலும், ஒரு கழிப்பிடத்தைக் கட்டுவது மட்டும் போதுமானதல்ல. எனவே, பொருளாதார பழமைவாதிகளின் நிலையானவாதம் ஒரு கருத்தைக் கொண்டுள்ளது. 'இந்தியாவின் கழிப்பிடக் கட்டுமானத் திட்டம்' நிறுத்தப்பட்டுவிடுமானால், அது ஒரு வீணடிக்கப்பட்ட செலவே ஆகும்.'

முற்றிலும் வேறுபட்ட காரணங்களுக்காக அரசியல் இடதுசாரிகளில் தேசிய மேல்மட்டத்தினர் எந்தவகையிலும் துப்புரவு மனப்பான்மையை மாற்றுவதை முன்னெடுத்துச் செல்லும் அரசியல் ஆர்வக்குழுக்களாக இருக்கவில்லை. 2014இல் துப்புரவு ஒரு முக்கியமான கொள்கையாக இருந்தபோது இடதுசாரி மேல்மட்டத்தினர் அரசை இலவச அல்லது மிக அதிகமான மானியத்துடன்கூடிய கழிப்பிடங்களை விநியோகிக்க வலியுறுத்தினர்கள். மிகத்தெளிவாக இந்தியாவின் மிகவும் ஏழைக் குடும்பங்களுக்கு விலைமதிப்புமிக்க கழிப்பிடங்களை

மறுவிநியோகம் செய்வதை நாங்கள் ஆதரிக்கிறோம். ஆனால், அந்த ஆதரவு சமூக நல்வாழ்வுக்கான எங்கள் நிலையையே பிரதிபலிக்கிறது. ஆனால், ஆற்றல்வாய்ந்த துப்புரவுக் கொள்கைபற்றிய எங்கள் ஆய்வை அல்ல. அத்தியாயம் 7 இல் நாம் பார்த்ததுபோல, அங்கு உறுதியாக பல ஊனமுற்றவர்களும், முதியவர்களும் இதனால் பயன்பெறுவார்கள். அவர்கள் தங்களுடைய குடும்பத்துக்குள் ஒரு கழிப்பிடத்தைக் கட்டச்செய்யும் அதிகாரமற்றவர்களாக இருந்தார்கள். அத்தகையவர்களுக்கு மானியத்துடன்கூடிய கழிப்பிடங்களை இலக்காக்குவது ஒரு நல்ல சிந்தனை, அவ்வாறு இலக்காக்குவது மிகவும் சிரமமானது அல்ல என்றாகுமானால்.

இடதுசாரிகளில் சிலர் பொதுமானியம் கோருவது, அரசு எதற்காக இருக்கிறதோ அந்த முக்கியமான சவாலான மறுவிநியோகத்தை மாற்றியமைப்பதற்கு தீர்வாகாது என்று கருதுகின்றனர். அரசியல் வலதுசாரிகள் எதை 'உரிமை படைத்திருத்தல்கள்' என்று ஆட்சேபிக்கிறார்களோ, அதை, இடதுசாரிகள் 'உரிமைகள்' என்று வலியுறுத்துகிறார்கள். ஆனால், அரசு கழிப்பிடங்களைப் பெற்றுக்கொள்வதற்கான உரிமை குடிமக்கள் ஒருவருக்கொருவர் ஏற்படுத்தும் தீங்குபற்றி பேசுவதற்கு பயனுள்ள வழியாக இருக்காது. இந்திய குழந்தைகளுக்கு எது தேவையென்றால், மற்ற குடிமக்களின் திறந்தவெளி மலம் கழிப்பிலிருந்து விடுபடும் உரிமைதான்.

அத்தியாயம் 5இல் உள்ள காரணங்களுக்காக, மலிவுவிலைக் கழிப்பிடங்களை ஏற்றுக்கொள்வது பற்றி சாதி, தீண்டாமை, மற்றும் சமுதாய மனப்பான்மைகளால் திணிக்கப்பட்ட தடைகளை கவனத்தில்கொண்டு துப்புரவுக்கொள்கை வகுக்கப்பட வேண்டும். இன்றும்கூட தீவிர கலாசார வலதுசாரிகள் சாதிய அடுக்குமுறைக்கும், தீண்டாமையின் மிச்சசொச்சங்களுக்கும் ஆட்சேபனை தெரிவிப்பதில்லை. தீவிர பொருளாதார இடதுசாரிகள் அத்தகைய சமூகவிளக்கங்களை பொறுத்துக்கொள்வதில்லை. சாதிய அடுக்குகளுக்கு எதிரான தலித்துகளின் போராட்டங்களில் ஒன்றுபட்ட பாட்டாளி வர்க்கத்தை ஒன்றுதிரட்டும் உச்சகட்ட இலக்கிலிருந்து கவனத்தை திசைதிருப்பிவிடும் என்று பலர் ஆட்சேபிக்கிறார்கள். எனவே, அவர்களும்கூட துப்புரவு பற்றிய, செயல்துறை பயன் நாட்டமுடைய நிலைக்காக தங்களது மையமான மதிப்பீடுகளை விலக்கிக்கொள்வதில் விருப்பமற்றவர்களாக இருக்கிறார்கள்.

இடதுசாரிகளுக்கும், வலதுசாரிகளுக்கும் இடையிலான போராட்டம் சுகாதாரத்தின்மீதும், நல்வாழ்வின்மீதும் அதிர்ச்சியளிக்கும் பெருத்த பாதிப்புகளை ஏற்படுத்தியுள்ளது.

மேல்தட்டினர் ஒரு சிறந்த துப்புரவுக் கொள்கையை முன்னெடுத்துச்செல்லாதபோது, 'நடுத்தர வர்க்கம்' என அழைக்கப்படுபவர்கள் என்ன செய்கிறார்கள்? இந்தியாவின் பண்பாட்டுத் தோற்றம்பற்றி நகர்ப்புற நடுத்தரவர்க்கம் அடிக்கடி விழிப்புணர்ச்சி கொண்டிருந்தாலும், அந்தத் தோற்றத்தை திறந்தவெளி மலம்கழிப்பின் உயர்விகிதங்கள் கிழித்துக்கொண்டிருக்கின்றன. இன்றும்கூட ஜீன்ட்ரெஸ்ஸேவும், அமர்த்தியா சென்னும் எழுதியதுபோல் சப்-சஹாரன் ஆஃப்ரிக்கா, கலிபோர்னியா தீவுகள் போல இந்தியா இருக்குமானால் திறந்தவெளி மலம்கழிப்பு நகர்ப்புற நடுத்தரவர்க்கத்துக்கு முற்றிலும் அந்நியமானது. நகர்ப்புற நடுத்தரவர்க்கம் திறந்தவெளியில் மலம் கழிப்பதில்லை. இருந்தபோதிலும், அவர்களது குழந்தைகளும்கூட சிலநேரங்களில் மிகவும் ஏழைகளான அவர்களது அக்கம்பக்கத்தவர்களின் திறந்தவெளி மலம்கழிப்புக்கு வெளிப்படுகிறார்கள். கிராமப்புற திறந்தவெளி மலம்கழிப்பு அவர்களுக்கு நெடுந்தொலைவில் உள்ள ஒரு பிரச்சனை.

மேலும், சாதியையும், தீண்டாமையையும் பற்றி கிராமப்புற இந்தியர்கள் எவ்வாறு சிந்திக்கிறார்கள் என்பதை மாற்றுவதற்குத் தேவைப்படும் எந்தவொரு செயலையும் நகர்ப்புற நடுத்தரவர்க்கம் செய்ததற்கான சான்றுகள் இல்லை. நகர்ப்புற நடுத்தர வர்க்கத்தினர் சிலர் முந்தைய அத்தியாயங்களில் கண்டறிந்த சாதியப்படி நிலையையும் எதிர்க்கிறார்கள். அவர்களில் பலர் அதை கிராமத்தினர் செய்வதைவிட பல்வேறு வழிகளில் என்றும் நிலைத்திருக்கச் செய்கிறார்கள். அத்தியாயம் 3இல் நாம் பார்த்ததுபோல் இந்திய மானுடவளர்ச்சி ஆய்வுகள் பிரதிவாதிகளிடம் அவர்கள் தீண்டாமையை அனுசரிக்கிறார்களா? என்று கேட்டன. தாங்கள் பிராமணர்கள் அல்லது முற்பட்ட சாதியினர் என்று வகைப்படுத்திக்கொண்ட நகர்ப்புற பிரதிவாதிகளில் 16%பேர் முற்றிலும் புதியவரான அந்தக் கணக்கெடுப்பாளரிடம் தங்கள் குடும்பத்திலுள்ள யாராவது ஒருவர் தீண்டாமையை அனுசரிக்கிறார் என்று ஒப்புக்கொண்டார்கள். கல்வி ஒன்று மட்டுமே இந்தப் பிரச்சனையை அகற்றிவிடாது. இந்த எண்ணிக்கை நகர்ப்புற

பிராமணக் குடும்பங்களில் சிறிதளவு உயர்ந்து 18%ஆக உள்ளது. அங்கு வயதுவந்த இடைநிலைக் கல்வியை முடித்த ஒருவர் அழுத்தமாகக் கூறினார்: இது நுட்பமாகக் கண்டறியப்பட்ட, உட்குறிப்பாக ஒரு பக்கச் சார்பைக்கொண்ட குணவியல்பு அல்ல. அதற்குமாறாக, இவற்றுக்கு பதிலளித்தவர்கள் வெளிப்படையாகவே முகத்துக்குமுகம் மேற்கொள்ளப்பட்ட கணக்கெடுப்பில் 'தீண்டாமையை அனுசரிக்கிறோம்' என்று ஒப்புக்கொண்டு வாக்குமூலம் அளிக்கத் தயாரானார்கள்.

நகர்ப்புற நடுத்தரவர்க்கத்தினர் கிராமப்புற திறந்தவெளி மலம்கழிப்பு பிரச்சனையில் அரசு கழிப்பிடங்களை அவர்களை ஏற்கச்செய்து விடுமானால் அந்தப்பிரச்சனை தீர்க்கப்பட்டுவிடும் என்று கருதுகிறார்கள். 2014 இல் தூய்மைக்கான ஓர் அழைப்பை பிரதமர் விடுத்த உடனேயே, துப்புரவு விளம்பரங்கள் நடுத்தர வர்க்கத்தினர் அடிக்கடி சென்றுவரும் பல்வேறுவகையான கடைகளிலும், வணிக வளாகங்களிலும் தோன்றி அந்தத்திட்டம் பகட்டானமுறையில் துவங்கிவிட்டது என்பதைக் குறிப்பதாக இருந்தன. இப்போது அந்த ஐந்தாண்டுத் திட்டத்தின் மூன்றாவது ஆண்டில் பொதுஇடங்களில் இன்னும் எஞ்சி நிற்கும் அடையாளங்களாக, தூய்மை இந்தியா இயக்கத்தின் எழுத்து அடையாளங்கள் உள்ளன. விளம்பரப் பலகைகளும், பதாகைகளும் குப்பைக்கூடைகளை கையாளுமாறு நகர்ப்புற சந்தைகளில் உள்ள கடைக்காரர்களை வற்புறுத்துகின்றன. டெல்லியில் டிஃபன்ஸ் காலனி கடைவீதியில் 'தூய்மை இந்தியா' என தலைப்பிட்ட ஒரு சுவரொட்டி, 'பரந்து கிடக்கும் குப்பைகளை சுத்தப்படுத்துங்கள். குப்பைக் கூளங்களை வெறுத்தொதுக்குங்கள், நமது கடைவீதிகள் மின்னுவதை உறுதிப்படுத்துங்கள்' என்று கடைக்காரர்களை உற்சாகப்படுத்துகிறது.

எனவே, எந்த ஒரு கிராமப்புற வாக்காளரோ, அல்லது வலது மற்றும் இடது தேசிய அரசியல் மேல்மட்டத்தினரோ, அல்லது நகர்ப்புற நடுத்தரவர்க்கத்தினரோ சிறந்த துப்புரவுக் கொள்கைகளைக் கேட்பார்கள் என்று எதிர்பார்க்க முடியாது. இது கிராமப்புற உள்ளூர் மேல்மட்டத்தினருக்கு விடப்பட்டுள்ளது. கிராமப்புற உள்ளூர் மேல்மட்டத்தினர் திறந்தவெளி மலம்கழிப்பை முடிவுக்குக்கொண்டுவர வேண்டும் என்று உள்ளாட்சியை வற்புறுத்துவார்களா? இதை சந்தேகிப்பதற்கான உடனடிக் காரணம் கிராமத்தலைவர்கள்

பலரும் தங்களுடைய அக்கம்பக்கத்தவர்களின் பார்வைகளையே பகிர்ந்துகொள்பவர்கள். அவர்கள் தாங்களே திறந்தவெளியில் மலம்கழிப்பவர்களாக உள்ளார்கள். அல்லது அங்கே ஒருகுழிக்கழிப்பிடத்தை பயன்படுத்துபவர்கள் என்றால், அது ஒரு மிகப்பெரிய குழியைக்கொண்டதாக, தங்களுடைய அக்கம்பக்கத்தவர்களுக்கு அதிக செலவுமிக்க கழிப்பிடங்கள்தான் ஏற்றுக்கொள்ளத்தக்கது என்ற செய்தியை அனுப்புபவர்களாக இருப்பார்கள்.

கிராமப்புற மேல்மட்டத்தினர் தேசிய அரசியலின் ஒருபகுதிக்கு பொறுப்பானவர்கள். ஏனென்றால், அவர்கள் வாக்குகளைத் திரட்டுகிறார்கள். வழிகாட்டுகிறார்கள். அவர்கள் இரண்டுவழித் தரகர்கள். அரசிடமிருந்து கிராமங்களுக்கு ஆதாரவளங்கள் பாய்வதில் செல்வாக்குச் செலுத்துகிறார்கள். அவர்கள் தங்கள் கிராமங்களிலிருந்து வாக்குகள் பாய்வதிலும் செல்வாக்குச் செலுத்துகிறார்கள். கிராமப்புற கட்டுமானத்திட்டங்கள் இந்தத் தரகுவேலைகளில் குறிப்பிடத்தக்க முக்கியமான நாணய செலாவணியாக உள்ளது என்பது நன்கு அறியப்பட்டதாகும். அப்படியானால், கிராமப்புற அரசியல் மேல்மட்டங்கள் பெரிய, செயல்பாடுமிக்க, கிராமப்புற துப்புரவுத்திட்டத்தில் கூடுதலாக ஆர்வம் கொண்டவர்களாக இருப்பார்கள். ஆனால், அவர்கள் ஆர்வம் கொண்டுள்ள திட்டங்களின் வகைகளில் ஒன்றுகூட, மக்களை தங்களுக்கான ஒருசிறிய சாதாரண குழிக்கழிப்பிடங்களைக்கட்ட, அவற்றைப் பயன்படுத்த, அதன்குழிகளை காலிசெய்ய ஒத்துக்கொள்ளவைக்கப் போவதில்லை. அதற்குமாறாக, அவர்கள் தாங்கள் ஏற்கனவே கொண்டுள்ள திட்டங்களின் வகைகளில்தான் ஆர்வம் கொண்டுள்ளார்கள். அவற்றில் ஒன்றில் கட்டுமான நிதித்திட்டத்திலிருந்து நிதிகள் உறிஞ்சி எடுக்கப்படுகின்றன. அவை அவர்களது சொந்த ‘பைகளுக்குள்’ செல்கின்றன.

உத்தரப்பிரதேசத்தில் சாலைபோட, மின்கம்பங்கள் நட்ட, கிராமங்களின் மற்ற பொதுக்கட்டடங்களைக் கட்ட அளிக்கப்பட்ட அரசுநிதிகளுடன், பெரும்பாலான கழிப்பிட நிதிகளும் ஒன்றாகச் சேர்க்கப்பட்டன. இந்தக் கிராம வளர்ச்சித்திட்டத்தின் பெயர்கள் எந்த அரசியல்கட்சி அதிகாரத்தில் இருக்கிறதோ, அதற்கேற்ப மாற்றப்படுகின்றன.

பகுஜன் சமாஜ்வாதி (BSP) அரசுகளின்கீழ் 'டாக்டர் அம்பேத்கர் கிராம வளர்ச்சித் திட்டம்' என்று அழைக்கப்பட்டது சமாஜ்வாதி(SP) அரசின்கீழ் 'டாக்டர் ராம் மனோகர் லோகியா ஒருங்கிணைந்த கிராம வளர்ச்சித் திட்டம்' என்று அழைக்கப்பட்டது. ஆனால், நடவடிக்கைகள் மாற்றமின்றி அதேபோல் இருக்கின்றன.

அத்தியாயம் 1 இல் இருந்து ரமீலாவை நினைவுகூருங்கள். அவர் உத்தரப்பிரதேச அரசிடமிருந்து ஏதோ ஒன்றைப் பெற்றார். அது ஒரு முழுமையான கழிப்பிடம் அல்ல. ரமீலாவின் கிராமத்தில் பாதிகட்டப்பட்ட கழிப்பிடங்களைப் பார்த்துவிட்டு, டியானே அந்த கிராமத்தின் தலைவர் சைஃப்பை, 'அவர்கள் எங்கிருந்து வந்தார்கள்' என்பதுபற்றி மேலும் அறிந்துகொள்ள சந்திக்க முடிவு செய்தார். மாயாவதியின் நான்காவது முதலமைச்சர் பதவிக்காலம் முடிவடையும் தறுவாயில், 2011இல் சைஃப் 'டாக்டர் அம்பேத்கர் கிராமவளர்ச்சி திட்டத்துக்கு' விண்ணப்பித்து, அதைப் பெற்றார். அவர் அந்தக் கிராமத்தின் மக்கள்தொகை எண்ணிக்கையை மடத்தனமாக அந்த கிராமத்தில் உண்மையில் உள்ள தலித்துகளின் எண்ணிக்கையைவிட அதிகம் உள்ளதாக அந்த விண்ணப்பத்தில் சேர்த்ததை வெளிப்படையாக டியானேவிடம் ஒத்துக்கொண்டார். தலித் சாதியைச் சார்ந்த மாயாவதி உத்தரப்பிரதேசத்தில் தலித்துகளிடையே வலுவான ஆதரவைப் பெற்றிருப்பவர். அவரது கட்சியான பி.எஸ்.பி. பெருமளவு தலித் மக்கள் தொகையைக் கொண்ட கிராமத்தையே தேர்ந்தெடுக்கும் என்று பரவலாக நம்பப்பட்டது.

அம்பேத்கர் கிராம வளர்ச்சித் திட்டம் அவருக்கு அளிக்கப்பட்டபோது, அவர் கழிப்பிடம் கட்டுவதற்கான நிதியை மட்டுமே கையாள முடியும் என்று அறிந்த சைஃப் ஏமாற்றம் அடைந்தார். அந்தத்திட்டத்தின் மற்ற பகுதிகளுக்கான பணத்தை மாவட்ட அதிகாரிகளால் தேர்தெடுக்கப்படும் ஓர் ஒப்பந்ததாரர்தான் கையாள்வார். அது இந்தத் திட்டத்திலிருந்து பணத்தை உறிஞ்சுவதற்கான அவரது ஆற்றலைக் கட்டுப்படுத்தி விட்டது. இருந்தபோதிலும், அந்த கிராமத்தில் நூற்றுக்கணக்கான குடும்பங்கள் இருப்பதால் ஒவ்வொரு குடும்பத்துக்கும் ஒரு ரூ.4,500/ கழிப்பிட ஊக்கத்தொகை அளிக்கப்படுவதால், அவர் கட்டும் கழிப்பிடங்களில் உண்மையில் ரூ.4,500/ மதிப்புள்ள கழிப்பிட பாகங்கள் இல்லாவிட்டால், அதிலிருந்து அவர் ஏராளமான பணத்தைப் பெற்றுவிட முடியும்.

வேறுவகையான அமைப்பில் கிராமத்தினரிடமிருந்து வரும் ஜனநாயக அழுத்தம் அந்த முதல் பதவிக்காலத்திலிருந்து அந்த கிராம அரசியல்வாதியை ஒவ்வொரு கழிப்பிடத்துக்கும் ரூ.4,500/ஐ முழுமையாக செலவிட அல்லது குறைந்தபட்சம் அதை நிறுத்திவிட வலியுறுத்தியிருக்கும். ஆனால், இந்த நிகழ்வில் அது நடக்கவில்லை. அரசு கொடுக்கும் கழிப்பிடங்களை கிராம மக்கள் விரும்பவில்லை. எனவே, அவர் வேலைக்கு நியமித்த கட்டட வேலையாட்களும், தொழிலாளர்களும் சில செங்கற்களை ஒன்றாகப்பொருத்தவும், சிமெண்ட்டாலான சில குழி மூடிகளையும் கொண்டு வேலைசெய்தபோது சைஃப் தனது வாக்காளர்களிடமிருந்து எந்த எதிர்ப்பையும் சந்திக்கவில்லை. இருந்தபோதிலும், அந்த வளர்ச்சிக்கான பணத்தை அவரது சொந்த ஊரில் செலவளிப்பதற்கு மாறாக, வேறு கிராமங்களிலிருந்து கழிப்பிடங்களைக் கட்டும் வேலைக்கு ஆட்களை அழைத்து வந்ததை ஆட்சேபித்தார்கள்.

டியானே சைஃபிடம் ஊக்கத்தொகையை ரூ.4,500/லிருந்து ரூ.10,000/ஆக ஒவ்வொரு கழிப்பிடத்துக்கும் உயர்த்தும் 'நிர்மல் பாரத் அபியான்' திட்டம்பற்றி அவர் கேள்விப்பட்டிருக்கிறாரா? என்று கேட்டபோது, அவரது கண்கள் வியப்பால் விரிந்தன. (ஊழலுக்கான வாய்ப்புள்ள) புதிய 'நிர்மல் பாரத் அபியான்' திட்டத்தின்கீழ் அவரது கிராமத்துக்கு அளிக்கப்பட்டிருக்கவேண்டிய கழிப்பிடங்களில் பாதியளவுக்கு மட்டுமே ஊழல் செய்வதற்கான வாய்ப்புகள் இருந்ததை அவர் விண்ணப்பித்தபோது ஏமாற்றத்தோடு உணர்ந்தார்.

பன்னாட்டு வளர்ச்சி நிதியும், அதன் வாடிக்கையாளர்களும்

கடைசி ஒருகுழுவைச் சார்ந்தவர்கள் அடிக்கடி திறந்தவெளி மலம் கழிப்பு பற்றி இந்திய அரசிடம், சிலவற்றை பன்னாட்டு வளர்ச்சி நிறுவனங்களும், அதன் முகவர்களும் செய்யவேண்டும் என்று வாதிட்டார்கள். 'பன்னாட்டு வளர்ச்சி' என்பதன் மூலம் உலகெங்கிலும் நிதியளித்து வளர்ச்சிக்கொள்கைகளிலும், திட்டங்களிலும் செல்வாக்கு செலுத்திவந்த பெரிய பன்னாட்டு வளர்ச்சிக்குழு உறுப்பினர்களை நாங்கள் அர்த்தப்படுத்துகிறோம். உண்மையில் பன்னாட்டு வளர்ச்சி, வளரும் அரசுகளிடமிருந்து ஏராளமானவற்றை எதிர்பார்க்கிறது. அவற்றை உயர்த்திப்பிடித்து, கிட்டத்தட்ட நல்வாழ்வின் ஒவ்வொரு அம்சத்திலும் அவற்றை

முன்னேற்றுவதில் பொறுப்பேற்கச் செய்கிறது. 2015இல் நாங்கள் இந்த அத்தியாயத்தின் வரைவை எழுதியபோது இந்த உலகம் ஐ.நா.வின் புத்தாயிரம் வளர்ச்சி இலக்குகளிலிருந்து 2015க்குப் பிந்தைய தாக்குப்பிடிக்கும் வளர்ச்சி இலக்குகளுக்கு மாறிக்கொண்டிருந்தது. புதிய தாங்கிப்பிடிக்கக் கூடிய பட்டியல் இன்னும் விரிவானது. 2015க்கு முந்தைய 8 இலக்குகள் 17 ஆயின. இறுதிக்கணக்கில் 169 குறியீடுகளைக்கொண்ட 19 இலக்குகளாயின. இந்தப்புதிய பட்டியலில் திறந்தவெளி மலம் கழிப்பை ஒழிக்க ஒவ்வொரு நாடும் கட்டாயம் என்ன செய்யவேண்டும் என்பது சேர்க்கப்பட்டது.

எனவே, இந்தியாவில் துப்புரவுத்திட்டங்கள் பகுதியாக நிறைவேறும் ஒரு சாத்தியம் உள்ளது. ஏனெனில், பன்னாட்டு வளர்ச்சி முன்னேறுகிறது: நிதி அளிக்கிறது அவற்றை எதிர்பார்க்கிறது. பன்னாட்டு வளர்ச்சி முகமைகள் துப்புரவுக் கொள்கைகளின்மீது செல்வாக்கு பெற்றிருக்குமானால், அவர்கள் விரும்பும் துப்புரவுத் திட்டங்களை அவர்கள் பெற்றிருக்கிறார்களா? அல்லது அவர்களால் இந்திய அரசை செயலூக்கமுள்ள குணமாற்றத்தை நோக்கித் தள்ளிவிட முடியுமா? அல்லது கிராமப்புற இந்தியாவில் திறந்தவெளி மலம் கழிப்புக்கு தீர்வுகாண்பதில் பன்னாட்டு வளர்ச்சியின் ஆற்றலும்கூட கட்டுப்படுத்தப்படுகிறதா? ஏன்?

பன்னாட்டு வளர்ச்சி முகமைகள், அவர்கள் பணியாற்றுகிற அரசுகளுக்கு வெளியே, குறிப்பாக இந்தியா போன்ற குடியரசுகளாக இருக்குமானால், அரசியல் நிலையில் போட்டியற்ற ஆதாரவளங்களைப் பெறுவதில் முக்கியமான தடைகள் இருக்கும். எனவே, நாடுகளின் கொள்கைகள் வீணானவையாகவோ, தவறாக வழிகாட்டப்படுபவையாகவோ அல்லது தீங்கிழைப்பனவாகவோகூட இருக்கலாம். அப்போது இந்த முகமைகள் அவற்றை பயனுள்ளவகையில் எவ்வாறு ஆட்சேபிக்க முடியும் என்பது எப்போதுமே தெளிவாக இல்லை. ஒரு பிரச்சனை உள்ளூர்மயமாக்கப்பட்டால் அது விஷயங்களை மோசமாக்கிவிடுகிறது. எனவே நன்கு அறியப்பட்ட பன்னாட்டுத் தீர்வுகள் இங்கே பொருந்துவதில்லை. அல்லது கலாசாரம் ஈடுபடுத்தப்படுமானால் நவீன தொழில்நுட்பக் கோட்பாட்டாளர்கள் அதைத்தொட அஞ்சுகிறார்கள்

சாந்தாதேவராஜன் மத்திய கிழக்கு மற்றும் வட ஆஃப்ரிக்காவுக்கான உலக வங்கியின் தலைமைப் பொருளாதார நிபுணர். பன்னாட்டு வளர்ச்சிக்கும், அரசுகளுக்கும் இடையிலான உறவுகளைப்பற்றிய பிரச்சனை அவரது பணியின் இதயமாக உள்ளது. 'ஏழைமக்கள் ஏழைகளாகவே உள்ளார்கள். ஏனென்றால், சந்தைகள் அவர்களைத் தோற்கடிக்கின்றன. அரசுகள் தோற்கடிக்கின்றன' என்று தமது வலைதளத்தில் எழுதுகிறார். 'அதிகப்படியான சந்தைத்தோல்விகள் தொடர்ந்து நீடிக்குமானால், அது உண்மையில் அரசின் தோல்விகளே என்று நான் கருதுகிறேன். அரசு தனது சொந்த அரசியல் நலன்களுக்காக அவற்றைச் சரிப்படுத்த வழிகாண்பதில்லை'. தேவராஜன் விளக்குவதுபோல இது ஒரு புதிய செய்தியல்ல. பொருளாதார நிபுணர்கள் சந்தைத்தோல்விகள், அரசின் தோல்விகள் என இரண்டைப்பற்றியும் நீண்டகாலமாகவே எழுதிவருகிறார்கள். இது அதிர்ச்சியான ஒன்றும் அல்ல. 'பொறுக்கி எடுக்கப்பட்ட ஒரு சிலரால் முடிவுகள் எடுக்கப்படுவதே அரசின் பல்வேறு தோல்விகளுக்கும் காரணம் என்று நாங்கள் பார்க்கிறோம்'.

பன்னாட்டு வளர்ச்சி அமைப்பில் அத்தகைய உயர் அந்தஸ்துமிக்க பதவியில் உள்ள பெரும்பாலான ஒவ்வொருவரையும்போல் தேவராஜன் அடிக்கடி வளரும் நாடுகளிலிருந்து வரும் அரசு அலுவலர்களுடன் இடையிட்டுப் பேசுகிறார். இந்த அலுவலர்களை தேவராஜன் சந்திக்கும்போது அவர் ஏழைக்குழந்தைகளைப் பற்றிச் சிந்திக்கிறார். குழந்தைகள் தப்பிப்பிழைப்பதற்கு சுகாதார அமைச்சர்தான் பொறுப்பு என்றானால், அது எவ்வளவு வித்தியாசமானதாக இருக்கும் என்று சிந்தியுங்கள். நாம் சிறந்ததான ஒரு சில பொதுமருத்துவமனைகளை நகரப்பகுதிகளிலும், சிறப்பான முறையில் செயல்படும் கிராமப்புற மருத்துவமனைகளையும், ஊழியர்களையும், மருந்துகளையும், அதிகம் செலவளிக்கும் தண்ணீர் மற்றும் துப்புரவு வசதிகளையும் பார்ப்போம்.

துரதிர்ஷ்டவசமாக பன்னாட்டு வளர்ச்சி அமைப்பில் உள்ள ஒவ்வொருவரும் தேவராஜனோடு ஒத்துப்போவதில்லை. பன்னாட்டு வளர்ச்சி அமைப்பு தங்கள் குடிமக்களின் தேவைகளைப் புறக்கணிக்கும் அரசுகளோடு என்ன செய்யமுடியும் என்ற இருதலைப் பிரச்சனைக்கு ஒருபொதுவான பதில், அந்தப்பிரச்சனையை நன்கு வரையறுத்து விளக்குவதுதான். பன்னாட்டு வளர்ச்சி அமைப்பின் நோக்கம்,

ஒரு நாட்டின் அரசுத் திட்டங்களுக்கு- அது எதுவாக இருந்தாலும்- உதவியாக வருவதுதான். எனது சொந்தக்குறிக்கோள், யாருடன் நான் வேலை செய்யவேண்டும் என்று திட்டமிடப்பட்டதோ, அந்த குறிப்பிட்ட அதிகாரவர்க்கத்தின் நோக்கங்களுக்கு ஆதரவாக செயல்படுவதுதான் என சில ஊழியர்கள் காரணம் கூறுகிறார்கள். இந்த வாதத்தில் தேவராஜனின் அபாயகர வகையினமான 'அரசின் தோல்வி' விளக்கப்பட்டுவிடுகிறது. அது அவ்வாறு இருக்கக்கூடாது.

வணிகமுறையிலான இந்த மொழிநடை சில கேள்விகளிலும் அன்றாடப் பேச்சுகளிலும் பின்வரும் கருத்துகளுக்கு வலுவூட்டுகிறது. "அரசு பன்னாட்டு வளர்ச்சி அமைப்பின் 'வாடிக்கையாளராக' இருக்கிறது. 'இது எப்படி நமது வாடிக்கையாளர்களை அடையும்?' 'நமது புதிய வலைதளத்தை அடிப்படையாகக்கொண்ட கருவி, நமது வாடிக்கையாளர்களின் தேவைகளைச்சுற்றி வடிவமைக்கப்பட்டுள்ளது.' வணிகத்தைக் கலந்தாலோசிக்கும் இந்த சொல்லாட்சி ஒருமுக்கிய நிகழ்வாக பங்காற்றுகிறது. அரசியலைப்பற்றி எப்போதாவது பேசும் சிரமங்களுக்குள்ளாக்காமல் அது அரசைப் பற்றி மக்களைப் பேச அனுமதிக்கிறது.

வாடிக்கையாளருக்குள்ள வேறுபாடு, பன்னாட்டு வளர்ச்சி முகமைகளைப்பற்றி பல உற்றுநோக்கர்கள் என்ன பயப்படுகிறார்களோ, அதைத் தலைகீழாக்குகிறது என்பதுதான். 1990களில் உலக வங்கியும், பன்னாட்டு நிதியமும் 'வாஷிங்டன் கருத்தொற்றுமை' என்று பொருளாதாரக்கொள்கை பரிந்துரைகளை எல்லா வளரும் நாடுகளுக்கும் அளிப்பதுபோல் தோன்றியது. சந்தைகளோடு இணைந்த இந்தக்கொள்கைகள் குறைந்த வரிவிகிதங்கள், வர்த்தகதாராளமயம், அரசு தொழில்துறைகளைத் தனியார் மயமாக்குதல் மற்றும் ஒழுங்குபடுத்துதல் முறைகளைக் கைவிடல் ஆகியவற்றை உள்ளடக்கியிருந்தது. 2,000களின் துவக்கத்தில் வாஷிங்டன் கருத்தொற்றுமை பன்னாட்டு வளர்ச்சியுடன்கூடிய ஒரு தவறு என்று பலரும் பார்க்கும் குறியீடாக, அடையாளமாக ஆகிப்போனது. நாடுகளாலோ, மக்கள் தொகையாலோ வேறுபடுத்திப்பார்க்காத ஒரே மாதிரியான கொள்கைகள் வெளிப்படையாகவே உலகப்பொருளாதார மேல்தட்டினருக்கு பயன் தந்தன. உலகமயத்துக்கு எதிரான ஓர் இயக்கம் உருவானது. காலனியத்துக்கு எதிரான இயக்கங்கள் எழுப்பியதுபோன்ற அதே

நல்லகேள்விகளை அவர்கள்முன் எழுப்பியது. ஏழைகளுக்கு பொறுப்பாக பணக்கார நாடுகளை வைத்தது யார்? ஏழை மக்களால் தேர்ந்தெடுக்கப்பட ஜனநாயக அரசுகள் தங்களைத் தாங்களே ஆட்சி செய்துகொள்ள ஏன் அனுமதிக்கப்படவில்லை? யாருக்கு சேவை செய்யப்பட்டது? உலக வளர்ச்சி மையத்தின் நான்ஸிபேர்ட்சல் கூட 2009இல் 'உலகவங்கியும், பன்னாட்டு வளர்ச்சி நிதியமும் அவற்றின் தற்போதைய வடிவங்கள்-மேற்கத்திய ஆதிக்கம் செலுத்துகிற ட்ரான்ஸ் அட்லாண்டிக் கிளப்-களாக, இந்த நிறுவனங்கள் சட்டபூர்வத் தன்மை அற்றவை' என பரந்த அளவில் பகிர்ந்துகொள்ளப்பட்ட கண்ணோட்டத்தை எழுதினார்.

இன்றுகூட, குறைபாடுள்ள ஜனநாயக உள்நாட்டுக் கொள்கைகள் ஏழைகளின் நலன்களுக்கு வெகுதொலைவில் உள்ளன. 1990களில் பன்னாட்டுக் கூட்டுரிமைக் குழுவின் திட்டங்கள் மிகவும் இகழப்பட்டதைப் போன்றவையாக இருந்தன. எப்போது ஒரு கொள்கையின் சவால் இந்த ஒன்றைப்போல சமூக சமத்துவமின்மையில் வேர்கொள்கிறதோ அப்போது அது குறிப்பான அரசியல் உண்மையாகிறது.

அரசைப் பன்னாட்டு வளர்ச்சி அமைப்பின் வாடிக்கையாளராக சேர்ப்பது 'அரசியலற்றது' போலத் தோன்றும். வளர்ச்சித்தொழில்துறையினர் வெறும் தொழில்நுட்ப நிபுணர்களகவும், ஆலோசகர்களாகவும் இறையாண்மைமிக்க அரசின் தேசிய நலன்களுக்காக சேவை செய்பவர்கள். இந்தியாவின் துப்புரவுக்கொள்கைப் பிரச்சனையில் இதை நிறைவேற்றுவதற்கான ஊழியர்கள் அங்கே இல்லாதபோதும் பகட்டான திட்டங்களுக்கும், அரசு வலைதளங்களின் நிர்வாக புள்ளிவிவரத் தொகுப்புகள் அல்லது அந்தப் புள்ளிவிவரத் தொகுப்புகளை அரசின் முத்திரைகளோடு படித்தாகவேண்டிய பிரசுரங்களுக்கும், மாவட்ட ஆலோசனைகளுக்கு நிதியளிக்கும், விளக்கிக்கூறும் விதிகளை வரைவதற்கும் இது உதவும். இருந்தபோதிலும் இந்த நடவடிக்கைகள் கொள்கையின் இலக்குகள் மற்றும் சாதனைகள் பற்றிய பொதுக்கருத்துகளில் செல்வாக்கு செலுத்துமானால், சந்தைத்தோல்விகள் மற்றும் அரசின் தோல்விகள் ஆகிய இரண்டிலும் தீங்கிழைக்கப்பட்ட ஏழைமக்களைக்கொண்ட உலகில் இது ஓர் அரசியல் தேர்வுதான். பன்னாட்டு வளர்ச்சி முகமைகள் தங்களைத் தாங்களே சட்டபூர்வமானவர்களாக ஆக்கிக்கொண்டும்,

அரசின் முடிவுகளோடு இணைத்துக்கொண்டும், அந்த முடிவுகளையும்கூட சட்டபூர்வமானதாக்கிக் கொள்ள தங்களுக்குத் தங்களே உதவிக்கொள்கிறார்கள்.

இறுதியாக, சமூகசக்திகளும், கலாசார வேறுபாடுகளும் பன்னாட்டுவளர்ச்சி முகமைக்கு ஒரு தனிப்பட்ட சவாலை விடுக்கின்றன. பணக்கார நாடுகளை அடித்தளமாகக்கொண்ட அமைப்புகளுக்கு - இவை காலனியவாதிகள் இல்லாத நிபுணர்களை அளிப்பதில் சிரமப்படுகின்றன- அரசியல்ரீதியாக ஆபத்தானதாகத் தோன்றுவது முதல் சவாலாகும். ஒரு பிரச்சனையின் சமூகவேர்களைத் தேடுவது ஒருசார்பு விமர்சனங்களை வரவழைக்கிறது. உள்ளூர் பிரச்சனைகளுக்கு தனித்தன்மைவாய்ந்த உள்ளூர் காரணங்களை அடையாளம் காண்பதும், உலக அளவில் நிபுணர்களின் தேவையை தகர்ப்பதும் இரண்டாவது சவாலாகும். இந்தியாவில் திறந்தவெளி மலம் கழிப்பை நீடித்து நிலைக்கச்செய்யும் மனப்பான்மையும்கூட, அதன் வீழ்ச்சிக்குக் காரணமான வங்கதேசத்தின் மனப்பான்மைகளிலிருந்து மாறுபட்டன.

இதிலிருந்து பன்னாட்டு நிபுணர்கள் உள்ளார்ந்த வேறுபாடுகளை அடையாளம் காணும் அளவுக்கு நன்கு பயிற்சியளிக்கப்பட்டு நியமிக்கப்படாவிட்டால் எந்த ஒரு தனிப்பட்ட அனுகூலங்களையும் பெறமுடியாது என்பது வெளிப்படையானதாகும். எங்களது சொந்த அனுபவங்களிலும், எங்களது தோழர்கள் மற்றும் கூட்டாளிகளின் அனுபவங்களிலும் இந்திய நாடு முழுவதிலும் திறந்தவெளி மலம் கழிப்பை தூண்டி இயக்கக்கூடிய நம்பத்தகுந்த சான்றாதாரங்களோடு சாதிஅமைப்பின் பங்கு உள்ளதை மிகத்துல்லியமாகக் கண்டறிந்தோம். அது ஆச்சரியமளிக்கவில்லை. பன்னாட்டு வளர்ச்சி முகமைகளில் உள்ள பலரும் இதை நாங்கள் மேலேகொண்டுவந்ததை, நாங்கள் ஏதோ வலிந்து ஒரு பெரும் தவறைச் செய்துவிட்டதுபோல எதிர்வினையாற்றினார்கள்.

டேவிட் மோஸ்ஸே ஒரு மானுடவியல் அறிஞர். அவர் கிராமப்புற இந்தியாவில் வளர்ச்சிக்கான திட்டங்களை ஆய்வுசெய்து பங்கேற்றுக்கொண்டிருந்தபோது அவர் புகழ்பெற்ற தனது மனித இனப்பரப்பு பற்றிய அறிவியல் ஆய்வை தனது

வளர்ச்சிப்பணி தோழர்களுக்குத் திறந்துகட்டினார். மோஸ்ஸே 1990களில் இந்தியாவின் மேற்குப்பகுதியில் உள்ள பில் கிராமத்தினரிடையே பிரிட்டிஷ் அரசின் நிதிஉதவிபெற்ற வளர்ச்சித் திட்டத்தில் இணைந்து பணியாற்றினார். ஓர் ஆராய்ச்சியாளராக என்ன நடந்துகொண்டிருக்கிறது என்பதை கணக்கிட அவர் மேலாளர்கள், நிறைவேற்றுபவர்கள் மற்றும் கிராமத்தினரோடு வேலைசெய்வதற்கு நியமிக்கப்பட்டிருந்தார். குறுக்குக் கலாசார வளர்ச்சிஉலகின் மாபெரும் வளங்களால் பெரும்பாலான செயல்பாட்டாளர்கள், வெளிப்படையாக அதிகாரம் பெற்றவர்கள் உள்ளிட்டவர்களும் நிகழ்வுகளின்மீது மிகச்சிறிய கட்டுப்பாட்டைக்கூட கொண்டிருக்கவில்லை, என்பதை மோஸ்ஸே உணர்ந்து கொண்டார். வழக்கமாக 'மிகவும் அவரசமானதாகவும், மிகவும் நடைமுறை சாத்தியமானதாவும் எது இருந்தது என்றால் நடந்துவிட்ட நிகழ்வுகளுக்கு பொருள்விளக்கம் அளிப்பதைக் கட்டுப்படுத்துவது மட்டும்தான்'. திட்டத்தின் விதிகள் கையேடுகளாக இருப்பதைவிட கிட்டத்தட்ட மிக அதிக அளவில் பாடநூல்களாகவே பயன்பட்டன. அவை ஒருபோதும் நடைமுறைக் கட்டளைகளாக இருந்ததில்லை என அவர் வாதிடுகிறார். கொள்கை வழிகாட்டு நெறிமுறைகள் அடையாள நோக்கங்களாகவே பயன்பட்டன. அவை ஒருபோதும் நடைமுறைக் கட்டளைகளாக இருந்ததில்லை. கோட்பாட்டு மதிப்பீட்டாளர்கள் பலரைப்போலவே, இவரது நிபுணத்துவமும் திட்டத் தேர்வுகளுக்கு வழிகாட்ட நியமிக்கப்படவில்லை. ஆனால், அதற்குமாறாக, எந்தவகையிலும், என்ன நடந்தாலும் அதைப்பற்றிய அதிகாரப்பூர்வ விரிவுரைகளைத் தருவதற்காகவே அவர் அங்கு கொண்டுவரப்பட்டார். சுறுசுறுப்பான தொழில்துறையினரை முழுவதுமாகக்கொண்ட, தங்கள் தகவல்களுக்குப் பெரிதும் வெளிப்புறத்தில் உள்ள ஓர் உலகத்தைப் புரிந்துகொள்ள ஒப்புக்கொண்டு அனைவரும் இணைந்துள்ள ஒரு பன்னாட்டு வளர்ச்சித்துறையைப்பற்றி மோஸ்ஸே எழுதினார். ஆனால், மோஸ்ஸேவின் நூல் அதிகாரவர்க்கத்தினரால் ஆர்வத்துடன் வரவேற்கப்படவில்லை. அந்த நூலில் அவர்களது நிபுணத்துவத்தை ஒரு சடங்கு என அவர் விவரித்திருந்தார்.

கொள்கைகளை உருவாக்கும் முகம் சிவந்த உலகத்தைப் பார்க்கின்ற ஒரே ஒரு உற்று நோக்கர் மோஸ்ஸே மட்டுமல்ல. தத்துவ அறிஞர் டேல் ஜமீசன் தட்பவெப்பநிலைக் கொள்கையை

இதேபோல் பார்க்கிறார். சுற்றுச்சூழலை மாசுபடுத்துவதில் எந்தவொரு குறைப்பும், அதுதொடர்பாக எது நடந்தாலும் அவை அனைத்தும் பன்னாட்டு தட்பவெப்ப அரசியல் வல்லாண்மைக்கு அப்பால் தனித்தனியாக நடக்கின்றன என்று ஜமீசன் எழுதுகிறார். மாசுபடுதலைக் (தொழிற்சாலை பசுமை வாயுக்களில்) குறைத்துள்ள மறுக்கமுடியாத மூன்று அம்சங்களாக, அதிக முக்கியத்துவம் வாய்ந்தவைகளாக, உலகப் பொருளாதரமந்தம், கம்யூனிசத்தின் தகர்வு, சீனாவின் 'ஒரு குழந்தைக் கொள்கை' ஆகியன உள்ளன. பன்னாட்டு தட்பவெப்பநிலைக் கொள்கை அல்ல. அதற்குப்பதிலாக அதிகமாகவோ அல்லது குறைவாகவோ சுற்றுச்சூழல் மாசுபட்டால் என்ன நடக்கும் என்று நாடுகள் தங்களுடைய தொலைநோக்குப் பார்வையில் (அல்லது குறுகிய பார்வையில்) தங்கள் சொந்த நலன்களுக்காக பார்க்கின்றன. இருந்தபோதிலும், தட்பவெப்ப ராஜதந்திரம் தொடர்கிறது: 'பேசும் தலைமைகள் பேசிக்கொண்டே இருக்கும்: இவையெலாம் யாருக்கு முக்கியமானவைகளாகத் தோன்றும்? யாருடைய வேலை மிகமுக்கியமான நிகழ்வுகளை பின்தொடர்வதாக உள்ளதோ அவர்களுக்கு. ஆனால், எவர் ஒருவர்மீதும் எந்த வினாவையும் ஏற்படுத்தப்போவதில்லை, அல்லது வளிமண்டலத்தின் மீதும்கூட.'

ஜமீசன் தட்பவெப்பநிலைக் கொள்கையைப்பற்றி மிகவும் நம்பிக்கை கொண்டுள்ளவர் என்று நாங்கள் நம்புகிறோம். மோஸ்ஸேயின் வளர்ச்சிக்கொள்கை பற்றிய கணிப்பு முழுமையற்றது என்ற நம்பிக்கையைச்சுற்றி எங்களது வாழ்வை ஒருங்கிணைத்துக் கொண்டுள்ளோம். அந்த ஆவணக்கூறுகளும், ஆராய்ச்சிகளும் அந்தக்கொள்கையை செயல்முடிவுகளுக்கு முன்னேற்றுவதன் மூலம் ஏழைகளின் வாழ்வை முன்னேற்றும் சான்றுகள் ஏராளமாக உள்ளன. சில பொதுத்திட்டங்கள் சிலநேரங்களில் பன்னட்டு வளர்ச்சி முகமைகளின் ஆதரவோடு உண்மையில் நகர்ப்புற துப்புரவு போன்ற அதிகமான நல்லவைகளைச் செய்துள்ளன. இன்னும்கூட இரண்டு முக்கியமான தெளிவான அம்சங்களுக்கான சான்றுகள் தெளிவாக உள்ளன. சாதியம் போன்ற முக்கியமான சமூகசக்திகளுக்கு எதிராக இந்திய அரசின் களையெடுப்பு நடவடிக்கைகளை எந்தவொரு வளர்ச்சித்துறை நிபுணரும், தொழில்துறையினரும் யூகிப்பதைவிட மிகவும் பலவீனமாக உள்ளது. அதன் காலஅட்டவணையின் பாதிவழியில் தூய்மை இந்தியா

இயக்கம் பயனுள்ள, நம்பத்தக்க, நடைமுறை சாத்தியமான நடவடிக்கைகளை திறந்தவெளி மலம் கழிப்பு மனப்பாங்கை மாற்றுவதில் மேற்கொள்ளவில்லை.

இறுதி அத்தியாயத்தில் நாங்கள் இப்போதுள்ள துப்புரவுக் கொள்கையிலிருந்து, ஒரு துப்புரவுக்கொள்கை எவ்வாறு இருக்கவேண்டுமோ, அதற்கான வாய்ப்புகளை நோக்கித் திரும்புகிறோம். ஓர் எச்சரிக்கையாக, எந்தவொரு மாயஜால தீர்வையும் நாங்கள் பார்க்கவில்லை. ஆனால், திறந்தவெளி மலம் கழிப்பின் வீழ்ச்சியை ஒரு நல்ல துப்புரவுக்கொள்கை எளியமுறையில் அரைகுறையாகவாவது முடுக்கிவிடும் என்றாலும், அதைச் செயல்படுத்துவது பொருத்தமானதே: அது அதிகமான துன்பங்களைத் தடுக்கும்.

9
முடிவுரை: அடுத்துவரும் கிராமப்புற துப்புரவுக்கொள்கை

சில ஆண்டுகளுக்குமுன் கிராமப்புற இந்தியாவின் திறந்தவெளி மலம்கழிப்பு பற்றிய எங்கள் ஆராய்ச்சிகளை விவாதிக்கத் துவங்கியபோது, பொருளாதாரத்தை பிரயோகிப்பதற்கான ஒரு கச்சிதமான கொள்கைப்பிரச்சனையை கண்டறிந்ததற்காக பொருளாதார நிபுணர்கள் எங்களைப் பாராட்டினார்கள். அது ஓர் எதிர்மறை வெளிப்புறத்தன்மையின் மாதிரி பாடப்புத்தகமாக எளிய கொள்கைத்தீர்வுகளுடன் இருந்தது. ஏழைமக்கள் தங்களுடைய அக்கம்பக்கத்தவர்களின் திறந்தவெளி மலம்கழிப்பால் தீங்கிழைக்கப்பட்டு வருகிறார்கள். எனவே, அரசு இலவசக் கழிப்பிடங்களை கொடுக்கத்துவங்கவேண்டும். கழிப்பிடங்களைக் கட்டுவதற்கு மானியம் அளிப்பது, பொருளாதார நிபுணர்கள் ஆராய்ச்சி செய்துகொண்டிருக்கும் 'அரைகுறை முன்னேற்றத்தில்' ஒன்றாக இருக்கும். பொருளாதார இழப்பாளிகளாக இல்லாமல் ஒவ்வொருவரும் மிகநன்றாக இருப்பார்கள். ஏனென்றால், மிக நல்ல அரோக்கியமும், பெருமளவிலான உற்பத்தித்திறனும் மக்களின் வரிப்பணத்தில் வாங்கிய கழிப்பிடச் செலவுகளைவிட அதிகமாகவே ஈடு செய்துவிடும்.

எட்டு அத்தியாயங்களுக்குப் பிறகு, கிராமப்புற இந்தியாவின் திறந்தவெளி மலம்கழிப்பு இந்த எளிய தொழில்நுட்பக் கனவிலிருந்து மிகத்தொலைவில் உள்ளது என்பதை நாங்கள் அறிந்துகொண்டோம். ஆம். ஆரோக்கியம் மற்றும் மனிதமூலதனத்தின் மீதான ஒரு முக்கியமான தடையாக

திறந்தவெளி மலம் கழிப்பு உள்ளது. எனவே அது எந்த அளவுக்கு குறைபாடுடைய முன்னேற்றமாக இருந்தாலும்கூட, அது முக்கியமான பயன்களைக் கொண்டுள்ளது. ஆம், இந்தச் சவாலின் மையமாக இருப்பது வெளிப்புறத் தீங்கு ஆகும். பொருளாதார நிபுணர்களின் வார்த்தைகளில் இது ஒரு மனிதர் இன்னொருவரைத் துன்புறுத்துவது ஆகும். ஆம். இதற்கான தீர்வைநோக்கிச்செல்ல பொதுத்துறைப்பிரிவு உதவவேண்டும் என்பதற்கு ஏராளமான காரணங்கள் இருக்கின்றன.

கிராமப்புற இந்தியர்கள் பலர் இதைப்பற்றிய கருத்துகளைக் கொண்டிருக்கிறார்கள். ஆனால் அவை நேரடிப் பொதுப் பொருளாதாரக் கழிப்பிடங்களால் கணக்கில் எடுத்துக் கொள்ளப்படவில்லை. கிராமப்புற இந்தியாவின் திறந்தவெளி மலம்கழிப்பு சவால் சாதிய சமூக சக்திகளிலும், தீண்டாமையிலும் வேர்கொண்டிருக்கிறது. அவை மலிவு விலைக் கழிப்பிடங்கள் அளிப்பதன்மூலம் மட்டும் தீர்வுகாணப்பட முடியாதவை. மேலும், எவ்வளவு காலம் இந்தக்கொள்கை அரசியலால் வடிவமைக்கப்படுகிறதோ அவ்வளவு காலமும் அவர்களது மனப்பான்மையை மாற்ற மக்கள்தொகையில் பாதியை சம்மதிக்கவைக்கும் முயற்சி ஒருபோதும் முன்னுரிமைச் செயல்பாடாக ஆகாது.

இந்த அத்தியாயம் கிராமப்புற இந்தியர்களின் திறந்தவெளி மலம்கழிப்பு பற்றிப் புரிந்துகொள்வதில் இருந்த போராட்டங்களிலிருந்து, நாங்கள் என்ன கற்றுக்கொண்டோம் என்பது பற்றியது: முதலாவதாக, திறந்தவெளி மலம்கழிப்பு இத்தகைய ஓர் அவசரப் பிரச்சனையாக இந்தியாவுக்கு ஏன் உள்ளது? என்பது பற்றிய சில இறுதிப் பிரதிபலிப்புகளை அது தருகிறது. பின் அது, நாங்கள் துப்புரவுக் கொள்கையை வகுக்கும் பொறுப்பில் அமர்த்தப்பட்டிருந்தால், நாங்கள் எதை முயற்சித்திருப்போமோ அத்தகைய அளவான பரிந்துரைகளை அளிக்கிறது.

திறந்தவெளி மலம்கழிப்பில் உள்ள சவால்கள் பல புதிர்களை எழுப்புகின்றன. அவை குறைந்தபட்சம் ஒரு விஷயத்தைத் தெளிவுபடுத்துகின்றன. வெளிப்படையான தொழில்நுட்பவியலாளர் பிரச்சனைகளும்கூட, அவை முதலில்

தோன்றியதைவிட கலாசாரரீதியாக, சமூகரீதியாக மற்றும் அரசியல்ரீதியாக மிகவும் புரியாத, குழப்பமான, சிக்கலானதாக இருக்கின்றன. இந்த அம்சம் பெரும்பாலான வளர்ச்சித்தொழில் துறையினருக்கும், மூத்த அதிகாரவர்க்கத்தினருக்கும் பழைய செய்திகளாக உள்ளன.

இவை மீண்டும் மீண்டும் நிகழ்கின்றன. ஏனென்றால் அதன் குறிப்புரைகள் பின்பற்றுவதற்கு சிரமமானதாகவே தொடர்ந்து நீடிக்கின்றன. மேலும் அவை, மாபெரும் 'தப்பிப் பிழைத்தல்' காலத்தில் தனிச்சிறப்பன தொடர்முடிவுகளை அளிக்கும் என்று நாங்கள் நினைக்கிறோம். எந்த இடங்களில் மாபெரும் தப்பித்தலின் சக்திகள் வேலைசெய்யவில்லையோ அந்த இடங்களில் அரசுகளும், வளர்ச்சி முகமைகளும் மானுட வளர்ச்சியை முடுக்கிவிட விரும்பின. அந்த இடங்கள்தான் தரமான தொழில்நுட்பவியல் குறிப்புரைகளை குறைந்தபட்சம் பிரயோகிக்கக்கூடிய இடங்களாக இருக்கலாம்.

அத்தகைய தரமான வழிகாட்டுக் குறிப்புரைகள் எப்போதுமே தவறுக்கு மிகத் தொலைவில் உள்ளன என்பது தெளிவாகும். பொதுசுகாதாரம், பொருளாதாரம் மற்றும் பிற அறிவுறுத்தும் துறைகளின் அடிப்படைக் கருத்துகளின் பரந்த பயன்பாட்டுத் தன்மை ஏன் எல்லாவற்றுக்கும் அப்பால் பாடநூல்களில் இருக்கின்றன? எனவே, இந்த நிரூபிக்கப்பட்ட தீர்வுகள் எங்கே பயன்படுத்தப்படவில்லையோ அங்கே பிரயோகிக்க நிபுணர்கள் விரைந்தார்கள். எங்கே மாபெரும் தப்பித்தல் சிறப்பான சிலவடிவங்களில் எதிர்ப்புகளை சந்தித்ததோ, அந்த இடங்கள் கொள்கை உருவாக்குபவர்களின் கட்டுப்பாட்டுக்கு மேலும் அதற்கு அப்பாலும் வளர்ச்சிப்பணி முயற்சிகளில் இப்போதும் எதிர்காலத்திலும் மாபெரும் கூடுதல் வேறுபாடுகளை உருவாக்கும்.

மாபெரும் தப்பித்தலின் அடித்தளத்தில் துப்புரவு ஓர் இடத்தைப் பெற்றுள்ளது. அதனுடைய வளர்ச்சி நல்வாழ்வுப் பரிமாணங்களில் உள்ள செயல்முறை மூலம் மெய்ப்பித்துக்காட்டுகிறது. குடும்பங்கள் மேலும் வளமானவைகளாகும்போது அவை பயன்படுத்தும் கழிப்பறைகளில் முதலீடு செய்கின்றன. அவை அவ்வாறு செய்யும்போது, அருகிலுள்ள குழந்தைகள் மிகவும் ஆரோக்கியமான குழந்தைப்பருவத்தைப்பெற்று மிகவும்

ஆரோக்கியமான, அதிக உற்பத்தித்திறன்கொண்ட வயதுவந்தோராக வளர்கிறார்கள். அரசுகள் மேலும் வளமாகும்போது சிலநேரங்களில் அவை இதேபோன்ற இளம்பருவ ஆரோக்கிய வாழ்வின் பின்விளைவுகளுக்கு சாக்கடைத் துப்புரவு அமைப்புகளில் பெருமளவு முதலீடு செய்கின்றன. இருந்தபோதிலும் கிராமப்புறத் துப்புரவில் மாபெரும் தப்பித்தலின் ஏற்றத்தாழ்வுகளையும்கூட நம்மால் பார்க்கமுடிகிறது.

இந்தியாவிலுள்ள குழந்தைகள் ஆஃப்ரிக்காவிலுள்ள குழந்தைகளைவிடக் குள்ளமானவர்கள். மேற்குவங்கத்திலுள்ள குழந்தைகள் அவர்களுக்கு அருகிலுள்ள வங்கதேசத்தின் ஏழைக்குழந்தைகளைவிடக் குள்ளமானவர்கள். மேலும் இந்தியாவில் இந்துக் குடும்பங்களில் பிறக்கும் குழந்தைகள் முஸ்லீம் குடும்பங்களில் பிறக்கும் குழந்தைகளைவிட அதிகமாக இறந்துவிடுகின்றன. இந்த ஏற்றத்தாழ்வுகளில் ஒவ்வொன்றும் எல்லா இடங்களிலும் திறந்தவெளி மலம்கழிப்பு ஒழிக்கப்பட்டு விடுமானால் இறுதியில் மறைந்துவிடும் என்று நம்பப்படுகிறது. இவை ஒவ்வொன்றும் யாராவது ஒருவர் கழிப்பிடப் பயன்பாட்டுக்கு மாறிச்செல்வதிலுள்ள வேகத்தின் வேறுபாட்டைக் காட்டுகிறது.

மாபெரும் தப்பித்தலின் வளர்ச்சியிலுள்ள ஏற்றத்தாழ்வுகள் வளர்ச்சி முயற்சிகளுக்கு ஓர் இருதலைவாதத்தை முன்வைக்கிறது. கொள்கை உருவாக்குபவர்கள் இரண்டு பாதுகாப்பான வாய்ப்புகளைப் பெற்றுள்ளார்கள். ஒரு வாய்ப்பு ஏற்கனவே மிகவேகமாக மாறிக்கொண்டிருக்கும் இடங்களில் வெற்றியை இணைத்து சற்றே வேகப்படுத்துவது. இது எங்கே அதிகமான மக்கள் தங்களுக்காக பெரிய குழிக்கழிப்பிடங்களைக் கட்டும் அளவுக்கு ஏற்கனவே வசதிபடைத்தவர்களாக உள்ளார்களோ, அந்த மாநிலங்களில் அல்லது மாவட்டங்களின்மீது கவனம்செலுத்த இது உதவும். பன்னாட்டு வளர்ச்சி அமைப்புகளின் இந்த எடுத்துக்காட்டுகள் எங்கே மக்கள் சரியற்ற குழிக்கழிப்பிடங்களைப்பெற்று பயன்படுத்திக்கொண்டும், இதைவிடச் சிறந்ததாக ஒன்றை வாங்க ஏற்கனவே விரும்புகிறார்களோ அந்த நாடுகளில் வேலைசெய்வதை உள்ளடக்கும். அத்தகைய இடங்களில் கழிப்பறைகளை விற்கும் கடைகளுக்கு திட்டங்களில் கடனுதவியை ஏற்பாடுசெய்கின்றன. அல்லது யார் சிலநேரங்களில் கடைகளுக்குச் செல்வதில் அல்லது

பணத்தை மொத்தமாகப் பெறுவதில் சிரமப்படுகிறார்களோ அந்த ஏழைமக்களுக்கு பணத்தை எளிதில் பரிமாற்றம் செய்வதற்கு உதவுகின்றன. இந்தவகையான திட்டங்கள் வளர்ச்சியடைந்த நாடுகளில் போற்றத்தக்க பொதுப்பணிகள் செய்வதுபோல் மக்கள் வாழ்வை ஓரளவு சிறந்தவையாக்க மிகுந்த நம்பிக்கை அளிக்கின்றன. இந்தப்புகைவண்டி சரியான நேரத்துக்கு வருவதை யாராவது உறுதி செய்வார்களானால் அது ஒரு நல்ல வேலையாக இருக்கும்.

உத்தரப்பிரதேசம், பீகார் போன்று எங்கே திறந்தவெளி மலம்கழிப்பு வழக்கம்போல் இருந்துவருகிறதோ, விலை மலிவான கழிப்பிடங்களைப் பயன்படுத்தமலிருக்க மக்கள் தகுந்த காரணங்களைக் காண்கிறார்களோ அந்தப் பின்தங்கிய இடங்களுக்கு இதை முடுக்கிவிடும் முயற்சிக்கான வாய்ப்புகள் மிகவும் சிரமமாக உள்ளன. பேரார்வம் மிக்க இந்தப்பாதை தகுதியுள்ள மகத்தான விளைவுகளை அளிக்கக்கூடியது. ஆனால், எதையும் சாதிக்கமுடியாது மற்றும் முயற்சிகளும், வாய்ப்புகளும் வீணாகப்போய்விடும் என்ற மாபெரும் ஆபத்தும் உள்ளது என்பதையும் ஒப்புக்கொள்கிறது. புத்தாயிரம் ஆண்டின் முதல் பத்தாண்டுகளில் ஆயிரம் ஆண்டுகளின் வளர்ச்சியின் இலக்குகள் 'வறுமையை வரலாறு ஆக்கும்' சபதத்தை ஏற்றுள்ளது அது. கிராமப்புற இந்தியாவில் திறந்தவெளி மலம்கழிப்பு மந்தமாக வீழ்ந்துவருவதை முடுக்கிவிடும் சாத்தியத்தைவிட, ஓர் இறுக்கமான(டி-சர்ட்) சட்டையில் நன்றாகப் பொருந்துகிறது. குறிப்பாக அந்த சட்டையின் பின்பக்கத்தில் உள்ள இடத்தை, 'கிராமப்புற இந்தியர்கள் எந்தவகையிலும் திறந்தவெளி மலம்கழிப்பை இறுதியில் வரலாறு ஆக்கிவிடுவார்கள்- ஒவ்வொருவரும் போதுமானகாலம் காத்திருந்தால்' என விளக்க எடுத்துக்கொள்வோம் என்றால். ஆனால் இது எவ்வளவுகாலம் பிடிக்கும் என்பதுதான் முக்கியம். திறந்தவெளி மலம்கழிப்பு தனது ஓட்டத்தை நிறுத்திக்கொள்வதற்கு முன்பு அது ஏற்படுத்தும் தீங்கை கனிசமான அளவுக்குக் குறைப்பதற்கு இன்னும் காலம் கடந்துவிடவில்லை.

திறந்தவெளி மலம்கழிப்பை முடிவுக்குக்கொண்டுவர இந்தியா காலம்கடத்திக் கொண்டிருக்கிறது

இந்தியாவில் திறந்தவெளி மலம்கழிப்பு எப்போதைக்கும் சூழ்ந்திருக்கப்போவதில்லை. அது ஒரு கொடூரமான செய்தி. ஏனென்றால், அடர்த்தியான மக்கள்தொகையுள்ள கிராமங்களில் அது எவ்வளவுகாலம் தொடர்கிறதோ அவ்வளவு காலமும் குழந்தைகள் கொல்லப்படுவார்கள்; வளர்ச்சி தடைபடும். ஆனால், இந்தக் கொடூரச்செய்தி ஒரு முரண் விளைவையும் கொண்டிருக்கிறது. அதாவது, நமது இலக்கு வாழ்வைப் பாதுகாப்பது, முன்னேற்றுவது என்றால் திறந்தவெளி மலம் கழிப்பின் வீழ்ச்சியை வேகப்படுத்த வேண்டியது அவசரத்தேவை.

நீங்கள் 21ஆம் நூற்றாண்டின் இறுதியில் நின்று கொண்டிருப்பதாகவும், இந்திய சுதந்திரத்தின் முதல் 150 ஆண்டுகளில் பிறந்த எல்லாக் குழந்தைகளையும் பார்ப்பதாகவும் கற்பனை செய்துபாருங்கள். இந்தக் குழந்தைகளில் பலர் அவர்களது வாழ்க்கையின் துவக்கத்திலேயே இறந்து போயிருப்பதை நீங்கள் காண்பீர்கள். தங்கள் குழந்தைப் பருவத்தில் தப்பிப்பிழைத்த மற்றவர்கள் தொற்றுநோய்களால் நிரந்தரமாக பாதிக்கப்பட்டவர்களாக மட்டுமே இருப்பார்கள். அது தடுக்கப்பட்டிருக்கவேண்டும். இந்தக் குழந்தைகள் அவர்கள் பிறந்த ஆண்டுவாரியாகக் கணக்கிடப்பட்டால் 20ஆம் நூற்றாண்டின் மத்தியில் திறந்தவெளி மலம்கழிப்பால் கொல்லப்பட்ட, வளர்ச்சி சிதைக்கப்பட்டவர்களின் எண்ணிக்கை மிக அதிகம். இது 21ஆம் நூற்றாண்டின் முதல் பத்தாண்டுகளில் மெல்லமெல்லக் குறைந்து வருவதையும், இந்த நூல் வெளியிடப்பட்ட பத்தாண்டுகளுக்குப் பிறகு பூஜ்யம் என இறுதியாக வீழ்வதையும் நீங்கள் காண்பீர்கள். நீங்கள் ஒரு புள்ளியை அடைந்துவிடுவீர்கள். அதன்பிறகு திறந்தவெளி மலம் கழிப்பால் எந்த ஒரு குழந்தையும் கொல்லப்படமாட்டாது. ஏனென்றால், திறந்தவெளி மலம்கழிப்பு முடிந்துபோயிருக்கும்.

இந்த தொலைநோக்குப் பார்வையில் இன்று, 2017இல் திறந்தவெளி மலம்கழிப்புபற்றி முடிவுசெய்யவேண்டியது உங்கள் பொறுப்பு. இப்போது கற்பனை செய்துபாருங்கள். காலத்தை பின்னோக்கிப் பார்க்கும்போது திறந்தவெளி மலம்கழிப்பால் எப்போதோ இறக்கவேண்டிய பெரும்பாலான குழந்தைகள் ஏற்கனவே இறந்துவிட்டார்கள். அவர்களைக்

காப்பாற்றுவது மிகவும் காலம் கடந்ததாகிவிட்டது என்பதைக் காண்பீர்கள். இது ஏனென்றால், திறந்தவெளி மலம் கழிப்பு மறைந்துகொண்டிருக்கிறது. இனியும் அவ்வாறே தொடரும்.

முன்னோக்கிப் பார்க்கும்போது, இதே காரணங்களுக்காக திறந்தவெளி மலம் கழிப்பால் யார் கொல்லப்படப் போகிறார்களோ, அவர்கள் தொலைதூர எதிர்காலத்துக்கு பதிலாக அண்மைய எதிர்காலத்தில் கொல்லப்படுவார்கள். ஏனென்றால், திறந்தவெளி மலம்கழிப்பின் பாதிப்புகள் புறக்கூறுகளால் ஏற்படுகின்றன. (இந்தப்பிரச்சனையில் இதன்பொருள் ஆரோக்கியத்துக்கான ஆபத்து உங்களது அக்கம்பக்கத்தில் எத்தனைபேர் திறந்தவெளியில் மலம் கழிக்கிறார்கள் என்பதைப் பொருத்தது) திறந்தவெளி மலம்கழிப்பின் மோசமான பின்விளைவுகளின் அளவு, ஒரு குறிப்பிட்ட ஆண்டில் எத்தனைபேர் அந்த ஆண்டில் திறந்தவெளியில் மலம்கழிக்கிறார்கள் என்பதைப் பொருத்தது. வேறு எல்லாமும் சமமாக இருக்கும்போது 20% இந்தியர்கள் திறந்தவெளியில் மலம் கழிப்பதைவிட 40% இந்தியர்கள் திறந்தவெளியில் மலம்கழிக்கும்போது அதிகக் குழந்தைகளை அது கொன்றுவிடும். ஏனென்றால், திறந்தவெளி மலம்கழிப்பு மெல்லமெல்ல காலம்தோறும் குறைந்துவருகிறது. 40% திறந்தவெளி மலம்கழிப்புள்ள ஆண்டு 20% திறந்தவெளி மலம்கழிப்புள்ள ஆண்டுக்கு முன்னதாக வந்துவிடும்: எனவே வரப்போகும் அதிகப்படியான இறப்புகள் விரைவில் வந்துவிடுகின்றன.

திறந்தவெளி மலம்கழிப்பை என்னசெய்வது என்று முடிவெடுக்கும் பொறுப்பில் நீங்கள் இருந்திருந்தால், நீங்கள் குழந்தைகளின் இறப்பைத் தடுக்க விரும்பியிருந்தால் இந்த அம்சங்கள் ஒரு திட்டத்தைப் பற்றி முடிவெடுக்கும்போது முக்கியமானவை ஆகும். முடிவெடுப்பவர்கள் முக்கியமாக காலம் தாழ்த்துதலை எதிர்கொள்கிறார்கள். அவை நடவடிக்கைகளின் நேரத்தைக் குறிப்பதில் மாறுபடுகின்றன. எடுத்துக்காட்டாக, வளர்ச்சித் தொழில்துறையினர் உண்மைத் தீன்மையற்ற துப்புரவுக் கொள்கைகளுக்கு அரசியல் காரணமாக செலவுசெய்வதை ஆட்சேபிப்பார்களா? அல்லது அவர்கள் அடுத்த ஐந்தாண்டுகளுக்குப்பிறகு வரும் அடுத்த அரசின்மீது தாக்கத்தை ஏற்படுத்த முடியும் என்ற நம்பிக்கையில், அமைதியாக தங்களது மரியாதையையும், உரிமையையும்

பாதுகாத்துக் கொள்வதற்காக சட்டபூர்வத்தன்மையற்ற மோசமான ஆலோசனைகளைத் தருவார்களா? எங்களால் நன்கு செயல்படும் ஓர் உத்தியை உறுதியாக அளவிட முடியும் என்று உறுதிப்படுத்திக்கொள்ளும்வரை எங்கள் ஆராய்ச்சியைத் தொடரவேண்டுமா? அல்லது நல்ல தகவல்களுடன் கூடிய புதிய உத்திகளோடு துவக்கி, நாங்கள் அதைச் செய்துகொண்டிருக்கும்போதே, முயன்று தவறி கற்றலிலிருந்து படிப்பினைகளைக் கற்றுக்கொள்வதை உறுதிப்படுத்திக்கொள்வதா? இந்தத் தேர்வுகள் ஒவ்வொன்றும் அந்த அந்தச் சூழ்நிலைகளுக்குப் பொருந்தும்வண்ணம் நியாயமாகப் பாதுகாக்கப்படவேண்டும்.

எங்களுக்கு உண்மையான எண்ணிக்கைகள் தெரியாது. ஆனால், திறந்தவெளி மலம்கழிப்பு இன்னொருவகையில் 50%இல் இருந்து நேர்கோட்டில் ஒவ்வொரு ஆண்டும் 1% புள்ளி என்ற விதத்தில் குறைப்பது தொடரும் என்று நாங்கள் அனுமானிப்போமானால், மேலும் திறந்தவெளி மலம்கழிப்பின் காரணமாக ஏற்படும் மரணங்கள் திறந்த வெளியில் மலம்கழிக்கும் மக்களின் எண்ணிக்கை சரிசமவீதத்துக்கேற்ப இருக்கும் என்று நாங்கள் அனுமானிப்போமானால் இந்தியாவின் திறந்தவெளி மலம்கழிப்பின் காரணமாக நிகழும் எதிர்கால மரணங்களில் மூன்றில் ஒரு பங்கு அடுத்த பத்தாண்டுகளில் நிகழும். அதாவது, இரண்டு தேர்தல் சுற்றுகளுக்குள்-வேறுவார்த்தைகளில் கூறுவதானால், தற்போதைக்கு செயல்பாடுகளை மேற்கொள்ளாமல், கொள்கைகளை உருவாக்குபவர்கள் தங்கள் விரல்களில் சொடுக்கெடுத்துக் கொண்டிருப்பார்களானால், திறந்தவெளி மலம்கழிப்பை ஒழித்துக்கட்ட 10ஆண்டுகள் காத்திருக்க வேண்டியிருந்தால், சாதிக்கக்கூடிய பயன்களில் மூன்றில் ஒருபங்கு ஆவியாகப்போய்விடும். இந்த மரணங்கள் ஏற்கனவே நிகழ்ந்திருக்கும்.

எல்லோரும் திறந்தவெளி மலம்கழிப்பு என்பதிலிருந்து, எல்லோருடைய மலக்கழிவுகளும் பாதுகாப்பான ஒழுங்கமைவுக்கு வரும் மனித இனத்தின் நீண்ட மாற்றம் ஒருநேர நிகழ்வு என நாங்கள் நம்புகிறோம். இந்த மாற்றத்துக்கான எஞ்சியுள்ள ஆண்டுகள் விரைவாகவோ அல்லது மெதுவாகவோ கடந்துசெல்லும். ஆனால், இது செய்து முடிக்கப்படும்போது எவரொருவராலும் திறந்தவெளி மலம்கழிப்பை மேலும் குறைப்பதன்மூலம் அதிகமாக எந்த

உயிர்களையும் பாதுகாக்கவோ அல்லது முன்னேற்றவோ முடியாது. ஏனென்றால், அங்கு இனி எந்தவொரு திறந்தவெளி மலம்கழிப்பும் இல்லை.

இதுபோன்ற அம்சங்களின் பொருள், 20ஆம் நூற்றாண்டின் விரைவான பொருளாதார வளர்ச்சி விரைவில் கடந்த காலத்துக்குள் பின்வாங்கும் என பொருளாதார நிபுணர் ராபர்ட் கோர்டன் கவலைப்படுகிறார். கோர்டனின் பார்வையில் மாபெரும் தப்பித்தல் உண்மையில் ஒருதடவையான மாபெரும் மாற்றம். வாழ்க்கை மிகவேகமாக முன்னேறிவருகிறது. ஏனென்றால், பாதுகாப்பான துப்புரவு அல்லது தட்பவெப்பநிலை கட்டுப்படுத்துதலுக்காக காற்று, மழை, வெப்பப்பாதுகாப்பு வீடுகள் போன்றவற்றை ஏற்கும் வெவ்வேறு பாதுகாப்புகளைக் கொண்ட கம்பி இணைப்புகளின் தொகுதி உலகெங்கும் பரவிவருகின்றன. ஒருவேளை இன்று உயிருடனுள்ள மக்களில் பலரும் இத்தகைய முன்னேற்றங்களைப் பெற்றிராவிட்டாலும்கூட, இனிவரும் பத்தாண்டுகளில் ஒவ்வொருவரும் பெற்றுவிடுவார்கள் என்று கோர்டன் நம்புகிறார். ஒருமுறை இந்தக்கம்பி இணைப்புகளை (கழிப்பிடப் பயன்பாடு போன்றவற்றை) உருவாக்கிக் கொண்டால், வாழ்க்கைத் தரத்தில் இன்னும் பெரிய அதிகரிப்புகளை எதிர்பார்க்கக் காரணங்கள் எதுவுமில்லை.

பொருளாதார நிபுணர்களிடையே கோர்டனின் பார்வை அனைவராலும் ஏற்றுக் கொள்ளப்படவில்லை. இதை ஒப்புக்கொள்ளாத சில பொருளாதார நிபுணர்கள் பொருளாதார வளர்ச்சியின் தரமான அளவீடுகள் தொழில்நுட்ப முன்னேற்றத்திலிருந்து நல்வாழ்வில் தொடர்ந்துவரும் படிப்படியான முன்னேற்றங்களைப் பற்றிக்கொள்வதில்லை என்று தளராத நம்பிக்கையோடு கூறுகிறார்கள். ஸ்கைப் (Skype) கணக்குகள் நமக்கு வெளிப்படையாகத் தெரிந்தவற்றில் ஓர் எடுத்துக்காட்டாக உள்ளன. அவை நம்மில் இருவரை பூமியின் அரைக்கோளங்கள் எங்கும் கட்டணமில்லாமல் தொடர்பில் வைத்துள்ளன. மக்கள் வாழ்வில் ஏற்பட்டுள்ள இத்தகைய முன்னேற்றங்கள், பணத்தைப் பின்தொடரும் பொருளாதாரப் புள்ளிவிவரத் தொகுப்புகளில் போதுமான அளவுக்கு பிரதிபலிக்கவில்லை.

எவ்வாறு இருந்தாலும் பணம் ஒன்று மட்டுமே எல்லாமும் அல்ல. மாபெரும் தப்பித்தலின் மிகமுக்கியமான சுட்டிக் காட்டல்களில் சில ஆரோக்கியம் மற்றும் மரணமாக உள்ளன. எதிர்காலப் பொருளாதார வளர்ச்சியின் வரம்புகள் விவாதத்துக்குரியனவாக இருக்கும் என்றால் மானுட இறப்புவீதத்தைக் குறைப்பதற்கான, மானுட வாழ்நாளின் நீட்சிக்கான வரம்புகள் மிகத்தெளிவாகின்றன. மானுட மக்கள் தொகைகளை மட்டுமே நீண்டவாழ்வு வாழவைக்க முடியும் என்று சான்றாதாரங்கள் கூறுகின்றன. மாபெரும் தப்பித்தல் நிகழ்ந்த காலத்தில் உண்மையில் மிகப்பரந்த அளவிலான மனிதவாழ்நாள் அதிகரிப்பின் எதிர்பார்ப்பு மிகச்சரியாக ஒருமுறை தூண்டப்பட்டது என்று அதைப்பற்றி கோர்டன் எழுதுகிறார். திறந்தவெளி மலம்கழிப்பால் ஏற்பட்டவை உள்ளிட்ட பல சிசு மற்றும் குழந்தை மரணங்களின் முறையிலிருந்து கிட்டத்தட்ட மீண்ட ஒவ்வொருவரும் வயதுவந்த பருவத்தை அடைந்து, வயதான காலத்தில் இறந்துபோவார்கள். பிறப்பு-நோய்-இறப்பு நிபுணரான எய்லீன் கிரிம்ஸ் இதன்விளைவு கிட்டத்தட்ட ஒவ்வொருவரும் தப்பிப்பிழைக்கும் ஒருநாளில், மனிதவாழ்வின் சராசரி நீட்சியில் மேலும் முன்னேற்றத்தை ஏற்படுத்துவது சிரமமாகிவிடும். ஏனென்றால், ஆயுட்காலத்தின் அதிகரிப்புகள் வயதானவர்கள் சிறிதுகாலம் தாழ்ந்து இறந்துபோகச் செய்வதிலிருந்து வரப்போகிறது என்று எழுதியுள்ளார்.

இதை நீண்டபார்வையில் எடுத்துக்கொள்வது, 'இந்தியாவில் கிட்டத்தட்ட அனைவரும் திறந்தவெளி மலம்கழிப்பை முடிவுக்குக் கொண்டுவருவதிலிருந்து, பிறப்பு-நோய்-இறப்பு மாற்றத்தின் பொதுநிகழ்வான சிசு மரணத்திலிருந்து கிட்டத்தட்ட அனைவரும் வயதான காலத்துக்குத் தப்பிப் பிழைப்பதுவரை இடைப்பட்ட ஆண்டுகளில் நாம் இருக்கிறோம் என்பதைக்காட்டுகிறது. இந்த அம்சங்கள், இந்தியாவில் திறந்தவெளி மலம்கழிப்புக்குப் பொறுப்பான கொள்கை முடிவெடுப்பவர்கள் உரியகாலத்தில் ஒரு சிறப்பான தருணத்தில் உள்ளார்கள், அந்த ஒன்று குறுகியகால வாய்ப்பையே தருகிறது என்று பொருள்தருகிறது. திறந்தவெளி மலம்கழிப்பின் வீழ்ச்சியை வேகப்படுத்துவது மனிதவாழ்வு மற்றும் மகிழ்ச்சியை ஒட்டுமொத்தமாகக் கூட்டுவதற்கான ஒருவாய்ப்பு. இது எதிர்காலத்திற்கான கொள்கை முடிவெடுப்பவர்களுக்கு

கிடைக்கிறது. அவர்களுக்கான ஒரே விருப்பத்தேர்வு, வயதாகிக் கொண்டிருக்கும் மக்கள்தொகையை இன்னும் கொஞ்சம் வயதானவர்களாக்கப் போராடுவதாக இருக்கும்.

அத்தியாயம் 5இல் உள்ள மதிப்பீடுகளின் அடிப்படையில் இந்தியாவின் திறந்தவெளி மலம்கழிப்பு தொடர்ந்து எதிர்காலத்தில் நீடித்திருக்குமானால், கிட்டத்தட்ட 60இலட்சம் குழந்தை மரணங்கள் நிகழும். இவர்களில் 20 இலட்சம்பேரின் இறப்பை, திறந்தவெளி மலம்கழிப்பின் வீழ்ச்சியை 50% அளவுக்கு மிகசீக்கிரத்தில் முடுக்கிவிட்டால் தடுக்கலாம் என்பது எங்களது மிகச்சிறந்த யூகமாகும். இந்த எண்ணிக்கைகள் மிகவும் தோராயமானவை. ஆனால் மாபெரும் தப்பித்தல் பின்னணியில் கடைந்தெடுத்துக் கொண்டிருக்கும்போது, இதை இழப்பதற்கான நேரம் இங்கில்லை. மனித இனம் இந்த வாய்ப்பைத் தவறவிடுமானால், இந்த வாய்ப்பு மீண்டும் வரும் என்று நாம் எதிர்பார்க்கக் கூடாது.

திறந்தவெளி மலம்கழிப்பு மெல்லமெல்ல மறைந்து கொண்டிருக்கும் அம்சத்துக்கு இங்கே ஒரு முக்கியமான முன்தடை உள்ளது. இந்தியாவில் திறந்தவெளியில் மலம் கழிப்போர் எண்ணிக்கை வீழ்ந்துகொண்டிருந்தாலும்கூட, திறந்தவெளி மலம்கழிப்புக்கு வெளிப்படுவோர் சராசரி, 2001 மற்றும் 2011 மக்கள்தொகைக் கணக்கெடுப்புகளுக்கு இடையே, ஒரு முக்கியமான அளவீட்டின்படி அதிகரித்திருந்தது. திறந்தவெளி மலம் கழிப்பின் நோய்த்தாக்குதல்கள் மக்கள்தொகை அடர்த்தியைப் பொருத்தது என்பதை அத்தியாயம் 5இல் இருந்து நினைவுகூர்ந்திட வேண்டும். திறந்தவெளி மலம்கழிப்பு குறிப்பாக இந்தியாவில் இறப்புக்கு வழிவகுக்கிறது. ஏனென்றால், ஏராளமான மக்கள் ஒன்றாக நெருங்கிவாழ்கிறார்கள். மேலும் ஒருவர், மற்றவர்களின் கிருமிகளுக்கு நெருக்கமாக இருக்கிறார்.

திறந்தவெளியில் மலம்கழிக்கும் இந்தியர்களின் எண்ணிக்கை குறைவது மிகவும் மெதுவாக உள்ளதால், அது இந்தியாவின் 2001 மற்றும் 2011 சுற்றுகளுக்கிடையிலான ஒட்டுமொத்த மக்கள்தொகை வளர்ச்சியால் தோற்கடிக்கப்பட்டுவிட்டது. இந்தக் காலகட்டத்தில் இந்தியாவின் ஒரு சராசரி நபர் திறந்தவெளியில்

மலம் கழிக்கும் அக்கம்பக்கத்தவர்கள் அதிகமாக உள்ள நிலைக்கு வந்துவிட்டார். இந்த முக்கியமான சுட்டிக்காட்டலின்மூலம் திறந்தவெளி மலம்கழிப்பின் அச்சுறுத்தல் இன்னும் மேலே செல்கிறது.

அவ்வாறு இருந்தாலும் இந்தியவின் மக்கள்தொகை உயர்வுவீதம் குறைந்துவருகிறது. ஐ.நா.வின் உலகமக்கள் தொகையின் எதிர்காலவாய்ப்புகள் 2025 மற்றும் 2030க்கு இடையில் சிலபுள்ளிகளில் இந்தியாவின் மக்கள்தொகை வளர்ச்சி ஓர் ஆண்டுக்கு 1% வீதம் வீழ்ச்சியடையும் என்று முன்வைக்கின்றன. இந்தக் காலகட்டத்தைச்சுற்றி திறந்தவெளியில் மலம்கழிக்கும் இந்தியர்களின் எண்ணிக்கை அதேமெதுவான வீதத்தில் வீழ்வது தொடங்கும்போது, திறந்தவெளி மலம்கழிப்புக்கு வெளிப்படும் அடர்த்தியும்கூட குறையத்துவங்கும். (இது திறந்தவெளியில் மலம்கழிப்பவர்கள் மற்றும் கழிக்காதவர்களுக்கு இடையேயுள்ள மக்கள்தொகை வளர்ச்சி எந்த அளவுக்கு மாறுபடுகிறது என்பதைப் பொருத்ததாகும்) 2070வாக்கில் இந்தியாவின் மக்கள்தொகை மொத்த அளவும் குறையத்துவங்கும். திறந்தவெளி மலம்கழிப்பின் வீழ்ச்சி முடுக்கிவிடப்படுமானால், அதற்குமுன்பேகூட திறந்தவெளி மலம்கழிப்பு முடிவுக்கு வந்துவிடும்.

கவலைதரும் இன்னொரு முன்தடையின் அம்சம் மாபெரும் தப்பித்தல் தொடரும் என்று உறுதியளிக்கப்படவில்லை என்பதாகும். நீண்டகால மனித அனுபவங்களின் வறுமைக்கும், நோய்க்கும் மத்தியில் வேகமான பொருளாதார வளர்ச்சியும், பிறப்பு- நோய்- இறப்பு குறைந்துவருவதும் அண்மைக்காலப் போக்குகளாக இருந்துவருகின்றன. இந்தச் செயல்முறைகள் நிறுத்தப்படும். சுற்றுச்சூழலை மாற்ற அரசியல் ஒரு துரதிர்ஷ்டவசமான எடுத்துக்காட்டாக, மனித நல்வாழ்வுக்கும், எதிர்கால முன்னேற்றங்களுக்கும் பெரும் சவால் விடுக்கக்கூடிய ஒவ்வொரு அறிகுறியையும் காட்டுகிறது.

தொடரும் மாபெரும் தப்பித்தலுக்கான இன்னொரு சாத்தியமான அச்சுறுத்தலாக நுண்ணுயிர்க்கு எதிரான எதிர்ப்பைத் தடுக்கும் ஆற்றல் உள்ளது. திறந்தவெளி மலம்கழிப்பு இந்த அச்சுறுத்தலுக்கு துணைபோகிறது. ஏனென்றால், அது

நோய்களை ஏற்படுத்துகிறது. அது மக்களின் உயிர்வாழ்வுக்கான மருந்துகளை எடுத்துக்கொள்ளச்செய்கிறது. மனிதகுலத்தின் உயிர்வாழ்வுக்கான மருந்துகளை பயனற்றத்தாக்க கிருமிகள் தோன்றுகின்றன. மேலும், மிகவும் கவனக்குறைவாக இந்த மருந்துகளைப் பயன்படுத்தும்போது மிகவேகமாகவும், அடிக்கடியும் நிகழ்கிறது. உயிர்க்கொல்லி மருந்துகள் மற்ற நாடுகளில் போலவே, இந்தியாவிலும் உண்மையில் பெரும்பாலும் கவனக்குறைவாகவே பயன்படுத்தப்படுகின்றன. பொருளாதார நிபுணர்கள் ஜிஷ்ணுதாஸ் மற்றும் ஜெட் ஹேமர் டெல்லியில் உள்ள மருத்துவர்களிடம் அளவீட்டு ஆய்வுக்காக நோயாளிகளை அனுப்பியபோது, எங்கெல்லாம் தேவையில்லையோ அங்கெல்லாம் உயிர்க்கொல்லி மருந்துகளை அந்த மருத்துவர்கள் தொடர்ந்து பரிந்துரைத்தார்கள். பல நிகழ்வுகளில் நோயாளிகளின் நுகர்வோர் தேவைகளைப் பூர்த்திசெய்ய, அதேபோன்ற உயிர்க்கொல்லி மருந்துகளுக்கான அதிகப்படியான மருந்துப்பட்டியல்களை ஜேனெட்குர்ரி, வான்ச்சுவான்லிங் மற்றும் ஜுவாங்ஜுவாங்மென் ஆகியோர் சீனாவில் கண்டறிந்தார்கள். அங்கு அத்தகைய மருந்துகளுக்காக மருத்துவர்கள் பொருளாதார நிதி ஊக்கத் தொகைகளைப் பெறுகிறார்கள். இவையும் மற்ற பொறுப்பற்ற உயிர்க்கொல்லி மருந்துகளின் (விவசாயத்தைப்போல) பயன்பாடுகளும், தொடரும் என்றால் உயிர்க்கொல்லி தடுப்பு நம்மை நீண்ட தொற்றுநோய் காலத்துக்கு திரும்பிச்செல்ல வைத்துவிடும்.

இந்த அச்சுறுத்தல்களுக்கு எவ்வாறு சிறப்பாக எதிர்வினையாற்றுவது என்பது உடனடியாகத் தெளிவாக இல்லை. உயிர்க்கொல்லிகள் பல மிகச்சிறிய தனியார் கடைகளிலும், நிலையங்களிலும் இந்தியா முழுவதும் விற்கப்படுகின்றன. மேலும் அவை சந்தேகத்துக்கு இடமில்லாமல் பல உயிர்களைக் காப்பதற்காக என்ற பெயரில் கருவிகளாகப் பயன்படுத்தப்படுகின்றன. எனவே, நல்ல பயன்படுத்துதல்களிலிருந்து மோசமானவற்றைப் பிரிப்பதும், வளரும் ஓர் அரசு இதைத் தனிச்சிறப்புத்தன்மை வாய்ந்தது என முரட்டுத்தனமாக திணிப்பதும் ஒரு கொள்கையை உருவாக்குவதை சிரமமானதாக்கிவிடும்.

இந்தச் சிக்கலை எதிர்கொண்டு, நோயின் சுமையைக்குறைக்க ஒரு தெளிவான செயல் இருக்கவேண்டும். இதன் காரணமாக அங்கு உயிர்க்கொல்லி மருந்துகளுக்கான தேவை குறைவாகவே

இருக்கும். உயர்ந்த மக்கள்தொகை அடர்த்தியுள்ள பின்னணியில் எங்கெங்கும் காணப்படும் திறந்தவெளி மலம்கழிப்பும், உயிர்க்கொல்லி மருந்துகள் சிறிய பொட்டலங்களில் எளிதாகக் கிடைப்பதும் கொள்ளைநோய்களுக்கு மிகத் துல்லியமான மூலப்பொருள்களாகிவிடும் என்று வல்லுநர்கள் அஞ்சுகிறார்கள். இந்தியாவின் 2005 பிறப்பு- நோய்- இறப்பு மற்றும் சுகாதார அளவாய்வில், கிராமங்களிலோ அல்லது நகர்ப்புற வளாகங்களிலோ வசிக்கும் மக்கள், எங்கே அதிகமான மக்கள் திறந்தவெளியில் மலம்கழிக்கிறார்களோ அங்கு, சராசரியாக அதிகமான மருந்துகளையும், மாத்திரைகளையும் எடுத்துக்கொள்கிறார்கள்: (இந்த அம்சத்தைக் கணக்கெடுத்த பிறகு) கழிப்பிடங்கள் மற்றும் மருந்துகள் ஆகிய இரண்டும் இந்திய கிராமப்புறங்களைவிட நகரங்களில் மிகவும் அதிக பொதுவழக்கமாக உள்ளது. இது மிகுந்த பணத்தை செலவிடவைக்கிறது. மேலும், ஏழைமக்கள் அதிகமாக திறந்தவெளியில் மலம்கழிக்கிறார்கள். ஆய்வில் பதிலளிப்பவர்களில் பெரும்பாலானவர்கள் என்ன மருந்தை தாங்கள் எடுத்துக்கொள்கிறோம் என்பதைத் தெரியாதவர்களே. ஆனால், இந்த மாத்திரைகளில் பலவும் உயிர்க்கொல்லிகளாகவே இருக்கின்றன.

துரதிர்ஷ்டவசமாக, உயிர்க்கொல்லி மருந்தின் அச்சுறுத்தலை ஒப்புக்கொண்டு - இந்தியாவின் வேறு பொதுசுகாதார சவால்கள்மீது தீவிரமான விவாதங்கள் நடைபெறுவதுபோல, டெல்லியில் அரசியல்ரீதியாக உணர்ச்சிவசப்பட்ட விவாதங்கள் நடைபெற்றுக்கொண்டிருக்கின்றன. ஒரு சில ஆண்டுகளுக்குமுன் ஓர் அமெரிக்க அரசின் பொதுசுகாதார அலுவலகத்திடம் மருத்துவமனைகளால் சேகரிக்கப்பட்டு, மாநில அரசால் ஒன்றுதிரட்டப்பட்ட உயிர்க்கொல்லி தடுப்புகள் பற்றிய ஆவணக் கூறுகளை டீன் கேட்டார். அந்த அலுவலகம், அவரது ஆராய்ச்சி பொதுசுகாதாரத்துக்காக பயனுள்ள ஏதாவதைப் படைத்துள்ளதா என்பதை அவர்கள் அறிந்துகொள்ள அனுமதிக்கவேண்டும், என்ற ஒரே ஒரு வேண்டுகோளுடன் மகிழ்ச்சியுடன் அதைக் கொடுத்தது.

கிட்டத்தட்ட அதேநேரத்தில் டீன் இந்தியாவிலுள்ள கற்பிக்கும் ஒரு முன்னணி மருத்துவமனைக்குச் சென்று இதேபோன்ற வேண்டுகோளை முன்வைத்தார். கடைசியாக ஓர் ஆராய்ச்சியாளர் அத்தகைய ஆவணக்கூறுகள் சேகரிக்கப்படவில்லை என்று விளக்கினார். ஆனால், அது அங்கே இருந்திருந்தாலும்கூட, அது

எங்களோடு பகிர்ந்து கொள்ளப்பட்டிருக்காது. தொற்றுநோய் ஆராய்ச்சியின் பன்னாட்டு ஒத்துழைப்பு அண்மையில் இந்தியாவிலுள்ள மற்ற மருத்துவமனைகளின் தொழில்முறை வாழ்வை அச்சுறுத்தியது என மீண்டும் கூறப்பட்டது. உலகெங்கும் காணப்படும் உயிர்க்கொல்லி தடுப்பு பற்றிய, டெல்லியில் ஒரு நோயாளியின் நிலையை ஆவணமாக்கப்பட்ட செய்திக் கதைகளுக்கு அரசு மிகமோசமாக எதிர்வினையாற்றியது.

மற்ற தலைப்புகளில் ஆராய்ச்சிக்கான ஒட்டுமொத்தத் தடைகள் உள்ள நிகழ்வுகள் இங்கு இல்லாதபோது, அறிவியல்பூர்வமான சோதனைகளை அரசு சோர்வடையச் செய்வது எதிர்பாராத அதிர்ச்சியூட்டுவதாக உள்ளது. தனது அக்கம்பக்கத்தவர்களைப் போல இல்லாமல், ஒரு பத்தாண்டில் இந்தியா பிறப்பு-நோய்- இறப்பு மற்றும் சுகாதார அளவீட்டு ஆய்வுகளை பெற்றிருக்கவில்லை. திறந்தவெளியில் மலம்கழிப்பவர்களின் எண்ணிக்கையை மதிப்பிட அது முயற்சிக்கவில்லை. அரசு அண்மைக்காலத்தில் குழந்தைகளின் வளர்ச்சி தடைபடுவது பற்றிய ஆவணக்கூறுகளை 'எகனாமிஸ்ட்' பத்திரிக்கையில் மாநில அளவிலான புள்ளிவிவரங்கள் கசியவிடப்படும் வரையிலும் பொதுமக்களிடம் மறைத்துவந்தது. 'இந்தியாவில் பொதுசுகாதார ஆவணக்கூறுகள் ஓர் அரசியல் இரகசியமாக இருக்கக்கூடும். நுண்ணுயிர்களுக்கு எதிரான தடுப்புகளுக்கான பதில் இத்தகையதாக இருக்கிறது. மருந்துகளின் தேவையை, மலக்கழிவு கிருமிகளுக்கு வெளிப்படுவதை குறைப்பதற்குமுன் தடுப்பது எல்லாவற்றையும்விட மிகவும் அவசரமானதாகும்.

ஒரு கணிப்பு: 2019இல் தூய்மை இந்தியா இயக்கம் திறந்தவெளி மலம் கழிப்பை முடிவுக்குக் கொண்டுவராது

2017இன் மத்தியில் இந்த நூல் வெளியிடப்படும் நேரத்தில், தூய்மை இந்தியா இயக்கத்தின் ஐந்து ஆண்டுகளில் பெரும்பகுதி முடிந்திருக்கும். எனவே, 2019இல் இந்திய கிராமப்புறங்களிலிருந்து திறந்தவெளி மலம்கழிப்பு ஒழிக்கப்பட்டிருக்காது என முன்கூட்டியே கூறுவது தனிப்பட்ட முறையிலான தைரியத்தால் அல்ல. இன்றும்கூட துப்புரவின் தற்போதைய நிகழ்வுகள் தரும் பாடங்களில் அடுத்ததாக

ஒரு கிராமப்புறத் துப்புரவுக்கொள்கை வரவுள்ளது என்பதை பிரதிபலிக்கின்றன.

முதலாவதாக, முன்னர் வந்த துப்புரவுத் திட்டங்களைப் போலவே, தூய்மை இந்தியா இயக்கமும் முக்கியமாக கழிப்பிடம் கட்டுவதற்கான ஒரு தூண்டுதல்தான். கட்சி சாராத கொள்கை நிறுவனமான 'நம்பகத்தன்மை முன்முயற்சி' (ACCOUNTABILITY INITIATIVE) தூய்மை இந்தியா இயக்கத்தின் வளர்ச்சியை அதன் 2016-2017 நிதித்திட்ட விளக்கத்தில் கணக்கிட்டபோது, கழிப்பிடக் கட்டுமானத்துக்கு மட்டும் ஏப்ரல் 2015க்கும் பிப்ரவரி 2016க்கும் இடையில் மொத்தச்செலவில் 97% செலவிடப்பட்டுள்ளது என்பதைக் கண்டறிந்தது. இந்த இயக்கத்தின்கீழ் 2014-2015இன் மொத்தச்செலவில் குணமாற்றத்துக்காக செலவிடப்பட்ட மிகக்குறைவான 3% தொகை 2015-2016இல் வெறும் 1% ஆக வீழ்ச்சியடைந்தது.

இரண்டாவதாக, தூய்மை இந்தியா இயக்கம் பொதுமக்களை சென்றடைந்தது என்பதற்கான சான்றுகள் எதுவும் இல்லை. குறிப்பாக, மலிவுவிலைக் கழிப்பிடங்களைப் பயன்படுத்த ஊக்குவிக்கும் செய்தியுடன் சென்றடையவில்லை. திறந்தவெளியில் மலம்கழிக்கும் இந்தியர்களின் எண்ணிக்கையைக் கண்காணிக்கும் முயற்சிக்கு வெளிப்படையாகக் கிடைக்கவேண்டிய அளவீட்டு ஆய்வுகள் இல்லாததால் 'நம்பகத்தன்மை முன்முயற்சி' தூய்மை இந்தியா இயக்கம் பற்றிய தனது சொந்த அளவீட்டாய்வை மேற்கொண்டது. அவர்கள் ஐந்து மாநிலங்களில் உள்ள பத்து மாவட்டங்களில் ஒன்றே ஒன்றில்மட்டும் 15%க்கும் மேற்பட்ட கிராமப்புறத்தினர் ஏதாவது ஒருவகையான துப்புரவு முயற்சியாளரைப்பற்றி அறிந்திருந்தார்கள். நடுத்தரத்தினர் பிரச்சனையில் 3% பதிலளிப்பவர்கள் மட்டுமே அரசிலிருந்துவரும் யாரோ ஒருவர் மக்களை கழிப்பிடங்களைப் பயன்படுத்துமாறு ஊக்குவித்துக்கொண்டிருந்தார், அல்லது ஊக்குவிப்பாளராகக் கருதப்பட்டார் என்பதை அறிந்திருந்தார்கள். இந்த முடிவுகள் இந்திய கிராமங்களில் ஒரு நல்ல துப்புரவு இயக்கம் கிட்டத்தட்ட இல்லை என்பதைத் தெரிவிக்கின்றன.

r.i.c.e.இல் உள்ள எங்களது தோழர்கள் ஒத்துழைப்போடு நாங்கள் தொலைபேசி அளவீட்டு ஆய்வை நடத்திக்கொண்டிருந்தோம். இந்த ஆய்வு 'கால் அப்' போன்ற முன்னணி ஆய்வுகள்

பயன்படுத்திய அதே நுட்பங்களை டெல்லியிலும், உத்தரப்பிரதேசத்திலும் உள்ள வயதுவந்த பிரதிநிதிகளின் ஒரு மாதிரியை உருவாக்குவதற்காகப் பயன்படுத்தினோம். 2016 பின்இளவேனில் மற்றும் முதுவேனில் பருவங்களில் 2,708பேர் எங்கள் கேள்விகளுக்கு பதிலளித்தார்கள். அவர்களிடம், அவர்கள் தூய்மை இந்தியா இயக்கத்தைப்பற்றிக் கேள்விப்பட்டிருக்கிறார்களா? என்ற ஒரு கேள்வி கேட்கப்பட்டது. வெறுமனே பார்ப்பதற்கு மட்டும் ஒப்புக்கொண்ட மக்களை ஆய்ந்தாயும் அல்லது தொடர் கேள்விகளாலோ கழித்துக்கட்டாமல், சந்தித்தபோது, 62% பேரும், அதை ஒத்தவகையில் நகர்ப்புற உத்தரப்பிரதேசத்தில் உள்ள 63% பேரும் தூய்மை இந்தியா இயக்கம் பற்றி கேள்விப்பட்டுள்ளதாகக் கூறினார்கள். அந்த எண்ணிக்கை கிராமப்புற உத்தரப்பிரதேசத்தில் 45% ஆக இருந்தது.

தூய்மை இந்தியா இயக்கம் பற்றி கேள்விப்பட்டுள்ளதாகக் கூறிய மக்களிடம் நாங்கள் ஒரு கடினமான கேள்வியைக் கேட்டோம். "தூய்மை இந்தியா இயக்கம் என்ன செய்யவேண்டும் என்று நீங்கள் கருதுகிறீர்கள்?" அவர்கள் தாங்களாகவே முன்வந்து அவர்கள் விரும்பும் பல இலக்குகளையும், நடவடிக்கைகளையும் கூற வைத்தோம். அவற்றை வகைப்படுத்தியுள்ளோம். பெரும்பாலான மக்கள் வீடுகள் மற்றும் சாலைகள் போன்றவற்றில் பொதுசுத்தத்தை இலக்காகக் கருதினர்கள். மக்கள் பார்க்கும் அடையாளங்களாலும், விளம்பரங்களாலும் இது புரிந்துகொள்ளக்கூடிய ஒரு பதில்தான். பிரதமர் அவற்றை தாங்கள் சுத்தப்படுத்த வேண்டும் என்று விரும்புகிறார் என சிலர் கருதினர்கள். கழிப்பிடங்களையோ அல்லது கழிவறைகளையோ கொண்டு தூய்மை இந்தியா இயக்கம் எதையாவது செய்யமுடியுமா, என்ற தங்கள் கருத்தையும் தங்கள் பதில்களில் உள்ளடக்கியிருந்தார்கள். -'டெல்லியில் 5%, நகர்ப்புற உ.பி.யில் 6%, கிராமப்புற உ.பி.யில் 4% மட்டும்.' - உ.பி.யில் பேட்டி காணப்பட்ட 700க்கும் மேற்பட்ட பெண்களில் இடைநிலைக்கல்விக்கு அப்பால் கல்வி பெற்றிருந்தவர் ஒரேஒருவர் கூட 'தூய்மை இந்தியா இயக்கம் கழிப்பிடங்கள் அல்லது கழிவறைகள் பற்றிய இலக்கை உள்ளடக்கியிருக்கிறது' என்று குறிப்பிடவில்லை. இந்த முடிவு சிறிய அதிர்ச்சியாக வரக்கூடும். செலவினவடிவங்கள் (Expenditure Patterns) மற்றும் நம்பகத்தன்மை முன்முயற்சிகள் (ACCOUNTABILITY INITIATIVES) ஆகிய இரண்டின்

ஆய்வு முடிவுகளும் கிராமங்களில் திறந்தவெளி மலம்கழிப்பு பற்றிய வார்த்தையைப் பரப்ப அர்த்தமுள்ள எந்தஒரு முயற்சியும் அங்கு இல்லை என்பதை எங்களுக்குக் கூறின.

எனவே, இந்தியாவில் உள்ள மக்கள் பலரும் 2019இன் முடிவில் இன்னும்கூட கிட்டத்தட்ட உறுதியாக திறந்தவெளியில் மலம்கழிப்பர்கள். எதார்த்தமற்ற இலக்குகளை அடைவதில் தூய்மை இந்தியா இயக்கம் தோற்றுவிட்டது என்று விமர்சிப்பது விளையாட்டுத்தனமா?

விமர்சனம் எங்கள் நோக்கமல்ல. அதற்குப்பதிலாக, இந்த அனுபவங்களிலிருந்து அடுத்து என்ன திட்டமோ, அதை உருவாக்கக் கற்றுக்கொள்ளவேண்டும்.

கிராமப்புற இந்தியாவுக்கான துப்புரவுக்கொள்கை, திறந்தவெளி மலம்கழிப்பு மனோபாவத்தை மாற்றுவதில் கட்டாயம் கவனம் செலுத்தவேண்டும் என்று கூறுவது மிகவும் எளிதானது. அத்தகைய ஒருதிட்டம் கிராமப்புற இந்தியர்கள் மலிவுவிலை கழிப்பிடங்களை நிராகரிப்பதற்கான காரணங்களுக்கான தீர்வுகள் ஒரு விதியைக் கட்டாயம் கண்டறிய வேண்டும். ஆனால், எவ்வளவு துல்லியமாக? இதை எவ்வாறு செய்யவேண்டும் என்பதை யாராவது அறிந்திருக்கிறார்கள் என நாங்கள் துரதிர்ஷ்டவசமாக உறுதியாக நம்பிக்கை கொண்டிருக்கவில்லை. கொள்கை முடிவெடுப்பவர்களுக்கு, யாராவது தயார்நிலையில் உள்ள, சோதிக்கப்பட்ட தலையீடுகளின் தகவல் தொகுப்பை அளிப்பார்களானால் அது நல்லது. அதற்குத் தேவையானதெல்லாம் 'தொடர்ந்துசெய்' என்ற அரசியல் முத்திரையாக இருக்குமானால், அதற்கும்கூட தகவல்தொகுதி எதுவும் இல்லை.

புரட்சி கணினிமயமாக்கப்பட மாட்டாது

இன்றைய நாட்களில் வளர்ச்சித்தொழில்துறையினர் 'எது வேலை செய்கிறது' என்பது பற்றி பேசுகிறார்கள்: சமீபத்திய ஏராளமான சான்றாதாரங்களையும் பரப்புகிறார்கள். 'நியூயார்க் டைம்ஸ்' 'ஃபிக்சஸ்' என்ற வலைதளத்தை நடத்துகிறது. அது டெல்லியில் போக்குவரத்து மரணங்கள் போன்ற சமூகப்பிரச்சனைகள் பற்றிய புள்ளிவிவரங்களைக்கொண்ட கதைகளைப் பதிவிடுகிறது. அதீத

தொழில்நுட்பப் பேரழிவுகளை ஏற்படுத்திய காலத்தின்மீது 20ஆம் நூற்றாண்டு திரும்பிப்பார்க்கவேண்டும். ஆனால், இந்த நூற்றாண்டுகளின் சான்றுகளின் அடிப்படையிலான நிர்வாகவியல் மிகவேகமாக டிவிட்டரை பின்தொடர்பவர்களை ஈட்டியிருக்கிறது. உண்மையில் டெல்லியிலிருந்த பார்வையில் தொழில்நுட்பவியல் 'தொழில்நுட்பம்' என்பதன் இரண்டு அர்த்தங்களை ஒன்றிணைத்துவிட்டது. ஒரு சமூகத்துக்கான தொழில்நுட்ப அணுகுமுறை எழுத்தியல்பான கணினித் தொழில்நுட்பத்தின்மீது குவிமையத்துடன் இணைந்துள்ளது.

இதில் அதிகமானவை நல்லவைகளாக உள்ளன. உங்களுடைய திட்டம், அது உதவிசெய்வதைவிட அதிகமான வலியை ஏற்படுத்துகிறதா என்பதில் அக்கறையற்று இருக்கிறதா, என்பதைப்பற்றி பாதுகாப்பதற்கு எதுவும் இல்லை. பாடநூல் பொருளாதாரம், அறிவியல் மற்றும் பொதுசுகாதாரம் எப்போதும் சரியான செய்திகளைக் கொண்டுள்ளன. பிறந்த ஒவ்வொரு 1,000 குழந்தைகளில் 55 ஆண்டுகளுக்கு முன்பு இருந்ததைவிட 425 க்கும் அதிகமானவை இப்போது குழந்தைப்பருவத்தில் தப்பிப்பிழைத்திருக்கின்றன. நோய்களின் கிருமிக்கோட்பாடு மிகவும் அதிகப்படியான நம்பிக்கைக்கு உரியது என உங்களை இந்த நூல் ஏற்கவைத்திருக்கும் என்று நாங்கள் நம்புகிறோம்.

ஆனால், இந்த அறிவியல்பூர்வமான அறிவை நடைமுறைப் படுத்துவதில் மாநிலத் தலைநகரங்களில் உள்ள இணைய இணைப்புடன் கூடிய மருத்துவமனைகளைவிட, கிராமங்களில் பிறந்த குழந்தைகளுக்கு தலைஇசிவு நோயைத் தடுக்க செலவில்லாத வழிமுறைகளோடு செய்யவேண்டியது அதிகமாக உள்ளன. கொள்கை உருவாக்குபவர்கள் நவீன தீர்வுகளின் உறுதிமொழியில் கிளர்ச்சியடையும்போது, பழைய இடங்களில் உள்ள ஆரோக்கியமற்ற, பழைய பிரச்சனைகளை கண்டுகொள்ளாமல் செல்வது அவர்களுக்கு எளிதானது.

இந்த நூல்முழுவதும் சில அதிர்ச்சியூட்டுகிற உண்மைகளை நாங்கள் கற்றுக்கொண்டோம். பொதுநிர்வாகத்துக்கு அவசியமான, அடிப்படையான விளக்கப் புள்ளிவிவரங்கள் உட்பட முக்கியமான அம்சங்கள் அங்கு காணவில்லை என்பதை அறிந்தபோது நாங்களும்கூட அதிர்ச்சியடைந்தோம். எடுத்துக்காட்டாக, கடந்த 25 ஆண்டுகளில் ஒவ்வொன்றிலும் திறந்தவெளியில் மலம்கழிக்கும் இந்தியர்களின்

எண்ணிக்கையையும், சதவீதத்தையும் குறிப்பிடத்தக்க இலக்கங்களில் ஐ.நா.வின் வலைதளத்திலிருந்து தரவிறக்கம் செய்வது எளிதாக இருக்கும்போது, யாரோ ஒருவர் வெளியிலிருந்து அதை நெருக்கமாக நிர்வகித்து வருகிறார். அதுபற்றிய தகவல்களை தம்மிடம் வைத்துள்ளார். உண்மை ஒட்டுமொத்தமாக வேறாக உள்ளது. எந்தவொரு தேசிய அளவெடுப்பும் எந்தவொரு ஆண்டிலும் இந்தியாவின் திறந்தவெளி மலம்கழிப்பை நபர் அளவில் எப்போதும் அளவிட்டதில்லை. மேலும் ஐ.நா.வின் புள்ளிவிவரப்பிரிவு, 2011 மக்கள்தொகைக் கணக்கெடுப்பு பத்தாண்டுகளுக்குமுன் நடத்தப்பட்ட பிறப்பு- நோய் -இறப்பு அளவீட்டு ஆய்வு மற்றும் வேறுசில அரசின் அளவீட்டு ஆய்வு ஆவணக்கூறுகளிலிருந்து குடும்பக்கழிப்பிட உரிமையாளர் எண்ணிக்கைகளிலிருந்து ஒவ்வொரு ஆண்டின் எண்ணிக்கையையும் தயாரிக்கிறது.

இந்தத்தொழில்நுட்ப உணர்வின் ஒரு பின்விளைவு, எல்லாப் பொதுப்பிரச்சனைகளும் அரசியல் அல்லது சமூகப் பிரச்சனைகளுக்கு மாறாக இறுதியில் நிர்வாகப் பிரச்சனைகளாக இருக்கின்றன என்பதை எளிதாக நம்பவைக்கிறது. சரியான பகுப்பாய்வு மற்றும் சரியான கருவிகளுடன் உடனுக்குடன் நிறைவேற்றி முடிப்பதற்கு அங்கு எதுவும் இல்லை என்பதை எங்களால் எதிர்பார்க்க முடியவில்லை. ஒரு தலைமுறைக்கு முந்தைய முடிவெடுப்பவர்களைவிட இன்றைய கொள்கை முடிவெடுப்பவர்கள் குறைவாகவே அறிந்திருக்கிறார்கள். ஆனால், இவர்கள் அவர்கள் அறிந்திருந்ததைவிட அதிகமாக அறிந்திருப்பதாக உணர்கிறார்கள். மேலே உள்ளவையை நாங்கள் கணக்கிட்டதைப்போல இந்தியாவின் விதிவிலக்கான, மோசமான திறந்தவெளி மலம் கழிப்பின் விளைவுகளுக்கான அல்லது பிறந்த குழந்தைகளின் இறப்புவீதம் அல்லது தாய்வழி ஊட்டச்சத்து தீர்வுகளைத் தேடுவதில் கொள்கை உருவாக்குபவர்கள் ஒருவேளை தாமதிப்பார்கள், ஏனென்றால் அது தீர்வுகாணப்பட்ட பழைய பிரச்சனைபோல தோன்றுவதால். இதனால் பல உயிர்களைக் காப்பதற்கான வாய்ப்புகள் சீர்படுத்தமுடியாத அளவுக்கு இழக்கப்பட்டுவிடும்.

தொழில்நுட்பவியலாளர்களை கவனத்துடன் கையாள வேண்டும் என்பதற்கான மிகப்பெரிய காரணம் அதை

அரசியல் வர்த்தகபேரங்கள் ஊக்குவிப்பதில் உள்ளது. செயலுக்கான ஆயத்தநிலையம் நிர்வாகவியலுக்கு ஈடுகொடுப்பது மதிப்புமிக்கது. ஆனால் அவை மட்டுமே தலைவருக்குரிய ஒரே தகுதியல்ல. எண்ணிக்கை சார்ந்த மதிப்பீடுகளைக்கொண்ட திட்டத்துடன் ஒத்துழைக்கும் ஒன்று நல்ல அரசாக இருக்குமா? அல்லது கையடக்க கணிப்பொறியில் மின்நிர்வாகக் கருவியை பயன்படுத்தும் ஒன்று நல்ல அரசாக இருக்குமா? நல்ல அரசுகளின் வரலாற்றுபூர்வமான முன்மாதிரிகளைக் கண்டறிவது சிரமமானதல்ல. அவை முதலில் தொழில்நுட்பத் தொழில்துறையினரால் அவற்றின் தனித்திறன்களுக்காக அல்லது, ஆற்றல்களுக்காகவும் பாராட்டப்பட்டன. ஆழமானதாகவும், அறத்தின்படியானதாகவும் பார்க்கப்பட வேண்டியதாக ஆனது. இத்தகைய ஓர் அரசு முதலில் ஏன் கவர்ச்சிகரமாக தோன்றியது என்பதைப் புரிந்துகொள்வது சிரமமானதல்ல. வரலாறு தொடர்பான மாபெரும் தப்பித்தல் விரைவாக முன்னேறிச்செல்லலாம். ஆனால் மனிதவாழ்வின் நீட்சி தொடர்பான மாற்றம் விரக்தியளிக்கும் வகையில் மெதுவாக இருக்கலாம்.

இத்தகைய சிக்கலான வரலாற்றுப் பிரச்சனைகள் இன்று 'வளர்ந்த' அல்லது 'வளரும்' மற்ற நாடுகளில் அரசியல் இடதுசாரிகள் அல்லது அரசியல் வலதுசாரிகளிடமிருந்து மீண்டும் திரும்பிவராது என்று நம்புவதற்கான காரணம் எதுவும் இல்லை. பழைய பிரச்சனைகளை பேசும்தன்மைகள் மற்றும் கொள்கைத் தடுமாற்றம் ஆகியவற்றுக்குத் தீர்வுகாண அளிக்கப்பட்ட உறுதிமொழிக்கு மாற்றாக, திறமைவாய்ந்த நிர்வாகிகள், ஆற்றல்மிகுந்த வணிகத்துறையினர் அல்லது கூர்மையான அறிவுத்திறன்கொண்ட பேச்சுவார்த்தையாளர்கள் என அறியப்பட்ட தேசியத்தலைவர்களின் பின் - இத்தகைய நிர்வாகவியல் உறுதிமொழிகள் அல்லது வர்த்தக மதிக்கூர்மை மிகைப்படுத்தப்பட்டது என்பதற்கான சான்றுகளைப் புறக்கணித்துவிட்டும், அவர்களது சமூகசமத்துவம், மனித உரிமைகள் அல்லது அரசியல் வன்முறை மீதான தீங்கு நிறைந்த பதிவுகளையும்கூட புறக்கணித்துவிட்டும் - தங்கள் ஆதரவை இன்றும்கூட மீண்டும் அளிக்கக்கூடும்.

பரிந்துரை 1: தனிப்பட்ட அளவாய்வுகளுடன் திறந்தவெளி மலம்கழிப்பை அளவீடு செய்யவேண்டும், உண்மைத்தன்மை வாய்ந்த திட்டங்களை உருவாக்கவேண்டும்

யார் திறந்தவெளியில் மலம்கழிக்கிறார்கள்? எங்கு? என்ற அடிப்படை உண்மைகளிலிருந்து நாங்கள் அதிகமாகக் கற்றுக்கொண்டோம். மற்ற வளரும் நாடுகளுடன் ஒப்பிடும்போது, இந்தியாவில் திறந்தவெளி மலம்கழிப்பு அதிகமாக உள்ளது என்பதையும் நாங்கள் தெரிந்துகொண்டோம். திறந்தவெளி மலம்கழிப்பில் உள்ள வேறுபாடுகள் வறுமை, கல்வி அல்லது ஆட்சிமுறை வேறுபாடுகளால் நன்கு விளக்கப்படவில்லை என்பதையும்கூட நாங்கள் அறிந்துகொண்டோம். எனவே இவையெல்லாம் இதற்கான காரணங்கள் அல்ல. மலிவுவிலைக் கழிப்பிடங்களை வைத்துள்ள (மற்ற வளரும் நாடுகளில் தரமாக உள்ளதைவிட இனிமையானவை) மக்களில் பலர் திறந்தவெளியில் மலம்கழிப்பதில்லை என்றும், கிராமப்புற இந்தியாவில் திறந்தவெளியில் மலம்கழிக்காதவர்கள் மிகவும் பெரியகுழி அல்லது சிமெண்ட் பூசப்பட்ட தொட்டியுடன் தனிப்பட்டமுறையில் கட்டப்பட்ட கழிப்பிடங்களைப் பயன்படுத்துகிறார்கள் என்றும் நாங்கள் அறிந்து கொண்டோம். எல்லா இடங்களிலும் பொதுவழக்கமாக உள்ள சாதாரண கழிப்பிடங்களை தங்களுக்காக எவரொருவரும் கட்டுவதில்லை. மேலும், இந்திய கிராமப்புறங்களில் துரதிர்ஷ்டவசமாக இன்றும் திறந்தவெளி மலம்கழிப்பு அதிகமாக உள்ளது என்பதையும் நாங்கள் அறிந்துள்ளோம். தேவையான அளவுக்கு அது மெதுவாக குறைந்துவந்தாலும் அது இனிவரப்போகும் பல ஆண்டுகளிலும் நீடித்திருக்கும்.

இந்த எல்லா அம்சங்களும், குறைந்தசெலவுள்ள மாதிரி அளவாய்வு ஆவணக்கூறுகளிலிருந்து அறிந்துகொள்ளக் கூடியவையே. ஒரு மக்கள்தொகைக் கணக்கெடுப்போ அல்லது சமவாய்ப்புள்ள வளாக சோதனைகளோ - இவை இரண்டும் அவற்றின் சந்தர்ப்பசூழல்களில் பயனுள்ள நோக்கங்களுக்கு சேவைபுரியும் கருவிகளாக இருந்தபோதும் - இவற்றுக்குத் தேவைப்படவில்லை. திறந்தவெளி மலம்கழிப்பு பற்றிய இன்றுவரையான புள்ளிவிவரங்களை இந்த நோக்கத்துக்காகவே வடிவமைக்கப்பட்ட, செலவில்லாத மாதிரி அளவாய்வுகள்

(நாங்கள் செய்ததுபோல்) மூலம் அல்லது இப்போதுள்ள பிறப்பு- நோய்- இறப்பு மற்றும் சுகாதார அளவாய்வுகள் போன்ற அல்லது புள்ளியியல் மற்றும் திட்டநிறைவேற்ற அமைச்சகத்தால் நடத்தப்படும் இந்தியாவின் அற்புதமான நுகர்வு அளவாய்வுகள் போன்ற உயர்தர மாதிரி அளவாய்வுகளில் சிறிய மாற்றங்களைச் செய்வதன்மூலம் இலவசமாக சேகரிக்கலாம். இது ஒவ்வொரு ஆண்டும் அல்லது இன்னொரு ஒவ்வொரு ஆண்டும் தனிச்சிறப்புள்ள மாதிரிகளுடன் பெரிய அல்லது முக்கியமான மாநிலங்களில் செய்யப்படவேண்டும்.

மாதிரி களவாய்வு ஒன்று அங்கொன்றும் இங்கொன்றுமாக சிறிதளவு மாதிரிப்படுத்தும் பிழைகளோடு, பயனுள்ள பிரதிநிதித்துவப் புள்ளிவிவரங்களைத் தயாரிக்க கிராமங்களையும், பதிலளிப்பவர்களையும் தேர்வுசெய்கிறது. இவ்வாறு மாதிரி உத்திகளை வகுப்பது எளிது. ஏனென்றால் மாதிரி அளவு திரட்டுவதற்குச் சாத்தியமாக உள்ளது. மாதிரிப்பிழைகள் ஏற்றுக்கொள்ளத்தக்கவிதத்தில் சிறியது. இருந்தபோதிலும், இந்தியாவிலுள்ள மூத்த பல அதிகாரவர்க்கத்தினரிடையே எல்லாமும் ஒவ்வொரு நலனும் குடும்பங்களையும், அல்லது கிராமத்தையும் உள்ளடக்கியது என்று கூறிக்கொள்ளும் மக்கள்தொகை ஆவணக்கூறுகள் முன்விருப்பத்தேர்வாக இருப்பதை நாங்கள் கவனித்திருக்கிறோம். இது ஏன் என்பதை எங்களால் புரிந்துகொள்ளமுடியவில்லை. இத்தகைய ஒரு மாபெரும் புள்ளிவிவர அடித்தளம் மாதிரிப்பிழைகள் இல்லாததாக இருந்தாலும் இதனுடைய மற்ற பாதிப்பை ஏற்படுத்தும் தன்மைகள் ஏராளம். குறிப்பாக இந்தியாவில் மக்கள்தொகைக் கணக்கெடுப்பு அற்புதமான ஒரு மாதிரி அளவாய்வைவிட 10,000 மடங்கு பெரியது. எனவே, இது பெருமளவிலான அளவாய்வர்களைக்கொண்ட அமைப்பால் திரட்டப்படவேண்டும். நடைபெற்றுக்கொண்டிருக்கும் துப்புரவு அளவாய்வுக்கு இப்போது கிடைக்கும் செயல்படும்திறன் ஆதாரவளங்களைக்கொண்டு அத்தகைய ஒரு நடவடிக்கையின் தரத்தை உறுதிப்படுத்துவதும் மேற்பார்வை செய்வதும் முற்றிலும் சாத்தியமற்றது. மேலும் முற்றிலும் தேவையற்றது. சரியான அளவாய்வர்களை சரியான கேள்விகளைக் கேட்கவைக்கும் ஓர் உயர்தரம் வாய்ந்த மாதிரி அளவாய்வு செலவு குறைவானது. ஒரு திட்டத்துக்குள் உள்ள பேரார்வத்திலிருந்து திறந்தவெளி

மலம்கழிப்பை ஒழிப்பதற்குத் தேவையான புள்ளிவிவர ஆவணக் கூறுகளை உருவாக்கலாம்.

முந்தைய அத்தியாயத்தில் நாங்கள் விளக்கியதுபோல, துப்புரவு பற்றிய அதிகாரப்பூர்வ ஆவணக்கூறுகள் கழிப்பிடம் கட்டுவதற்கான நிர்வாகப்பதிவுகளாக உள்ளன. அவை கழிப்பிடங்கள் கட்டப்படுவதை உறுதிப்படுத்துவதை தங்கள் வேலையாகக்கொண்ட அதே ஆட்களால் பதிவுசெய்யப்பட்டுள்ளன. அத்தகைய புள்ளிவிவர ஆவணக்கூறுகள் அவர்களுடைய கணக்கிடும் நோக்கத்தைக் கொண்டுள்ளன. அவை முக்கியமான இரண்டு வகைகளில் முழுமையற்றவை. அவை திறந்தவெளியில் மலம்கழிக்கும் மனப்பான்மையை அளவிடுவதில்லை. அந்த மனப்பான்மையை மாற்றுவதுதான் கழிப்பிடங்கள் கட்டப்படுவதன் முக்கியவிளைவாக இருக்கவேண்டும். மேலும் அவை உள்ளூர் நிர்வாகத்தினரிடமிருந்து சுதந்திரமாக செயல்படும் தகவல் ஆதாரங்கள் அல்ல. சுதந்திரமான அளவாய்வு புள்ளிவிவர ஆவணக்கூறுகளைப் பெற்றிருப்பது, கொள்கைமுடிவெடுப்பவர்களை ஆதாரவளங்களை பங்கீடுசெய்வதற்கும் அவை தேவைப்படும் இடங்களில் கவனம் செலுத்துவதற்கும், பயன்களை ஈட்டும் இடங்களிலிருந்து நம்பத்தகுந்தவை எவை என அறிந்துகொள்வதற்கும் அனுமதிக்கும்.

ஆராய்சியாளர்களை தத்துவார்த்தரீதியாக உண்மைத்தன்மைக்கு அர்ப்பணிக்கப்பட்டவர்கள் என நாங்கள் அங்கீகரிக்கிறோம். ஆனால், கொள்கைவகுப்பதிலும்கூட உண்மைத்தன்மையின் நடைமுறைப்பயன்கள் உள்ளன. திறந்தவெளி மலம்கழிப்பு மிக வேகமாக ஒழிக்கப்பட்டுவருகிறது என்ற பிம்பத்தை முன்நிறுத்துவது, மேலும் பல உயிர்களைக் காப்பாற்றுகிற இன்னும் ஒரு நல்லகொள்கையை உருவாக்கும் வாய்ப்பை தட்டிக்கழிக்கிறது. மேலும் பிறநாடுகளில் உள்ளதைப்போல இல்லாமல், இந்தியாவின் துப்புரவுக்கொள்கை ஒரு தேர்தல் ஜனநாயகத்தில் உருவாக்கப்படுகிறது. எனவே உண்மைத்தன்மைவாய்ந்த அம்சங்களும், துப்புரவுக்கொள்கை பற்றிய புள்ளிவிவரங்களும் ஜனநாயக நம்பகத்தன்மையையும் நமது காலத்தில் மாபெரும் மானுடவளர்ச்சியின் சவால்களில் மிகச்சரியான ஆர்வம்கொண்ட ஒருவர் யார்? என்பதையும் எல்லா இடங்களிலும் ஒவ்வொருவருக்கும் தெரிவிப்பது என்ற கூடுதல் பயன்களையும் தருகிறது.

பரிந்துரை 2: கலாசாரம், விருப்பத்தேர்வுகள் மற்றும் சாதிபற்றி பேசுங்கள்

மக்கள் விருப்பத்தேர்வுகளைச் செய்கிறார்கள். சிலநேரங்களில் இந்தத்தேர்வுகள் மற்றவர்களுக்குத் தீங்கை ஏற்படுத்துகின்றன. ஒவ்வொருவரும் தவறுசெய்கிறார்கள். ஒவ்வொருவரும் ஊக்குவிப்புகளுக்கு உடன்படுகிறார்கள். ஒவ்வொரு மனிதனும் காலத்துக்குக்காலம், அவ்வப்போது நடக்கும் எதிர்மறை வெளிப்புற நிகழ்வுகளுக்கும்கூட பொறுப்பானவர்கள்தான். ஏழைமக்களும்கூட.

சிலநேரங்களில் ஏழைமக்களும்கூட சரியாக நடந்து கொள்வதில்லை என்ற உண்மையின்மீது கட்டமைப்பது வளர்ச்சித்தொழில்துறையினர் பலருக்கும் ஒரு சவாலாக உள்ளது. தாழ்ந்தசாதி ஏழைமக்களான அக்கம்பக்கத்தவருக்கு எதிராக, கிராமப்புற ஏழை மேல்தட்டு மக்கள் பாரபட்சம் காட்டுகிறார்கள். இது வேதனைகளை ஏற்படுத்துகிறது. எளிய கழிப்பிடத்தைக் கட்டவும், பயன்படுத்தவும்கூடிய மக்கள் அதற்குப்பதிலாக திறந்தவெளியில் மலம்கழிக்கும்போது அதை எவரொருவரும் ஆட்சேபிக்காவிட்டாலும்கூட, அவர்கள், அவர்களது அக்கம்பக்கத்தவர்களின் குழந்தைகளைத் துன்புறுத்துகிறார்கள். இது பாதிக்கப்பட்டவர்களை குற்றம்சாட்டுவது அல்ல என்று ஏற்றுக்கொள்கிறார்கள் - ஆனால் பாதிக்கப்படுபவர்கள் இன்றைய குழந்தைகள்.

ஏழைமக்களிடம் தீங்கை தேர்ந்தெடுப்பதற்கான சக்தி இருக்கிறது என்பதை ஒப்புக்கொள்வதை ஒருவேளை தவிர்ப்பது, வளர்ச்சி வாசகங்களை, துரதிர்ஷ்டவசமான மனப்பான்மைகளை வறுமையின் இயற்பண்புகளாக்குகிறது. உலக சுகாதார அமைப்பு தனது உண்மையை விவரிக்கும் அறிக்கைகளில், 'உலக மக்கள் தொகையில் 13% திறந்தவெளியில் மலம்கழிக்க வற்புறுத்தப்படுகிறது' என்று எழுதுகிறது. தனது 'உலக தண்ணீர் மற்றும் சுகாதாரம் பற்றிய அறிக்கை 2015' இன் முன்னுரையில் ஐ.நா.வின் துணைப்பொதுச்செயலாளர், 'திறந்தவெளி மலம்கழிப்பு அளவுகடந்த வறுமையின் வெளிப்பாடுகளில் ஒன்று' என எழுதுகிறார். இந்த இரண்டு கூற்றுகளிலும் எதுவுமே உண்மை அல்ல. திறந்தவெளி மலம்கழிப்பு உலகின் மிக ஏழைகளான மக்களிடையே முழுகவனத்தையும் குவிக்கவில்லை. திறந்தவெளியில் மலம்கழிக்கும் பெரும்பாலான மக்கள் எளிய

கழிப்பிடங்களைக் கட்டக்கூடிய குடும்பங்களில் வாழ்கிறார்கள். எங்களது SQUAT அளவாய்வில் ஒரு கழிப்பிடத்தையோ அல்லது கழிவறையையோ சொந்தமாகக் கொண்டிராத 80% குடும்பங்கள் செல்லிடப்பேசிகளை சொந்தமாக வைத்திருக்கிறார்கள். மேலும் 30% குடும்பங்கள் ஒரு தொலைக்காட்சிப் பெட்டியை சொந்தமாக வைத்திருக்கிறார்கள். தரையில் குறைந்த அளவு பாதுகாக்கப்பட்ட ஒரு குழியைத் தோண்டுவது கிராமப்புற மக்களுக்கு சாத்தியமானதுதான். திறந்தவெளியில் மலம்கழிப்பவர்களில் சிலர் ஏற்கனவே சொந்தத்தில் கழிப்பிடம் வைத்திருப்பவர்கள்தான்.

ஏழைமக்களின் முடிவெடுக்கும் சக்தியை மறுப்பது அடிக்கடி 'அடையும் உரிமை'யை அளவிடுவது என்ற நுட்பமான வடிவத்தை எடுத்துக்கொள்கிறது. திறந்த வெளியில் மலம்கழிக்கும் மக்கள், துப்புரவுக்கு 'உரிமை' இல்லாத மக்களாகிவிடுகிறார்கள். WHO-UNICEF கூட்டுமேற்பார்வைத் திட்டத்தின் 2015 அறிக்கையில் 51 பக்கங்களில் 'துப்புரவுக்கு உரிமை' என்ற 75 குறிப்புகளை நாங்கள் கணக்கிட்டோம். உலக துப்புரவு இலக்குகளை அடைவதில் இந்த உலகத்தின் தோல்விகளைப்பற்றி விவாதிக்கும்போது அந்த அறிக்கை கூறுகிறது: 'பெறுவதற்கான உரிமை இல்லாத மக்கள்தொகையின் வீதத்தை பாதியளவு ஆக்குவது என்ற இலக்கை அடைவதில் தோல்வியுற்றதற்கு மாறாக, தற்போதைய மக்கள்தொகையில் 32%கூட அடையும் உரிமையை தருவதற்கு தெற்கு ஆசியா ஒருபோதும் எதையும் செய்யவில்லை'. தெற்கு ஆசியா என இந்த சொல்லாட்சி முகமைகளுடன் செயல்படுகிறது. ஆனால், ஏழைமக்கள் அவ்வாறு இல்லை.

திறந்தவெளி மலம் கழிப்பை சுகாதாரத்துக்குள்ள உரிமையின் பின்னடைவோடு ஒப்பிடுவது திறந்தவெளியில் மலம்கழிப்பதை தேர்வுசெய்யும் ஏழைமக்களின் சுதந்திரத்தை மறுப்பதாக உள்ளது. எவரொருவரும் அவ்வாறு செய்யக்கூடாது என நாங்கள் விரும்புகிறோம். ஆனால், அவர்கள் செய்கிறார்கள். இந்த வார்த்தைத்தேர்வு முக்கியமானது. இது திறந்தவெளி மலம் கழிப்பை ஒரு பிரச்சனையாகவும், அது வெறுமனே கழிப்பறை பாகங்களை அளிப்பதன்மூலம் தீர்வுகண்டுவிடலாம் என தவறாகக் கணிக்கிறது. இதன்பொருள், அது நம்மைத் தீர்வுகள் காண்பதிலிருந்து திசை திருப்புகிறது. மேலும் அது, வறுமையால் யாருடைய விருப்பத்தேர்வு கட்டுப்படுத்தப்பட்டுள்ளதோ அந்த ஏழைமக்களின் மனித இனத்தைப் பாதுகாப்பற்றதாக்குகிறது.

ஆனால், அந்த வறுமை ஒழிக்கப்படவில்லை. அசோக்சிங் (அத்தியாயம் 4இல்) உண்மையில் கழிப்பிடத்தைப் பெறுவதில் உரிமை இல்லாமலிருந்திருந்தால், திறந்தவெளியில் மலம்கழிக்கவேண்டிய நிலைக்கு உள்ளாகியிருந்தால், அவர் தனது கழிப்பிடக்குழியை காலிசெய்ய தனது விதியை அழைத்திருக்கமாட்டார்.

தங்களது அக்கம்பக்கத்தவருக்கு தீங்குவிளைவிக்கும் ஏழைமக்களின் விருப்பத் தேர்வுகளை ஒப்புக்கொண்டால், வளர்ச்சித்துறையிலுள்ள பலருக்கும் கலாசாரத்தின் விளைவுகளை அதிகாரபூர்வ பாடநூல்களில், திட்டங்களில் மற்றும் திட்டவடிவமைப்புகளில் உட்புகுத்துவது மிகப்பெரிய சவாலாகிவிடும். சாதியத்தைப்பற்றி பேசுவது குறிப்பாக இந்திய அரசுக்கு சிரமமாகிவிடும். சாதியத்தை தன்னளவில் மறுக்கிற ஓர் அதிகாரவர்க்கத்தவர்கூட, அவர் முதன்மையாக உயர்தர சாதிகளிலுள்ள சகாக்களோடு பணியாற்ற வேண்டியிருக்கும் என்பதை அறிவார். பன்னாட்டு வளர்ச்சி அமைப்புகள் உள்நாட்டு அரசியலிலிருந்து மிகவும் தனிமைப்பட்டவை. ஆனால் அவற்றுக்கும்கூட குறைந்தபட்சமாக இரண்டு நிபந்தனைகள் உள்ளன. முதலாவதாக, பன்னாட்டு வளர்ச்சித்தொழில்துறையினர் பலரும் கலாசாரத்தின் சமூக அரசியலை விவாதிப்பது மனித இனப்பரப்பின் மத்தியத்துவத்துக்கு இழுத்துச்சென்றுவிடும் அல்லது குழப்பிவிடும். அல்லது காலனியவாதிகளின் சார்புக்குக் கொண்டுசென்றுவிடும். இவை இரண்டும் தவிர்க்கப்பட வேண்டும் என்று அஞ்சுகிறார்கள். இரண்டாவதாக, திட்டமிடுவோரும்கூட கலாசார வேறுபாடுகளின் தாக்கங்களை உறுதியாக அறிந்துள்ளார்கள். அவர்கள் அவ்வப்போது மிகப்பெரிய பன்னாட்டு அமைப்புகளில் பணியாற்றுகிறார்கள். அங்கு புவியியல், தரவரிசைகளோடு இணைக்கப்பட்டிருக்கிறது. எனவே மிக உயர்ந்த முதலாளிகள் எல்லா இடங்களுக்குமான தீர்வுகளில் மிகுந்த ஆர்வம் கொண்டிருக்கிறார்கள்.

இவை, வளர்ச்சியில் கலாசாரத்தின் கண்களுக்கு புலப்படாத தன்மையை ஏற்படுத்தக்கூடும் என்பது எவ்வளவு புரிந்துகொள்ளக்கூடியதோ, அந்த அளவுக்கு எங்கே இது பொருத்தப்படக்கூடியதோ அந்த நிகழ்வுகளில் கலாசாரத்தை

புறக்கணிப்பதற்கான காரணங்கள் போதுமானவை அல்ல. கலாசாரத்தால் மனப்பான்மையை வடிவமைக்க முடியும் என்பதில் கேள்விக்கே இடமில்லை. அதன்வழியில் மக்கள்தொகை நெடுகிலும் பிறப்பு - நோய்- இறப்பு மற்றும் சுகாதார ஆரோக்கிய வெளிப்பாடுகளிலும் முக்கியமான வேறுபாடுகளை ஏற்படுத்தமுடியும். தெற்கு ஆசியாவிலுள்ள மக்கள் முன்னுரிமை பல கோடிக்கணக்கான சிறுமிகள் மற்றும் பையன்களின் சராசரி உயரம் மற்றும் இறப்புவீதங்களின்மீது பின்விளைவுகளைக் கொண்டிருக்கிறது. பிறப்பு - நோய் - இறப்புத் துறையினரால் மது அருந்துதல் வயதுவந்தவர்களின் இறப்புவீதத்தில் முக்கியப்பங்கு வகிக்கிறது- குறிப்பாக ரஷ்யாவில் என அங்கீகரிக்கப்பட்டுள்ளது. உலக சுகாதார அமைப்பு புதைக்கும் சடங்குகள், குறிப்பாக, இறந்த உடல்களைக் குளிப்பாட்டுவது மேற்கு ஆஃப்ரிக்காவில் 2014இல் எபோலா வெடித்துச்சிதறியதில் முக்கியமான அம்சங்களாக பங்களித்தன என்று கூறுகிறது. நிபுணர்கள் சரியான தகவல்கூறுகளை விவாதிக்கிறார்கள். ஆனால், தெற்கு மற்றும் வடக்கு ஆஃப்ரிக்காவிலுள்ள HIV-AIDS கொள்ளைநோய்களின் தீவிரம் பாலின பங்குதாரர் அமைப்பின் வடிவங்கள் காரணமானவை. அவை உலகின் மற்ற மக்கள்தொகையில் வழக்கமானதல்ல என்பது தெளிவாக உள்ளது. தங்கள் வாழ்வில் மதம் முக்கியமானது என்று தெரிவிக்கும் அமெரிக்கர்கள், குறைந்த மதஉணர்வுகொண்ட அமெரிக்கர்களைவிட உண்மையான அதிக கருவளத்தைப் பெற்றிருக்கிறார்கள்.

பன்னாட்டு வளர்ச்சிமுகமைகளும், தொழில்துறையினரும் மிகவும் கவனமாக இனப்பரப்பின் மத்தியத்துவத்தை தவிர்ப்பதை எதிர்பார்ப்பதற்கு எல்லாக் காரணங்களும் உள்ளன. ஆனால், சமூக மற்றும் கலாசார அம்சங்களின் சாத்தியத்தை மறுப்பதற்கு ஒரு பக்கச்சார்பை தவிர்ப்பது தேவைப்படவில்லை. மேலும், இந்தப்பிரச்சனை பன்னாட்டு முகமைகளிடையே மட்டும் இல்லை. இந்திய அரசின் கிராமப்புற தூய்மை இந்தியா இயக்கத்தின் வழிகாட்டு நெறிமுறைகள் 'சாதி' என்ற வார்த்தையை, 'பங்கு மற்றும் உட்படுத்துதல்' என்ற துணைப்பிரிவில், ஒரே ஒருமுறை மட்டுமே பயன்படுத்துகிறது. இன்னும்கூட, கொள்கை உருவாக்குவோர் பால்வகை பற்றி பேசுவதைக் கற்றுக்கொண்டிருக்கிறார்கள். மேலும் பாலினத்தேர்வு, கருக்கலைப்பு மற்றும் பெண்குழந்தைப்பிறப்பு பெருக்கம் போன்ற துரதிர்ஷ்டவசமான கலாசார சவால்கள்

பற்றியும்கூட பேசத்தெரிந்திருக்கிறார்கள். இவை சிரமமானதும், நயமானதுமான உரையாடல்கள். நாங்கள் அனைவரும் இதுபோலவே தொடர்ந்துகொண்டிருக்கின்ற, வளர்ந்துகொண்டிருக்கின்ற சாதி மற்றும் தீண்டாமை, புனிதம் மற்றும் தீட்டு பற்றி பயனுள்ள வகையில் பேசத் தெரிந்துகொள்ளவேண்டும்.

நடைமுறையில் சமூக சமத்துவத்தை மேம்படுத்துவதற்காகப் பணியாற்றிக்கொண்டிருக்கும் மக்கள், அவர்கள் மற்ற சமுதாயங்களில் செய்வதுபோல் அரசியல் சவால்களை சந்திப்பார்கள். அதிகாரத்தை ஒருமுகப்படுத்துவதை ஓர் ஆய்வுப்பிரச்சனையாக மேற்கொண்ட ஆஷிஷ்குப்தா, அன்கிடா அகர்வால் மற்றும் ஜீன்ட்ரெஸ்ஸே ஆகியோர் கொள்கை உருவாக்குவோர் மற்றும் ஆணையிடும் பதவிகளில் அலகாபாத்தில் உள்ளவர்களின் சாதி சேர்மானம்பற்றி புலனாய்வு செய்தார்கள். பிரஸ் கிளப், பல்கலைக்கழக கலையியல் குழு, வழக்கறிஞர்கள் சங்கம் (பார் அஸோஸியேஷன்) காவல்துறை, தொழிற்சங்கங்கள், அரசுசாரா நிறுவனங்கள், ஊடக அலுவலகங்கள் பிற பொதுத்துறை நிறுவனங்கள் - இவை மேல்சாதியை சார்ந்த சிறுகுழுவினரால்-குறிப்பாக பிராமணர்கள் மற்றும் கயஸ்தாக்களால் மிகப்பெருமளவில் ஆதிக்கம் செலுத்தப் பட்டவையாக மாறியிருந்தன. சாதியம், புனிதம் மற்றும் தீட்டு விதிமுறைகள் ஆகியவற்றை எதிர்த்துப் போரடுவதைச்சுற்றி உருவாக்கப்பட்ட திறந்தவெளி மலம் கழிப்புக்கான ஒரு தீர்வு அங்கு உள்ளதா என்பது தெளிவாக இல்லை. சாதியம், புனிதம் மற்றும் தீட்டு விதிமுறைகள்கூட போதுமான அளவுக்கு சமூகரீதியாகவும், அரசியல்ரீதியாகவும் ஏற்றுக்கொள்ளத்தக்கவாறு கொள்கை உருவாக்குவோருக்கு புனிதப்படுத்தப்பட்டுவிட்டன.

கிராமப்புற இந்தியாவில் திறந்தவெளி மலம் கழிப்புக்கு சாதி மிகவும் முக்கியமானதாக இருப்பது ஏனென்றால் கழிப்பிடக் குழிகளின் புலனுணர்வுக்கான அதன் பின்விளைவுகளால். ஆனால், சாதியம்கூட திறந்தவெளி மலம்கழிப்பை முடிவுக்குக் கொண்டுவரும் கொள்கை அணுகுமுறையில் தனது தாக்கங்களைக் கொண்டிருக்கிறது. மற்ற வளரும் நாடுகளில் பொதுவாகப் பயன்படுத்தப்படும்- அவற்றில் ஒரு கிராமம், ஒரு சமுதாயமாக ஒன்றுபடவேண்டும்- திறந்தவெளி மலம் கழிப்பை முடிவுக்குக் கொண்டுவர, பகிர்ந்துகொள்ளும்

கடமைப்பொறுப்பை ஏற்றுக்கொண்டாக வேண்டுமென எதிர்பார்க்கப்படுகிறது. கழிப்பிடக் கட்டுமானத்தின் மீதான மனப்பான்மை மாற்றத்துக்கு அழுத்தம்தர இத்தகைய அணுகுமுறைகள்தான் சரியானவை. எவ்வாறாயினும், கவலையளிக்கும் விதத்தில் திறந்தவெளி மலம் கழிப்பு பொதுவாக இருந்துவரும் வட இந்திய கிராமங்கள் நல்லிணக்க உறவுகளை அபூர்வமாகவே கொண்டுள்ளன. 'சமுதாயம்' என்ற வார்த்தை 'சிறிய நகரம்' அல்லது 'புவியியல்பகுதி' என்றே அர்த்தப்படுகிறது. இந்திய ஆங்கிலத்தில் ஒருவருடைய இயற்பியல் சார்ந்த அக்கம்பக்கத்தவரை இது குறிப்பதில்லை. ஒருவருடைய 'சமுதாயம்' சாதியாக அல்லது மதம்சார்ந்த குழுவாக இருக்கிறது. இந்தியாவில் மனிதவள மேம்பாட்டு அளவாய்வு 'அதிகமான சாதிகளுக்கிடையில், அதிகமான மோதல்கள் உள்ள கிராமங்கள் எங்கு உள்ளனவோ அங்கு அதிகமான மக்கள் திறந்தவெளிகளில் மலம் கழிக்கிறார்கள்' என அறிவிக்கிறது.

இது மயிர்பிளக்கும் வாதம்போல ஒலித்தாலும், இந்த எடுத்துக்காட்டுகள் நாம் 'சாதி' மற்றும் 'சாதியம்' ஆகியவற்றுக்கிடையே வேறுபடுத்திப் பார்க்கவேண்டும் என்று எங்களிடம் கூறுகிறது. இந்தியர்கள் சாதியால் சமத்துவமின்மையில் வருந்துகிறார்கள் என்பது ஒரு துன்பியல் நிகழ்வாக உள்ளது. கழிப்பிட உரிமைத்தன்மை உள்ளிட்ட ஒவ்வொரு சுட்டிக்காட்டலிலும் பெரும்பாலும் கீழ்சாதி குடிமக்கள் தங்கள் அக்கம்பக்கத்தவர்களான உயர்சாதியினரைவிட மிகமோசமாகவே காலம்கழிக்கிறார்கள். ஆனால், மக்களுக்கிடையிலான இந்த ஏற்றத்தாழ்வுகளுக்கு அப்பால் அங்கே சாதியத்தின் மேலும் பல பின்விளைவுகள் - அதன் சிந்தனைகள் மற்றும் அதன் பிளவுபடுத்தும் தன்மைகள் - ஒவ்வொருவருக்கும் உள்ளன. இவற்றின் பின்விளைவுகளில் ஒன்றாக தொடர்ந்து நீடித்துவரும் திறந்தவெளி மலம்கழிப்பு உள்ளது. தங்களுடைய பங்குக்கு அரசு அமைப்புகளிலிருந்தும், பன்னாட்டு முகமைகளிடமிருந்தும் வரும் பல அறிக்கைகள் சாதி தரவரிசையில் மக்களிடமும், குடும்பங்களிடமும் ஏற்றத்தாழ்வுகள் - சமத்துவமின்மைகள் உள்ளன என்று குறிக்கின்றன. அடுத்தகட்ட நடவடிக்கை சாதிய சமூகம் இருப்பதை ஒப்புக்கொண்டு, அவற்றால் ஏற்படும் பரவலான விளைவுகளுக்கு எதிராக செயலாற்றுவதுதான்.

இந்தியச் சமுதாயத்தில் சிறுசிறு கூறுகளாக பிளவுபட்டிருப்பதன் பல்வேறு பரிமாணங்கள் பல பின்விளைவுகளைக் கொண்டிருக்கும். அவை, துப்புரவின்மீதான கூட்டு நடவடிக்கையைத் தடுப்பதற்கு அப்பாலும் மிகத்தொலைவுக்கு விரிவடைந்து உள்ளன. மனிதஇனத்தின் இருபதாம் நூற்றாண்டின் கொடுமைகள்மீதான நீண்ட பிரதிபலிப்பாக ஒரு பக்கத்தில் உளவியல், சமூகவியல் மற்றும் அரசியல் சார்ந்த மனிதக்கொடுமைகள் சக்திகளும், இன்னொரு பக்கத்தில் தத்துவஞானி ஜோனதன் குரோவர், 'நீதிநெறிமுறை ஆதாரவளங்கள்' என்று அழைக்கும் கூறுகளுக்கு இடையிலான ஒரு போராட்டத்தை அவர்(ஜோனதன்) முன்வைக்கிறார். இவற்றின்மீது நாம் நம்பிக்கை கொள்ளலாம். வன்முறையில் திடீர் நிலைமாற்றம், நீதிநெறிமுறை அடையாளங்கள் போன்ற மக்களின் உளவியல் போக்குகள், 'மற்றவர்களுக்கு தங்களால் ஏற்படும் தீங்குகளைக் கட்டுப்படுத்தும், பரிவுணர்வில் மனித எதிர்வினையை ஏற்படுத்தும். ஒவ்வொரு சமுதாயத்திலும் உள்ள மக்கள் இந்த நீதிநெறிவளங்களைக் கொண்டிருக்கிறார்கள். ஆனால், அவை தோற்கடிக்கப்படலாம்; நீதிநெறிவளங்கள் 'என்னைப்போல' என்று மக்களை நோக்கி திருப்பப்படும்போது- அதாவது குழுவில் உள்ள ஒருவரை நோக்கி - அவை மிகுந்த ஆற்றல் வாய்ந்தவைகளாகின்றன. எனவே, பீட்டர்சிங்கர் கூறுவதுபோல, எப்போதும் பெரிய குழுவுக்குள் 'விரிவடைந்த வட்டம்' வழியாக அது மற்றவர்களை ஒழுக்கமுறையில் தன்னைப்போன்றே ஒருவரை அங்கீகரிக்கிறது.

ஆனால், மிகவும் பிளவுபட்டுக்கிடக்கும் இந்திய சமூகத்தில் - எங்கே ஒவ்வொரு மற்றநபரும் வயது, பாலினம், குடும்பத்தில் வகிக்கும்பங்கு, சாதி அல்லது மதம் காரணமாக சில முக்கியமான வகைகளில் வேறுபட்டுள்ளார்களோ அங்கு - நெறிமுறைவளங்கள் செங்குத்தான போராட்டங்களை எதிர்கொள்கின்றன. அம்பேத்கர் இதை சாதியை அழித்தொழித்தல் நூலில் அங்கீகரிக்கிறார்.

> *சாதி பொதுஉணர்வைக் கொன்றுவிட்டது; சாதி பொதுநலஉணர்வை அழித்துவிட்டது; நற்பண்புகள் சாதி சார்ந்தவைகளாகிவிட்டன; மேலும் ஒழுக்கநெறிமுறை சாதிக்கட்டுமானம் ஆகிவிட்டது. தகுதியுடையவர்களுக்கு எந்தவொரு பரிந்துணர்வும் அங்கே இல்லை; பாதுகக்கப்படவேண்டிய திறமை*

அங்கே போற்றப்படுவதில்லை. தேவையுள்ளவர்களுக்கு அங்கே நலஉதவிகள் இல்லை.'

ஐம்பது ஆண்டுகளில் - அது முப்பதாகவோ அல்லது எழுபதாகவோ இருக்கலாம் கிராமப்புற இந்தியாவிலிருந்து திறந்தவெளி மலம்கழிப்பு இறுதியாக ஒழிக்கப்படும்போது, மக்கள் பலரும் இவ்வாறு நிறைவேற்றிமுடிக்கப்பட்டதைக் கொண்டாடுவார்கள். நமது வகையினத்தின் வரலாற்றில் இத்தகைய ஒரு முக்கியமான சாதனைக்கான நன்றிக்கடன் பலபல மக்களோடு பகிர்ந்துகொள்ளப்படவேண்டும். நாங்கள் அதுவரை வாழ்வோமானால், நாங்களும்கூட அதைக் கொண்டாடுவோம். ஒருவேளை எங்கள் சுவரின்மீது பளபளப்பான அதிகார வர்க்கத்தின் அறிக்கை உள்ள வண்ணமயமான சுவரொட்டி வரைபடங்களை தொங்கவிட போதுமான காலத்துக்கு நாங்கள் நீண்டு வாழக்கூடும்.

கலாசார மற்றும் சமூக சக்திகள் எவ்வாறு ஒவ்வொரு நபரின் விருப்பத்தேர்வுகளிலும் சிலநேரங்களில் தீங்கு நிறைந்ததாகவும் செல்வாக்கு செலுத்துகின்றன என்பது பற்றிய கடினமான உரையாடல்களை நிகழ்த்துவதுபற்றி தெரிந்துகொள்வது வரப்போகும் அடுத்தநாளுக்கு முடுக்கிவிடும். மிக அண்மையில் வெளியிடப்பட்ட கர்லாஹோப், வருண்சௌரி ஆகியோர் தலைமையிலான 'மனம், சமூகம், மனப்பான்மை' என்ற உலகவங்கியின் வளர்ச்சி அறிக்கை ஒரு நம்பிக்கையூட்டும் நடவடிக்கையாக உள்ளது. இந்த மிகத்தெளிவான அறிவிப்பில் அதன் ஆசிரியர்கள் மக்கள் எதைச்செய்யத் தேர்ந்தெடுக்கிறார்கள் மற்றும் அதை அவர்கள் எவ்வாறு புரிந்துகொள்கிறார்கள் என்பதை அழுத்தமாகக் கூறியுள்ளார்கள்.

தங்கள் விருப்பத்தேர்வுகளை செய்கிறோம். அவை செயல்படுத்தப்படுகின்றன என்பதை ஏழைமக்கள் அறிந்துள்ளார்கள். இந்த அறிக்கையின் ஆசிரியர்கள் ஜகார்த்தா, நைரோபி மற்றும் லிமாவில் உள்ள மக்களிடம், 'எதிர்காலத்தில் எனக்கு என்ன நடக்கிறதோ அது பெரும்பாலும் என்னைப் பொருத்தது' என்ற வாக்கியத்தை அவர்கள் ஒத்துக்கொள்கிறார்களா? என்று கேட்டார்கள். அந்த எல்லா மூன்று நகரங்களிலும் 80% பதிலளித்தோர், 'ஆம்'

என்றார்கள். அதேநேரத்தில் இந்த ஆசிரியர்கள் உலகவங்கியின் அலுவலர்களிடம், 'ஏழைமக்கள் தங்களைப்பற்றி என்ன சொல்வார்கள் என்று நம்புகிறீர்கள்?' என்றும் கேட்டனர். இந்த வளர்ச்சித்தொழில்துறையினர், 'பதிலளிப்பவர்களில் 80% மட்டுமே தங்கள் சொந்தவாழ்வின்மீது அவர்கள் கட்டுப்பாட்டைக் கொண்டிருப்பதாக ஒப்புக்கொள்வார்கள்' என்று கணித்தனர். திறந்தவெளி மலம்கழிப்பு போன்ற மனப்பான்மைகளை மாற்றுவதற்கான கொள்கையை உருவாக்குவது ஏழைமக்கள் தங்கள் விருப்பத்தேர்வுகளுக்கு பொருத்தமானவை என்று அடையாளம் காண்பதிலும், ஏழைமக்கள் எதைச்செய்ய வற்புறுத்தப்படுகிறார்கள் என்பது பற்றிய பன்னாட்டு வளர்ச்சியின் புலனுணர்விலும் செலுத்தப்படும் செல்வாக்குகளுக்கு இடையிலான இடைவெளியை அகற்றுவது தேவையாகும்.

'மனித சமுதாய வாழ்வு ஒரு நதியைப்போல சமூகங்களின் வழியே பாய்ந்து கொண்டிருக்கிறது. அது பாய்ந்துசெல்லும் தண்ணீர் நதிக்கரைகளில் உள்ள கற்களை வடிவமைப்பதுபோல, இடைவிடாமல் தொடர்ச்சியாக தனிநபர்களை வடிவமைக்கும் நீரோட்டமாக இருக்கிறது. கொள்கை உருவாக்குவோர் ஒன்று, இந்த சமூக நீரோட்டங்களோடு பணியாற்றவேண்டும், அல்லது அவற்றைப் புறக்கணித்து தாங்களாகவே ஆற்றோட்டத்தில் எதிர்நீச்சலிட வேண்டும்' -இவ்வாறு எழுதுகிறது உலகவளர்ச்சி அறிக்கை. 'ஆனால் இத்தகைய சிந்தனைகள் அம்பேத்கரின் எழுத்துகளைக்கொண்ட ஒரு புத்தக அலமாரியைப் பகிர்ந்துகொள்ளவேண்டும்'. இந்த அறிக்கை புதிய பிரச்சனைகளுக்கு எவ்வாறு தீர்வுகாண்பது என்பதை, மனித இனப்பரப்பு பற்றிய விஞ்ஞான விளக்க ஆய்வியலின் திண்மையான கலாசார விளக்கஉரையால், சுதந்திரமான அளவீட்டு முறைகளால், மற்றும் வளர்ச்சித்தொழில்துறையினரின் கண்களுக்குத் தெரியாத இடங்களை, அவர்களது சிந்தனையால் தெரிவிக்கப்பட்ட, முயன்று தவறிக்கற்றல் என்ற மறுசெய்கைமூலம் கற்றுக்கொள்ளவேண்டும்' என்ற அறைகூவலுடன் முடிவடைகிறது.

பரிந்துரை 3: தூய்மைக்கேடு மற்றும் குழிகள் பற்றிய உத்திகளை சோதிக்கவும், மாற்றியமைக்கவும் வேண்டும்

ஒருமுறை திறந்தவெளி மலம்கழிப்பு அளவெடுக்கப்பட்டு அதை முடிவுக்குக் கொண்டுவர வழிகாணப்பட்டுவிட்டால், ஒருமுறை கொள்கை உருவாக்குவோர் தங்களது நடவடிக்கைகளை சாதியத்தில் உள்ள திறந்தவெளி மலம்கழிப்பின் தோற்றுவாயைச் சூழ்ந்து துவக்கிவிட்டால், அதன் விவரங்களுக்குள் செல்லவேண்டிய நேரம் இதுதான். கிராமப்புற இந்தியாவில் கழிவுநீக்கத் துப்புரவுத் திட்டங்கள் எந்த சரிநுட்பமான நடவடிக்கைகளை மேற்கொண்டுள்ளன? எங்களிடம் சில ஆலோசனைகள் உள்ளன. நீங்களும், மற்ற சிலரும்கூட ஆலோசனைகளை வைத்திருப்பீர்கள் என்று நாங்கள் நம்புகிறோம். பல கொள்கைப் பிரச்சனைகளில் உள்ளதுபோல், மிகச்சிறந்த அணுகுமுறைகள் செயல் பாட்டையும், ஆராய்ச்சிகளையும் ஒருங்கிணைக்கும். இதன்மூலம் மக்கள் மற்றவர்களின் முயற்சிகளிலிருந்து கற்றுக்கொள்ளவும், மேம்படுத்தவும் முடியும்.

இந்தியாவில் அடுத்துவரும் கிராமப்புற சுகாதாரத்திட்டம் மிகவும் வெற்றிகரமாக அமையவேண்டுமானால், அது இரண்டு விரிவான அணுகுமுறைகளை மேற்கொள்ளவேண்டும் என்று நாங்கள் எதிர்பார்க்கிறோம்: 'உலக அளவில் வழக்கமாக உள்ள கழிப்பிடக்குழிகளை ஏற்றுக்கொள்ள முடியாததாக ஆக்குகிற சாதிய சிந்தனைகளை அது நேரடியாக எதிர்த்து நிற்கவேண்டும் அல்லது திறந்தவெளி மலம்கழிப்புக்கு சாதி ஒரு காரணம் என்பதை ஏற்றுக்கொண்டு, மக்களின் நம்பிக்கைகளில் பெரியகுழிகள் அல்லது தொட்டிகளோடு கழிப்பிடங்களைக் கட்டுவது போன்றவற்றை இடம்பெற வைக்கவேண்டும். ஒவ்வொருவரையும் அடைவதற்கு அது ஒருவேளை இரண்டையும் செய்யவேண்டியிருக்கும். எடுத்துக்காட்டாக, மலக்கழிவுகளை இருப்புவைக்க தரைக்கு கீழே ஒருபெரிய அறையைக்கட்ட ஒவ்வொருவரிடமும் போதுமான நிலம் இல்லை.

இந்த பரந்த கொள்கைகளுக்கு அப்பால் அடுத்த நடவடிக்கையாக எது சோதிக்கப்படவேண்டும்? எங்களுக்குத் தெரியாது. நாங்கள் முதல் அத்தியாயத்தில் எழுதுயதுபோல, நாங்கள் இந்தநூலை நம்மைப் பணியவைத்துவிட்ட ஒரு சவாலுக்கு எதிராக மக்களை ஈர்க்கவே எழுதியுள்ளோம். எங்களது

சோதிக்கப்படாத சொந்த ஆலோசனைகளுக்கு செல்வதற்குமுன் நாங்கள் அடுத்தடுத்து கேட்கின்ற சில ஆலோசனைகளும் அங்கு உள்ளன. அவை வெற்றிகரமானவையாக இருக்கலாம் என்பதில் நாங்கள் சந்தேகம் கொள்ளவில்லை. மேலே நாங்கள் எழுதியுள்ளதைப்போல திட்டத்தைப்பற்றி கணிக்கப்பட்ட எந்தவொரு முன்மொழிவும் சாதி துண்டுகளாக்கப்பட்ட இந்திய கிராமங்கள் ஒன்றுதிரண்டு கூட்டாக திறந்தவெளி மலம்கழிப்பை முடிவுக்கு கொண்டுவருவதாக இருக்கவேண்டும் (அல்லது ஒத்துழைக்கவேண்டும்) என்பது இன்றைய துப்புரவு சவால்களுக்கு ஒருவேளை நீண்டகால நம்பிக்கையாக இருக்கும். அதுபோலவே, ஆசிரியர்கள், கிராம அலுவலர்கள் அல்லது உள்ளூர் தலைவர்கள்மீது நம்பிக்கை வைக்கும் எந்தவொரு அணுகுமுறையும் அவர்களது ஆற்றல்களை கழிப்பிடப் பயன்பாட்டை விரைவில் மேம்படுத்துவதற்காக பயன்படுத்தவேண்டும். (இந்த அலுவலர்களின் சொந்த நம்பிக்கைகளை மாற்றுவதற்கான ஒரு தீவிரத்திட்டம் இல்லாவிட்டால்) மிக அதிகமான ஆசிரியர்களும், தலைவர்களும் மற்ற கிராமங்களின் சாதியக் கண்ணோட்டத்தையும், துப்புரவு நிலைபற்றிய கவனமற்ற முனைப்புகளையும் பகிர்ந்துகொள்வதில் ஒருவேளை சிக்கிக்கொள்ளக்கூடும். எடுத்துக்காட்டாக, இந்திய மனிதவள மேம்பாட்டு அளவாய்வு மக்களிடம், 'அவர்களது குடும்பத்தில் உள்ள யாராவது ஒருவர் பல்வேறு குடியிருப்புகளில் உள்ள மக்களிடம் தனிப்பட்ட கடன்தீர்த்தல் அல்லது பெறுதலுக்கான ஒப்புகைச்சீட்டை வைத்துள்ளார்களா?' என்று கேட்கிறது. உயர்ந்த தரவரிசை சாதிகளிலிருந்து வரும் ஆசிரியர்களில் ஒருபிரிவினர் கிராமப்புற குடும்பங்களில் தனிப்பட்டமுறையில் யாராவது ஒருவர் ஓர் ஆசிரியரை அறிந்துள்ளார். அவர், அந்த ஆசிரியரை அறியாத குடும்பங்களில் உள்ள யாராவது ஒருவரைவிட திறந்தவெளியில் அதிகமாக மலம் கழிப்பதில்லை. இறுதியாக அண்மைக்காலத்தில் பொதுத்திட்டங்களுக்காக 'லேசாகத் தொடும்' அணுகுமுறைகளை பிரயோகிப்பது வழக்கமாகிவிட்டது. சந்தை அல்லது உளவியலில் முழங்கையால் இடித்து மக்கள் கவனத்தைத் திருப்பும் இந்த அணுகுமுறை அவர்களது மனப்பான்மையை மாற்றுவதற்குள் வந்துவிட்டது. - உண்மையில் அவர்களுக்குள் உறைந்துகிடக்கும் முன்னுரிமைகளையோ அல்லது விருப்பங்களையோ மாற்றாமல்- எவ்வாறு இருந்தாலும் இது லேசாக இடித்து கவனத்தை திருப்புவது பற்றிய விமர்சனம் அல்ல. அவை சில பிரச்சனைகளை

மட்டுமே தீர்க்கும். 'சிறிய' கழிப்பிடக்குழிகளின் பிரச்சனைகள் மிகவும் வெளிப்படையாகவும், முழுமையாகவும் கிராமப்புற இந்தியர்கள் பலரின் நம்பிக்கைகளுக்குள் ஆழப்பதிந்துள்ளது. எனவே, இந்த உத்தியின் இலக்குகள் இங்கு வெற்றிபெறுவதில் எங்களுக்கு அச்சம் உள்ளது. ஒருவேளை, ஒரு வெற்றிகரமான திட்டம் இந்த எங்களது கருத்துகளில் எவையாவது தவறு என்று நிரூபிக்குமானால், எங்களுக்குக் கவலை ஏதுமில்லை. மாறாக, அகமகிழ்ச்சி அடைவோம்.

எனவே, அடுத்த எந்த நடவடிக்கை சோதிக்கப்படவேண்டும்? பரிசோதித்துப் பார்க்கப்படவேண்டும்? என்று நாங்கள் விரும்புகின்ற இந்தக் கருத்துகள் தீண்டாமை, புனிதம், தீட்டு மற்றும் கழிப்பிடக்குழிகளின் மீதான தவறான பார்வை - கழிப்பிடக்குழிகள் மிகவிரைவாக நிரம்பிவிடும், அதை கைகளால் காலிசெய்யமுடியாது- ஆகியவை சில எடுத்துக்காட்டுகளாக உள்ளன.

- கழிப்பிடக்குழிகள் நிரம்புவதற்கு அவர்கள் நம்புவதைவிட உண்மையில் நீண்டகாலம் ஆகும் என்பதை மக்களுக்கு கற்றுக்கொடுக்கவேண்டும். மக்கள் இதைச் சரியாக நம்புவதற்கு சில ஆண்டுகள் ஆகும் என்பதற்குமாறாக, சில வாரங்கள், சில மாதங்களே ஆகும். அதிகமான மக்கள் சாதாரண அரசுக் கழிப்பிடங்களில் உள்ள குழிகளை பயன்படுத்த விரும்புவார்கள்.

- மலிவுவிலை இரட்டைக்குழி கழிப்பிடங்கள் பற்றியும், அவை எவ்வாறு வேலைசெய்கின்றன? அவ்வப்போது எவ்வளவு காலத்தில் அவை காலிசெய்யப்பட வேண்டும்? கிராமப்புற இந்தியாவில் அநேக இடங்களில் இவை ஏன் நல்ல துப்புரவு விருப்பங்களாக உள்ளன? என்பதையும் மக்களுக்குக் கற்றுக்கொடுக்க வேண்டும்.

- அது தோல்வியடையும் இடங்களில், அதற்குச் செலவாகும் மேல்மட்டக் கட்டுமானங்களுக்கு மாறாக, பெரிய கழிப்பிடக் கட்டுமானத்திலும், மிகப்பெரிய குழுக்களுக்கும் மானியம் அளிப்பதில் செலவிடுவதை பரிசீலிக்கவேண்டும். இது கட்டாயம் குழிகளை காலிசெய்யும் தேவையை தாமதப்படுத்தும். அதிக மக்கள் கழிப்பிடப் பயன்பாட்டுக்கு பழக்கப்பட்டு வளரும்வரை.

- கைகளால் மலம் அள்ளுவது தொடர்ந்து நிலவிவருவதை ஒப்புக்கொண்டு, அர்த்தமுள்ளவகையில் அதற்கு தீர்வுகாண வேண்டும். அந்த வேலையைச் செய்வதற்கு ஆட்களை நியமிப்பதை அரசு நிறுத்திக்கொள்ளவேண்டும். அதற்கு, 'கைகளால் மலம் அள்ளுவதைத் தடைசெய்வது மற்றும் கழிவுநீர் வடிகால் அமைப்பை தரம் உயர்த்துவதில் கவனம் செலுத்துவது' என்ற சட்டப்பிரிவு 2013இன் கீழ் தடைவிதிக்கப்பட்டது. கைகளால் மலம் அள்ளுபவர்களை வேலைக்கு அமர்த்தும் மக்களை அது வழக்கு விசாரணைக்கு உட்படுத்துகிறது. அது, மக்கிப்போன கழிப்பிடக்குழிகளை காலிசெய்வது, கைகளால் மலம் அள்ளுவது அல்ல என்று தெளிவுபடுத்தியுள்ளது.

- எல்லாவற்றுக்கும் மேலாக இந்தப் பிரச்சனையை விரும்பி வரவேற்கவேண்டும். அரசு மற்றும் பன்னாட்டு வளர்ச்சி அமைப்பு ஆகிய இரண்டும் இந்தியாவில் பரந்துவிரிந்துள்ள திறந்தவெளி மலம்கழிப்புக்கான காரணங்கள் பற்றி கருத்து தெரிவிக்கவேண்டும். தீண்டாமைக்கு எதிராகப் போராடுவது இந்தியாவில் திறந்தவெளி மலம்கழிப்பை முடிவுக்குக் கொண்டுவருவதைநோக்கி வேலை செய்வதாகும்.

எங்கே செல்கிறது இந்தியா

இந்தியக் குழந்தைகள் நஞ்சாக்கப்பட்ட சுற்றுச்சூழல்களுக்குள் பிறக்கின்றன. மலக்கழிவு கிருமிகள் இந்தக் குழந்தைகள் தப்பிப்பிழைப்பதையும், அவர்களது உடல்ரீதியான மற்றும் அறிவாற்றல் வளர்ச்சியையும் அச்சுறுத்துகின்றன. சாதியப் படிநிலை அமைப்பு, சுகாதார பொறியியலின் சாதாரண திட்டத்தை மானுடவளர்ச்சி மற்றும் நல்வாழ்வின்மீது தொடர்ந்து நீடித்திருக்கும் வடிகாலாக ஆக்குகிறது. ஒரு விரைவான சீர்திருத்தம் இன்று வெளிப்பட்டாலும்கூட, திறந்தவெளி மலம்கழிப்பின் விளைவுகள் நம்மோடு இருக்கும். குறைந்தபட்சம் திறந்தவெளி மலம்கழிப்பின் வெளிப்பாட்டுக்கு குழந்தைப்பருவத்தில் உள்ளானவர்களுக்கு அவர்கள் வாழ்க்கை முழுவதும் அவர்களோடு இருக்கும்.

துரதிர்ஷ்டவசமாக, கொள்கை உருவாக்குவோர் ஒரு விரைவான சீர்திருத்தத்தை எதிர்பார்க்க முடியாது.

படிப்படியாக நகர்மயமாவதன் காரணமாக ஏற்கனவே அடையப்பட்ட திறந்தவெளி மலம்கழிப்பின் மெதுவான குறைப்பு, சாதி மற்றும் சமூகவலைப்பின்னல்களால் மேலும் மந்தப்படுத்தப்பட்டுவிட்டது. அவை மக்களை கிராமங்களிலேயே இருக்கும்படி ஊக்கப்படுத்துகின்றன. கிராமப்புற இந்தியாவில் பயன்படுத்தப்படும் கழிப்பிடங்கள் மிகவும் செலவுபிடிக்கக்கூடியவை. தாழ்த்தப்பட்ட சாதி மக்கள்மீது தங்கள் சமூக ஆதிக்கத்தை உறுதிப்படுத்துவதற்காக உயர்சாதி மக்கள் பயன்படுத்தும் புனிதம், தீட்டு விதிமுறைகளுக்கு அவை வலுவூட்டுகின்றன. அனுமான ரீதியான தலையீடுகள், திறந்தவெளி மலம்கழிப்பைக் குறைக்க முடுக்கிவிடப்படும் முயற்சிகளுக்கு எதிராக, சாதி, தீண்டாமை ஆகியவற்றால் விடுக்கப்படும் சவால்கள் முதன்மையாக உள்ளதுபோல் எங்களுக்குத் தோன்றுகிறது. ஆனால், கொடூரமான மரபியல் பண்பும், அமெரிக்கா, பிரேஸில், தென் ஆஃப்ரிக்கா போன்ற நாடுகளில் தொடரும் இனவெறியின் கொட்டுமுழக்கமும் ஏற்படுத்தும் சித்ரவதைகளும் மெதுவாகவே குணமாகும்; தீண்டாமையின் வடுக்கள் ஓர் இரவில் மறைந்துவிடாது.

இங்குதான் எங்கள் நூல் முடிவடைகிறது. இந்தியாவின் திறந்தவெளி மலம் கழிப்பின் தொடரும் கதையை ஒரு மகிழ்ச்சிகரமான முடிவுக்குக் கொண்டுவர இன்னும் காலம் தாழ்ந்துவிடவில்லை. கிராமப்புற இந்தியாவில் திறந்தவெளி மலம்கழிப்பின் வீழ்ச்சியை விரைவுபடுத்தப் பணியாற்றும் எவரொருவரும், மலிவு விலைக் கழிப்பிடங்களைப் பயன்படுத்த மக்களை எவ்வாறு ஒப்புக்கொள்ளவைப்பது என்பதுபற்றி சிந்திக்கத் தொடங்கவேண்டும். பல நிகழ்வுகளில் அவற்றை அரசு ஏற்கனவே மகிழ்ச்சியுடன் கட்டுகிறது. - பெருமளவுக்கு பிளவுபட்டுள்ள சமுதாயத்தை, குறைவாகப் பிளவுபடும் சமுதாயமாக மாற்றுவதற்கு எவ்வாறு முடுக்கிவிடவேண்டும் என்பதைப்பற்றியும் சிந்திக்கத் தொடங்கவேண்டும்.

சமூக சமத்துவத்தை ஊக்குவிப்பதற்கு திறந்தவெளி மலம் கழிப்பை அகற்றுவது மற்ற நாடுகள் எதிர்கொண்டதைவிட உண்மையில் மிகவும் சிரமமான பாதையாக இருக்கிறது. இந்த அம்சங்கள் ஊக்கமிழக்கவைப்பதாகக் காணப்பட்டாலும், அது மாபெரும் நன்மைகளையும் கூடவே கொண்டிருக்கிறது.

குறிப்புகள்

எங்களது களஆய்வுகளிலிருந்து தரமான சான்றுகளை அறிக்கையிடும்போது அடையாளம் காணக்கூடிய நபர்களின் பெயர்களையும், சில உள்ளூர் இடங்களின் பெயர்களையும் சமூக அந்தஸ்து, பிறப்பு– நோய்– இறப்புப் பிரிவுகள் மற்றும் புவியியல் பற்றி என்ன குறிப்பால் உணர்த்தப்பட்டுள்ளதோ, அதைப் பாதுகாக்கும் முயற்சியில் நாங்கள் மாற்றியுள்ளோம். எல்லா நபர்களும், இடங்களும், நிகழ்வுகளும் ஒரு குறிப்பிட்ட தனிநபரை அல்லது நிகழ்ச்சியைக் குறிக்கின்றன. எந்த கதைக்கூறுகளும் பயன்படுத்தப்படவில்லை. 'நாங்கள்' என்பது டியானே மற்றும் டீன் ஆகிய எங்கள் இருவரையும் ஒன்றாக குறிக்கப் பயன்படுத்தியுள்ளோம்: அந்தந்த சந்தர்ப்பங்களில் எங்களில் ஒருவர் இன்னொரு நபருடன் செயல்பட்டார் என்பதை தெளிவுபடுத்தும்வரை.

சில முக்கியமான புள்ளிவிவர ஆவணக்கூறுகளின் ஆதாரங்கள் இந்த நூலின்மூலம் கொண்டுவரப்பட்டுள்ளன.

SQUAT* அளவாய்வு:** எங்களது *r.i.c.e.* தோழர்களுடன் நவம்பர் 2013இல் இருந்து மார்ச் 2014 வரை நாங்கள் *SQUAT* அளவாய்வுகளைத் திரட்டினோம். அந்த அளவாய்வு ஆவணக்கூறுகளும், கேள்விப்பட்டியல்களும் ***www.riceinstitute.orgயில் கிடைக்கும். மாதிரி வடிவமைப்பு மற்றும் ஆராய்ச்சிமுறைகள் பற்றிய விளக்கங்கள் *SQUAT Working Paper No 1* இணையதளத்தில் கிடைக்கும். அதன் பகுதி Coffey, D., A. Gupta, P. Hathi, N. Khurana, D. Spears, N. Srivastav and S. Vyas, 2014. 'Revealed preference for open defecation', *Economic & Political Weekly*, Vol. 49, No. 38, p. 43. இல் வெளியிடப்பட்டுள்ளது.

தரமான களஆய்வு: கட்டமைக்கப்படாத அறிவுடன் இன்னும் கூடுதலாக *r.i.c.e.* தோழர்களுடன் இந்தியாவில் எங்கள் நேரம் முழுவதும் குஜராத்தின் வல்சத் மாவட்டத்திலும், ஹரியானாவின் ரேவாரி மாவட்டத்திலும், உத்தரப்பிரதேசத்தின் பதேபூர் மாவட்டத்திலும், தெற்கு நேபாளத்தின் பார்சா மாவட்டத்திலும் முறையான,

ஆழமான நேர்காணல்களை நாங்கள் நடத்தினோம். மேலும் தொடர் நடவடிக்கைக் களஆய்வுகள் ஜெய்பூர், ராஜஸ்தான், சீதாபூர், உத்தரப்பிரதேசம், பீகாரின் முஸாஃபர்நகர், ஷியோஹர் மாவட்டங்களிலும், தமிழ்நாட்டின் திருவண்ணாமலை, வேலூர் மாவட்டங்களிலும் நடைபெற்றன. களஇடங்கள் தேர்வு மற்றும் வழிமுறைகள் கீழ்க்கண்டவாறு கிடைக்கும்: Coffey, D., A. Gupta, P. Hathi, N. Khurana, D. Spears, N.Srivastav and S. Vyas, 2017. 'Understanding open defecation in rural India: Untouchability, pollution, and latrine pits', *Economic& Political Weekly,* Special Issue: Rural Affairs.

DHS: எங்கெல்லாம் நாங்கள் *DHS* பிறப்பு– நோய்–இறப்பு மற்றும் சுகாதார ஆய்வுகள் என்று குறிப்பிடுகிறோமோ அது இந்தியாவில் தேசிய குடும்ப ஆரோக்கிய ஆய்வு என அறியப்பட்டுள்ள *NFHS* களைக் குறிக்கும்.

***IHDS*:** நாங்கள் அடிக்கடி இந்திய மானுடவளர்ச்சி ஆய்வு(*IHDS)*களிலிருந்து எங்களது பட்டியல்களைத் தருகிறோம். இந்த *IHDS,* 2005 மற்றும் 2012இல் செயல்முறைப் பொருளாதார ஆய்வுகளுக்கான தேசிய ஆய்வுக்குழு *(NACER)* மற்றும் மேரிலேண்ட் பல்கலைக்கழகம் ஆகியவை முதன்மைப் புலனாய்வாளர்களான சோனால் டே தேசாய், ரீவ் வண்ணமேன் தலைமையின்கீழ் திரட்டபட்ட தேசிய பிரதிநிதித்துவப்பட்டியலாகும். இது *idhsinfo.org*யில் கிடைக்கும்.

***JMP*:** இந்தியாவைத்தவிர மற்ற நாடுகளின் திறந்தவெளி மலம்கழிப்பு புள்ளிவிவரங்கள் *UNICEF- WHO www.wssinfo.org* இணைய தளத்திலிருந்து எடுக்கப்பட்டவை. இவையனைத்தும் கூட்டுமேற்பார்வைத் திட்டத்தால், மக்கள்தொகைக் கணக்கெடுப்பு புள்ளிவிவரங்களைப்போல, நாடுகளின் அரசுகளால் *DHS* அல்லது *WHO* அல்லது *UNICEF* ஆய்வுகள் மூலம் திரட்டப்பட்ட புள்ளிவிவரங்களிலிருந்து காலங்களின் போக்குகளை *JMP* மதிப்பீடு செய்கிறது.

கீழேயுள்ள பல குறிப்புகள் வேலைகளோ அல்லது நூலாசிரியர்களோ இந்த வாசகங்களில் குறிப்பிட்ட முழுமேற்கோள்கள் ஆகும். எங்கே நாங்கள் வாசகத்திலுள்ள ஒரு கருத்தை விரிவாக எடுத்துரைக்கிறோமோ அங்கே நாங்கள் பக்க எண்ணையும், அந்த வாசகத்திலுள்ள சில வார்த்தைகளையும் தடித்த எழுத்தில் வாசகர்களுக்கு உதவுவதற்காக தந்துள்ளோம்.

அத்தியாயம் 1

- **பக்.24: பன்னாட்டுப்போக்குகள் முன்னுணர்த்துதல்.** தனிநபர் வருமானத்தின் அடிப்படையிலான நாட்டின் பாதைவிலகிய பின்னடைவுகளால் உற்றுநோக்கப்பட்ட 42.6% சிசு மரணவீதத்தில் இந்தியா 36%ஐ பெற்றிருக்கும் என கணிக்கிறது. ஒவ்வொரு ஆண்டிலும் 2,72,000 பிறப்புகளைவிட சற்று அதிகமாக நிகழ்கின்றன என வைத்துக்கொண்டால், 2010இல் ஐ.நா.வின் புதிய

எண்ணிக்கையான 2,72,000 என்பதிலிருந்து இந்தியாவின் சிசுமரணவீதம் 36%ஐ பெற்றிருந்தால் இந்த வேறுபாட்டின் பெருக்குத்தொகையில் 1,78,000 இறப்புகள் தவிர்க்கப்பட்டிருக்கும். 4% என்ற இந்த இடைவெளி ஒட்டுமொத்த உலகில் ஒவ்வொரு ஆண்டும் 45,00,000 சிசுமரணங்கள் என கணக்கிடப்படுகிறது. 2015இல் *WHO* வின் உலகசுகாதார அமைப்பு ஆய்வுக்கூட புள்ளிவிவரங்கள் 30க்கும் மேற்பட்ட அமெரிக்க நாடுகளில் (அமெரிக்கா, பிரேஸில் உட்பட) 19 கோடி குழந்தைகள் இறந்தன என்று அறிவிக்கிறது. அமெரிக்க நாடுகளின், இந்தியாவின் தனிநபர் வருமான முன்னுரைப்பு 94% அதிகம் என அறிவிக்கின்றன.

- **பக்.24: ஐந்து குழந்தை மரணங்களில் 1 ஐவிட அதிகம்:** இந்தியாவில் 946– உலக அளவில் 4,450– 'குழந்தை இறப்புவீத அறிக்கை 2015 அளவுகளும், போக்குகளும்' இல் இருந்து சிசு மரணவீத மதிப்பீடுகள். *Levels & Trends in Child Mortality Report 2015: Estimates Developed by the UN Inter-agency Group for Child Mortality Estimation.* For under-five mortality the fraction is similar: 1,348 (India) ÷ 6,395 (world).

- Ramalingaswami, V., U. Jonsson and J. Rohde, 1997. Malnutrition: A South Asian Enigma, UNICEF.

- Drèze, J. and A. Sen, 2013. *An Uncertain Glory: India and Its Contradictions,* Princeton: Princeton University Press.

- **பக்.28: சமூக சமத்துவமின்மை எவ்வாறு மானுடவளர்ச்சிக்கு தடையாகிறது என்று புரிந்துகொள்ள எங்களுக்கு உதவிய உலக அளவில் தனித்தன்மைவாய்ந்த சிறப்பு நிகழ்வு.** எங்கே திறந்தவெளி மலம் கழிப்பு ஒரு பொதுவழக்கமாக உள்ளதோ அந்த இந்தியச் சமூகத்தில், குறிப்பாக வட இந்திய கிராமங்களில் சமூக புரோகிதர்களின் ஆட்சி ஊடுருவிப்பரந்துள்ளது. ஒருவேளை, சமூகசக்திகள் இந்தியாவின் மானுடவளர்ச்சியைக் கட்டுப்படுத்துவதற்குள்ள ஒரேவழியிலிருந்து கழிவு நீக்க துப்புரவு தொலைவில் இருக்கக்கூடும். எடுத்துக்காட்டாக, கருவுறுதலின் துவக்கத்தில் சப்–சஹாரன் ஆஃப்ரிக்காவின் சராசரி தாயைவிட, சராசரி இந்தியத்தாய் எடை குறைவாக உள்ளார். அதனால், தாய்வழி ஊட்டசத்து மிகவும் குறைவாக உள்ளது. இத்தகைய உயர் அளவிலான ஊட்டசத்து போதாமைக்கான ஒரு முக்கியமான காரணம், வயதான மற்றும் இளைய ஆண்கள், பெண்களிடையே உள்ள சமூகசமத்துவமின்மை ஆகும். குழந்தையைத் தாங்கிக்கொண்டிருக்கிற இளம்வயது தாய்மார்கள் அவர்களது குடும்பங்களுக்குள் கீழ்நிலையில் வைக்கப்படுகிறார்கள். இதன் பொருள், அவர்கள் சிறப்பான ஊட்டசத்து தேவைப்படும் கருவுற்ற காலத்தில் மற்ற குடும்ப உறுப்பினர்களைவிட

குறைவாகவே உண்கிறார்கள். இதன்விளைவாக, வயதான உயர் நிலையிலுள்ள பெண்களைவிட இளம் தாய்மார்கள் குறைவான எடையுள்ளவர்கள் ஆகிறார்கள். இந்தியாவின் தாய்வழி ஊட்டச்சத்து மிக ஆழ்ந்தபோதாமையில் உள்ளதுபோல், இந்தியாவின் படர்ந்துவிரிந்திருக்கும் ஆற்றல்கொண்ட புரோகித ஆட்சியும், அதன் விளைவுகளும் உள்ளதால் நாங்கள் இந்த நூலில் அதன் பின்விளைவுகளை முழுமையாக விளக்கமுடியவில்லை. அதற்குப்பதிலாக, நாங்கள் ஒரு தனித்தன்மைவாய்ந்த பிரச்சனையில் கவனம் செலுத்துகிறோம். பார்க்க: 'Coffey, D., 2015. 'Prepregnancy body mass and weight gain during pregnancy in India and sub-Saharan Africa', *Proceedings of the National Academy of Sciences*, Vol. 112, No. 11, pp. 3302–07.

- Fogel, R.W., 2004. *The Escape from Hunger and Premature Death, 1700–2100: Europe, America, and the Third World*, Cambridge University Press.

- Deaton, A., 2013. *The Great Escape: Health, Wealth, and the Origins of Inequality*, Princeton: Princeton University Press.

- **பக். 34: கழிவு நீக்க துப்புரவு ஏற்பாடு மறுக்கமுடியாத ஒரு மையப்பகுதியாக இருந்தது:** Cutler, D. and G. Miller, 2005. 'The role of public health improvements in health advances: The twentieth-century United States', *Demography*, Vol. 42, No. 1, pp.1–22. See also: Ferriman, A., 2007. 'BMJ readers choose the "sanitary revolution" as greatest medical advance since 1840', *BMJ: British Medical Journal*, Vol.334, No. 7585, p. 111.

அத்தியாயம் 2

- இந்த அத்தியாயத்தில் பன்னாட்டு ஒப்பீடுகள் பெரும்பாலும் பிறப்பு-நோய்-இறப்பு மற்றும் சுகாதார ஆய்வுகள் மற்றும் உலகவங்கி, உலகவளர்ச்சி சுட்டிக்காட்டல்கள் மற்றும் கூட்டுமேற்பார்வைத் திட்டத்திலிருந்து எடுக்கப்பட்டவைகளாகும்.

  ▫ படம் 1 தனிநபர் வருமானம்: உலகவங்கி, உலகவளர்ச்சி சுட்டிக்காட்டல்கள் ஒப்பீட்டுத்திட்டம் *(ICP)*

  ▫ படம் 2 வறுமை: உலகவங்கி, உலகவளர்ச்சி சுட்டிக்காட்டல்கள்

  ▫ படம் 3 தண்ணீர்: *UNICEF-WHO-JMP* நகர்ப்புற மற்றும் கிராமப்புற இடங்களை இணைக்கும் நாடுதழுவிய சராசரியைப் பயன்படுத்தியது. நகர்ப்புற, கிராமப்புற

சேர்மானங்களின் விளைவால் ஒரு கீழ்நோக்கிய சரிவைக்காட்டியது: ஏனென்றால் நகர்ப்புற இடங்களில் திறந்தவெளி மலம் கழிப்பு குறைவான வழக்கமாக இருந்தது. தண்ணீரும் அதிகமாகக் கிடைத்தது. எனவே நகர்மயமாகும் வீதங்கள் தண்ணீருக்கும், கழிவு நீக்க சுகாதாரத்துக்கும் இடையிலான தொடர்பை உறுதிப்படுத்தியது.

- படம் 5 வர்த்தகத் தரமிடல்களில் சிரமங்கள்: உலகவங்கி, உலகவளர்ச்சி சுட்டிக்காட்டல்கள்

- **பக்.60 மாவட்டங்கள்:** இந்தியாவில் 2016இல் 686 மாவட்டங்கள் இருந்தன. எனவே, சராசரி மாவட்ட மக்கள்தொகை கிட்டத்தட்ட 20இலட்சம் மக்களைக்கொண்டது. நாங்கள் பல ஆண்டுகளாக ஆய்வு செய்த உத்தரபிதேசத்திலுள்ள சீதாபூர் மாவட்டம் 2011 மக்கள்தொகை கணக்குப்படி 45இலட்சம் மக்களைக்கொண்டது. அமெரிக்க ஐக்கிய நாடுகளின் மாவட்டங்களை நன்கு அறிந்துள்ள வாசகர்களுக்கு மாவட்டங்கள் தோராயமாக ஒரு கோட்டத்துக்கு சமமானவை. அவை மாநிலங்களின் நிர்வாகப்பிரிவுகள். அவை பெருமளவுக்கு தங்களது ஆதாரங்களையும், அதிகாரங்களையும் அரசிடமிருந்து பெறுகின்றன என்பது தெரியும்.

- **பக்.65: மற்ற நாடுகளிலுள்ள கிராமப்புற மக்கள்:** குழாய்நீர் இணைப்பு பெற்றிராத குடியிருப்புகள்: மக்கள்தொகை கணக்கெடுப்பாளர்களிடம் தாங்கள் தண்ணீருக்கான வசதியைப் 'பக்கத்தில்' அல்லது 'தொலைவில்' பெற்றிருப்பதாகக் கூறினார்கள். அவர்கள் வேறு எதைத்தான் சொந்தமாகக் கொண்டுள்ளார்கள் என்று வகைப்படுத்துவதற்கு தண்ணீரைப் பெறுவதற்குரிய வேறுபாடுகளிலிருந்து பிரித்தபோது, பொருளாதார நிலைகளில் 'பணக்கார' அல்லது 'ஏழை' குடியிருப்புகளுக்குப் 'பக்கத்தில்' அல்லது 'தொலைவில்' தண்ணீர்வசதிகளைப் பெற்றிருப்பதிலும், ஒரு சொந்தக் கழிப்பிடத்தை வைத்திருப்பதிலும் எந்த ஒரு தொடர்பும் இல்லை.

- ஆட்சி அமைப்பொழுங்கு புள்ளிவிவர தளம்: ஆட்சி அமைப்பொழுங்கு வீஸ் திட்டம்: 'நடப்பு அரசியல் ஆட்சிமுறை தனிச்சிறப்பு பண்புகளும், மாற்றங்களும். 1800–2013' மாண்டி ஜீ. மார்ஷல், முதன்மைப்புலனாய்வாளர்: டெட் ராபர்ட் குர், நிறுவனர் *http://www.systemicpeace.org/polity/ polity4.html.*

- **பக்.69: ஒரு ஐ. நா. வலைதளம்** *http:// www.un.org/waterforlifecade/* sanitation, html இந்த வலைதளத்தால் கொடுக்கப்பட்ட தலைப்பு 'துப்புரவு ஏற்பாட்டைப் பெற்றிருத்தல்'.

- ஸ்பியரஸ்.டி, ஏ.த்ரோட், 2017 ‘சாதி’, ‘புனிதம்’, ‘தீட்டு’ மற்றும் இந்தியாவின் திறந்தவெளி மலம்கழிப்புப் புதிர்’ : ஒரு புதிய அளவீட்டின்படி தேசிய பிரதிநிதித்துவ ஆய்விலிருந்து. *‘Economic Development and Cultural Change’*

- **பக்.71: குடும்பத்தின் தனித்தனி உறுப்பினர்களின் நடத்தைப்போக்குகள்.** இது *DHS* ஒரு குறைபாடு அல்ல என்பது தெளிவு. இது தரப்படுத்தப்பட்ட அளவாய்வு படிவத்தை உலகம் முழுதும் உள்ள வளரும் நாடுகளுக்கு பயன்படுத்துகிறது. 1980களில் இலத்தீன் அமெரிக்காவுக்கும், ஆஃப்ரிக்காவுக்கும் முதல் *DHS* அளவாய்வுகளை எழுதியவர்கள் பல பத்தாண்டுகளுக்குப்பின் இந்தியக் குடியிருப்புகளில் வாழும் மக்களில் சிலர் கழிவறைகளைப் பயன்படுத்தும்போது , மற்றவர்கள் பயன்படுத்த மாட்டார்கள் என்பதைக் கணக்கில் எடுத்துக்கொள்ளவில்லை. இதைப்போலவே அளவாய்வுக்கான அதேகேள்விகள் எல்லாச்சமுதாயங்களிலும், எப்போதும் பயனளிக்காது என்பதற்கான மிகச்சிறந்த எடுத்துக்காட்டாகவும் இது உள்ளது.

- **பக்.72: எங்கள் r.i.c.e,** அணி *SQUAT* அளவாய்வுகளை நடத்திய அணி: டியானே காஃபே, ஆஷிஷ் குப்தா, பாயல் ஹாதி, நிதிகுரானா, டீன் ஸ்பியர்ஸ், நிகில் ஸ்ரீவத்சவ் மற்றும் சங்கீதா வியாஸ் ஆகும். நிதி மற்றும் ஆஷிஷின் தலைமை இல்லாமல் எங்களால் ஒருபோதும் இதைச் செய்திருக்கமுடியாது.

- **பக்.73: இதில் ‘அதிகம் காண்பது’:** *SQUAT* புள்ளிவிவரக்கூறு நபர் அளவு நடத்தைப்போக்குகளை அளவிடுவதற்கு மாறாக குடும்ப அளவு நடத்தைப்போக்கை அளவிடுவது திறந்தவெளி மலம் கழிப்பின் ஒட்டுமொத்த தொகுப்பையும் எவ்வளவுபெரிய மாறுதலுக்கு உள்ளாக்கிவிடுகிறது என்ற ஒரு கேள்வியை எழுப்புகிறது. எங்கள் மாதிரியில், சொந்தக் கழிப்பிடங்களைக் கொண்டிராத குடியிருப்புகளைவிட, திறந்தவெளியில் மலம் கழிக்கும் மக்களின் எண்ணிக்கை 12% புள்ளிகள் அதிகம். ஒருவேளை திறந்தவெளி மலம் கழிப்பில், நபர்வாரியான வீதமும், குடியிருப்புவாரியான வீதமும் ஒட்டுமொத்த நாட்டுக்குமானதாக இல்லாமலிருக்கலாம். எங்கள் மாதிரிகள் ஏராளமான கழிப்பிடங்களைக் கொண்டுள்ள ஆனால், எராளமான மக்கள் பயன்படுத்தாமலிருக்கின்ற ஹரியானாவிலும், அதேபோல் எராளமான மக்களைக்கொண்ட, ஏராளமான குடியிருப்புகள் கழிப்பிடங்களையே சொந்தமாகக் கொண்டிராத உத்தரப்பிரதேசம் மற்றும் பீகாரில் இருந்து எடுக்கப்பட்டவை. சொந்தமாகக் கழிப்பிடங்களை வைத்திராத குடியிருப்புகளின் எண்ணிக்கைகளை விடவும் திறந்தவெளியில் மலம் கழிக்கும் மக்களின் எண்ணிக்கை மிகவும் அதிகம். அதிகமான குடியிருப்புகள் கழிப்பிடங்களைக் கட்டும்போது இந்த வேறுபாடு இன்னும் அதிகமாகக்கூடும்.

- **பக்.73: செயல்படும் கழிப்பிடம்.** இந்தப் புள்ளிவிவரத்தைத் தொகுப்பதற்காக, அந்தக் குடியிருப்பின் நிலத்திலுள்ள ஒரு கழிப்பிடத்தை யாராவது ஒருவர் பயன்படுத்துவாரானால், அல்லது அங்கே ஒரு குழி மற்றும் ஒரு இருக்கை ஆகிய இரண்டும் உள்ள அமைப்பை அதை 'ஒரு செயல்படும் கழிப்பிடம்' என்று நாங்கள் முடிவுசெய்தோம். குறைந்தபட்சமாக யாராவது ஒருவர் அந்தக்கழிப்பிடத்தைப் பயன்படுத்தும் குடியிருப்பை மட்டும் நாங்கள் பார்ப்போமானால் எங்களது முடிவுகள் முக்கியமான வேறுபடவில்லை: ஆகவே ஒரு கழிப்பிடம் செயல்படுகிறதா என்பதுபற்றிய எங்கள் அளவாய்வர்களின் தீர்ப்புகளை நீக்கிவிட்டோம்.

- ஹ்யூசோ.ஏ. மற்றும் பி.பெல், 2013. 'கொள்கைத் தோல்வியின் சொல்லப்படாத ஒரு கதை': இந்தியாவின் ஒட்டுமொத்த சுகாதார இயக்கம்', தண்ணீர்க்கொள்கை, தொகு.15. எண்.6,பக் 1001–1017

- காஃபே. டி. ஏ.குப்தா, பி.ஹாதி, என்.குரானா, டி.ஸ்பியர்ஸ், என். ஸ்ரீவத்சவ் மற்றும் எஸ்.வியாஸ், 2014 'சொல்லப்பட்ட திறந்தவெளி மலம் கழிப்புக்கான முன்னுரிமை' 'Revealed Preference for Open Defecation', Economics&Political Weekly, Vol.49, No.38, pp 43.

- க்ளாசென்.டி. எஸ்.பாய்சன், பி ரௌட்ரே, பி.டொரெண்டெல், எம்.பெல், ஓ.கம்மிங், ஜே.என்சிங்க், எம்.ஃப்ரீமேன், எம்.ஜென்கின்ஸ், எம்.ஓடகிரி மற்றும் எஸ்.ரே,2014. 'இந்தியா: ஒடிசாவில் வாந்திபேதி, மண்ணிலிருந்து வந்த குடற்புழுவின் தொற்று மற்றும் குழந்தையின் சத்துணவு போதாமை: ஒரு கொத்து சமவாய்ப்புள்ள சோதனைகள்': Lancet Global Health, Vol.2, No. 11 ,pp .e645 e653

- **பக்.74: மூன்று சதாப்தங்களுக்கு மேலாக இந்திய அரசு கிராமங்களில் கழிப்பிடங்களுக்காக மானியம் அளித்துவருகிறது.** சுமித் குஹா தமது 'தெற்கு ஆசியாவில் ஆரோக்கியமும், மக்கள் தொகையும்: மிகமுந்திய காலங்களிலிருந்து இன்றுவரை' என்ற நூலில் 1940களுக்கு முன்பே மேற்குவங்கத்தில் சில கிராமங்களில் அரசு கழிப்பிடங்கள் கட்டப்பட்டன என்று சுட்டிக்காட்டுகிறார். அவர் 1949இன் சுற்றுச்சூழல் உடல் நலவியல் குழுவின் ஓர் அறிக்கையைக் குறிப்பிடுகிறார். அது, 'பல்வேறு சிரமங்களுக்கு இடையே கிராமங்களில் கழிப்பிட வசதிகள் அமைக்கப்பட்டன. முதலில் அந்த கிராம மக்கள் அவற்றை விரும்பவில்லை. சுகாதார அலுவலர் அல்லது அலுவலர்களை மகிழ்ச்சிப்படுத்தவே அவர்கள் கழிப்பிடங்களைக் கட்டினார்கள். அவர்களை வருத்தமடையச்செய்ய விரும்பவில்லை'.

அத்தியாயம் 3

- ஆர்.எஸ்.காரே, 1962. 'குடும்ப கழிவு நீக்க துப்புரவு தொடர்பான சடங்குரீதியான புனிதம் மற்றும் மாசுபடல்' – *The Eastern Anthropologist, Vol. 15, No.2,*

- எம்.என்.ஸ்ரீனிவாஸ். 1976, 'நினைவுகூரபட்ட கிராமம்'–*'The Remembered Village', Oxford University Press*

- டி. குப்தா 2005. 'சாதியும் அரசியலும்' : அமைப்பின் மீதான அடையாளம்' *Annual Review of Anthropology, Vol.34, pp.409-427*

- டி. காஃபே, 2014 உத்தரப்பிரதேசத்தின் கிராமப்புற மாவட்டத்தில் மருத்துவமனை குழந்தைப்பிறப்புகளுக்கான பணப்பரிமாற்றங்களின் விலைகளும் அவற்றின் பின்விளைவுகளும்' – *Social Science &Medicine.*

- ஏ. தொராட் மற்றும் ஓ.ஜோஷி, 2015. 'இந்தியாவில் தொடரும் தீண்டாமை நடைமுறைகள்: வகைமைகளும், தணிக்கும் செல்வாக்குகளும்' – இந்திய மானுட வளர்ச்சி ஆய்வு வேலை தாள் 2015–2

- **பக். 91: இது உண்மை அல்ல:** ரேமா ஹன்னாவும், லேய்ஹ் லிண்டனும் ஒரு தணிக்கை பரிசோதனையை நகர்ப்புற இந்தியாவில் நடத்தினார்கள். அங்கே அவர்கள் அதே தேர்வுத்தாள்களின் வெவ்வேறு உறைகளில் மாணவர்களின் சாதிகளை தோராயமாகக் குறிப்பிட்டார்கள்: இதனால் அந்தத் தேர்வுத்தாள்களை மதிப்பிடுவோர் மாணவர்களின் சாதிகளை அந்த உறைகளின்மீது காண்பார்கள். அந்தத்தேர்வு உயர்சாதி மாணவர்களுக்கானது என்று கூறப்படாத ஆசிரியர்களைவிட அது கீழ்சாதியினருக்கானது என்று உட்குறிப்பாக கூறப்பட்ட ஆசிரியர்கள் சராசரியாக குறைவான மதிப்பெண்களையே தந்தார்கள். – அந்தத் தேர்வுக்கான பதில்கள் ஒன்றாகவே இருந்தபோதிலும். ஹன்னாவும், லிண்டனும் தங்கள் பரிசோதனையில் சாதிப்பெயர்களை தலித் போன்ற கீழ் நிலை சாதி எனக்குறிப்பிடவில்லை. எதிர்பார்த்ததுபோலவே மிகவும் கீழ்நிலை மாணவர்களுக்கு எதிரான பாரபட்சம் மிகவும் கடுமையாக இருந்தது. பார்க்க: ஆர்.என். ஹன்னா, எல்.எல்.லிண்டன்,2012. 'தரமிடுவதில் பாரபட்சம்' *'American Economic Journal: Economic Policy, Vol.4, No.4, pp. 146-168*

- எஸ். பிண்டோ. 2003. 'விருப்பத்தை உருவாக்குதல்: கிராமப்புற வட இந்தியாவில் மறுஉற்பத்தி, இழப்பு, மற்றும் அகநிலைப்பார்வை'. முனைவர் பட்டத்துக்கான ஆராய்ச்சிக் கட்டுரை. பிருன்ஸ்டன் யுனிவர்சிடி.

- டி. லூதி. 2010 'தனிப்பட்ட சுத்தமும், பொது உணவுப்பந்தியும்': புனிதம், மாசுபடுதல் மற்றும் பொதுவெளியும்– கோட்டார்– தென் இந்தியாவில். '*Uban Pollution: Cultural Meanings, Social Practicies, Vol.15. p 57*

- ஏ. டெல்டும்ப்டே 2014 'சாதியை ஒழிக்காமல் தூய்மை இந்தியா இல்லை'. *Economics&Political Weekly , Vol.49. No. 45, p 12.*

- எம்.என்.ஸ்ரீனிவாஸ். 1952. 'தென்னிந்திய கூர்க்காக்களிடையே மதமும், சமுதாயமும்'. ஆக்ஸ்ஃபோர்டு யுனிவர்சிடி பிரஸ்.

- ஓ. வால்மீகி.2008. 'ஜூதன்: தீண்டத்தகாதவர்களின் வாழ்க்கை'. மொழிபெயர்ப்பு: ஏ.பி.முகர்ஜி, கொலம்பியா யுனிவசிடி பிரஸ்.

- ஆந்த்ரே பெடெய்ல்லே மேற்கோள் காட்டப்பட்டது: தாஸ்குப்தா, 26 ஜூன் 2016 'மிகவும் சுத்தமாக இல்லை: கழிப்பிடங்கள் கிடைத்தாலும்கூட இந்திய ஆண்கள் கழிப்பிடங்களை மிகவும் குறைவாகவே பயன்படுத்துகிறார்கள்.' *இந்துஸ்தான் டைம்ஸ்.*

- எஸ்.லம்பா மற்றும் டி.ஸ்பியர்ஸ், 2013. 'சாதி, சுத்தம் மற்றும் பணம்: ராஜஸ்தானில் துப்புரவுக்கான பரிசின்மீது சாதி அடிப்படையிலான ஒதுக்கீட்டின் விளைவுகள்'. *'Journal of Development Studies'. Vol. 49. No.11, pp. 1592-1606*

- ஏ. குப்தா, டி.காஃபே மற்றும் டி.ஸ்பியர்ஸ், 2016, 'புனிதம், தீட்டு மற்றும் தீண்டாமை: கிராமப்புற இந்தியாவில் கழிவு நீக்க துப்புரவுத்திட்டங்களை ஏற்பதில், பயன்படுத்துவதில், நீடித்து நிலைப்பதில் உள்ள சவால்கள்', *'Sustainable Solution for All: experiencies,Challenges, and Innovations,* வளரும் உலகின் மற்றபகுதிகளில் பணியாற்றும் துப்புரவுத் தொழில்துறையினரால் அழுத்தமாக முன்வைக்கப்படும் பிரச்சனைகளையும் பார்க்கவும்.

அத்தியாயம் 4

- **பக்.105: குழந்தை வளர்ச்சியை மேம்படுத்தல்.** கழிப்பிடக்குழிகள் குடிநீரை மாசுபடுத்திவிடுமா? என்று மக்கள் கேட்பதை அடிக்கடி நாங்கள் கேட்கிறோம். பொறியாளர்களும், பொதுசுகாதாரத் தொழில்துறையினரும் கழிப்பிடங்கள் முறையாகக் கட்டப்பட்டால் அவை மாசுபடுத்தாது என்று ஒப்புக்கொள்கிறார்கள். இது ஏனென்றால் மலக்கழிவு நோய்க்கிருமிகளை நிலத்தின் வழியாக வெகுதொலைவுக்கு பயணம் செய்வதை மண் ஒரு வடிகட்டியைப்போல தடுக்கிறது. தண்ணீர் ஆதாரத்திலிருந்து போதுமான தூரத்தில் கழிப்பிடம் கட்டப்பட்டால், கழிப்பிடக்குழி தண்ணீரை மாசுபடுத்தும் ஆபத்து இல்லை.

- **பக்.105: அவரது டிரக் மீதான தொட்டிக்குள்.** தரைக்குக்கீழே மலக்கழிவுகளை இருப்புவைக்கும் கொள்கலன்களைக்குறிக்க ‘சிமெண்ட் பூசப்பட்ட தொட்டி’ அல்லது ‘பெரிய குழி’ என்ற வார்த்தையை நாங்கள் பயன்படுத்துகிறோம். இவை அவ்வப்போது இந்தியாவில் கட்டட வேலையாட்களாலும், கிராமத்தினராலும், அரசு ஊழியர்களாலும்கூட (செப்டிக் டேங்க்) நச்சுத்தொட்டிகள் என தவறாக வார்த்தைப்படுத்தப்படுகிறது. எடுத்துக்காட்டாக, கிராமப்புற வளர்ச்சி மற்றும் பஞ்சாயத் ராஜ்–இன் தமிழ்நாடு இயக்குநர் மாவட்ட ஆட்சியர்களுக்கும் மற்ற அலுவலர்களுக்கும் ஒரு கடிதம் எழுதுகிறார்: ‘செப்டிக் டேங்க்குகள் பொதுவாக ஊக்கப்படுத்தப்படாவிட்டாலும்கூட, இன்னும் அவை கட்டப்பட்டு வருகின்றன’. இதற்குமேலும் செப்டிக் டேங்க்குகள் தேக்கிவைக்கும் தொட்டிகளைப்போல கட்டப்பட்டன. எவ்வாறாயினும் ஒரு துப்புரவுப்பொறியாளர் செப்டிக் டேங்க்குகள் இயல்பாகவே சிறியவை. குடியிருப்புகளின் மலக்கழிவு சகதிகளை இருப்புவைக்கவும், அவற்றை சுத்திகரிக்கவும் பல அடுக்குகளைக்கொண்ட ஓர் அமைப்பு என்பதைப் புரிந்துகொள்வார்கள். இந்தியாவில் பல இடங்களில் பயன்படுத்தப்படும் சிமெண்ட் பூசப்பட்ட தொட்டிகளைவிட உண்மையில் செப்டிக் டேங்க்குகள் மிகவும் சுகாதாரமானவை.

- ஆர். பீச்செம், டி.டி.மாரா மற்றும் டி.ஜே.பிராட்லி, 1983. ‘சுகாதாரமும், நோயும்’– *‘Health Aspects of Excretia and Waste water Management, John Wiley &Sons*

- *WHO 1996*: உலக சுகாதார அமைப்பின் சாதாரண குழிக் கழிப்பிடங்கள் தொழில் நுட்ப அறிக்கைக்கு: *www.who.int/water_sanitation_health/hygiene/emergencies/fs3_4.pdf*

- உயர்தரமான வங்கதேச கழிப்பிடங்களின் விலை: ஆர்.கிட்டெராஸ், ஜே.லெவின் சோஹ்ன் மற்றும் ஏ.எம்.மொபாரக், 2015. ‘வளரும் உலகில் துப்புரவு முதலீட்டை ஊக்குவித்தல்’– *A cluster-randomized trial’, Science, Vol. 348, No. 6337, pp. 903–906.*

- இந்திய அரசு, 2012: ‘வீடுகள், குடியிருப்புகள், வசதிகள் மற்றும் உடைமைகள்’ மக்கள்தொகைக் கணக்கெடுப்பு 2011, புதுடெல்லி.

- பி. ஆர். அம்பேத்கர். 1935 ‘தீண்டத்தகாதவர்களின் எதிர்க்கிளர்ச்சி’– *Dr. Babasaheb Ambedkar: Writings & Speeches, Volume 5, Education Department, Government of Maharashtra.*

- பிஷாரடி சங்கீதா பரூவா, 2016. ‘கைகளால் கழிவுகளை நீக்குவதற்கு எதிரான சட்டம்’ பிறப்பிக்கப்பட்ட 33 ஆண்டுகளில் களத்தில் அதிகமாக எதுவும் மாறிவிடவில்லை’.– *April, The Wire, available at http://thewire.in/28833/*

twenty-three-years-since-anti-manual-scavenging-act-but-notmuch-has-changed-on-ground/

- தேசிய குற்றப்பதிவுகள் பிரிவு, 2014. இந்தியாவில் எஸ்.ஸி/எஸ்.டி. யை சார்ந்த நபர்களுக்கு எதிரான குற்றங்கள் 2014 – *Compendium, Chapter 7, New Delhi, Ministry of Home Affairs, Governmentof India.*

- **பக்.116: இந்த ஆபத்தான வேலை:** இந்திய ரயில்வேக்களில் கைகளால் கழிவுகளை அகற்றுபவர்களை கூலிக்கு நியமித்தல் ஒரு முக்கியமான எடுத்துக்காட்டு ஆகும். அது, ரயில் தடங்களில் மனிதக்கழிவுகளை அகற்ற ஆட்களை நியமிக்கிறது. ஏனென்றால் பெரும்பாலான ரயில்பெட்டி கழிப்பிடங்கள் கழிவுகளைச் சேகரிப்பதில்லை. ஒரு மனித உரிமைகள் கண்காணிப்பு அறிக்கை 2014 இந்தியாவில் 7,000க்கும் மேற்பட்ட ரயில்கள் மலக்கழிவுகளை நேரடியாக ரயில்தடங்களில் ஒவ்வொரு நாளும் வீசுகின்றன என்பதைக் கண்டறிந்தது. ரயில்தடங்களை சுத்தப்படுத்துவதற்கு ஆட்களை வாடகைக்கு அமர்த்துவதற்குப்பதிலாக, அரசு முறையான கழிப்பறைகளை நிறுவி, இயந்திரங்களைப் பயன்படுத்தி பாதுகாப்பாக மனிதக்கழிவுகளை அகற்றச்செய்யலாம். பார்க்க: *Human Rights Watch, 2014. Cleaning Human Waste: Manual Scavenging, Caste and Discrimination in India.*

- நகரங்களும், மாநகராட்சிகளும், கழிவு நீரோடைகளில் கழிப்பிடக்கழிவுகள் கலக்கும்போது அல்லது மனிதர்கள் நேரடியாக மலம் கழிக்கும்போது சாக்கடைக் கசடுகளை அகற்ற அரசால் ஏற்பாடு செய்யப்பட்ட மனிதக்கைகளால் கழிவுகளை அகற்றுவதும்கூட நிகழ்கிறது. கழிவு சாக்கடைகளிலிருந்து கழிவுகளை அகற்றுவது அந்த வேலையைச் செய்பவர்களுக்கு மட்டுமல்ல, அந்த கசடுகள் தவிர்க்கமுடியாமல் மனிதர்களின் காலணிகள்மீது நேரடியாகப்பட்டு, அல்லது பூச்சிகளின் கால்களில் படிந்து கிருமிகள் பரவக்கூடிய ஒவ்வொருவருக்கும் ஆபத்தானது. உத்தரப்பிரதேசத்தில் மாவட்டத் தலைநகரமான சீதாபூரின் போக்குவரத்து மிகுந்த சாலைகளில் கழிவுக்கசடுகள் குவியல்குவியலாக வரிசையாக குவிக்கப்பட்டுள்ளதை நாங்கள் அடிக்கடி பார்த்திருக்கிறோம். அந்தக்கசடுகள் கைகளால் அந்த சாக்கடைகளிலிருந்து அகற்றப்பட்டு, அந்த சாக்கடைகளுக்கும், வீட்டின் அல்லது வர்த்தக நிறுவனங்களின் கதவுகளுக்கும் இடையே காய்ந்துபோக விடப்படுகின்றன: அந்த இடங்களில்தான் மக்கள் வழக்கமாக நடந்து செல்கிறார்கள்.

- பி.ஆர்.அம்பேத்கர். 1936. *சாதியை அழித்தொழித்தல்.*

- ஜி. சாஹ் .2006 *கிராமப்புற இந்தியாவில் தீண்டாமை.* புதுடெல்லி, சேஜ்.

- அசோக் சிங்கின் மூன்று அடி குழி: மூன்று அடி ஆழ கழிப்பிடக்குழிகளை அமைக்க சில உள்ளாட்சி நிர்வாக அலுவலர்கள் ஆலோசனைத் தருவதாக எங்களிடம் கூறினார்கள். அதனால், அந்தக்குழியை கைகளால் காலிசெய்பவர் அந்தக்கழிவுகளை அகற்ற அந்தக்குழிக்குள் நுழையவேண்டிய தேவை இருக்காது என்றனர்.

- டி.ஸ்பியர்ஸ் மற்றும் ஏ.தொராட் 2,017 'சாதி, புனிதம், தீட்டு மற்றும் இந்தியாவில் திறந்தவெளி மலம் கழிப்பு புதிர். தேசிய பிரதிநிதித்துவம் உள்ள ஒரு புதுமையான அளவாய்விலிருந்து ஆதாரம்: 'பொருளாதார வளர்ச்சியும், கலாசார மாற்றமும்' – *Economic Development and Cultural Change.'*

அத்தியாயம் 5

- எஸ்.ஹெச்.பிரெஸ்டன், 1975 ஒழுக்க நெறிமுறைகளுக்கும், பொருளாதார வளர்ச்சியின் அளவுக்கும் இடையிலான மாறிவரும் உறவுகள் *Population Studies, Vol.29, No. 2, pp. 231–248.*

- டி.ஸ்பியர்ஸ், ஏ.கோஷ் மற்றும் ஓ. கம்மிங் 2013. 'இந்தியாவில் திறந்தவெளி மலம் கழிப்பும் குழந்தைப்பருவ வளர்ச்சி தடைபடுதலும்' 112 மாவட்டங்களிலிருந்து ஒரு சுற்றுச்சூழல் ஆய்வு'– *PLoS one, Vol. 8, No. 9, p. e73784.*

- டி.ஸ்பியர்ஸ். மற்றும் எல்.ஜே. ஹட்டாட், 2015. *WASH* ஆற்றல். ஊட்டச்சத்துக்கு துப்புரவு ஏன் முக்கியம்? *IFPRI Global Food Policy Report, pp. 19–24.*

- பி.ஜெர்ட்லர், பி.எம்.ஷாஹ்ஹஎம், எல்.அல்ஜுஃவா, எல்.கேமரோன், எஸ். மார்டினெஸ் மற்றும் எஸ்.பாடில், 2015. 'சுகாதார மேம்பாடு எவ்வாறு வேலைசெய்கிறது? திறந்தவெளி மலம் கழிப்பை ஒழிக்கும் அசுத்தமான விவகாரத்திலிருந்து ஆதாரங்கள்: *Working Paper No. W20997. National Bureau of Economic Research.*

- ஜே. ஹேம்மெர். மற்றும் டி.ஸ்பியர்ஸ், 2016. கிராமப்புற சுகாதாரமும், குழந்தை ஆரோக்கியமும்: கிராமப்புற இந்தியாவில் சமவாய்ப்புடன்கூடிய களப்பரிசோதனைகளில் விளைவுகளும், வெளிப்புற செல்லுபடித்தன்மையும்'' *Journal of Health Economics. Vol.48.pp. 135-148*

- பி.ஹாதி. எஸ்.ஹக்யூ, எல்.பந்த், டி.காஃபே மற்றும் டி.ஸ்பியர்ஸ், 2017. 'இடமும், குழந்தை ஆரோக்கியமும்'. வளரும் நாடுகளில் மக்கள்தொகை அடர்த்தியும், துப்புரவும். *Demography.*

அத்தியாயம் 6

- படம் 7 டி. ஸ்பியர்ஸ் –இன் 'பொருளாதாரம் & மானுட உயிர் நூல்' காப்புரிமை 2012 எல்செவியரின் அனுமதியுடன்'– மறுஅச்சு. இசைவு எண்: 3897271424972.

- ஜி.எஸ்.பெர்க்கர். 1962. 'மனித மூலதனத்தில் முதலீடு' ஒரு தத்துவார்த்த பகுப்பாய்வு. *Journal of Political Economy, pp. 9-49*

- ஜே. கர்ரி மற்றும் டி.வோக்ல். 2013. 'வளரும் நாடுகளில் ஆரம்ப–வாழ்வு ஆரோக்கியமும், வயதுவந்த சூழ்நிலைகளும்'– *Annual Review of Economics' Vol.5. pp. 1-36*

- ஜே.ஏ.மலுக்கியோ, ஜே.ஹோட்டினோட், ஜே.ஆர் பெஹ்ர்மேன், ஆர். மார்டோரெல், ஏ.ஆர். குய்சும்பிங் மற்றும் ஏ.டி. ஸ்டெய்ன், 2009. 'குவாதிமாலாவின் வயதுவந்தோரிடையே, கல்வியின்மீது முன்குழந்தைப் பருவத்தின்போது ஊட்டச்சத்தை மேம்படுத்துவதின் தாக்கங்கள்' – *The Economic Journal, Vol.119, No.537.pp. 734-763*

- ஏ.கேஸ் மற்றும் சி.பாக்ஸன், 2008. ஆளுயரமும், அந்தஸ்தும்: உயரம், ஆற்றல், மற்றும் உழைப்புச்சந்தையில் விளைவுகள்'– *Journal of Political Economy, Vol.116, No.3*

- ஏ.கேஸ் மற்றும் சி.பாக்ஸன், 2010: 'ஆரம்பவாழ்வின் ஆரோக்கியத்துக்கான காரணங்களும், பின்விளைவுகளும்' – *Demography,Vol.47.No.1, pp.S65-S85*

- டி.ஸ்பியர்ஸ், 2012. 'இந்தியக் குழந்தைகளிடையே உயரமும், கற்றல் சாதனைகளும்' *Economocs & Human Biology, Vol.10.No.2, pp.210-219*

- டி.எஸ்.வோக்ல் 2014. 'மெக்ஸிகோவில் உயரம், திறமைகள் மற்றும் உழைப்பாளர் சந்தை விளைவுகளும்' –*Journal of Development Economics, Vol.107, pp. 84-96*

- ஹெச்.பிளீக்லி, 2007. 'நோய் வளர்ச்சி: தென் அமெரிக்காவில் கொக்கிப்புழு ஒழிப்பின் சான்றுகள்'. – *Quarterly Journal of Economics. Vol.122, No.1, p.73*

- டி.ஸ்பியர்ஸ் மற்றும் எஸ்.லம்பா, 2016. 'குழந்தைப்பருவ அறியும் ஆற்றலின்மீது ஆரம்பவாழ்வில் கழிவு நீக்க துப்புரவுக்கு வெளிப்படுதலின் விளைவுகள்: இந்தியாவின் ஒட்டுமொத்த துப்புரவு இயக்கத்திலிருந்து சான்றுகள்' *Journal of Human Resources. Vol.51,No.2. pp 298-327.*

- கல்வி அறிக்கையின் ஆண்டு நிலவரம் வலைதளத்தில்: *www.asercentre.org*

- முதன்மை அறிக்கை: பொருளாதார நிபுணர் கார்த்திக் முரளிதரன் விளக்குகிறார். டெல்லியில் 2016இல் பன்னாட்டு வளர்ச்சி மையம் மற்றும் இந்தியப் புள்ளியியல் நிறுவனக் கருத்தரங்கில்.

- இந்தியாவில் போதுமானதல்லாத துப்புரவின் தாக்குதல்கள், 2011: உலகவங்கியின் தண்ணீர் மற்றும் துப்புரவுத் திட்டம்.

- டி.கட்லர், டபிள்யூ .ஃபங், எம்.க்ரெமர், எம்.சிங்ஹால் மற்றும் டி.வோக்ல், 2010. 'ஆரம்பவாழ்வில் மலேரியாவுக்கு வெளிப்படுதலும், வயதுவந்த நிலையில் விளைவுகளும்': 'இந்தியாவில் மலேரியா ஒழிப்பிலிருந்து சான்றுகள்.' *American Economic Journal: Appilied Economics, Vol.2. No.2, pp.72-94.*

- ஹெச்.பிளீக்லி. 2010. 'அமெரிக்காவில் மலேரியா ஒழிப்பு: குழந்தைப்பருவ வெளிப்பாடுகள் பற்றிய பின்நோக்கிய பகுப்பாய்வு'. *American Economic Iournal: Appilied Economics, Vol.2. No.2, pp.1-45.*

- என்.லாவ்சன் மற்றும் டி.ஸ்பியர்ஸ், 2016. 'எது உங்களைக் கொல்லவில்லையோ அது உங்களை மிகமிக ஏழைகளாக்குகிறது': 'இந்தியாவில் வயதுவந்தோர் உழைப்பூதியமும், ஆரம்பவாழ்வின் ஒழுக்க நெறிமுறைகளும்' *Economocs & Human Biology, Vol.21. pp.1-16.*

- எஸ்.சுப்பிரமனியன் மற்றும் ஏ.டீடன், 1996. 'உணவு மற்றும் கலோரிகளின் தேவை' *Journal of Political Economy, . pp.133-162.*

- ஏ.டீடன் மற்றும் ஜே. ட்ரெஸ்ஸே, 2009. 'இந்தியாவில் உணவும், ஊட்டச்சத்தும்', 'உண்மைகளும், பொருள்விளக்கங்களும்' *Economics&Political Weekly , . pp.42-65*

- ஜே.துஹ் மற்றும் டி.ஸ்பியர்ஸ், 2017. 'உடல் நலமும், பட்டினியும்: நோய், தேவைப்படும் சக்திகள் மற்றும் இந்திய கலோரி நுகர்வுப் புதிர்'. *The Economic Journal, forthcoming.*

- எஸ்.எலி. மற்றும் என்.லி. 2015. 'ஏழைகளின் கலோரித் தேவைகளும், உணவு நுகர்வு வகைமைகளும்' *Working Paper No. 21697. National Bureau of Economic Resarch.*

அத்தியாயம் 7

- **பக்.218:** முழுக்கதை: சம்பந்தப்பட்ட முழுமையான செய்திகளுக்கு, பார்க்க:
  - APF. 2014 ஜூன் 1. 'பதுவான் பெண்கள்' கிராமப்புற இந்தியாவில் பெண்கள் எதிர்கொள்ளும் ஆபத்துகளின் துன்பியலான விவரங்கள்' *Hindustan Times.*
  - சௌதிக் பிஸ்வாஸ். 30 மே 2014. 'இந்தியாவின் துப்புரவு சிக்கல் ஏன் பெண்களைக் கொல்கிறது?' *பி.பி.சி.* செய்திகள்.
  - பிரிதா சாட்டர்ஜி 8 ஜூன் 2014. பதுவான்களின் கத்ரா சடக்டனில் கழிப்பிடங்களுக்கு செல்வது: பயம், அவமானம் மற்றும் கிராமப்பெண்களுக்கு வசதியற்ற பிடிமானம். – *தி இந்தியன் எக்ஸ்பிரஸ்.*
  - சந்தீப் ஜோஷி 1 செப்டம்பர் 2014. 'சுலாப் துவங்குகிறது', பதுவானில் இருந்து 'ஒவ்வொரு வீட்டுக்கும் கழிப்பறை' இயக்கம் – *தி ஹிந்து.*
  - எகனாமிக் டைம்ஸ் பிரிவு: 5 ஜூன் 2014. 'ஐ. நா.வின் தலைவர் பான் கி மூன் பதுவான் வன்புணர்வு பிரச்சனையில் அதிர்ச்சி அடைந்தார்: நடவடிக்கை கோருகிறார்.' *த எகனாமிக்ஸ் டைம்ஸ்*
  - சக்னிக் சௌத்திரி , 28 நவம்பர் 014 'பதுவான் பிரச்சனை: உறவுப்பெண்கள் ஓர் 'உள்ளார்ந்த' நடவடிக்கையில் பிடிபட்டதால், தற்கொலை செய்து கொண்டார்கள்' என சிபி ஐ கூறுகிறது. *தி இந்தியன் எக்ஸ்பிரஸ்*
  - நீடா பல்லா, 27 நவம்பர் 2014 'மரத்தில் தொங்கிய பெண்கள் தங்களைத் தாங்களே கொன்றுகொண்டார்கள் என சிபிஐ கூறுகிறது' –*ராய்ட்டர்ஸ்*
  - பிரீதா சாட்டர்ஜி. 29 நவம்பர் 2014 'பதுவான் பிரச்சனை: சிபிஐயின் தற்கொலை கதையை ஏன் சிலர் பரப்புகிறார்கள்?' *தி இந்தியன் எக்ஸ்பிரஸ்.*

- **பக்.221: கழிப்பறைகளில் ஆண்கள் முதலீடு செய்வதைவிட மேலும் அதிகமாக.** டீனும், ஸ்நேகா லம்பாவும் உள்ளாட்சி நிறுவனங்களில் அரசின் இடஒதுக்கீடு, அதிலிருந்து உட்கருதப்படாத சமூக பரிசோதனைக்கான வாய்ப்புகளை உருவாக்கியதை அனுகூலமாக ஏற்றுக்கொண்டு ராஜஸ்தானி கிராமங்களில் இந்தப்பிரச்சனையிலிருந்து கற்றுக்கொள்ள ஆய்வு செய்தார்கள். கிராமங்கள் சமவாய்ப்புடன், ஒரு தலித் கிராம அரசியல் பதவியைப்பெற ஒதுக்கப்பட்டன. அங்கே, ஒட்டுமொத்த சுகாதார பிரச்சார இயக்கத்தின் 'சுத்தமான கிராமம்' பரிசுகளை வெல்ல குறைவாகவே விருப்பம் கொண்டிருந்தன. இருந்தபோதிலும், ஒரு தலித் பெண் தலைவர் இடம்பெற ஒதுக்கப்பட்ட கிராமங்கள் அந்தப்பரிசை வெல்ல அதிகமாக விருப்பம்கொண்டிருந்தன.

அதன் ஒருபகுதியாக, திறந்தவெளி மலம் கழிப்பை ஒழிக்கவேண்டியிருந்தது. ஒருவேளை பரிசை வெல்வதும்கூட கிராமத்தலைவரின் மற்றும் கிராமத்தின் கொள்கைத்தேர்வையும், அதைத்தொடர்ந்து பின்பற்றுவதையும் மதிப்பீடு செய்வதற்கான சரியான அளவீடாக இல்லாமல் இருக்கலாம். (எல்லாவற்றுக்கும் அப்பால், பரிசுக்கு தேர்வுசெய்வதும்கூட மாநில அரசால் அரசியலாக்கப்படலாம்) ஆனால், இந்தப்பரிசோதனை முயற்சி, கழிவு நீக்க துப்புரவில் பெண்கள் அதிக முதலீடு செய்வார்கள் என்பதற்கான சான்றுகள் எதுவுமில்லாமல், தோல்வியுற்றது. பார்க்க: எஸ்.லம்பா மற்றும் டி.ஸ்பியர்ஸ், 013. 'சாதி, "சுத்தம்" மற்றும் பணம்: ஒரு துப்புரவுக்கான பரிசின் மீது ராஜஸ்தானில் சதியை அடிப்படையாகக்கொண்ட இடஒதுக்கீட்டின் விளைவுகள்.' *Journal of Development Studies,Vol.49. No.11, pp 1592-1606*

- **பக்.224 பெண்மை.** பெண்களும்கூட உடல்தூய்மைக்கான திறந்தவெளி மலம் கழிப்பின் பயன்களைப்பற்றிப் பேச குறைவாகவே விரும்புகிறார்கள். இது அவர்கள் 'தீட்டுப்பட்ட பாலினம்' என்பதால்கூட இருக்கலாம். மானுடவியலாளர்களாலும், சமூகவியலாளர்களாலும் பரந்த அளவில் விவாதிக்கப்பட்ட, பெண்களின் சடங்குபூர்வமான மாசுபடல், பெண்களின் மாதவிடாய் என்ற அம்சத்தோடு இணைக்கப்பட்டுள்ளது. மேலும் அது அவர்களுடைய தாழ்ந்த சமூக நிலையோடும் தொடர்புடையது.
- பி.பி.ரௌத்ரே, டோரெண்டெல், டி. க்ளாசென் மற்றும் டபிள்யூ.பி. ஸ்மித், 2017. இந்தியாவில், கிராமப்புற கடலோர ஒடிசாவில் துப்புரவு பற்றிய முடிவெடுப்பதில் பெண்களின் பங்கு. – *PloS one ,Vol.12. No. 5, e017804*

அத்தியாயம் 8

- எல்.ப்ரிட்செட், 2009. 'கல்வியில் பொருளாதாரம் கொள்கையின் சம்பந்தமில்லாமை: அது, 'ஒழுங்குமுறையாக உடன்பாடானதா?' வெறும் பயனற்றதா, அல்லது மோசமானதா?' *What Works in Dvelopment, 130-73*
- **பக்.245: இத்தகைய ஒரு நிறைவேற்றம் எண்ணிக்கையளவில் முன் எப்போதும் இல்லாதது.** இந்திய கொள்கை உருவாக்கத்தில் துப்புரவு மட்டுமே ஒரேஒரு பிரிவு அல்ல. அங்கே, உண்மைத்தன்மையற்ற அளவுகடந்த 'இலக்குகள்' அறிவிக்கப்படுகின்றன. இதேபோன்ற கணிப்பு அணுசக்தியில் நம்பத்தகுந்தவகையில் உறுதியளிக்கப்பட்ட வேகத்தை அடைவது ராமண்ணாவால் தரப்பட்டது. பார்க்க: எம்.வி.ராமண்ணா 2012. *'The Power of Promise: Examining Nuclear Energy in India.'* Penguin.

- **பக்.248. ராஷ்ட்ரிய ஸ்வாட்ஷதா கோஷ்.** உலகவங்கியிலிருந்து தூய்மை இந்தியா இயக்கத்துக்கு அளிக்கப்பட்ட கடன் ரூ.250 கோடியை இந்த எண்ணிக்கைகள் உள்ளடக்கியிருக்கவில்லை. அல்லது அவை மத்திய வரிகளிலிருந்து மாநிலங்கள் பெறும் 'தளர்வான நிதி'களையும் உள்ளடக்கியிருக்கவில்லை. ஒரு தனிப்பட்ட அறிவிப்பில் 'நம்பகத்தன்மை முன்முயற்சி' ஆறு மாநிலங்களின் தண்ணீர் மற்றும் சுகாதார நிதித்திட்டங்களின் அதிகரிப்புகள் மற்றும் அதைத்தொடர்ந்த 2015இன் மத்திய வரிப்பணம் 'தளர்வான நிதி' என மாநிலங்களுக்கு மாற்றப்பட்டதையும் பற்றிய ஒரு பூர்வாங்க பகுப்பாய்வை பகிர்ந்துகொண்டது. இந்த நிதியளிக்கும் செயலமைவுத்திட்டம் கழிப்பிடங்களைக் கட்டுவதில் எவ்வாறு செலவிடப்படும் என்று அறிந்துகொள்வது மிகவும் முன்கூட்டியதாக இருக்கலாம். 'நம்பகத்தன்மை முன்முயற்சி' இந்த 'தளர்வான நிதி' துப்புரவுக்காக மத்திய அரசு இப்போது செல்விடும் தோராயமான ஆண்டொன்றுக்கு 9,000 கோடியிலும், ஆண்டொன்றுக்கு 67.000 கழிப்பிடங்களை ரூ.12,,000/த்தில் கட்டத் தேவைப்படும் 30,000 கோடியிலும் விழும் இடைவெளியை ஈடுகட்டாது, எனக் கூறுகிறது.

- **பக்.256: ஒத்த புள்ளிவிவர வலைதளங்கள்:** ஒட்டுமொத்த சுகாதார முனைப்பியக்கம் திரட்டியுள்ள கழிப்பிடக் கட்டுமான நிர்வாகப்பதிவுகளும்– மத்திய அரசின் துப்புரவுத்திட்டம் 2000–இன் பதிவுகளும் இந்திய மக்கள்தொகைக் கணக்கெடுப்புகள் 2001 மற்றும் 2011க்கும் இடையில் மாவட்ட அளவிலான கழிப்பிட உரிமையாளர்களின் மாற்றங்களோடு சாதகமான தொடர்புடையதாக இருக்கலாம். இந்த மக்கள்தொகைக் கணக்கெடுப்பு புள்ளிவிவரக்கூறுகள், அவை எவற்றை அளந்தன, மேலும் அவை இந்த அரசின் பதிவுகள் உண்மையோடு தொடர்புடையன எனவும் பரவலாக நம்பப்படுகின்றன. அவை பலத்த சத்தங்களுக்கிடையே ஒரு சமிக்ஞை இல்லாவிட்டால் புரிந்துகொள்ளமுடியாத ஒருவகையில், சுகாதார விளைவுகளையும்கூட முன்கூட்டி கணிக்கின்றன. இந்த பத்தாண்டுகளில் அதிகக் கழிப்பிடங்களைக் கட்டுவதாக அறிவிக்கப்பட்ட இடங்களில் ஒருவேளை இன்னும் சராசரியாக அதிகக் கழிப்பிடங்களைக்கட்டத் தூண்டும். ஆனால், கழிப்பிடம் கட்டுவதுபற்றி உண்மையோடு தொடர்புபடுத்தும்போது, பொருளியல் சார்ந்த அளவீட்டு ஆய்வாளர் இதைப்பற்றிய ஒரு கட்டுரையை எழுதத் தேவைப்படுகிறார். ஒரு பன்முகத்தன்மையுள்ள ஒரு திட்டத்துக்கு வழிகாட்ட முயற்சிக்கும் ஒரு மேலாளர் போதுமானவரல்ல. மிகவும் முக்கியமாக இந்த அமைப்பு கழிப்பிடக்கட்டுமானத்தை மட்டுமே மேற்பார்வை செய்கிறது. இது திறந்தவெளி மலம் கழிப்பு மனப்பான்மையில் உண்மையில் என்ன செய்கிறது என்பதை மதிப்பிட எந்த முயற்சியையும் செய்யவில்லை.

- **பக்.257: படிவங்கள் பூர்த்தி செய்யப்பட்டனவா என்பது பற்றி**. எடுத்துக்காட்டாக, தூய்மை இந்தியா இயக்கத்தின் வலைதளத்தில் படிவம் எஃப்.39 *'Status of ODF GPs'* என 'திறந்தவெளி மலம் கழிப்பு இல்லாதவை' என அரசால் பிரகடனப்படுத்தப்பட்டவை என்ற அர்த்தத்தில் கிராமங்களின் எண்ணிக்கைகள் உள்ளன. எந்தவொரு நீலநிற எண்ணை சொடுக்கினாலும் அது வட்டாரம், மாவட்டம் மற்றும் கிராமப் பெயர்களைகொண்ட ஒரு புதிய பக்கத்துக்கு நகர்கிறது. ஒரு குறிப்பு இந்தப் புள்ளிவிவரங்கள் 'திறந்தவெளி மலம் கழிப்பு மனப்பான்மை பற்றியதல்ல' என்று தெரிவிக்கிறது. *ODF* புள்ளிவிவர ஆவணக்கூறுகள் 100% கழிப்பிட செய்திகளை அடிப்படையாகக்கொண்ட ஆற்றல்மிக்கது (தனிநபர் அல்லது பொதுமக்கள் அடையக்கூடிய பொது/சமுதாய கழிப்பிடங்கள்) வேறுவார்த்தைகளில் உள்ளூர் தலைநகரில் உள்ள, ஒரு கணினி இயக்குபவர் கணினியைத் திறந்தவுடன் ஒரு கிராமத்தில் ஒவ்வொரு வீட்டுக்கும் ஒரு கழிப்பிடம் கட்டப்பட்டுவிட்டது என்று பதிவு செய்தவுடன் அது அந்தப்பட்டியலில் தோன்றுகிறது. கழிப்பிடம் பயன்படுத்தப்படுகிறதா என்ற சரிபார்ப்பு எதுவும் அங்கு இல்லை.

- எம்.கிளென்ஸ் மற்றும் பி.ஐ.பேஜ். 2014: 'அமெரிக்கர்களின் அரசியல் கொள்கைகளை சோதித்தல்: மேல்தட்டினர், ஆர்வக்குழுக்கள் மற்றும் சராசரி குடிமக்களின்.' *Perspectives on Politics, Vol.12. No.03, pp. 564-581.*

- ஏ. கார்ன்வால் மற்றும் கே.ப்ரோக்., 2005. 'வளர்ச்சிக்கொள்கைக்கு அதிரும் வார்த்தைகள் என்ன செய்கின்றன?' 'பங்கெடுத்தல்', 'அதிகாரப்படுத்துதல்' மற்றும் 'வறுமை குறைப்பு' பற்றிய ஒரு விமர்சனப்பார்வை' *Third World Quarterly Vol.26, No. 7, pp. 1043-1060*

- ஜே.சி.ஸ்காட்., 1998. 'ஓர் அரசுபோல காணப்படுவது': 'மானுட நிலைகளை மேம்படுத்துவது பற்றிய சில திட்டங்கள் எவ்வாறு தோல்வியுற்றன?' –யேல் யுனிவர்சிடி பிரஸ்.

- எம்.டபிள்யூ. ஜென்கின்ஸ் மற்றும் வி.கர்ட்டிஸ், 2005. 'நல்ல வாழ்வை அடைதல்', கிராமப்புற பெனின்–இல் மக்கள் சிலர் ஏன் கழிப்பிடங்களை விரும்புகிறார்கள்?' *–Social Science &Medicine, Vol.61, No.11, pp. 2446-459.*

- ஜே.டபிள்யூ. ரோஸன்பூம், சி.ஜேக்ஸ், கே. பைரம். எம்.ராபர்ட்ஸ் மற்றும் டி. பேக்கர், 2011. 'கம்போடியாவில் துப்புரவு சந்தைப்படுத்தல்', *Waterlines, Vol.30, No.1, pp. 21-40.*

- **பக்.260: முதலில் வங்கதேச அரசால் அல்ல.** முதலில் வங்கதேச அரசால் உருவாக்கப்படாவிட்டாலும்கூட, துப்புரவுக்கொள்கைக்கு ஓர் அணுகுமுறையாக *CLDS* அதிகாரபூர்வமாக உடனடியாக ஒப்புதல் அளிக்கப்பட்டது. *CLDS*

அறிவுக்குழாம் தொகுத்துரைப்பதுபோல *CLDS* இந்தியாவிலிருந்து வந்த வளர்ச்சித்துறை ஆலோசகர் கமால்கர் என்பவரால் 'கிராமக்கல்வி வளமையத்துடன்' ஒன்றாக முன்னோட்டமாக செயல்படுத்தப்பட்டது. இவர் மரபுரீதியாக மானியம் அளிக்கப்பட்ட துப்புரவுத்திட்டத்தை மதிப்பீடு செய்யும்போதே வங்கதேசத்தின் ராஜஷாஹி மாவட்டத்தின் மோஸ்மாய்ல் கிராமத்தில் 'பங்களாதேஷ் வாட்டர் எய்டு'–ன் பங்குதாரராக இருந்தார். 'உலகவங்கியின் தண்ணீர் மற்றும் துப்புரவுத் திட்டம்' *(The Water and Sanitation Programme (WSP)* அடுத்துள்ள இந்தியா மற்றும் அதையடுத்து இந்தோனேஷியா மற்றும் ஆஃப்ரிக்காவின் சில பகுதிகளில் பரவ ஒரு முக்கியமான பங்கு வகித்தது. அந்த நேரத்தில் மற்ற பிற அமைப்புகளும் *CLDS*ஐப் பரவச்செய்வதில் முக்கியமானவைகளாகவும், செயலாற்றுபவைகளாகவும் ஆயின. அவற்றில் சில *Plan International. UNICEF, Water Aid, SNV, WSSCC, Tearfund, Care, WSP, World Vision* ஆகும். இன்று *CLDS* ஆசியா, ஆஃப்ரிக்கா, இலத்தின் அமெரிக்கா, பசிபிக் மற்றும் மத்தியகிழக்கு ஆகியவற்றில் 60க்கும் மேற்பட்ட நாடுகளிலும், அரசுகளிலும் *CLDS* ஐ அளவிடும் பணிகளில் முன்னிடம் வகிக்கிறது. பல அரசுகளும்கூட *CLDS* ஐ ஒரு தேசியக்கொள்கையாக ஏற்றுக்கொண்டுள்ளன.

- **பக்.260: உலகவங்கியின் ஒரு கொள்கை விரிவாக.** 'சுகாதாரத்தை சந்தைப்படுத்தும் ஒரு வேலையாக ஆக்குதல்: வங்கதேசத்தின் கதை' *WSP* டிசம்பர் 2013.

- ஆர்.குயிட்டெரஸ், ஜே.லெவின்ஷோன், மற்றும் ஏ.எ.முபாரக், 2015. 'வளரும் உலகத்தில் துப்புரவு முதலீட்டை ஊக்குவித்தல்; ஒரு சமவாய்ப்புள்ள தொகுதியின் முயற்சி' *Science, Vol.348, No.637, pp. 903-906.*

- **பக்.265: 'மனப்பான்மை மாற்றத்துக்காக உண்மையில் செலவிட்ட தொகை இதைவிட இன்னும் குறைவு'.** 'தேசிய ஒதுக்கீட்டில் 8% இன்னும் (தகவல் மற்றும் கல்வி பிரச்சாரப் பயணத்துக்காக) பயன்படுத்தப்படவேண்டியுள்ளது. 3% மத்திய அளவில் (குடிநீர் மற்றும் சுகாதார அமைச்சகத்தால்) இந்தியா தழுவிய பிரச்சாரப் பயணத்தில் பயன்படுத்தப்பட வேண்டியுள்ளது. இது சுகாதாரம், உடல் நலவியல், மற்றும் சுத்தத்தன்மை ஆகிய தேசிய முன்னுரிமைகளை வெளிச்சமிட்டுக்காட்டும். மாநிலங்களில் ஒதுக்கீட்டில் 5% தகவல் மற்றும் கல்விப்பிரச்சாரப் பயணங்கள்/ மனப்பான்மை மாற்ற அறிவிப்புகள்/ மற்றும் தனிப்பட்டவர்களுக்கிடையிலான அறிவிப்புகள்' என்ற மூன்றின் தலைப்பெழுத்துகளாலான சொல்லால் பயன்படுத்தப்படவேண்டும். மேலும் இவைதொடர்பான அறிவிப்பு நடவடிக்கைகள் மற்றும் திறமையைக் கட்டமைத்தல் மீது செலவிடப்பட வேண்டும்.

- **பக்.268: பொதுத்துறை ஊழியர்கள்:** இந்தப் பிரச்சனை துப்புரவோடு மட்டும் கட்டுப்படுத்தப்பட்டதல்ல. துபாஷும், ஜோசப்பும் இதேபோன்ற ஒரு கருத்தை இந்தியாவுக்கான சுற்றுச்சூழல் மாற்றக்கொள்கைக்கு மனிதவள ஆற்றல்கள் அர்ப்பணிக்கப்படவேண்டும் என தெரிவிக்கிறார்கள்: *MoEFi* மையக்கரு முகமையில்கூட சுற்றுச்சூழல் மாற்ற அலகில், சுற்றுச்சூழல் மாற்றத்தின்மீது கவனம் குவித்துள்ள முழுநேரப்பணியாளர்கள் பிரிவு அலுவலர் ஒருவர், மூன்று விஞ்ஞானிகள், ஒரு இயக்குநர், ஒரு இணைச்செயலாளர் (கடைசியில் உள்ளவர் மண்ட்ரீல் உடன்படிக்கையைக் கையாள்கிறார்) என ஆறுபேர்களை முழு நேர அலுவலர்களாகக் கொண்டுள்ளது. என்.கே.துபாஷ் அற்றும் என்.பி.ஜோசப், 2016. *'Evolution of Institutions for Climate Policy in India'; Economics&Political Weekly, Vol. 51, No.3, pp. 45.*

- எல்.பிரிட்ச்செட்., 2009. 'இந்தியா ஒரு தோல்வியுறும் அரசா?' நான்குவகை சுற்றுவழிச்சாலைகளை நவீனமயமாக்குதல்'.

- **பக்.267: சியெரா லியோன் அல்லது லைபீரியா போன்ற மக்கள்தொகை அளவும், சிசுமரணவீதமும்.** 2011 மக்கள்தொகைக் கணக்கெடுப்பின்படி 45 இலட்சம் மக்களைக்கொண்ட சீதாபூர் மாவட்டம் 42 இலட்சம் மற்றும் 59 இலட்சம் மக்கள் தொகை கொண்ட லைபீரியாவுக்கும், சியெரா லியோனுக்கும் இடையில் உள்ளது. *DHS* புள்ளி விவரங்களின்படி லைபீரியாவில் பிறந்த 1000 குழந்தைகளில் 73 அவற்றின் முதல் பிறந்த நாளுக்கு முன்பே இறந்துவிடுகின்றன. அதேபோல் 89 சியெராலியோனில். ஆண்டு சுகாதாரஆய்வின்படி*(Annual Health Survey-AHS)* சீதாபூர் மீண்டும் நடுவில் 82 சிசுமரண வீதத்தில் உள்ளது. இதற்குமேலும், அதே *AHS* புள்ளிவிவரப்படி மொத்த மாவட்டங்களில் ஒன்பது மட்டுமே தப்பிப்பிழைக்கின்றன. எஞ்சியுள்ள 18 மாவட்டங்கள் சீதாபூரைப்போல எவ்வளவு உயர்வோ அவ்வளவு உயர்வான சிசு மரண வீதங்களில் வருந்துகின்றன. இந்த நிகழ்வுகள் சியெரா லியோனையும் விஞ்சுகிறது. லைபீரியாவையோ அல்லது சியெரா லியோனையோ குறிப்பாக பொருத்தமான ஒப்பீடாக ஆக்குவதில் வேறு நோக்கம் எதுவுமில்லை. அவை ஒத்த அளவிலான மக்கள்தொகையைக் கொண்டிருக்கின்றன.

- எஸ்.தேவராஜன் 17 செப்டம்பர் 2013. 'நான் ஏன் வலையில் எழுதுகிறேன்?' *http:// blogs.worldbank.org/futuredevelopment/why-i-blog*

  (கருத்துகளில் உள்ள அற்புதமான விவாதங்களை குறிப்பாக கவனிக்கவும்)

- **பக்.279: பன்னாட்டு வளர்ச்சி... நிர்வாகப் புள்ளிவிவரங்கள்.** அரசியல்ரீதியாக சுத்திகரிக்கப்படாத விளக்கமான புள்ளிவிவரங்களை உருவாக்குவது, பன்னாட்டு வளர்ச்சி அமைப்புகளுக்கு எவ்வாறோ ஓர் அரசியல் விலையில் வந்துசேர்கின்றன. 2015 ஜனவரியில் இந்தியாவின் நிதி அமைச்சகம், பல்வேறு

வளர்ச்சி வங்கிகள் நடத்திய இந்தியா குறித்த மற்றும் வட்டார ஆய்வுகளின் செயலாக்கப்பிரச்சனைகளின் வழிகாட்டுதல்களில், பன்னாட்டு வளர்ச்சி ஆராய்ச்சிகளின் விதிமுறைகளில் ஐந்து விளக்கமான பக்கங்களைப் புதுப்பித்தது. அரசு கேட்கவிரும்பாத ஆராய்ச்சிகளை முடக்குவதற்கு முன்கூட்டியே அமைச்சகங்களுக்கு வாய்ப்புகள் அளிக்கப்பட்டன. 'இந்தியச்சூழல்களில் இந்த ஆய்வுகளின் விருப்பம்/பொருத்தம் பற்றிய அவர்களது கருத்துகள் உள்ளடங்கும். (அதாவது, இந்த ஆய்வு கட்டாயம் மேற்கொள்ளப்பட வேண்டுமா?) முன்மொழியப்பட்டுள்ள இந்த ஆய்வு விருப்பமானதா என்பது பற்றி அமைச்சகங்களுக்கிடையேயான கருத்து வேறுபாடுகள் ஏதேனும் இருந்தால், இறுதிமுடிவு (நிதி அமைச்சகத்தின் ஒரு துறையால்) இந்தியச்சூழலில் இந்த ஆய்வு உண்மைகளின் மற்றும் பொருந்துகின்ற அடிப்படைகளில் எடுக்கப்படும் என்று விதிமுறைகள் குறிப்பிடுகின்றன. – உண்மைகளை இந்த ஆய்வு நடைபெறுவதற்கு முன்பே அரசால் பிரயோகிக்கமுடியும்! ஓர் ஆராய்ச்சித்திட்டம் ஏற்கப்பட்டு, ஆனால், அரசின் புள்ளிவிவரங்கள் சுதந்திரமான புள்ளிவிவர ஆதாரங்களோடு முரண்படுமானால் அதிகாரபூர்வ புள்ளிவிவரங்கள் மட்டுமே பயன்படுத்தப்படும். முடிவில், இந்த அறிக்கையின் இறுதி கருத்துகள் இந்திய அரசின் ஏற்புக்குப்பிறகே இடம்பெறும்'. பன்னாட்டு வளர்ச்சி, உலகைப்பற்றிய தனது புரிதல்களை பல்வேறு தடைக்கருத்துகளைக்கொண்ட அமைப்பின் ஒப்புதல் வழிமுறைகளுக்கு உள்ளாக்க தனது இசைவைத் தெரிவித்துள்ளது. இது ஒரு செயலறிவால் தெரிந்துகொள்ளவேண்டிய கேள்வி. இது இல்லாவிட்டால் மிகச்சரியாக என்ன நடக்கும்?

- டி.மோஸ்ஸே, 2005. 'வளர்ச்சியைப் பண்படுத்துதல்'– *An Ethinography of Aid Policy and Practice.*
- டி.மோஸ்ஸே, 2004. 'நல்ல கொள்கை நடைமுறைப்படுத்த முடியாததா? 'ஒரு மனித இனப்பரப்புக்கான உதவிக்கொள்கையும் நடைமுறையும்' பற்றிய பிரதிபலிப்புகள். *Development and Change, Vol.35, No.4, pp.639-671.*
- டி.ஜெமீஸன், 2014. 'ஒரு கறுப்பு நேரத்தின் காரணமறிதல்': சுற்றுச்சூழல் மாற்றத்துக்கு எதிரான போராட்டம் ஏன் தோல்வியடைந்தது? – மேலும், அது நமது எதிர்காலத்தை எவ்வாறு அர்த்தப்படுத்துகிறது? – ஆக்ஸ்ஃபோர்ட் யுனிவர்சிடி பிரஸ்.

கிராமப்புற திறந்தவெளி மலம் கழிப்புக்கான அளவாய்வு புள்ளிவிவரங்களை புதுப்பித்தல்: ஜனவரி 2017: இந்த நூலின் முதல் வரைவை 2015 கோடையில் நாங்கள் எழுதினோம். மேலும், அதிலிருந்து ஒன்றரை ஆண்டுகாலம் தரம் உயர்ந்த பிரதிநிதித்துவ மாதிரி அளவாய்வுகள் இந்தக் காலகட்டத்தில் திறந்தவெளி மலம் கழிப்பின் வீழ்ச்சியின் பாதையைக் கண்டறியும் என்று நாங்கள் நம்பினோம்.

அது, நாங்கள் என்ன எழுதினோமோ அதைத் திருத்தி எழுதத் தேவைப்படும். துரதிர்ஷ்டவசமாக, அது நடக்கவில்லை. இந்தக்குறிப்பில் கழிப்பறை பயன்பாடு பற்றிய தரமான ஆய்வுப்புள்ளிவிவரங்களை எவ்வாறு சேகரிப்பது என்பது பற்றிய எங்களது ஆலோசனைகளையும் எங்களது பிரதிபலிப்புகளையும் தூய்மை இந்தியா இயக்கம் பற்றிய இந்திய அரசின் அறிக்கைகளையும், ஸ்வாச் சர்வேக்சன் அறிக்கையையும் நாங்கள் பகிர்ந்துகொள்கிறோம்.

கிராமப்புறங்களில் கழிப்பிட உரிமையாளர்களிடையே துப்புரவு மனப்பான்மை பற்றிய கல்விப்புலம் மற்றும் சுதந்திரமான ஆய்வுகள் இப்போது போதுமான அளவுக்கு முடிவடைந்துள்ளன. ஆய்வுக் கேள்விகளைக்கொண்டு திறந்தவெளி மலம் கழிப்பை எவ்வாறு அளவிடுவது என்பதுபற்றிய ஒரு தொகுப்பான பாடங்கள் உருவாகியுள்ளன. தூய்மை இந்தியா இயக்கத்துக்காக, கிராமப்புற திறந்தவெளி மலம் கழிப்பைப்பற்றிய பெரிய மாதிரி ஆய்வுகள் எவ்வாறு மேற்பார்வையிடும்? என்று தலைப்பிட்ட ஒரு செயல்பாட்டு அறிக்கையில், நாங்கள் இந்த சுதந்திரமான ஆய்வுகள் மற்றும் மூன்று குறிப்பான பரிந்துரைகள் ஆகியவற்றின் புள்ளிவிவரங்களை, எவ்வாறு ஆய்வுக்கேள்விகள் கேட்கப்படவேண்டும் என்பதற்காக பகுப்பாய்வு செய்தோம்.

- *சமநிலை:* ஒரு நல்ல ஆய்வுக்கேள்வி திறந்தவெளி மலம் கழிப்பு மற்றும் கழிப்பிடப் பயன்பாடு ஆகியவற்றை பதில்களாக வெளிப்படையாக அனுமதிக்கிறது.

- *ஒன்றுசேர்க்கப்படாத நபர்வாரி:* ஒரு நல்ல ஆய்வுக்கேள்வி ஒவ்வொரு நபரையம் தனித்தனியாக ஒரு குடியிருப்புப் பட்டியலில் அவர்கள் வரிசைப்படுத்திய ஒழுங்குமுறையில் கேள்வி கேட்கிறது.

- *குறிப்பான அண்மைய காலவரையறை:* ஒரு நல்ல ஆய்வுக்கேள்வி ஒரு குறுகியகால குறிப்பான காலவரையறையை குறிப்பிடுகிறது. திறந்தவெளியில் மலம் கழிப்பதை இப்போதைக்கு ஆம் என்றும் ஒப்புக்கொள்வதையும், எல்லாக்காலங்களிலும் ஆம் என்று ஒப்புக்கொள்ளாமலிருப்பதையும் மக்கள் மிகவும் சௌகரியமானதாக உணர்கிறார்கள்.

சமநிலை, ஒன்றுசேர்க்கப்படாத நபர்வாரி மற்றும் குறிப்பான அண்மைய கால வரையறை ஆகியவற்றை உள்ளடக்கிய நாங்கள் பரிந்துரைக்கும் ஒரு கேள்வி: நேற்று டீன் திறந்தவெளியில் மலம் கழித்தாரா? அல்லது டீன் கழிப்பிடத்தைப் பயன்படுத்தினாரா? என்பதுதான். இந்தக்கேள்வியைக் கேட்கும் மிகச்சிறந்த அணுகுமுறை அறிமுக வாசகத்தில் துவங்கி இரண்டு பதில்களையும் பதிலளிப்பவர் சௌகரியமானதாகவும், வழக்கமானதாகவும் உணரவைக்கிறது. ஓர் எடுத்துக்காட்டு:

‘இதேபோன்ற பல கிராமங்களுக்கு நான் சென்றிருக்கிறேன், கழிப்பிடங்களைக் கொண்டுள்ள மக்களில் சிலர் அவற்றை பயன்படுத்துகிறார்கள்; சிலர் திறந்தவெளியில் மலம் கழிக்கிறார்கள்:’ மேலே உள்ளவாறு அவர்கள் ஒவ்வொரு நபரைப் பற்றியும் தனித்தனியாகக் கேள்வி கேட்டுக்கொண்டே செல்கிறார்கள். ‘டீன் நேற்று என்ன செய்தார் – திறந்தவெளியில் மலம் கழித்தாரா? அல்லது டீன் கழிப்பிடத்தை நேற்று பயன்படுத்தினாரா? மேலும் டியானே நேற்று என்ன செய்தார்– திறந்தவெளியில் மலம் கழித்தாரா? அல்லது டியானே கழிப்பிடத்தைப் பயன்படுத்தினாரா?’

நன்கு பரிசோதிக்கப்பட்ட இந்தச் சோதனைகள் சாத்தியமானவை மட்டுமல்ல. ஒரு நேர்காணலை மெதுவாக நடத்துவதற்கும், அளவாய்வருக்கும், பதிலளிப்பவருக்கும் இடையே, கழிப்பிடங்களைச் சொந்தமாக வைத்திருப்பவர்களில் சிலர் அதைப் பயன்படுத்துகிறார்கள், ஆனால், மற்றவர்கள் பயன்படுத்துவதில்லை என்பன போன்ற கருத்துகளைப் பகிர்ந்துகொள்வதற்கும் பயனுள்ளது. அவர்களால் உள்ளேயும், வெளியேயும் கழிப்பிடங்களைப் பயன்படுத்துவது பற்றிய திட்ட்வட்டமான அளவுகளை போதுமான அளவுக்கு உறுதிப்படுத்த முடியவில்லை. அவர்கள் ஊக்கப்படுத்தப்பட்ட அளவாய்வர்களின் ஒரு குழுவுடன் இணைக்கப்படவேண்டும்: அந்தக்குழுவினர் அளவீடுகள் சரியானவை என்று உத்தரவாதப்படுத்துவதற்கு பொறுப்பானவர்கள் ஆக்கப்படவேண்டும்.

2016இன் இரண்டாம்பகுதியில் குடிநீர் மற்றும் துப்புரவு அமைச்சகம் கிராமப்புற இந்தியா பற்றிய ஸ்வாச் சர்வேக்சன் அறிக்கையை வெளியிட்டது. அந்த அறிக்கையின் முதல்பகுதி ‘தேசிய மாதிரி அளவாய்வு*(National Sample Rapid Survey Organisation-NSSO)* அமைப்பின் மே–ஜூன் 2015இல் இருந்து புள்ளிவிவரங்களை அளித்தது. இந்தப் புள்ளிவிவர ஆவணக்கூறுகள் ஒரு சிறப்பு விரைவு அளவாய்வாக நடத்தப்பட்டதில் திரட்டப்பட்டவை (அதாவது, இவை ஒன்றுபடுத்தப்பட்ட நுகர்வு பற்றிய குடியிருப்புப் பட்டியல்களிலிருந்தோ, அல்லது காலக்கிரமமுறையில் நடத்தப்படும் *NSSO* ஆய்வுகளிலிருந்தோ திரட்டப்பட்டவை அல்ல.) இந்த அறிக்கை *NSSO* புள்ளிவிவரங்களை (கழிப்பிடங்களை பெற்றுள்ள மக்களில்) ‘குடியிருப்பு/சமுதாய கழிப்பிடங்களைப் பயன்படுத்தும் மக்களின் சதவீதத்தை அளிக்கிறது’ என விவரிக்கிறது. (பக்.4, வகை 3.1.i) எவ்வாறாயினும் இந்த விளக்கம் *NSSO* ஆய்வுக்கேள்விகளோடு ஒத்திருப்பதல்ல. *NSSO* நபர்வாரி கேள்விகளைக் கேட்கவில்லை. உண்மையில் அளவாய்வர்களுக்கு தரப்பட்ட *NSSO* படிவங்களில் உள்ள வாசகம் ஒரு முழுமையான கேள்வியாக வார்த்தைப்படுத்தப்படவில்லை. எனவே, எந்தக்கேள்விகளை அளவாய்வர்கள் உரத்துக்கேட்கவேண்டும் என்பதற்கான எழுத்துப்பூர்வ பதிவு பொதுவில் கிடைக்கவில்லை. அந்தப் படிவங்களில் எழுதப்பட்டிருந்தது என்னவென்றால், பிறப்பு,

நோய், இறப்பு குழுவினரால் கழிப்பிடப் பயன்பாடு பற்றி பதிவுசெய்வதற்கான, பேட்டிகாண்பவர்களுக்கு அளிக்கப்பட்ட குறிப்புரைகள்தான். நாங்கள் இதைப்படித்தில், ***NSSO***வின் அறிக்கையிலிருந்து குடியிருப்பின் உறுப்பினர்கள் பேட்டி காணப்பட்டார்களா? என்பதுகூட தெளிவாக இல்லை. குறைந்தபட்சமாக சில நிகழ்வுகளில், கிராமத்திலுள்ள ஒரு கற்றறிந்த நபரிடம் பேட்டி காணப்பட்டு, கழிப்பிடப்பயன்பாடு விவரங்கள் திரட்டப்பட்டன என்று தோன்றுகிறது. இது ஓர் அளவாய்வருக்கு மிகவும் வசதியானது. இது அவருக்கு மிகவும் இயல்பானதாகவும்கூட காணப்படும்; ஏனென்றால் வெவ்வேறுவிதமான குடியிருப்புகளுக்கு, அவற்றுக்கே உரிய படிவங்கள் இல்லை. அதற்குப்பதிலாக, அளவாய்வு செய்யப்பட்ட ஒவ்வொரு கிராமத்திலும் உள்ள பத்துவிதமான எல்லாக் குடியிருப்புகளும் ஓர் ஒற்றைப் படிவத்தில் தோன்றின. அந்த அளவாய்வுப் படிவம், குடியிருப்பு–அளவு வரிசை மற்றும் புள்ளிவிவரக்கூறுகள் நெடுவரிசையிலும் உள்ள ஒரு கிராம–அளவிலான கட்டமாக ஒரு பக்கத்தில் இருந்தது.

இந்த அறிக்கையில் உள்ள பல்வேறு கூற்றுகள் இந்த விளக்கத்தை ஆதரிக்கும் வகையில், குடியிருப்புகளில் உள்ள தனிநபர்களிடம் திறந்தவெளி மலம் கழிப்பு மனப்பான்மையைப்பற்றிக் கேட்கப்படவில்லை என்கிறது. நாங்கள் அதற்கு அழுத்தம் கொடுத்தாலும்கூட, இந்த அறிக்கையிலிருந்து அதை உறுதிப்படுத்தமுடியவில்லை:

- குடியிருப்புகள் அளவில் திறந்தவெளி மலம் கழிப்பு மறைமுகவழிகளில் அளவெடுக்கப்பட்டது.(பக்.39)

- மாதிரி கிராமங்களில் கற்றறிந்த நபர்களிடமிருந்து மலம் கழிப்பதற்காக அல்லது துவைக்கும் நோக்கங்களுக்காக சமுதாயக் கழிப்பிடங்கள் கிடைப்பதுபற்றிய தகவல்கள் திரட்டப்பட்டன. சமுதாயக் கழிப்பிடங்களின் பயன் மற்றும் சுத்தப்படுத்துதல் பற்றிய மேலும் ஆய்ந்தறிதல்கள் நடத்தப்பட்டன. (பக்.41)

- அவர்கள் திறந்தவெளியில் மலம் கழிக்கச் சென்றார்களா? என குடியிருப்புகளில் உள்ள உறுப்பினர்களிடம் நேரடிக்கேள்விகள் கேட்கப்படாதபோது, அந்தக் குடியிருப்புகள் குடியிருப்புக் கழிப்பிடங்களையோ அல்லது சமுதாயக் கழிப்பிடங்களையோ ஒருபோதும் பயன்படுத்தவில்லை என்ற அளவுக்கு அதே மறைமுகமான வழிகளிலேயே அளவெடுக்கப்பட்டிருக்கலாம்.(பக்.47)

இது உண்மையாக இருக்குமானால், இந்தப் புள்ளிவிவரக்கூறுகள் பெருமளவிலான மாதிரி–அல்லாத தவறுகளைக் கொண்டிருக்கின்றன. அதாவது, கழிப்பிடப்பயன்பாடு பற்றி மேலதிகமாக அறிக்கையிடுகிறது. இந்த ஒருபக்க படிவம், எந்தவொரு கிராம அளவிலான பதிலளிப்பவருக்கும், – அவர் பெரும்பாலும் உள்ளூர் அலுவலராக,

ஊக்குவிப்புத்தொகைக்காக, அரசு பிரதிநிதிகள் எதைக் கேட்க விரும்புகிறார்கள் என்று அவர் நம்புகிறாரோ அதைக்கூற – மிகவும் வசதியானது.

ஒரு நேர்காணல் ஒவ்வொரு குடியிருப்பிலும் நடத்தப்பட்டிருந்தாலும்கூட, அதன் புள்ளிவிவரக் கூறுகள் நம்பத்தக்கவைகளாக இருக்காது. அந்த அளவாய்வுப் படிவங்கள் கேட்கப்படவேண்டிய குறிப்பிட்ட கேள்விகளைக் கொண்டிராதபோது, அதன் எண்ணியல் வெற்றிடங்கள், தனி நபர்களுக்கு மாறாக, நான்கு குழுக்களைச்சார்ந்த மக்களைத் தொடர்புபடுத்துகிறது: ('வயதானவர்கள்', 'வயதுவந்த ஆண்கள்', 'வயதுவந்த பெண்கள்' மற்றும் 'குழந்தைகள்') இந்த வகைகளின் விரித்துரைகள், கழிப்பிடப்பயன்பாடு மற்றும் திறந்தவெளி மலம் கழிப்பு பற்றிய சமநிலையான குறிப்பிடல்களை செய்வதற்குமாறாக, கழிப்பிடங்களை/ சமுதாயக் கழிப்பிடங்களைப் பயன்படுத்தும் குடியிருப்பு உறுப்பினர்களின் எண்ணிக்கை ஆகியவற்றைக் குறிப்பிடுவது சமநிலை அற்றது. மேலும் இந்தக்கேள்வி எந்தவொரு குறிப்பிட்ட காலத்தையும் (எ–கா: நேற்று, வழக்கமாக, எப்போதும், எல்லா நேரங்களிலும்) குறிக்கவில்லை. இந்த அம்சங்களில் ஒவ்வொன்றும் கழிப்படப்பயன்பாட்டை மேலதிகமாக அறிக்கையிடுவதற்கும், ஒரு பதிலளிப்பவரிடமிருந்து கழிப்பிடப் பயன்பாட்டைப்பற்றி எதிர்பார்த்ததாக தோன்றவைப்பதற்கும் ஓர் அளவாய்வருக்கு எளிதாக்குகிறது.

இந்த அறிக்கையின் இரண்டாவதும், மையமானதுமான பகுதி, ஸ்வாச் சர்வேக்சன் அறிக்கைக்காக நடத்தப்பட்ட ஒரு புதிய அளவாய்வாக இருந்தது: 'த குவாலிடி கவுன்சில் ஆஃப் இந்தியா'வால் நடத்தப்பட்டு, 'ஸ்வாச் சர்வேக்சன்' என்று பொருத்தமாகப் பெயரிடப்பட்ட இந்த அளவாய்வு, 20 மே 2016க்கும் 21 ஜூன் 2016க்கும் இடையே பரந்த அளவில், 75 மாவட்டங்களில், 70,000 குடியிருப்புகளுக்குமேல் உள்ளடக்கும் வகையில் நடத்தப்பட்டதாகும். தேர்ந்தெடுக்கப்பட்ட மாவட்டங்கள் ஒரு குறிப்பிட்ட நோக்கத்துடன் உயர் அளவு செயல்பாடுகொண்ட மாவட்டங்களாக தேர்ந்தெடுக்கப்பட்டவை ஆகும்; அவை இந்தியாவை பிரதிநிதித்துவப்படுத்துபவை அல்ல. உத்தரப்பிரதேசம், பீகார், ஆந்திரா, அல்லது ஜார்கண்ட்–இல் எந்த ஒரு கிராமமும் அளவாய்வு செய்யப்படவில்லை: இந்த மாநிலங்கள் மூன்றில் ஒருபங்கு இந்தியர்களின் தாயகம். அங்கே, அவர்கள் திறந்தவெளியில் மலம் கழிக்கிறார்கள் என்ற அம்சத்துக்கு மாறாக.

குறிப்பிட்ட நேரம் பற்றிய சமநிலையான, ஒன்றிணைக்கப்படாத கேள்விகள் மூலம் திறந்தவெளி மலம் கழிப்பை அளவிடுவதற்கு மாறாக, ஸ்வாச் சர்வேக்சன் குடியிருப்பு அளவில் சமநிலையற்ற கேள்விகளைக் கேட்டது. பின்னர் அது திறந்தவெளி மலம் கழிப்பு அடிக்கடி நிகழும்தன்மை பற்றிக் கேட்டது. ஆனால், முக்கியமான கேள்விக்கான பதிலைப் பதிவுசெய்த பின்பே. ஆகையால், அது கழிப்பிட உரிமையாளர்களிடையே திறந்தவெளி மலம் கழிப்பின் பல நிகழ்வுகளை முக்கியமான எண்ணிக்கையில் தவறவிட்டிருக்கக்கூடும்.

இந்த அளவாய்வைப்பற்றிய செய்தி அறிவிப்பு இந்த விவரங்களை –சில நேரங்களில் இந்த உயர் அளவு செயல்பாடுகொண்ட மாவட்டங்களின் 2016 புள்ளிவிவரக்கூறுகளை இந்தியாவைப் பிரதிநிதித்துவப்படுத்துகிறது என்று அழைப்பதன்மூலம்– தவறவிட்டுள்ளது; சில நேரங்களில் இரண்டு அளவாய்வுகளை ஒருங்கிணைப்பதன்மூலம் (அமைச்சரின் திறந்துவைக்கும் கடிதம்கூட *'NSSO*வின் 2016 அறிக்கை'யில் இந்தப்பிழையை செய்துள்ளதாகத் தோன்றுகிறது) இந்த அறிக்கையின் இணைப்பில் உள்ள அளவாய்வு கேள்விகளை கிட்டத்தட்ட ஒருபோதும் பிரதிபலிக்கவில்லை. அறிக்கைகள் கிட்டத்தட்ட எப்பொழுதுமே இந்த எண்களை தூய்மை இந்தியா இயக்கம் அடுத்துவரவுள்ளவற்றுக்கான ஆதாரங்கள் என, எந்தவகையிலும் அது மிகச்சிறிய ஆதாரங்களை உண்மையில் தந்துள்ளபோதும், விரித்துரைக்கிறது. கழிப்பிடப் பயன்பாடு அளவாய்வைப்பற்றி மேலும் படிக்க:

- டி.காஃபே, மற்றும் டி.ஸ்பியர்ஸ். 2014. 'ஒரு பெரிய மாதிரி அளவாய்வு தூய்மை இந்தியா இயக்கத்துக்காக கிராமப்புற இந்தியாவில் திறந்தவெளி மலம் கழிப்பை எவ்வாறு மேற்பார்வையிடும்?'

- குடிநீர் மற்றும் சுகாதார அமைச்சகம், 2016. 'ஸ்வாச் சர்வேக்சன் கிராமின் 2016'.

- தேசிய மாதிரி அளவாய்வு அலுவலகம். 2016. '*Swachhta Status Report'* புள்ளியியல் மற்றும் திட்ட நிறைவேற்ற அமைச்சகம்.

- டி.ஸ்பியர்ஸ் மற்றும் என்.ஸ்ரீவத்சவ், 30 செப்டம்பர் 2016 *'Charu. The hotspot for Swachh Bharat'. Business Standard.*

அத்தியாயம் 9

- ஏ.டீடன், 2013. *மாபெரும் தப்பித்தல்: உடல் நலம், செல்வவளம், மற்றும் சமத்துவமின்மையின் தோற்றங்கள்.* பிரின்ஸ்டன்: பிரின்ஸ்டன் யுனிவர்சிடி பிரஸ்.

- ஆர்.ஜே.கோர்டன், 2012. *அமெரிக்காவின் பொருளாதார வளர்ச்சி முடிந்துவிட்டதா? 'Is US economic growth over? Faultering innovation confronts the six headwinds', Working Paper No.18315, National Bureau of Economics Research.*

- ஈ.எம்.க்ரிம்மின்ஸ், 2015. 'ஆயுட்காலமும், உடல் நலக்காலமும்: கடந்தகாலம், நிகழ்காலம் மற்றும் வாக்குறுதி' *The Gerontologist, Vol.55, No.6. pp.901-911.*

- ஏ.குப்தா மற்றும் டி.ஸ்பியர்ஸ், 'இந்தியாவில் திறந்தவெளி மலம் கழிப்புக்கு அதிகரித்துவரும் சராசரி வெளிப்பாடு 2001–2011' *r.i.c.e. working paper.*

- ஜே.தாஸ் மற்றும் ஜே.ஹேம்மர், 2004. 'வலிந்துகாட்டும் கருணை: டெல்லியில் மருத்துவ கவனிப்பின் தரம்' *Economic&Political Weekly, pp.951-961.*

- ஜே. கர்ரி, டபிள்யூ.லின் மற்றும் ஜே.மெங், 2014. 'சீனாவில் உயிர்வாழ்வுக்கெதிரான மருந்துகளைப் பயன்படுத்தலுக்கு தீர்வுகாணல்: ஒரு பரிசோதனை தணிக்கை ஆய்வு' – *Journal of Development Economics. Vol.110, pp.39-51*

- ஏ.கபூர், வி.ஸ்ரீவத்சவ் மற்றும் பி.ஆர்.சௌத்திரி 2016. 'தூய்மை இந்தியா இயக்கம்–கிராமின்' நம்பகத்தன்மையின் முன்முயற்சி–2016–2017 வரவுசெலவுத்திட்ட விளக்கம். *Accountability.com* இந்த வரவு–செலவுத்திட்ட விளக்கம் நாங்கள் எடுத்துக்காட்டிய துப்புரவை முன்னேற்றுபவர் விழிப்புணர்வு உள்ளிட்ட 'நம்பகத்தன்மையின் முன்முயற்சியின் அளவாய்வுகளின் விவரங்களையும்கூட உள்ளடக்கியுள்ளது. இந்த அளவாய்வு 20 உற்றுநோக்கல்களுக்காக சாத்தியமுள்ள துப்புரவு முன்னேற்ற பணியிடங்களையும் பத்து மாவட்டங்களையும் கேட்டதை 'மையமான பிரச்சனையில்' என்பது குறிக்கிறது.

- **பக். 307:** இதைப்போல 10,000 மடங்கு பெரியது. இந்தியாவில் 250 இலட்சம் குடும்பங்கள் உள்ளன. பல பெரிய அல்லது முக்கியமான மாநிலங்களின் (அல்லது மாநிலங்களின் பகுதிகளின்) 25,000 குடும்பங்களின் மாதிரி அளவாய்வு, இந்தியாவின் பிரதிநிதித்துவத்தைக் கட்டமைக்கப் போதுமானவை. இது இந்திய மானுடவளர்ச்சி அளவாய்வின் கிராமப்புற மாதிரி அளவின் தோராயமான பரிமாணத்தின் ஒழுங்கமைவு ஆகும். மேலும் 'பயனுள்ள கழிப்பிட அளவாய்வு மாதிரி' மிகப்பெரிய அளவுக்கு இருக்கவேண்டிய தேவை இல்லை.

- கலாசாரம் செல்வாக்கு செலுத்தும் பிறப்பு – நோய் – இறப்பு முதலான சமுதாய நிலைப் புள்ளிவிவர ஆய்வின் விளைவுகளின் எடுத்துக்காட்டுகள்:

  - *பாலினத்தேர்வு:* எஸ்.ஹெச்.பாசெல்லோஸ், எல்.எஸ்.கார்வால்ஹோ, மற்றும் ஏ.லலெராஸ் முனே, 2014. 'இந்தியாவில் குழந்தை பால்வகையும், பெற்றோர் முதலீடுகளும்: பையன்களும், பெண்களும் வெவ்வேறுவிதமாக நடத்தப்படுகிறார்களா?' *American Economic Journal: Applied Economics. Vol.6, No. 1, pp.157-189.*

  - *மது தொடர்பான இறப்புவீதம்:* எம். கில்லட், என்.கரிலோவா மற்றும் டி. புத்ரொவ்ஸ்கா, 2011. 'மத்திய ஆசியாவில் "ரஷ்யன் இறப்புவீத புதிரை"

புரிந்துகொள்ளுதல்: சான்று கிர்கிஸ்தானிலிருந்து', *Demography, Vol.48, No.3, pp.1081-1104*

- கத்தோலிக்க சமயக்கோட்பாடும், கருவளமும்: சி.எஃப். நெஸ்ட் ஆஃப் மற்றும் ஈ.எஃப். ஜோன்ஸ், 1979. 'கத்தோலிக்க "கருவளத்தின்" முடிவு' *Demography, Vol.16, No.2, pp.209-17-1104*

- மதஉணர்வும், மண உறுதியளிக்கப்பட்ட கருவுறலும்: எஸ்.ஆர். ஹேய்ஃபோர்ட் மற்றும் எஸ்.பி.மோர்கன், 2008. 'ஐக்கிய நாடுகளில் மத உணர்வும், கருவுறலும்: உறுதியளிக்கப்பட்ட கருவுறலின் பங்குபாத்திரம்', *Social Forces, Vol.86, No, 3, pp.1163-1188.*

- பி.ஹாதி, டி.ஸ்பியர்ஸ், மற்றும் டி.காஃபே. 2016. 'கிராமப்புற இந்தியாவில் கூட்டு நடவடிக்கை உத்திகள் திறந்தவெளி மலம் கழிப்பைக் குறைக்க மனப்பான்மை மாற்றத்தை செயலூக்கப்படுத்துமா?', *Waterlines, Vol.35, No.2, pp.118-135.*

- ஜே.குளோவர், 2000. மனித இனம்: இருபதாம் நூற்றாண்டின் நீதிநெறி வரலாறு– யேல்.

- பி.சிங்கர், 1981. 'விரிவடையும் வட்டம்' *Oxford:: Clarendon Press*

- டி.ஸ்பியர்ஸ், 2015. 'கிரீனேவின் இனமரபு நீதிநெறியும், இந்தியாவில் கூட்டுறவும், மோதல்களும்'. *Economics&Political Weekly,*

- ஏ.தேஷ்பாண்டே. மற்றும் டி.ஸ்பியர்ஸ், 2016. 'அடையாளம் காணப்படும் பாதிக்கப்பட்டவர் யார்? நவீனகால இந்தியாவில் சாதியும், அறச்சிந்தனை உதவியும்', *Economic Development and Cultural Change. Vol.64, No.2, pp. 299-321.*

- **பக். 319: ஆசிரியர்கள் எப்போதும் உயர்தர சாதிகளிலிருந்தே வருகிறார்கள்:** ஆசிரியர்கள் பாரம்பரியமாக உயர்சாதிகள் மற்றும் குறிப்பாக பிராமண சாதிகளில் இருந்தே வருகிறார்கள். கிராமப்புற குடும்பங்களில் அது இன்னும் நடந்துகொண்டிருக்கின்ற நிகழ்வாக உள்ளது. *IHDS* அறிக்கையில் அறியப்பட்ட ஓர் ஆசிரியரைவிட, கிராமப்புற குடும்பங்களில் எவரொருவரும் இரண்டு மடங்கு பிராமண ஆசிரியர்களை அறிந்திருக்கவில்லை. இந்தியாவெங்கும், பரந்த அளவில் கிராமப்புற பிராமணர்கள் ஒரு சமூகக்குழுவாக பெரும்பாலும் நடைமுறையில் தீண்டாமையைக் கடைப்பிடித்துவருகிறார்கள். அத்தியாயம் 3 மற்றும் 4 இல், தீண்டாமையை நடைமுறைப்படுத்திவரும் மக்கள், குறிப்பாக மலிவுவிலைக் கழிப்பிடங்களை மேம்படுத்துவதில் ஏன் விருப்பமின்றி இருக்கிறார்கள், என்பது விளக்கப்பட்டுள்ளது.

- ஆர்.ஹெச்.தாலர் மற்றும் சி.ஆர்.சன்ஸ்டெய்ன், 2003. 'ஊழிக்கோட்பாட்டு எதிர்ப்பு தந்தைமை ஒரு சொல்முரண் அல்ல' *University of Chicago Law Review, pp. 1159-1202.*

ஒரு வெற்றிகரமான, முறையான கவனஈர்ப்புத் தூண்டல் ஒருவகையான தொழில்நுட்ப சாதனமாகும். அது பொதுசுகாதாரம், அல்லது பொது பொருளாதாரக் கோட்பாடு போன்றவற்றில் பலசந்தர்ப்பங்களில் சரியாக பயனுள்ளது என்ற அழுத்தமான தடவழிப்பதிவுகளைப் பெற்றுள்ளது. இதன் முடிவுகளைப் படிப்பதற்கும், நம்புவதற்கும் நாம் சரியான கவன ஈர்ப்பை மட்டும் பெற்றிருந்தால், நம்மால் இந்தியாவிலும்கூட கிராமப்புற சுகாதாரத்தை மாற்றிவிட முடியும் என்பது புரிந்துகொள்ளக்கூடியதே. தாலர் மற்றும் சன்ஸ்டெய்ன் நூலிலிருந்து நன்கறியப்பட்ட துப்புரவு மாதிரி ஒன்று உள்ளது. ஓர் ஐரோப்பிய விமான நிலையம், கழிவறைகளில் ஒரு பூச்சியின் பிம்பம் உட்படுத்தப்பட்டபோது, சிறுநீரை மிகக்குறைவாக சுத்தப்படுத்தவேண்டிய தேவை இருந்ததைக் கண்டது. இந்தச்சூழலில் இந்த கவன ஈர்ப்பு ஒருவேளை வெற்றிபெற்றிருக்கலாம் என்று நாம் கற்பனை செய்துகொள்ளலாம். ஆனால், ஐரோப்பிய ஓய்வறை கழிப்பறைகளில் அது நிலைமைகளை முன்னேற்றவில்லை என்றால், பயணிகள் ஒரு விமான நிலையத்தின் தரைதான் ஏற்கத்தக்க ஒரேஇடம் என்ற திட்டவட்டமான முடிவை பரவலாகப் பகிர்ந்துகொள்வார்கள்'.

- **பக்.319: சந்தைப்படுத்துதல் அல்லது உளவியலிலிருந்து அணுகுமுறைகள்:** திறந்தவெளி மலம் கழிப்பைக் குறைப்பதில் உளவியல் மற்றும் மனப்பான்மை பொருளாதாரம் பங்களிக்க ஏதும் இல்லை என்று இதற்குப் பொருள் அல்ல. கிராமப்புற இந்தியாவில் உருவான கொள்கைகள் வெற்றிகரமானவை என்றாலும், வடஅமெரிக்க பட்டம்பெறாதவர்களின் சோதனைகளில் உருவானவற்றோடு மாறுபட்டிருக்கலாம் என்று நாங்கள் உறுதிப்படுத்துகிறோம். அது துரதிர்ஷ்டவசமாக உண்மை. ஒப்பீட்டளவில் கிராமப்புற இந்தியாவின், சாதியத்தின் ஆற்றலாலும், சடங்குபூர்வ புனிதத்தன்மையாலும் தீங்கிழைக்கப்பட்ட மக்களின் எண்ணிக்கையைவிட சிறிதளவே சமூக உளவியலில் ஆராயப்பட்டது. அமெரிக்காவில் உள்ள ஓர்இனம் பற்றிய பயனுள்ள ஆய்வுகள் பல உள்ளன என்ற அம்சம் சாதி மற்றும் சாதியத்தின் ஆற்றல்களை அம்பலப்படுத்த எந்த அளவுக்கு உளவியல் நிபுணர்களுக்கு உதவும் என்பதை வலியுறுத்துகிறது. திறந்தவெளி மலம் கழிப்பின் முக்கியத்துவம் ஒருவேளை இன்னும் அதிக நல்லொழுக்க பொருளாதார நிபுணர்களையும், உளவியலாளர்களையும் இதைப்பற்றிய ஆராய்ச்சிகளைத் துவக்கவும், செய்யவும் வைப்பதற்கான நல்ல தருணம் என்று அடையாளப்படுத்தலாம்.

- ஏ. அகர்வால். ஜே.ட்ரெஸ், மற்றும் ஏ.குப்தா, 2015. 'அலஹாபாத்தில் சாதியும், மேல்தட்டு அதிகாரமும்' *Economics&Political Weekly, Vol.50, No.6, pp. 45.*

- **பக். 321: படிப்படியாக நகர்மயமாதல்:** கே. முன்ஷி, மற்றும் எம்.ரோஸன் வெய்க் 2016. 'வலைதளங்களும், தவறான ஒதுக்கீடுகளும்: ஆயுள்காப்பு, புலம்பெயர்தல் மற்றும் கிராம – நகர ஊதிய இடைவெளி' *The American Economic Review, Vol.106. No.1, pp. 46-98.*

நன்றிகள்

இந்த நூலுக்கும், ஆராய்ச்சிகளுக்கும், அதன் பின்னுள்ள சிந்தனைகளுக்கும் பலர் தங்களது பங்களிப்பை அளித்துள்ளார்கள். அவற்றுக்கு நாங்கள் பெருமளவுக்கு ஒப்புரைக்கவும், நன்றி தெரிவிக்கவும் கடமைப்பட்டுள்ளோம். எப்போதும்போல இந்த நூல் எங்களது நண்பர்களின் மிகச்சிறந்த முயற்சிகளுக்கும் அப்பால் எதில் பின்தங்கியிருக்கிறதோ அது எங்களது தவறுகளால் மட்டும்தான். இந்த ஒப்புரைகளில் உங்கள் பெயர் உள்ளதால், நாங்கள் எழுதிய எல்லாவற்றையும் நீங்கள் ஏற்றுக்கொள்கிறீர்கள் என்று அது சுட்டிக்காட்டாது. அது பயனுள்ளதும்கூட. ஏனென்றால் நாங்கள் அவ்வப்போது தவறுசெய்தோம்.

முதலாவதாக, மிகமுக்கியமாக எங்களோடும், எங்கள் ஆராய்ச்சி அணியினரோடும் திறந்தவெளி மலம் கழிப்பு, கழிப்பிடங்கள், கிராமங்களில் வாழ்க்கை எவ்வாறு உள்ளது என்பது பற்றி, சில நேரங்களில் மணிக்கணக்கில் பேசிய இந்தியா முழுதும் உள்ள ஆயிரக்கணக்கான மக்களுக்கு நாங்கள் நன்றி தெரிவிக்கிறோம். அவர்கள் எங்களிடம் கூறிய கதைகளை மீண்டும் சொல்லும் சிறந்த முயற்சி இந்த நூல்.

எங்களுக்கு ஆதரவாகவும், உதவிகரமாகவும் ஹார்ப்பர் காலின்ஸில் உள்ள ஆசிரியர் அஜீதாவுக்கு நாங்கள் நன்றி தெரிவிக்கிறோம். அவர் ஆம் என்று சொல்வதிலும், எல்லாவற்றையும் சாத்தியமாக்குவதிலும் உணர்வுபூர்வமாக ஆர்வம் மிக்கவர். நாங்கள் ஜீன் ட்ரெஸ்ஸேவுக்கும் நன்றி தெரிவிக்கிறோம். நாங்கள் டெல்லியில் பல்கலைக்கழகத்தின் படிகளில் அமர்ந்திருந்தபோது, ‘ஒரு நூலை எழுதுவதை எது கட்டுப்படுத்தும்’ என்று அவர் அறிந்திருந்தும்கூட,

அவர் இந்த நூலை எழுதுவதற்கு தனது தார்மிக ஆதரவை முதலில் அளித்தவர். தோராயமான காலவரிசையில், அலிக்ஸ் ஸ்வானே, லூயிஸ் பூர்ஸ்டின், ஜான் வில்லியம், ரோஸென் பூம் மற்றும் ராதுபன் ஆகிய அனைவரும் r.i.c.e. அணியை இதில் ஈடுபடுத்துவது மதிப்புமிக்கது என்று நினைத்தார்கள். அன்னே காசே, ஆங்குஸ் டீடன், ஜெஃப்ஹேம்மர் மற்றும் சாராமெக்லனாஹன் ஆகியோர், இந்த வேலையை எவ்வாறு செய்யவேண்டும் என்று நாங்கள் இங்கே நம்பக்கூடியவகையில் ஒப்புரைத்ததைவிட மிக அதிகமாக எங்களுக்குக் கற்றுத்தந்தார்கள். இந்தியப் புள்ளியியல் நிறுவனத்தின் பொருளாதாரம் மற்றும் திட்டமிடுதல் அலகு டெல்லி மையம், கடந்த இரண்டரை ஆண்டுகளாக நாங்கள் இந்த நூலை எழுதியபோது எங்களை அன்புடன் உபசரித்ததற்கு நாங்கள் நன்றியுடையவர்கள்; மேலும், சேடன் கதேயின் உணர்வுபூர்வ நட்புக்கும், ஆதரவுக்கும் நாங்கள் நன்றியுடையவர்கள்.

பல்வேறு நண்பர்களும், தோழர்களும், குடும்ப உறுப்பினர்களும் இதைப் படிக்கவும், மேம்படுத்தவும் எங்களுக்கு அன்புடன் உதவினார்கள். யாமினி ஐயர், ராதுபன், பென்ப்ளோஸ்ச், லூயிஸ்பூர்ஸ்டின், மார்க்பொடோல்ஃப்ஸன், ராபர்ட் சேம்பர்ஸ் லின் காஃபே, கேரி கிராம்ப்டன், ஏப்ரில்ஜெரூஸோ, மைக் ஜெரூஸோ, ஜேக்கப் கோல்டின், ஆஷிஷ் குப்தா, பாயல் ஹாதி, ஜான் வில்லியம் ரோஸென்பூம், சங்கீதா வியாஸ். உங்களுடைய கருத்துகளும், உரையாடல்களும் விலைமதிக்க முடியாதவை. UVM இல் கொள்கைக் கருத்தரங்கம், ப்ரௌன் - இல் பிரேமா சிங் வகுப்பு ஆகியவற்றின் மார்க் புடொல்ஃப்சென் மாணவர்களான ஜுவான்கஸ்டெய்ன், ஜோஸபின் துஹ், மைக் ஜெரூஸோ, ஜெஃப் ஹேம்மர், நிது குரானா, அவினாஷ் கிஷோர், ஸ்னேகா லம்பா, நிக்கோலஸ் லாவ்ஸன், நிகில் ஸ்ரீவஸ்தவ் மற்றும் அமிட் தொராட் ஆகிய மாணவர்களுக்கு ஒரு மிகப்பெரிய நன்றி. இவர்கள் இந்த நூலில் நாங்கள் எழுதியுள்ள பல முடிவுகளின் விளைவுகளைக் கற்றுக்கொள்ளவும், பகிர்ந்துகொள்ளவும் எங்களோடு ஒத்துழைத்தார்கள்.

சீதாபூரில் உள்ள எங்கள் நண்பர்களுக்கு நாங்கள் ஆழ்ந்த கடன்பட்டுள்ளோம். ஒரு சிறிய அரசுசாரா அமைப்பின்மூலம் 2011இல் அந்தக் குடும்பத்துக்கு நாங்கள் அறிமுகப்படுத்தப்பட்டோம். அவர்கள் எங்களை ஏற்றுக்கொண்டு கிராமப்புற உத்தரப்பிரதேசம் முழுவதும் பயணம் செய்ய

எங்களுக்கு உதவினார்கள். அவர்கள் சிறப்பான தம்பதிகள். திரு.ஷர்மா தனது வாழ்க்கையை ஒரு மருந்து விற்பனைப் பிரதிநிதியாகத் துவங்கி பின்னர் ஒரு பத்திரிக்கையாளராகவும் ஆனார். அடுத்துவந்த நிகழ்வுகளில் அவர் தன்னை சமூகப்பணிகளுக்கு அர்ப்பணித்துக்கொண்டார். மக்கள் நலன்களுக்கான அவரது முயற்சிகளுக்காக அவர் வேறுவகையில் மிகக்கசப்பாகப் பிளவுபட்ட சமுதாயத்தில், பெரும்பகுதியினரால் மிக ஆழமாக மதிக்கப்பட்டார். மிகச்சில பெண்களே வீட்டுக்கு வெளியே வேலைசெய்துவந்த நேரத்தில், அவரது மனைவி ஓர் அரசுக் கல்லூரியில் உருது கற்பித்துவந்தார். அவர் இப்போது ஓய்வுபெற்றுவிட்டார். இந்த ஆண்டுகளில் நாங்கள் அவர்களுடைய பெண்குழந்தைகள் சிரித்துக் கும்மாளமிடும் மாணவிகளிலிருந்து கைகளின் மணிக்கட்டு முதல் முழங்கை வரை சிவப்பு வளையல்களுடன், ஒப்பனை செய்யப்பட்ட ஆடையணிந்த மணமகள்களாகவும் இப்போது புள்ளியிடும் அம்மாவாகவும் வளர்வதை கவனித்தோம். சிறுபெண்ணாக இருந்ததிலிருந்து தங்களுக்குத் தெரிந்துள்ள பேபி பர்வீன் குரேஷியை எங்களது ஆராய்ச்சி உதவியாளராக அறிமுகம் செய்த ஷர்மா தம்பதிக்கு எங்களது சிறப்பான நன்றிகள். நன்றி பேபி, எங்களுக்குக் கற்றுக்கொடுத்த எல்லாவற்றுக்காகவும். வருத்தத்துக்குரியவகையில் திரு.ஷர்மா 2016 ஜூனில் எதிர்பாராதவிதமாக இறந்துவிட்டார். இந்த நூலின் ஒருபிரதியை அவருக்கு அளிக்கும் வாய்ப்பைப்பெற நாங்கள் பெரிதும் விரும்பினோம்.

எங்களது r.i.c.e. தோழர்கள் உண்மையில் இந்த ஆய்வோடும், இந்த நூலோடும் அதே வீட்டில் அடிக்கடி எப்போதும் எங்களுடன் வாழ்ந்தார்கள். அவ்வப்போது இந்தியா முழுவதும் அதன் இடஅமைவும், இனிய சிறப்பியல்பு வசதிகள் மாறுவதையும் கருதாமல் அது தனது குணாம்சத்தைத் தொடர்ந்து நிலைநிறுத்தி வந்தது. ஆஷிஷ் குப்தா, பாயல் ஹாதி, நிதிகுரானா, நிகில் ஸ்ரீவத்சவ் - உங்களுக்கு இதற்காக நன்றி தெரிவிப்பது சிறுபிள்ளைத்தனமாகத் தோன்றுகிறது. நல்லவற்றைச் செய்வதை தொடர்ந்து மேற்கொள்ளுங்கள்.

இது உங்களைத் திருப்திப்படுத்துமானால், எஞ்சியுள்ள உங்கள் ஒவ்வொருவருக்கும் நாங்கள் நன்றி கூறுகிறோம்.

செ. நடேசன்

முன்னாள் பொதுச்செயலாளர்– தமிழ்நாடு ஆரம்பப்பள்ளி ஆசிரியர் கூட்டணி, முன்னாள் அகில இந்திய செயலாளர் – இந்தியப்பள்ளி ஆசிரியர் கூட்டமைப்பு, முன்னாள் ஆட்சிக்குழு உறுப்பினர்– ஜேக்டீ–ஜேக்டீ பேரமைப்பு டீடோஜேக்.

சில மொழிபெயர்ப்பு நூல்கள்:

கஷ்மீரி தேசியத்தின் பல்வேறு முகங்கள்(விகடன் சிறந்த மொழிபெயர்ப்பு விருது – 2017)

வரலாற்றில் புராணத்திற்கு இடமில்லை

இந்தியா எதை நோக்கி?

மாவீரன் சிவாஜி: காவித்தலைவன் அல்ல காவியத்தலைவன்

ஸ்டாலின் பற்றிய குருச்சேவின் பொய்கள்

மாவோ சிந்தனைகள் வழியில் அக்குபஞ்சர் இரகசியங்கள்

சட்டோபாத்யாயா குழு பரிந்துரைகள்

கல்வியின் மீதான மதவெறித்தாக்குதல்கள்

புற்றுநோயை வெற்றிகொள்ள

குறிப்புகள்